कोणत्याही सांघिक कामामधला विश्वास हा सगळ्यात महत्त्वाचा घटक आहे. या पुस्तकामध्ये कोव्ही आणि लिंक आपल्याला प्रेरणादायी गोष्टींमधून आणि व्यवहारी सल्ल्यांमधून सांघिक भावना वाढवणारा आणि आयुष्यात आणि व्यवसायात उच्च कामगिरी करण्याकरता मदत करणारा डोळस विश्वास कसा ठेवावा, हे शिकवतात. 'स्मार्ट ट्रस्ट' हे पुस्तक आपल्याला विश्वासाबद्दल एक नवीन दृष्टी देतं. ज्याला आपल्या कामात, व्यक्तित्वात अगदी कुटुंबातही संघभावना जोपासायची असेल तर त्यानं 'स्मार्ट ट्रस्ट' वाचायलाच हवं.

– मायकेल व्हाइट

Direct TV चे चेअरमन, प्रेसिडेन्ट आणि सीईओ

'स्मार्ट ट्रस्ट' हे उच्च विश्वासपूर्ण टीम आणि संस्कृती निर्माण करणारं, मर्मदृष्टी असणारं 'कृतीयोग्य' मार्गदर्शक पुस्तक आहे, ज्यामुळे नावीन्य आणि वाढ यांना चालना मिळते. त्याच्यामुळे व्यक्ती आणि परिस्थितीचं विश्लेषण करता येऊन जोखीम कमी करून आणि शक्यतांमध्ये वाढ करण्याचे डोळस निर्णय घेणं शक्य होतं. ज्यांना लोकांवर प्रभाव टाकण्याची, कामगिरी उंचावण्याची आणि नवीनतेची ओढ आहे, त्यांनी हे पुस्तक वाचून त्यातील तत्त्व अंगीकारायला हवीत.

– क्लेन्ट ख्रिस्टिनसेन

'द इनोव्हेटर्स डायलेमा' या पुस्तकाचे लेखक
आणि हॉवर्ड बिझनेस स्कूलचे प्राध्यापक

आम्ही आमच्या कार्यपद्धतीतच 'स्मार्ट ट्रस्ट' चा समावेश केला आहे. माझी टीम आता कोणीतरी वेगळीच असावी असं वाटतं. आमच्या संस्कृतीमधील हा एक विलक्षण बदल आहे जो माझ्या पेप्सिकोमधील २८ वर्षांच्या कारकिर्दीत आणि त्यातील बरीच वर्षं फ्रिटो-लेमध्ये घालवल्यावर मी पहिल्यांदा अनुभवला. या बिल्डिंगमध्ये आता एक हलचल आहे. संघ म्हणून पूर्वीपेक्षा आता आम्ही जास्त चांगले आहोत. गेली दहा वर्षं असलेल्या अत्यंत वाईट आर्थिक वातावरणातसुद्धा आमची नफ्यातील वृद्धी गेल्या दहा वर्षांतील सर्वोत्तम आहे. याचं संपूर्ण श्रेय मी डोळस विश्वासाच्या तत्त्वांना देतो, ज्यामुळे आम्ही उत्कृष्ट काम करू शकलो. मला आमच्या भविष्याबद्दल आशा वाटते, कारण पुढल्या पिढीतील कर्मचारी डोळस

विश्वासाची तत्त्वं शिकतच एकेक टप्पा गाठतात. सुरुवातीपासूनच विश्वासपूर्ण नेतृत्व शिकतात.

– अल् कॅरी

फ्रिटोलेचे उत्तर अमेरिकेतील प्रेसिडेन्ट आणि सीईओ

कोवी आणि लिंक यांनी परत ती जादू करून दाखवली. 'स्मार्ट ट्रस्ट!' जसं ते या अप्रतिम पुस्तकात पटवून देतात त्याप्रमाणे, नात्यांमध्ये आणि संस्थांमध्ये विश्वासापेक्षा महत्त्वाचं काहीही नाही. विश्वास हा असा बंध आहे की जो आपल्याला जोडून ठेवतो. जिथं जाऊ तिकडे आपल्याला नेतृत्वाच्या विश्वासाचा अभाव दिसून येतो आणि एकदा का विश्वास गमावला की तो परत मिळवणं अतिशय कठीण आहे. मला वाटतं की या हानीमुळे समाजाचं वस्त्र उसवत चाललं आहे. लोकांना स्वतःच्या दुर्दैवाकरता नेहमीच इतरांना दोष द्यायला आवडतं, पण ते वळून आरशात बघत नाहीत. डोळस विश्वासाचा त्यांना फायदाच होईल.

– बिल जॉर्ज

हार्वर्ड बिझनेस स्कूलचे प्राध्यापक आणि 'द नॉर्थ'चे लेखक

आपल्या एकत्रित यशाकरता मूलभूत असणाऱ्या विषयाचा खोलवर अभ्यास म्हणजे 'स्मार्ट ट्रस्ट' हे पुस्तक आपल्याला विश्वास देण्यासाठी आणि मिळविण्यासाठी लागणारे व्यावहारिक आणि तात्त्विक शहाणपण शिकवते. हे पुस्तक वाचण्याची मी आनंदानं / उत्साहानं शिफारस करेन.

– डॉक्टर जॉन लेक्‌लिटर (Lechleiter)

Eli Lilly कंपनीचे प्रसिडेन्ट, चेअरमन आणि सीईओ

'स्मार्ट ट्रस्ट' हे आपल्या काळातील एक समर्थ आणि भविष्यावर प्रभाव टाकणारं पुस्तक आहे, यात शंकाच नाही. जवळ जवळ सर्व मानवी संस्थांना भेडसावत असलेल्या धोक्यांवर ते प्रकाश टाकतं आणि त्याचा सामना करायला मदत करतं : विश्वासाचा अभाव असणाऱ्या जगात विश्वास कसा टाकायचा.

– वॉरन बेनिस, युनिव्हर्सिटी ऑफ सदर्न कॅलिफोर्नियाचे प्राध्यापक आणि 'स्टील सरप्राईज्ड : अ मेमॉयर ऑफ अ लाइफ इन लीडरशिप' या पुस्तकाचे लेखक

"विश्वास हा त्या प्रत्येक संस्थेचा महत्त्वाचा घटक आहे, ज्यांना आपली उत्पादनक्षमता वाढवायची आहे आणि वाढीचा वेग वाढवायचा आहे आणि कोव्हींशिवाय हे इतक्या चांगल्या तऱ्हेनं कोणाला उमगलेलं असणार? त्यांच्या दृष्टिकोनामुळे कंपन्यांमध्ये वाढ व्हायला, त्यांना योग्य निर्णय घ्यायला आणि ग्राहकांपर्यंत लवकर पोहोचायला मदत होते. ते आपल्या कॉर्पोरेट वातावरणात परिवर्तन घडवून आणायला मदत करतं आणि म्हणूनच आम्ही आमच्या एटी अॅन्ड

टी च्या १,००,००० व्यवस्थापकांना प्रशिक्षण देण्याकरता स्टीफन एम. आर. कोव्ही यांची मदत घेतली आहे. ज्यांना या आजच्या अतिवेगवान जागतिक व्यापाराच्या वातावरणात टिकून राहायचं आहे, त्यांच्याकरता मी 'स्मार्ट ट्रस्ट'ची शिफारस करतो.

– रॅन्डॉल स्टीफनसन

AT&T चे चेअरमन, प्रेसिडन्ट आणि सीईओ

'स्मार्ट ट्रस्ट' आपल्याला पटवून देतं की, विश्वास हाच नवीन जागतिक व्यवस्थेची गुरुकिल्ली आहे. समाजाच्या वाढीचा संबंध आपण एका व्यक्तीनं दुसऱ्यावर टाकलेल्या विश्वासाशी जोडू शकतो. आपण वाट चुकलो आहोत आणि विश्वास ठेवायला घाबरतो आहोत. हे पुस्तक आपल्याला शिकवतं की विश्वास परत कसा मिळवावा आणि त्या प्रक्रियेत समृद्ध होऊन अजून उत्साह आणि आनंद कसा मिळवावा. मी नक्कीच त्याची शिफारस करतो.

– मुहम्मद युनूस

२००६चा शांततेचा नोबेल पुरस्कार विजेते

व्यवसायातील सर्वांत महत्त्वाचं चलन म्हणजे विश्वास आणि फार पूर्वीपासून ते P&G च्या पाच मूलभूत मूल्यांपैकी एक आहे. लोकांच्या आमच्या कंपनीवर आणि ब्रँडवर असणाऱ्या विश्वासाशिवाय आणि आमच्या सहकाऱ्याच्या आणि भागीदारांच्या अंतर्गत विश्वासाशिवाय आम्ही हा व्यवसाय करूच शकलो नसतो. ही साधी गोष्ट आहे; परंतु विश्वासामुळे आम्हाला सहकार्याच्या असंख्य संधी उपलब्ध होतात. वाढण्याच्या आणि कंपनी म्हणून आमचं उद्दिष्ट पूर्ण करण्याच्या संधी मिळतात. प्रत्येक पातळीवर नेतृत्वाचं काम हे विश्वासाची जोपासना करणं आणि संरक्षण करणं, हे आहे. पण आजच्या अविश्वासानं भरलेल्या जगात हे एक आव्हान म्हणून समोरं येतं. 'स्मार्ट ट्रस्ट' आपल्याला अशा वेळी वाट दाखवतं. एकविसाव्या शतकातील नेतृत्वासाठी ते एक ठाम मनोभूमिका आणि साधनं म्हणून उपयुक्त आहे. मी नक्कीच याची शिफारस करेन.

– रॉबर्ट ए मॅकडोनाल्ड

प्रॉक्टर अॅण्ड गॅम्बल कंपनीचे चेअरमन, प्रेसिडेन्ट आणि सीईओ

मी जेवढ्या लोकांच्या मुलाखती घेतल्या त्यातून मी हे शिकलो की विश्वासच सर्व काही आहे. तो कसा वाढवायचा हे आपल्याला 'स्मार्ट ट्रस्ट' मुळे कळतं; जे आताच्या अविश्वासाच्या वातावरणात अतिशय महत्त्वाचं आहे. मला भेटलेल्या सर्वोत्तम नेत्यांमध्ये विश्वास निर्माण करण्याची क्षमता आहे. 'स्मार्ट ट्रस्ट' वाचनीय आहे. तुमच्या लायब्ररीत ही मोलाची भर आहे.

– लॅरी किंग

ज्या वेळी व्यवसायातील, शासनातील आणि इतर संस्थांमध्ये भरवसा कमी झालेला असतो, तेव्हा तो विश्वास निर्माण करणं आणि जोपासणं, ही नेतृत्वाची जबाबदारी आहे. सगळ्या क्षेत्रांतील द्रष्ट्या नेत्यांनी या विश्वास टिकवून ठेवण्याच्या आव्हानाचा आवाका समजून घेऊन त्याचे फायदे मिळवले आहेत, याची प्रभावी उदाहरणं आपल्याला 'स्मार्ट ट्रस्ट'मध्ये पाहायला मिळतात.

– **जेम्स क्विगली**, सीईओ Deloitte Touche Tohmatsu

घरच्या आणि कार्यालयीन नातेसंबंधांच्या सगळ्यात महत्त्वाच्या विषयाच्या 'विश्वासाला' स्मार्ट ट्रस्ट हात घालते. ते तुम्हाला तुमच्या हृदय आणि बुद्धीचा समन्वय साधून योग्य निर्णय घ्यायला शिकवते. हे असं जीवनकौशल्य आहे जे फार थोड्यांनी आत्मसात केलं आहे. वाढत्या यशाकरता आणि समाधानाकरता नातेसंबंधांची योग्य मशागत करणं यामुळे शक्य होतं. मंगळ (पुरुष) आणि शुक्र (स्त्रिया) दोघांना 'स्मार्ट ट्रस्ट' च्या वाचनातून बरंच काही शिकता येतं.

– **जॉन ग्रे**

मेन आर फ्रॉम मार्स अॅन्ड विमेन आर फ्रॉम व्हीनस या पुस्तकाचे लेखक

जेव्हा लेनोव्होनं आयबीएम पीसी ताब्यात घेतलं तेव्हा आमच्या झट्कन लक्षात आलं की आमचं सर्वांत मोठं आव्हान हे तंत्रज्ञान, पुरवठा साखळी (सप्लाय चेन) किंवा संस्थांतर्गत बांधणी, हे असणारच नव्हतं. आमच्यापुढचं सर्वांत मोठं आव्हान होतं, ते म्हणजे आमच्या टीममध्ये, आमच्या ग्राहकांमध्ये व भागीदारांमध्ये आणि जगभरातील प्रभावी व्यक्तिमत्त्वांमध्ये विश्वास निर्माण करणं. आम्ही स्टीफन एम. आर. कोव्हींबरोबर या कामाकरता भागीदारी केली, जेणेकरून या आव्हानाचं रूपांतर फायद्यात करता येईल. त्यांच्या कल्पना त्या वेळी यशस्वी ठरल्या आणि जसं आम्ही जगभरात हात-पाय पसरतोय, तशा त्या जास्तच समर्पक आणि महत्त्वाच्या ठरल्या आहेत. कोणत्याही जागतिक व्यवसायानं विश्वासाला सर्वांत जास्त धोरणात्मक प्राधान्य द्यायला हवं. एखाद्या कंपनीकडे नावीन्यपूर्ण कल्पना, विशेष उत्पादनं, प्रभावी धोरणं आणि कार्यक्षम व्यवसायाचा नमुना असू शकेल. परंतु केवळ विश्वासाच्या निर्मितीमुळे, त्याचा स्वीकार केल्यामुळे आणि त्याला प्रतिष्ठा मिळवून दिल्यामुळे कंपनी जागतिक पार्श्वभूमीवर टिकून राहू शकते. 'स्मार्ट ट्रस्ट' अशा विचारांना चालना देणाऱ्या कल्पना आपल्यासमोर मांडतं, आपल्या कामाला येतील अशी साधनं पुरवतं आणि जागतिक मंचावर टिकून राहण्यासाठी आणि यशस्वी होण्याकरता आवश्यक तो दृष्टिकोन आपल्याला देतं.

–**यँग युआनकिंग**, सीईओ लेनोव्हो

स्मार्ट ट्रस्ट

व्यवस्थापकांचे नेतृत्वात रूपांतर करणारे निर्णायक कौशल्य

स्टीफन एम. आर. कोव्ही आणि

ग्रेग लिंक सहलेखिका **रिबेका मेरिल**

अनुवाद

सई साने

मेहता पब्लिशिंग हाऊस

Mehta Publishing House,

Email : production@mehtapublishinghouse.com

Website : www.mehtapublishinghouse.com

- *या पुस्तकातील मते, घटना, वर्णने ही त्या लेखकाची असून त्याच्याशी प्रकाशक सहमत असतीलच, असे नाही.*

SMART TRUST by STEPHEN M. R. COVEY AND GREG LINK WITH REBECCA R.MERRILL

Translated into Marathi Language by Sai Sane

स्मार्ट ट्रस्ट / मार्गदर्शनपर

अनुवाद : सई साने

author@mehtapublishinghouse.com

मराठी अनुवादाचे व प्रकाशनाचे हक्क मेहता पब्लिशिंग हाऊस, पुणे

प्रकाशक : सुनील अनिल मेहता, मेहता पब्लिशिंग हाऊस,
१९४१, सदाशिव पेठ, माडीवाले कॉलनी, पुणे ३०

मुद्रक : ट्रिनिटी अ‍ॅकॅडमी फॉर कॉर्पोरेट ट्रेनिंग लिमिटेड,
नऱ्हे इंडस्ट्रिअल एरिया, झील कॉलेज रोड, नऱ्हे, पुणे - ४१.

मुखपृष्ठ : मेहता पब्लिशिंग हाऊस

प्रथमावृत्ती : फेब्रुवारी, २०२०

किंमत : ₹ ३९५

P Book ISBN 9789353174095

माझ्या सर्वोत्तम आई-वडिलांकरता, सँड्रा व स्टीफन आर. कोव्ही, त्यांच्या माझ्यावरच्या प्रेमाला, त्यांच्या समर्पणाला, श्रद्धेला, त्यांच्या मार्गदर्शनाला आणि माझ्यावरील विश्वासाकरिता. तुम्ही सतत मला उत्तेजन दिलेत. तुम्ही माझे सर्वस्व आहात.

– स्टीफन

स्टीफनचे वडील जे माझे जिव्हाळ्याचे मित्र आणि मार्गदर्शक आहेत, डॉ. स्टीफन आर. कोव्ही आणि माझी असामान्य पत्नी ॲनी यांना, ज्यांनी मला विश्वास शिकवला. आणि माझ्या नातवंडांकरता ज्यांना भविष्यात ही तत्त्वे जगण्याचे, विश्वासाची पुनर्स्थापना करण्याचे आणि पुढल्या पिढ्यांकरता विश्वासाचे पुनरुज्जीवन करण्याचे शिवधनुष्य पेलायचे आहे.

– ग्रेग

प्रस्तावना

पाच वर्षांपूर्वी मी जेव्हा पेप्सिकोची सीईओ म्हणून कार्यभार स्वीकारला, तेव्हा येणाऱ्या काळासाठी आमची उद्दिष्टे काय असणार आहेत, याचा स्पष्ट उच्चार होणे आवश्यक होते. आमच्या विचारांचे सार आम्ही एका वाक्यांशात सादर केले- 'हेतुपूर्वक कामगिरी'. उत्कृष्ट कामगिरी ही नेहमीच पेप्सिकोची जीवनशक्ती राहिली असली तरीही आमचे काम टिकून राहण्याकरता आमच्या कामाचे एक उद्दिष्ट असणे आम्हाला महत्त्वाचे वाटत होते. आम्ही तीन गोष्टींचा उच्चार केला- मानवी शाश्वती, वातावरणाची शाश्वती, आणि चांगली माणसे टिकवण्याची शाश्वती. या तीन फळ्यांच्या आधारावर आम्ही पेप्सिकोच्या भविष्याचा मार्ग आखला.

या सर्वांचा विचार करत असताना आम्ही एक निष्कर्ष काढला की, ग्राहकाची मूल्याची कल्पना ही किमतीपेक्षा पुष्कळ जास्त असते. त्यात टिकाऊ नातेसंबंध, विश्वासू व्यवहाराची खात्री, विश्वासू ब्रँड, आणि विश्वासू कंपनी या सगळ्या गोष्टींचा समावेश असतो. कंपनीला स्वतःचे ध्येय ठरवून घेऊन अनेक हितसंबंधीयांबरोबर दीर्घ काळापर्यंत ते ध्येय पूर्ण करावयाचे असते. आपली जबाबदारी पार पाडल्यामुळे विश्वास निर्माण होतो; परंतु आजच्या अस्थिर वातावरणात विश्वास गमावण्याचे प्रमाण पाहता, सर्व लहान-मोठ्या कंपन्यांनी विश्वास कमावण्याकरता आपण काय करतो आहोत, याचा विचार करायला हवा. त्याचबरोबर याही गोष्टीचा फेरविचार व्हायला हवा की 'मूल्य' निर्माण करण्याकरता, जपण्याकरता आणि वाढवण्याकरता आपण काय करतो? आणि सर्वांत महत्त्वाचे म्हणजे कंपन्यांनी या गोष्टीची खात्री करणे गरजेचे आहे की आपण फक्त आर्थिक मूल्यांचा विचार करत नसून, नैतिक मूल्यांचादेखील विचार करतो आहोत. इथे पुन्हा एकदा विश्वास महत्त्वाचा ठरतो.

ही नवीन वस्तुस्थिती आहे. स्टीफन एम. आर. कोव्ही आणि ग्रेग लिंक यांनी

'स्मार्ट ट्रस्ट' हे जे अप्रतिम पुस्तक लिहिले आहे, त्यात त्यांनी याच वस्तुस्थितीचा अभ्यास करून त्यावर व्यवहारी उपाय सांगितले आहेत. आणि त्यांनी हे अत्यंत कालसुसंगत, समर्पक आणि कृतीयोग्य रीतीने मांडले आहेत.

हे पुस्तक काळाबरोबर चालणारे आहे. जागतिक आर्थिक पेचप्रसंगातून बाहेर पडल्यानंतर सगळीकडच्या उद्योगांना आता जास्त हानिकारक आणि न संपणाऱ्या कसोटीला सामोरे जावे लागत आहे, ती म्हणजे विश्वासाची कसोटी. ज्या देशांची समद्धी ही विशेषतः भांडवलशाहीत जोपासल्या गेलेल्या जोमदार आणि सर्जनशील तत्त्वांवर अवलंबून असते, त्यांच्यासाठी ही हानी खूपच त्रासदायक असते. आणि ज्या कंपन्या ग्राहकांबरोबर, उपभोक्त्यांबरोबर, गुंतवणूकदारांबरोबर आणि इतर महत्त्वाच्या हितसंबंधीयांबरोबर रोजच्या रोज विश्वासाच्या देवाणघेवाणीवर अवलंबून असतात, त्यांच्याकरता तर ही विश्वासाची कसोटी जास्त आव्हानात्मक असते.

दुसरे म्हणजे, हे पुस्तक समर्पक आहे. मला वाटते, आज जे जागतिक दर्जाचे उद्योग आहेत, त्या सर्वांनाच दीर्घ आणि कमी कालावधीच्या कामात तोल सांभाळणे हा सतत संघर्षाचा विषय असतो. माझ्या दृष्टीने यावरील योग्य उपाय म्हणजे कामगिरी आणि हेतू यांचा समतोल राखून चांगल्या प्रकारे काम करणे. भविष्यातील उद्योग हे चांगले 'असल्यामुळे' चांगले काम करतील. कंपन्या समाजाच्या परवानगीने काम करतात आणि म्हणूनच त्या समाजाचे देणे लागतात. आपण अशा पद्धतीने जेव्हा वागतो तेव्हाच विश्वास कमावतो. आणि जेव्हा आपल्या हितसंबंधीयांबरोबर अशा प्रकारच्या विश्वासाने बांधले गेलेलो असतो, तेव्हा अशा असंख्य शक्यता आपल्यासमोर उलगडतात; ज्या आधी कधीच आपल्यासमोर आल्या नव्हत्या.

त्याचबरोबर कर्मचाऱ्यांना आपल्या कंपनीबद्दल असणारा भावनिक बंधही आपण जोपासायला हवा. कारण तो जर नसेल तर कंपनी त्यांच्या खऱ्या क्षमतेपर्यंत पोहोचू शकणार नाही. त्या भावनिक बंधाच्या गाभ्याशी विश्वास असतो.

सरतेशेवटी, हे पुस्तक 'कृतियोग्य' आहे. आजच्या नेत्यांना नेतृत्व करत असताना बुद्धीबरोबरच भावनेचाही आधार घ्यावा लागतो. मेंदूच्या उजव्या भागाचा डाव्या भागाबरोबर योग्य समन्वय. ही एक गोष्ट अशी आहे की जी डोळस विश्वासामुळे साध्य होते. त्यामुळे आपल्याला नेतृत्वाच्या स्थानावरून किंवा संस्था म्हणून सातत्याने विश्वास वाढवणारे, जोखीम आणि शक्यता व चारित्र्य आणि क्षमता यांचा समतोल राखणारे व्यवहारी वर्तन करता येते. उदाहरणार्थ, डोळस विश्वासाच्या ५ कृतींपैकी एक 'तुमचा हेतू स्पष्ट करा आणि इतरांमध्ये सकारात्मक हेतू गृहीत धरा,' ही आहे. दुसऱ्यांमध्ये सकारात्मक हेतू गृहीत धरा' हा कदाचित माझ्या आयुष्यातील सर्वांत महत्त्वाचा धडा आहे, जो मी माझ्या वडिलांकडून शिकले आहे. दुसऱ्यांचे हेतू चांगले असतील हे गृहीत धरण्याची साधी गोष्ट हा

विश्वासाचाच एक भाग आहे, ज्याच्यामुळे सगळ्या नात्यांचे समीकरणच बदलून जाताना दिसते.

उद्योगधंद्यांचे कार्य ज्याप्रकारे चालताना दिसते, त्यात बरेच गुण असले तरी तेवढेच दोषसुद्धा आढळून येतात. परिणाम : विश्वास गमावणे. आपण आता निर्णायक स्थितीत आहोत. जेव्हा आपल्याला जाणवते की, आपली पायाभूत तत्त्वे बदलत आहेत, त्या वेळी काही क्षण थांबून विचारांना वेळ द्यायला हवा; नवनिर्मितीला वेळ द्यायला हवा. 'स्मार्ट ट्रस्ट'मध्ये दर्शवल्याप्रमाणे आज अनेक नेते, अनेक संस्था अशा आहेत ज्यांनी ही विश्वासाची नैतिकता नुसती समजूनच घेतली नाही, तर अंगीकारलीसुद्धा आहे. पेप्सिकोमध्ये आम्हीदेखील या दिशेनेच प्रयत्न करत आहोत. आणि सकारात्मक हेतू असणाऱ्या सर्व कंपन्यांप्रमाणेच आमच्या पुढचे आव्हान हे आहे की, आमची धारणा इतकी स्पष्ट आणि मजबूत करावयाची की नैतिकतेने वागणे, हीच आमची 'निवड' असेल.

आपण नक्कीच या विश्वासाच्या कसोटीला एका मोठ्या संधीमध्ये बदलू शकतो, ज्याला स्टीफन आणि ग्रेग विश्वासाचे पुनरुज्जीवन म्हणतात. आपण जेव्हा हे करण्यात यशस्वी होतो, तेव्हा आपण जोखीम कमी करून शक्यता वाढवत असतो आणि हे साध्य करण्याकरता प्रत्येकाने आधी आपल्या स्वतःच्या वागण्यापासून सुरुवात करायला हवी. डोळस विश्वास म्हणजे दुसरे-तिसरे काही नसून, हेच आहे.

–इंद्रा नुयी

पेप्सिको कंपनीच्या चेअरमन आणि सीईओ

आमचा हेतू

'द स्पीड ऑफ ट्रस्ट' अर्थात विश्वासाचा वेग या आमच्या सादरीकरणानंतर (presentation) एक माणूस मंचाच्या पाठीमागे येऊन आम्हाला भेटला. एका प्रश्नाने तो अतिशय अस्वस्थ झाला होता. ''तुम्ही हे सगळं गंभीरपणे बोलताय का?'' त्याने अविश्वासाने विचारले. ''तुम्ही सांगताय त्या पद्धतीच्या विश्वासाने काम करणारे लोक या जगात आहेत?'' हा मनुष्य अशा एका देशात राहत होता आणि काम करत होता जो भ्रष्टाचाराने, फसवणुकीने आणि प्रचंड अविश्वासाने बजबजलेला होता. तो द्विधा मनःस्थितीत अडकला. त्याला खरेतर आमच्या बोलण्यावर विश्वास ठेवायचा होता; परंतु त्यांच्या वातावरणाच्या संदर्भात त्याला ही गोष्ट अशक्य वाटत होती.

कमी-जास्त प्रमाणात हाच प्रश्न जगभरातील लोकांकडून आमच्यापर्यंत येऊन पोहोचतो. त्यांच्या आजूबाजूला जगावर विश्वास न ठेवता येण्याचे असंख्य पुरावे असतात आणि आम्ही त्यांना सांगत असतो की विश्वास ठेवा. असे अनेक लोक, अनेक संस्था आहेत ज्या या अविश्वासाच्या ऐतिहासिक युगात वैयक्तिक आणि व्यावसायिक आयुष्यात उच्च विश्वासाच्या फायद्यांचा अनुभव घेत आहेत. आणि म्हणूनच हा प्रश्न येतो : ''कोण आहेत ते? काय करत आहेत? कशा पद्धतीने करत आहेत? मला आणि माझ्या संस्थेलादेखील हे करणे शक्य होईल का?

या सर्व प्रश्नांनी या पुस्तकाची प्रेरणा दिली. थोडक्यात, या प्रश्नांचे उत्तर आहे- ''हो... नक्कीच!'' द स्पीड ऑफ ट्रस्ट प्रकाशित झाल्यानंतरच्या काही वर्षांमध्ये आम्हाला जगभरातील निरनिराळ्या यशस्वी नेत्यांबरोबर आणि संघटनांबरोबर या विश्वासाच्या विषयावर काम करण्याची संधी मिळाली. या प्रक्रियेत आम्हाला या विषयाकडे पाहण्याची मर्मदृष्टी मिळाली आणि अत्याधुनिक व्यवहारी साधनं मिळाली

ज्यामुळे जगभरातील संस्था आणि व्यक्तींना, आम्ही ज्याला डोळस विश्वास म्हणतो तो वापरून विलक्षण परिणाम साध्य करता आले. त्याहीपेक्षा महत्त्वाची गोष्ट ही आहे की, डोळस विश्वास ठेवण्याची ही कृतीच ते विशिष्ट कौशल्य आहे, ज्यामुळे व्यवस्थापकांचे परिवर्तन नेतृत्वात होते.

या पुस्तकाचा आमचा हेतू, हे ज्ञान आणि त्याच्या वापराची उपयुक्तता तुमच्यापर्यंत पोहोचवणे हा आहे. विशेषतः पाच कृती- ज्या या यशस्वी नेत्यांमध्ये आणि संस्थांमध्ये समान तत्त्वांवर आढळून येतात. हे सांगत असताना आम्हाला या 'यशाच्याही पलीकडच्या' काही गोष्टी तुम्हाला सांगायच्या आहेत; आणि हेही लक्षात आणून द्यायचे आहे का, उच्च विश्वासाचा पाया असणारे संबंध आणि संस्कृती केवळ आर्थिक समृद्धी घेऊन येत नाहीत, तर त्याहीपेक्षा अधिक प्रेरणादायक असे उत्साह आणि आनंद आपल्या आयुष्यात घेऊन येतात.

आमच्या गेल्या काही वर्षांच्या कामाचा एक उत्कंठावर्धक पैलू म्हणजे विश्वासाचे पुनरुज्जीवन. गेल्या काही वर्षांत या प्रक्रियेने वेग घेतला असून, त्यामुळे अनेक जणांचे आयुष्य आणि नेतृत्वाची व्याख्या बदलली. आणि यातील विरोधाभास असा की, हे सर्व विश्वासाच्या कसोटीच्या काळात सुरू आहे, हे विशेष. भिन्न पार्श्वभूमी असलेल्या नेत्यांनी आणि संस्थांनी अंगीकारलेल्या या पाच कृती हे आमच्यासाठीही एक उत्साहवर्धक प्रमाण आहे.

आम्हाला या गोष्टीची कल्पना आहे की, आताच्या काळातील विशिष्ट अनुभव मांडणे ही खरेतर एक जोखीमच आहे. टॉम पीटर्स यांच्या 'इन सर्च ऑफ एक्सलन्स' या पुस्तकाच्या प्रकाशनानंतर पाच वर्षांमध्येच त्यांनी ज्या 'एक्सलन्ट' कंपन्यांबद्दल लिहिले होते, त्यांना कमी एक्सलन्ट गोष्टींचा सामना करावा लागला होता. त्याचा परिणाम म्हणजे त्यांना आपले दुसरे पुस्तक लिहावे लागले, 'देअर आर नो एक्सलन्ट कंपनीज'. जिम कॉलिन्स यांनादेखील 'गुड टु ग्रेट' या पुस्तकाच्या संदर्भात अशाच आव्हानाचा सामना करावा लागला. नुकतेच जेव्हा वॉरन बफेंनी आपल्या बर्कशायर हॅथवेमधील आपल्या व्यवस्थापकांना लिहिले, "बर्कशायरमध्ये आज कोणीतरी असं काहीतरी करत असेल की जर आपल्याला त्याबद्दल कळलं तर आपण दुःखी होऊ. हे अपरिहार्य आहे. आपण २,००,००० पेक्षा जास्त लोक कामावर ठेवतो आणि इतक्या सगळ्या लोकांमध्ये कोणीच वाईट वागणार नाही याची शक्यता कमी आहे.' त्यामुळे आम्ही या गोष्टीची खात्री देतो की या पुस्तकात सांगितलेली काही उदाहरणे 'उलटतील'. परंतु त्यामुळे आता ते जे काही करत आणि अनुभवत आहेत त्यांच्या परिणामांचा अभ्यास केल्यावर त्यातून मिळणाऱ्या मर्मदृष्टीचे आणि समोर येणाऱ्या शक्यतांचे महत्त्व नाकारता येत नाही. उलटपक्षी त्याने आपल्या मुद्द्याला पुष्टी मिळते की विश्वास किंवा अविश्वास

हा आपल्याच वागण्यातून जन्माला येतो. ही गोष्ट लक्षात घेऊन आम्ही काही आजच्या आणि कालच्या यशांची चित्रे तुमच्यापुढे उभी करू इच्छितो, या खात्रीने की येणाऱ्या काळात अजून काही सकारात्मक उदाहरणे समाजाच्या सगळ्या स्तरांमधून आपल्या समोर येतील. विश्वासाच्या जागतिक पुनरुज्जीवनाचा हा जो तरंग परिणाम आहे, त्यामुळे विश्वासाची लाट निर्माण होऊन सर्वांचे तारू वर उचलले जाईल.

आमचा अजून एक हेतू म्हणजे- तुम्हाला एक दृष्टिकोन प्रदान करणे ज्यामुळे तुमच्या लक्षात येईल की, विश्वासाचा प्रत्येक परिस्थितीवर काय परिणाम होतो, आणि कशी तुम्ही जुनी हो किंवा नाही अशी विचारांची ठोक पद्धत सोडून देऊन ज्याला आम्ही डोळस विश्वास (Smart Trust) असे नाव दिले आहे, त्याचा वापर कराल. डोळस विश्वासामुळे तुम्हाला आजच्या विश्वासाचा अभाव असणाऱ्या जगात उच्च विश्वासाच्या आधाराने कमीत कमी धोका पत्करून आणि जास्त शक्यता उपलब्ध होऊन राहता येईल. आजच्या या संपर्काच्या माध्यमांनी जोडलेल्या जगात विश्वास हे जणू एक नवीन चलनच झाले आहे. व्यक्ती, टीम, संघटना किंवा राष्ट्रांकरता आवश्यक असणारी एक नवीन क्षमता. आम्हाला आशा वाटते की या पुस्तकामुळे तुम्हाला जाणीवपूर्वक 'डोळस विश्वास' ओळखून त्याचा अवलंब करून वाटचाल करता येईल आणि त्यामुळे जीवनाच्या प्रत्येक पातळीवर समद्धी, उत्साह आणि आनंद यांचा लाभ घेता येईल. अंतिमतः आपला हेतू हाच आहे की, आपण एकत्रितपणे विश्वास रुजवून त्याचे फायदे जगभर पसरवू या.

अनुक्रमणिका

भाग १

विरोधाभास आणि आश्वासन

जगभरातील लोकांबरोबर आणि कंपन्यांबरोबर काम करत असताना आपल्याला सतत त्यांना करावे लागणारे संघर्ष आणि भेडसावणाऱ्या वेदना सामोऱ्या येतात. त्यांचा थेट संबंध विश्वासाशी असतो. या वेदना इतक्या जास्त असण्याचं एक कारण म्हणजे- आतून कुठंतरी लोकांना हे माहीत असतं की, जेव्हा एखाद्या नातेसंबंधामध्ये किंवा संघामध्ये किंवा संस्थांमध्ये उच्च विश्वासाचं वातावरण असतं, तेव्हा त्याचे फायदे नेहमी जास्त परिणामकारक आणि समाधानकारक असतात. त्यांनाही कळत असतं की, विश्वासपूर्ण वातावरणात त्यांचं आयुष्य जास्त चांगलं, त्यांचं काम जास्त समाधानकारक आणि त्यांचे व्यक्तिगत संबंध जास्त चांगले आणि आनंददायी होतील. आणि ही जाणीव असल्यामुळेच अविश्वासाचं वातावरण जास्त क्लेशकारक वाटतं. पुढे दिलेल्यांपैकी काही विवंचना ओळखीच्या वाटत आहेत का?

"जिथे जाऊ तिथे असणारा भ्रष्टाचार, सगळे प्रवाद आणि नैतिक समस्या यांच्यामुळे कोणावरही विश्वास ठेवणे ही एक मोठी जोखीमच वाटते, कदाचित मला न पेलण्याइतकी."

"अभावाच्या परिस्थितीत जास्त काम करवून घेत असताना लोकांच्या वाईट प्रवृत्ती जास्त प्रबळ होतात. कामाचा इतका तणाव असताना आमच्या संस्थेत विश्वासाचे वातावरण कसे निर्माण होईल?"

"माझ्या मुलांवर विश्वास ठेवता यावा असं मला वाटतं; परंतु त्यांनी पुन्हा पुन्हा हे सिद्ध केलं आहे, की ती विश्वासार्ह नाहीत. मी त्यांच्यात बदल घडवण्यासाठी काय करू?"

"मी इतक्या लोकांना पोळलेलं बघितलं आहे; मला कळत नाही, मी कोणावर कसा विश्वास ठेवू?"

"मला माहीत आहे की आमच्या विभागाने इतर विभागांबरोबर सहकार्य करणे आवश्यक आहे. पण मला विश्वास नसणाऱ्या लोकांबरोबर मी कसे सहकार्य करू?"

"आम्ही अशा एका व्यवसायात आहोत ज्यावर अनेक निर्बंध लादले आहेत, जो अनेक नियमांनी बांधला गेला आहे. या सगळ्याचा अर्थ एकच-

अविश्वास. अशा अविश्वासाच्या वातावरणात आम्ही आमच्या कार्यालयात विश्वास कसा निर्माण करू?''

''विश्वास ठेवण्याच्या बाबतीत मी माझ्या बुद्धीचे ऐकावे का, मनाचे?''

''या कामातील पूर्वीची मजा, आनंद आता कुठे आहे? कधी कधी मला वाटते काय उपयोग आहे या सगळ्याचा?''

माझे वरिष्ठ मला सांगतात की, त्यांचा माझ्यावर विश्वास आहे; परंतु ज्या पद्धतीने ते मला वागवतात, माझ्या अवतीभोवती घुटमळतात त्यावरून वेगळेच चित्र समोर येते. त्यांना हे कळत नसेल का?

''आमच्या कंपनीतील वरिष्ठ आम्हाला सांगतात की आम्ही एका जागतिक पुरवठा-साखळी संघाचे भागीदार आहोत. पण ज्या लोकांना मी कधी पाहिले नाही, भेटलो नाही, विशेषतः जे पूर्णपणे वेगळ्या संस्कृतीतून येतात, त्यांची आणि आमची भाषासुद्धा एक नाही, अशा लोकांवर मी कसा विश्वास ठेवू? त्यांच्याशी कसा व्यवहार करू?''

''जेव्हा एखाद्या चुकीची एवढी मोठी किंमत मोजावी लागते, तेव्हा मी कोणावरही विश्वास ठेवण्याची जोखीम कशी पत्करू?''

''काही वेळा विश्वास कामाला येतो हे खरं आहे; परंतु आमच्या देशात हे शक्य नाही. लाचखोरी, फसवणूक आणि डावपेच यांचे खेळ इथं खेळले जातात.''

''मला हे मानायला आवडेल की विश्वासानेच कामे होतात; पण मी असंख्य उदाहरणं बघितली आहेत जिथं ती होत नाहीत. वॉरन बफेंखेरीज अजून कोणी नेते आहेत का, ज्यांनी विश्वासावर जग जिंकलेय? अशा काही संस्था आहेत? असतील तर त्या कोणत्या आणि त्या काय करत आहेत?

''मला कसे कळेल की मी कोणावर कसा आणि का विश्वास टाकायचा?''

यांपैकी कोणतीही काळजी ओळखीची वाटत असेल तर या क्लबमध्ये तुमचे स्वागत असो! पण लक्षात ठेवा की याला उपाय आहे; अंधविश्वास- ज्यामुळे आपण पोळले जातो, आणि अविश्वास- ज्यामुळे आपण समृद्धी, उत्साह आणि आनंद यापासून वंचित राहतो, याखेरीज एक तिसरा पर्यायही आहे. या पुस्तकाच्या पहिल्या भागात आपण हा तिसरा पर्याय– डोळस विश्वास समजून घेऊ या!

एक मोठा विरोधाभास

जेव्हा आपण एखाद्यावर विश्वास ठेवतो तेव्हा सर्वात जास्त असुरक्षित असतो. पण यातला विरोधाभास असा आहे की अविश्वासामुळे मात्र आपण आनंदाला पारखे होतो!
वॉल्टर अँडरसन

अतिविश्वासामुळे एक वेळ तुम्ही फसवले जाल; पण अविश्वासामुळे मात्र तुम्ही क्लेश आणि वेदनेचे धनी व्हाल.
फ्रँक क्रेन

बांगलादेश १९७४ मध्ये जेव्हा स्वातंत्र्ययुद्धाच्या विनाशकारी परिणामांशी झगडत होता, त्याच वेळी त्यांना एका भयंकर दुष्काळाला तोंड द्यावं लागत होतं. उत्तरेच्या दूरदूरच्या खेड्यांमधून लोक अन्नाच्या शोधात दक्षिणेकडे मोठ्या शहरांकडे स्थलांतर करू लागले होते.

अशाच एका शहरात चित्तगाँगमध्ये मुहम्मद युनूस नावाचा ३४ वर्षांचा अर्थशास्त्राचा प्राध्यापक राहत होता. नुकताच तो अमेरिकेतून फुलब्राईट शिष्यवृत्तीवर अर्थशास्त्रातील पीएच.डी. मिळवून आला होता. जसजसा उपाशी स्थलांतरितांचा लोंढा वाढायला लागला, तसतसे त्याला तो शिकवत असलेल्या सिद्धान्तामधली आणि चित्तगाँगच्या रस्त्यावरील दृश्यांमधली तफावत जाणवायला लागली. पाठ-पोट एक झालेली भकास डोळ्यांची हजारो माणसं अक्षरशः उपासमारीने मरत होती. या गोष्टीने हेलावून जाऊन त्याने लोकांना मदत करण्याचा निर्धार केला. जवळच्याच 'जोबरा' नावाच्या एका खेड्यातून त्याने सुरुवात करायची ठरवले.

जेव्हा युनूस या लोकांना भेटला तेव्हा त्याला असे आढळले की बहुतेक जे 'गरिबांमधलेही गरीब' लोक आहेत ते म्हणजे आपल्या मुलांना उपासमारीपासून

वाचवण्याची धडपड करणाऱ्या विधवा, घटस्फोटित किंवा परित्यक्ता स्त्रिया होत्या. काही काम करावे असे म्हटले, तर त्यांच्याकडे कच्चा माल घेण्यासाठीसुद्धा पैसे नव्हते. मग नाइलाजाने त्यांना 'व्यापाऱ्यांकडून' पैसे कर्जाऊ घेऊन त्या बदल्यात तयार वस्तू परत त्यांनाच कवडीमोलाने परत विकाव्या लागत. उदा. तीन मुलांची आई असलेल्या एखाद्या बाईने बांबू विकत घेण्याकरता म्हणून 'पाच टका' (२२ सेंट) उधार घ्यायचे. मग सकाळपासून रात्रीपर्यंत मरमर मरून त्यातून वस्तू विणायची आणि तीच वस्तू त्याच व्यापाऱ्याला परत विकून कर्जफेड करायची. वस्तूची किंमत किती ५ टका ५० पैसे म्हणजेच दिवसभराचा नफा फक्त ५० पैसे. एवढ्या पैशांमध्ये ती स्वतःला आणि आपल्या ३ मुलांना जेमतेम जगवू शके.

बांगलादेशी खेड्यांमधल्या असंख्य लोकांप्रमाणे ही बाईसुद्धा अशा एका दुष्टचक्रात अडकली होती की ज्यामुळे तिच्या पिढ्यान्‌पिढ्या दारिद्र्यात पिचत राहिल्या असत्या.

एक अर्थशास्त्रज्ञ म्हणून युनूसच्या हे लक्षात आले होते की हे दुष्टचक्र भेदण्याचा एकमेव उपाय म्हणजे तिला कुठूनतरी बांबू विकत घेण्यासाठी ५ टका मिळवून देणे म्हणजे ती तिचे उत्पादन खुल्या बाजारात पूर्ण किमतीत विकू शकली असती. परंतु वाजवी दराने तिला भांडवल पुरवेल असे कोणी नव्हते. जेव्हा त्याने त्या छोट्याशा जोबरा गावात शोध घेतला तेव्हा त्याला आढळले की, त्या गावात असे ४२ लोक होते- स्टूल करणारे, चटया विणणारे, रिक्षा चालविणारे- जे व्यापाऱ्यांवर कर्जासाठी अवलंबून होते आणि त्यांनी घेतलेली रक्कम होती, सगळी मिळून ८५६ टका म्हणजेच २७ डॉलरपेक्षाही कमी. 'हे सगळे दुःख, हे क्लेश कशामुळे तर फक्त २७ डॉलरच्या अभावामुळे!' तो हळहळला.

शेवटी, इतर कोणीही मदतीला न आल्यामुळे युनूसने त्या ४२ लोकांना स्वतःच कर्ज दिले. या सूचनेसह दिले की, त्यांनी जमेल तेव्हा फक्त मुद्दल परत करावे. त्यानंतर त्याच परिस्थितीतील इतरांनाही कर्ज मिळावे म्हणून तो स्थानिक बँकेच्या अधिकाऱ्यांकडे गेला. 'त्यांना धक्काच बसला' युनूस म्हणाला. ते म्हणाले "तुला वेड तर नाही लागले? हे अशक्य आहे. आम्ही त्यांना कसे कर्ज देणार? त्यांची काहीही पत नाही. आमच्या नियमांमध्ये ते बसत नाही." अधिकारी पुढे असेही म्हणाला की जवळ-जवळ ७५ टक्के बांगलादेशी अशिक्षित असून, त्यांना कर्ज मिळवण्याकरता अर्जसुद्धा भरता येणे अशक्य होते आणि त्यांच्याकडे तारण ठेवायलाही काही नव्हते. कर्जफेडीचा कोणताही मार्ग त्यांना उपलब्ध नव्हता. त्यांच्या मते, ही पूर्ण कल्पनाच धोक्याची होती. मग युनूस त्यांच्या वरिष्ठांकडे

टका – बांगलादेशी चलन

म्हणजे क्षेत्रीय कार्यालय व्यवस्थापकांकडे (regional manager) गेला. त्यांना ही परिस्थिती समजावून सांगून ही कल्पना त्यांच्या गळी उतरवण्याकरता त्याने जवळ जवळ सहा महिने पत्रव्यवहार केला. सरतेशेवटी जेव्हा तो स्वतः हमीदार म्हणून राहिला, तेव्हा मोठ्या अनिच्छेने ३०० डॉलर्सचे कर्ज त्या गरीब लोकांकरता बँकेकडून मंजूर झाले.

अशा तऱ्हेने युनूसच्या आयुष्यातील आणि बांगलादेशमधल्या गरिबांच्या आयुष्यातील आणि पर्यायाने जगातील एका नवीन पर्वाला सुरुवात झाली. जरी युनूसला बँकिंग क्षेत्रात जाण्याची इच्छा नव्हती आणि जरी अनेकांनी त्याला त्या क्षेत्रातल्या संभाव्य धोक्याची कल्पना दिली होती, तरीही शेवटी त्याला त्या क्षेत्रात शिरावेच लागले. इतर बँका त्यांचे कर्जव्यवहार कसे हाताळतात याचा नीट अभ्यास करून त्याने एका बँकेची स्थापना केली. ग्रामीण बँक, जी बरोबर उलट पद्धतीने कर्जप्रकरण हाताळत असे. प्रस्थापित बँका कर्जाची फेड उशिरा होईल हे बघत जेणेकरून कर्जाची रक्कम वाढेल (आणि लोकांना कर्जफेड करणे कठीण होईल) यासाठी प्रयत्न करत, तिथे युनूसने शक्य असेल ती छोटी रक्कमसुद्धा रोजच्या रोज भरून कर्जफेडीचा पर्याय दिला. त्याने अनेक मदत गट तयार केले आणि यशस्वी होण्यासाठी एकमेकांना मदत करायला कर्जदारांना उद्युक्त केले. ज्या काळात बांगलादेशी बँकांनी स्त्रियांना कर्ज घेण्यापासून वंचित ठेवले होते, त्या काळात ग्रामीण बँकेच्या कर्जदारांपैकी ५० टक्के कर्जदार स्त्रिया असायला हव्यात, हे युनूसचे उद्दिष्ट होते.

'बँकर टु द पुअर' या त्याच्या पुस्तकात त्याने सुरुवातीच्या काळातील कर्जदाराचे वर्णन केले आहे. हातात बँकेकडून साधारण २५ डॉलरचे कर्ज मिळालेली स्त्री- तिचे हे वर्णन.

आतापर्यंत तिच्या मनावर हे ठसवण्यात आलं होतं की तिचा काहीच उपयोग नाही. तिच्यामुळे तिच्या कुटुंबाला फक्त आणि फक्त दुःखच भोगावं लागलं आहे आणि तिच्याकरता हुंडा देणं त्यांना परवडणारं नाही. कित्येक वेळा तिच्या आई किंवा वडिलांना हे म्हणताना तिनं ऐकलं आहे की खरं तर ती गर्भात असताना किंवा जन्मतःच मेली असती तर किती बरं झालं असतं! तिच्या कुटुंबासाठी ती फक्त एक जास्तीचं खाणारं तोंड आहे किंवा हुंड्याचा भुर्दंड आहे. पण आज मात्र पहिल्यांदाच कुठल्या तरी संस्थेनं तिच्यावर विश्वास टाकून एवढी मोठी रक्कम तिला दिली आहे. ती निश्चय करते की, ती यापुढे कधीच स्वतःला किंवा संस्थेला कमीपणा येऊ देणार नाही. ती कष्ट करून कर्जाची पै आणि पै फेडून टाकेल.

आणि आश्चर्याची गोष्ट अशी की- सर्वांची जी कल्पना असते त्याविरुद्ध ग्रामीण बँकेचे ९८ टक्के कर्जदार त्यांच्या कर्जाची परतफेड करतात. (या तुलनेत परंपरागत छोट्या उद्योगांमध्ये कर्जफेडीचे प्रमाण ८८ टक्के इतके आहे).

बँकेच्या कर्जदारांमध्ये मुफियासारख्या स्त्रियांचा समावेश आहे. मुफियाचे लग्न वयाच्या तेराव्या वर्षी झाले. नवरा समुद्रावर असायचा. त्याच्या पाठीमागे सासूने केलेला मुफियाचा छळ आणि उपासमार आणि तो परत आल्यावर त्याच्याकडून शारीरिक छळ या गोष्टी नित्याच्याच होत्या. शेवटी त्याने तिला घटस्फोट दिला तेव्हा तीन मुलांसकट रस्त्यावर भीक मागण्याखेरीज तिच्याकडे पर्याय नव्हता. ग्रामीण बँकेकडून कर्ज मिळाल्यावर मात्र बांबूच्या वस्तू बनवण्याचा स्वतःचा व्यवसाय ती उभा करू शकली. त्यातून मिळणाऱ्या नफ्यामधून तिला कपडे, स्वयंपाकासाठी भांडी, मुलांसाठी चांगले अन्न यांची तजवीज करणे शक्य झाले. स्वतःसाठी आणि मुलांसाठी एक मानाचे आयुष्य निर्माण करणे शक्य झाले. अमिनासारखी त्यांची कर्जदार जिची सहापैकी चार मुलं आधीच मेली होती, ती नवऱ्याचे दीर्घ आजारपण आणि मृत्यूमुळे पूर्णपणे निराधार झाली. तिच्या सासरच्या लोकांनी तिला घराबाहेर काढलं. तिच्या दिरांनी तिच्या झोपडीवरचं छप्परच विकून टाकलं. छप्पर नसल्यानं असुरक्षित झालेली तिची मातीची झोपडी पावसाळ्यात कोसळून तिची तान्ही मुलगी ठार झाली. पण ग्रामीण कर्ज मिळाल्यानंच बांबू विकत घेऊन त्याच्या टोपल्या करून विकून ती स्वतःला आणि तिच्या उरलेल्या मुलाला जगवू शकली.

मोठ्या प्रमाणावर दारिद्र्य नष्ट करण्याची इच्छा मनात ठेवून युनूस एकेक पाऊल पुढे टाकायला लागला. चुकतमाकत, शिकत तो नवीन आव्हानांना तोंड द्यायला सिद्ध झाला. हळूहळू त्यानं लोकांचं मतपरिवर्तन करून त्यांना आपल्या कार्यात सामावून घ्यायला सुरुवात केली. बँकिंग क्षेत्रातील लोक, सरकारी क्षेत्रातील लोक आणि इतरही उद्योगधंद्यातील लोक त्याच्या कार्यात सामील झाले. युनूसच्या नेतृत्वाखाली ग्रामीण बँकेचा पसारा वाढू लागला आणि आजच्या घडीला बँकेनं ६ बिलियन (६ अब्ज) डॉलरची कर्जं जवळ जवळ ८ दशलक्ष बांगलादेशी कर्जदारांना दिली आहेत- ज्यांतल्या ९७ टक्के स्त्रिया आहेत.

ग्रामीण बँकेशी संलग्न असणाऱ्या संस्था जगभरात याच समान तत्त्वांवर काम करतात. युनूसचे प्रयत्न इतके यशस्वी झाले की, त्याला जगभरातल्या लघुवित्त साहाय्य चळवळीचे (Microcredit movement) जनक मानले जाते. संयुक्त राष्ट्रसंघानं २००५ हे वर्ष आंतरराष्ट्रीय लघुवित्त वर्ष (International Microcredit Year) म्हणून जाहीर केलं आणि २००६ मध्ये मुहम्मद युनूस आणि ग्रामीण बँक यांना संयुक्तपणे शांततेसाठीचं नोबेल पारितोषिक, त्यांनी लाखो लोकांना दारिद्र्यातून

बाहेर काढण्यासाठी केलेल्या कामाबद्दल देण्यात आलं. २००९ मध्ये अमेरिकेनं युनूसना स्वातंत्र्यासाठीचं राष्ट्रपती पदक (Presidential Medal for Freedom) या देशाच्या सर्वोच्च नागरी सन्मानानं गौरवलं.

विश्वासाची कसोटी

आपल्यापुरतं बोलायचं झालं, तर मुहम्मद युनूसच्या गोष्टीतला सगळ्यात खिळवून ठेवणारा भाग हा आहे की, या गोष्टीचा गाभा दुसरा-तिसरा काही नसून विश्वास आहे. डोळस विश्वास! ही कहाणी अशा एका माणसाच्या विश्वासाची आहे, ज्याला खात्री होती की विचारपूर्वक उपाययोजना केली, तर गरीब लोक ज्यांच्याकडे तारण ठेवायला काही नाही, ज्यांच्याकडे नियमित उत्पन्न नाही, ज्यांची खात्रीशीर पत नाही, अशांवरसुद्धा विश्वास ठेवणं शक्य आहे. घेतलेलं कर्ज परत करतील असा विश्वास बाळगणं शक्य आहे. युनूस म्हणतात :

आम्हाला माहीत होतं की जर ग्रामीण बँकेचं कार्य सुरळीत चालायला हवं असेल तर आम्हाला आमच्या ग्राहकांवर विश्वास ठेवायला हवा. अगदी सुरुवातीपासून आम्हाला माहीत होतं की, आमच्या व्यवस्थेत ठरीव धोरणांना जागा नव्हती. आम्ही आमच्या परतफेडीच्या मामल्यांमध्ये कोर्टकचेऱ्या आणल्या नाहीत. आम्ही वकील किंवा इतर बाहेरचे लोक नेमले नाहीत. आज इतर व्यापारी बँका असं गृहीत धरून चालतात की, त्यांचे कर्जदार त्यांचा पैसा घेऊन पळून जाणार आहेत आणि म्हणूनच ते त्यांच्या ग्राहकांना कायदेशीर गुंत्यात जखडून ठेवतात. वकील त्यांच्या कागदपत्रांची बारकाईनं छाननी करतात, जेणेकरून कर्जदार बँकेच्या कचाट्यातून सुटणार नाही. त्याच्याविरुद्ध, ग्रामीण बँकेचा हा ठाम विश्वास आहे की प्रत्येक कर्जदार प्रामाणिकच आहे. इथं कर्ज देणाऱ्या आणि घेणाऱ्यांमध्ये कायद्याचे प्रतिनिधी नसतात. आमची अशी धारणा आहे की, बँकेचा पाया हा निरर्थक कागदी करारपत्रांऐवजी परस्पर विश्वासावर असायला हवा.

आमच्यावर जरी भोळसटपणाचा आरोप केला गेला तरी आमची बुडीत कर्जं मात्र १ टक्क्यापेक्षाही कमी आहेत. क्वचित केव्हा आमचा एखादा कर्जदार त्याचं कर्ज परत करू शकत नाही, तेव्हा आम्ही तो लबाड आहे असं मानत नाही, तर कदाचित त्याच्या व्यक्तिगत अडचणींमुळे त्यांना ते फेडता आलं नसेल, असं

गृहीत धरतो.

यातील सगळ्यात स्फूर्तिदायक गोष्ट ही आहे की, युनूसनं हे काम यशस्वी करून दाखवलं. एवढंच नाही, तर एक पूर्ण क्षेत्र, खरं म्हणजे एक संपूर्ण समाजधारणा जी शतकानुशतकं अविश्वासाच्या आणि उपहासाच्या घेऱ्यात अडकलेली आहे, तिच्या विरोधात आपला विश्वास सार्थ ठरवला. इतकंच नाही, तर या अविश्वासाच्या युगात, जिथं विश्वासच हरवत चाललाय अशा काळात युनूसनं चिवटपणे परस्पर विश्वासाच्या तत्त्वांना धरून ठेवलं. विश्वासामध्ये आलेली ही त्रुटी हे खरं जागतिक संकट आहे. निरनिराळी प्रसारमाध्यमं ज्या सर्वत्र बोकाळलेल्या भ्रष्टाचाराच्या, सामुदायिक अप्रामाणिकपणाच्या, नामवंत लोकांच्या खोटेपणाच्या, राजकीय घोटाळ्यांच्या बातम्या उजेडात आणतात, त्यातून याच संकटाची चाहूल लागते आहे.

ज्या सुमारास युनूसना नोबेल पारितोषिक आणि राष्ट्रपती पदक मिळालं त्या वेळचे काही महत्त्वाचे मथळे :

- *पार्मलत, एन्रॉन, टायको, वर्ल्डकॉम यांसारखे अनेक जागतिक स्तरावरचे उद्योगसमूह किंवा त्यांचे अधिकारी हे मोठ्या प्रमाणावर अनैतिक व्यवहारांमध्ये गुंतले होते. त्याच सुमारास आलेल्या सारबन्स - ऑक्सले कायद्यानंतर जवळजवळ २०० पेक्षा जास्त पब्लिक कंपन्यांना आपलं वित्त विवरणपत्र* (financial statement) *परत तयार करावं लागलं होतं.*
- *चीनमध्ये काही वर्षांपूर्वी झालेल्या विमान अपघातामध्ये जी मूळ कंपनी गुंतली होती, तिच्याशी असणारे आपले संबंध उघडकीला येऊ नयेत म्हणून जवळ जवळ २०० वैमानिकांनी आपले उड्डाणाचे तपशील फिरवले होते.*
- *सत्यम कॉम्प्युटर सर्व्हिसेसचे अध्यक्ष रामलिंग राजू यांनी हे मान्य करून मोठा धक्का दिला की, त्यांनी त्यांच्या भारतातील आय. टी. कंपन्यांमधल्या चौथ्या क्रमांकाच्या मोठ्या कंपनीच्या ताळेबंदामध्ये; (Balance Sheet) जवळ जवळ १ अब्ज डॉलरची रक्कम फुगवून दाखवली होती, व्यक्तिगत आर्थिक व्यवस्थेवर २५३ दशलक्ष डॉलर्स एवढं देणं ओढवून घेतलं होतं. सप्टेंबर २००८ मध्ये सत्यमचं त्रैमासिक उत्पन्न ७६ टक्के आणि नफा ९७ टक्के इतका फुगवून दाखवला. यामुळे सत्यमला भारताची एन्रॉन म्हणून किताब मिळाला.*

- *युनायटेड स्टेट्समध्ये शिक्षण क्षेत्रातील पाच व्यक्तींनी (मुख्याध्यापक, उपमुख्याध्यापक आणि इतर शिक्षक) परीक्षेतील घोटाळ्यांमुळे राजीनामा दिला. चौकशीतून झालेल्या निष्पन्नानुसार त्यांनी ५व्या इयत्तेतील विद्यार्थ्यांना गैरमार्गानं मदत करून चांगले गुण मिळवायला मदत केली आणि स्वतःसाठी उत्तम कामगिरीचे लाभ मिळवले.*
- *अमेरिकन दलाल (stock Broker) आणि गुंतवणूक सल्लागार बर्नी मॅडॉफ यानं हजारो गुंतवणूकदारांना जवळ जवळ ६५ अब्ज डॉलरना गंडा घातला. त्यांनी सुरू केलेली ही इतिहासातली सर्वांत मोठी पॉन्झी स्कीम (लोकांची लुबाडणूक करण्याच्या हेतूनं सुरू केलेली योजना) होती.*
- *इंग्लंडमध्ये जेव्हा फोनवरचं संभाषण चोरून ऐकणं आणि पोलिसांच्या लाचखोरीची भानगड उजेडात आल्यावर जे असंख्य राजीनामे, अटक आणि चौकशीचं सत्र सुरू झालं, त्याचा परिणाम म्हणून १६८ वर्षं जुनं असलेलं टॅब्लॉइड (छोट्या आकाराचे) वृत्तपत्र तडकाफडकी बंद करावं लागलं.*

यातील एक भाग असा, की या सगळ्या मथळ्यांमधून, बातम्यांमधून या आणि अशा प्रकारच्या अनेक गोष्टी लोकांसमोर आणल्या गेल्या. त्याचा परिणाम म्हणजे, जगभर अविश्वासाचा आगडोंब उसळला; ज्याचा प्रभाव आपला समाज, आपली कार्यक्षेत्रं, सरकार, नातेसंबंध इतकंच नाही तर आपल्या व्यक्तिगत आयुष्यातही जाणवू लागला. काही काही क्षेत्रांत तर आजच्याइतका कमी विश्वास याआधी कधीच जाणवला नव्हता. नुकत्याच 'गॅलप, एडलमन आणि हॅरिस इटरॅक्टिव्ह' या संस्थेनं केलेल्या विश्वासार्हता मोजणीचे हे निष्कर्ष पाहा.

- *अमेरिका हळूहळू वाढत्या अविश्वासाच्या पातळीकडे वाटचाल करते आहे. विश्वासाची पातळी- मग ती सरकारवरील असो किंवा उद्योगधंदे, प्रसारमाध्यमं आणि एनजीओ (Non Governmental Organizations) यांच्यावरील असो, ती पूर्वीपेक्षा इतर औद्योगिक राष्ट्रांच्या तुलनेत अधिक घसरताना दिसत आहे.*
- *'यूएस'मधील प्रसारमाध्यमांवरील विश्वासाची पातळी गॅलप यांनी १९७० मध्ये मोजायला सुरुवात केल्यापासून २०१० मध्ये सगळ्यात खालच्या टोकाला पोहोचली.*

- *या पाहणीतील प्रतिसादकांपैकी अमेरिकेतील ४६ टक्के , तर इंग्लंडमधील फक्त ४४ टक्के लोकांनी उद्योग विश्वावर विश्वास दर्शवला.*
- *अमेरिकेतील ४० टक्के आणि जर्मनीतील ३३ टक्के प्रतिसादकांनी सरकारच्या योग्य काम करण्यावर विश्वास दर्शवला.*
- *वैद्यकीय नेतृत्वाच्या संदर्भात फक्त ३३ टक्के अमेरिकन लोकांनी विश्वास दर्शवला. १९६६ मध्ये हे प्रमाण ७३ टक्के एवढं होतं.*
- *५३ टक्के अमेरिकन नोकरदारांना आपले वरिष्ठ अप्रामाणिक असतील असं वाटतं, तर ७९ टक्के लोक आज आपण ज्या अविश्वासाच्या अनैतिक वातावरणात राहतो, त्याबद्दल असमाधानी आहेत.*

ही अविश्वासाची कसोटी किंवा तिढा फक्त आपल्या संस्थांपर्यंत मर्यादित नसून, तो आपल्या अर्थव्यवस्थेपर्यंत आणि बऱ्याच प्रमाणात जागतिक समाजापर्यंत पोहोचला आहे. मे २०११ च्या शिकागो बूथ / केलॉग स्कूल या संस्थेच्या आर्थिक विश्वास निर्देशांकाप्रमाणे (Financial Trust Index) फक्त २० टक्के अमेरिकन नागरिकांना आपल्या अर्थव्यवस्थेत विश्वास वाटत होता. २००९ मधील जागतिक आर्थिक मंदीच्या काळातील निर्देशांकापेक्षा (जो सगळ्यात खालच्या पातळीला होता) वरील निर्देशांक फक्त एक टक्क्यानं जास्त आहे. ही विश्वासाची तूट भरून काढण्यात अपयशी ठरलेल्या वॉशिंग्टन डी. सी.मधल्या नेत्यांमुळे २०११ मध्ये देशाची पत ऐतिहासिकरीत्या घसरली आणि अर्थव्यवस्थेतील व शासन व्यवस्थेवरील अविश्वासाचा तिढा विकोपाला पोहोचला. अशीच परिस्थिती युरोपात असून, युरोपीय महासंघाच्या नेत्यांच्या तेथील वाढत्या कर्जप्रश्नांचा सामना करण्याच्या क्षमतेवरील अविश्वास वाढत आहे.

> *२०११ हे शासनासाठी अविश्वासाचे वर्ष आहे. युरोपमधील सार्वत्रिक कर्जाच्या समस्येपासून ते जपानमधील भूकंपावरील शासनाची प्रतिक्रिया, चीनमधील अतिवेगवान रेल्वेचा अपघात इथपासून ते वॉशिंग्टनमधील (Debt Ceiling Fight) यातून लोकांचा शासनावरचा विश्वास उडत आहे.*
>
> *रिचर्ड एडलमन - एडलमन कंपनीचे प्रमुख*

तसं पाहायला गेलं तर संपूर्ण समाजातच हा अविश्वास झिरपलेला आहे. 'सामान्यतः आपण लोकांवर विश्वास ठेवू शकतो, की आपल्याला त्यांच्याबरोबर व्यवहार करताना सावध राहिला हवे,' अशा समाजशास्त्रज्ञांनी समाजातल्या विश्वासाची पातळी मोजण्याकरता विचारलेल्या प्रश्नाचे उत्तर देताना चिलीमधल्या फक्त १३ टक्के, तर तुर्कस्तानमधल्या फक्त २४ टक्के लोकांनी इतरांवर विश्वास दाखवला. याच्या उलट काही उच्च विश्वास बाळगणारे देश आहेत, जसे की, डेन्मार्क, स्वीडन आणि नॉर्वे जिथे ८० टक्के लोकांना वाटतं की इतरांवर विश्वास ठेवणे शक्य आहे.

निरनिराळे मथळे आणि आकडेवारी असे दाखवते की, आपण निःसंशय या अविश्वासाच्या पेचात अडकलेलो आहोत. परंतु आपल्या हे लक्षात येत नाही की, हा अविश्वास एकाच वेळी आपले आर्थिक हित आणि आयुष्यावरही परिणाम करतो.

> *विश्वास आणि श्वास दोन्हींत काहीच फरक नाही. दोन्हीची जाणीव ते थांबल्यावरच होते.*
>
> *वॉरन बफे*

अविश्वासाचे मोल

मग अविश्वासाची नेमकी किंमत आहे तरी काय; आणि तिढ्याचे नेमके स्वरूप तरी काय आहे? आम्ही दोघे जवळ जवळ वीस वर्षे जगभर निरनिराळ्या लोकांबरोबर, संस्थांबरोबर काम करतो आहोत. आम्हाला असे आढळून आले की, विश्वास नेहमीच आपल्या व्यक्तिगत, व्यावसायिक आणि सामाजिक आयुष्यातील तीन महत्त्वाच्या घटकांवर परिणाम करतो. त्या तीन गोष्टी म्हणजे समृद्धी, उत्साह (ऊर्जा) आणि आनंद. आपण या प्रत्येक घटकावर एक नजर टाकू या.

समृद्धी आणि विश्वास

एक गोष्ट प्रकर्षाने सामोरी येते आहे की, आजच्या अर्थव्यवस्थेचा पाया हा विश्वासाशी जोडलेला आहे. वेगळ्या शब्दांत सांगायचे तर, विश्वासाची एक 'बिझनेस केस' आहे आणि ती परिणामकारक आहे. (थोडक्यात विश्वासाच्या बळावरच आपण यशस्वी होऊ शकू).

एखाद्या कंपनीची ख्याती, इतरांबरोबर भागीदारीत सामंजस्याने काम करण्याची

क्षमता, नवीन नवीन गोष्टी शोधण्याची कुवत, कर्मचाऱ्यांचा परिणामकारक उपयोग, योग्य माणसे आकर्षित करण्याची आणि त्यांना टिकवून ठेवण्याची क्षमता, कामाचा वेग हे सर्व आणि इतरही काही यशाचे पैलू आहेत. या सर्व गोष्टींवर विश्वासाचा प्रभाव पडलेला दिसून येतो.

खरं तर जागतिक अर्थव्यवस्थेत विश्वास हे एक नवीन चलन झालं आहे. विश्वासाच्याच बळावर, लोक व्यवहार करायचा किंवा नाही ते ठरवतात. उदा. २००९चा एडलमन ट्रस्ट बॅरोमीटर असं दाखवतो की ७७ टक्के प्रतिसादकांनी सांगितलं की, त्यांना जी कंपनी अविश्वसनीय वाटते तिची उत्पादनं अथवा सेवा ते वापरत नाहीत. तर ७२ टक्के लोकांनी अविश्वसनीय कंपनीबद्दल आपल्या सहकाऱ्यांजवळ किंवा मित्रांजवळ अनुद्गार काढले. पण विश्वासार्हता असते तेव्हा त्याचे फायदे पण मूर्त स्वरूपात दिसतात. ५५ टक्के लोकांनी सांगितलं की त्यांना विश्वसनीय वाटणाऱ्या कंपनीची उत्पादनं अथवा सेवा वापरण्याकरता अधिमूल्य (Premium) भरण्याची पण त्यांची तयारी असते आणि ७६ टक्के लोकांनी हे मान्य केलं की त्यांना विश्वासू वाटणाऱ्या ब्रँडच्या उत्पादनांची शिफारस ते त्यांच्या मित्रांजवळ अथवा सहकाऱ्यांजवळ करतात. खरं तर असा शिफारशीनं होणारा व्यवसाय हे विश्वासाच्या चलनाचं एक उत्तम उदाहरण आहे. म्हणजे सध्याच्या ग्राहकाकडून ते संभाव्य ग्राहकापर्यंत आणि तिथून परत उत्पादकांकडे, असं 'विश्वासाचं हस्तांतर' होत असतं. आताच्या काळात प्रसारमाध्यमांच्या प्रभावामुळे टीका आणि शिफारशी दोन्हीही अतिशय जलद गतीनं सर्वदूर पोहोचतात. कॅनडाच्या 'झिंक रिसर्च' या सोशल मीडिया फर्मचे अध्यक्ष ब्रायन सिंग म्हणतात, 'एक दिवस असा येईल की एखाद्या कंपनीचा ताळेबंद विचारण्याऐवजी त्याची विश्वासार्हता किती आहे हे विचारणं जास्त योग्य ठरेल.'

विश्वासाच्या पायावरच बाजारपेठा चालतात. त्याच्यामुळेच जगाचा कारभार सुरळीत चालतो. भांडवलशाहीच्या गाभ्याशी तीन गोष्टी असतात. भांडवल, रोकडसुलभता (Liquidity) आणि विश्वास. आणि जरी तिन्ही गोष्टी अतिमहत्त्वाच्या असल्या तरी विश्वासाचा जर अभाव असेल, तर उरलेल्या दोन्ही गोष्टी असून नसल्यासारख्या असतात. LRN या Global Ethics & Compliance Management Company चे संस्थापक डोव सिडमन यांच्या मते-

गेल्या हिवाळ्यात जगाच्या आर्थिक बाजारपेठा 'विश्वासाचा अभाव' या एकाच कारणामुळे जवळ जवळ कोलमडल्या होत्या. 'पत', जी जागतिक अर्थव्यवस्थेचा प्राण आहे, ती नष्ट झाल्यातच जमा आहे. मोठमोठ्या बँकांनीसुद्धा आपापसात कर्ज देण्याचं नाकारलं, कारण त्याच्या परतफेडीचा

विश्वास त्यांना उरला नाही. आपण विश्वास गृहीत धरून चालतो. आपली सर्व देवाणघेवाण, व्यवहार यांना आधार म्हणून आपण करार करतो; पण समोरच्या व्यक्तीवर जर विश्वास नसेल, तर आपण त्या करारावर सही करू शकू का? आपले कर्मचारी, पुरवठादार (Suppliers), ग्राहक आणि

इतर व्यावसायिकांशी जर दूरगामी संबंध निर्माण करायचे असतील तर, त्यासाठी विश्वास आवश्यक आहे. त्याच विश्वासावर पत्करलेली जोखीम आपल्याला नवनिर्मिती आणि प्रगतीकडे नेते.

आणि त्याच्या फायद्याविषयी सिडमन म्हणतात-

हे सर्व लोकांना कुठं काय करावंसं वाटतं आणि त्यांच्या नातेसंबंधात किती विश्वास आहे, यावर अवलंबून आहे. विश्वास हे २१ व्या शतकाचं चलन आहे.

आपण जर ट्रान्स्परन्सी इंटरनॅशनलच्या करप्शन परसेप्शन इंडेक्स* अर्थात विश्वासार्हतेचं उचित प्रतिपत (Proxy) याची तुलना त्या देशातल्या दरडोई घरगुती वापराशी केली (GDP Gross Domestic Product) तर विश्वास आणि देशाची समृद्धी यांतील संबंध ध्यानात येतो. साधारणपणे जो देश कमी भ्रष्टाचारी आहे (जास्त विश्वासू) त्या देशाची अर्थव्यवस्था जास्त समृद्ध असते. त्याउलट ज्या

*सुमारे २०० देशांची त्यांच्या भ्रष्टाचाराच्या पातळीच्या आधारावर लावलेली वार्षिक क्रमवारी

निरनिराळ्या देशांची विश्वासार्हता आणि समृद्धी जीडीपी (प्रतिव्यक्ती) सहित भ्रष्टाचार आकलन आलेख

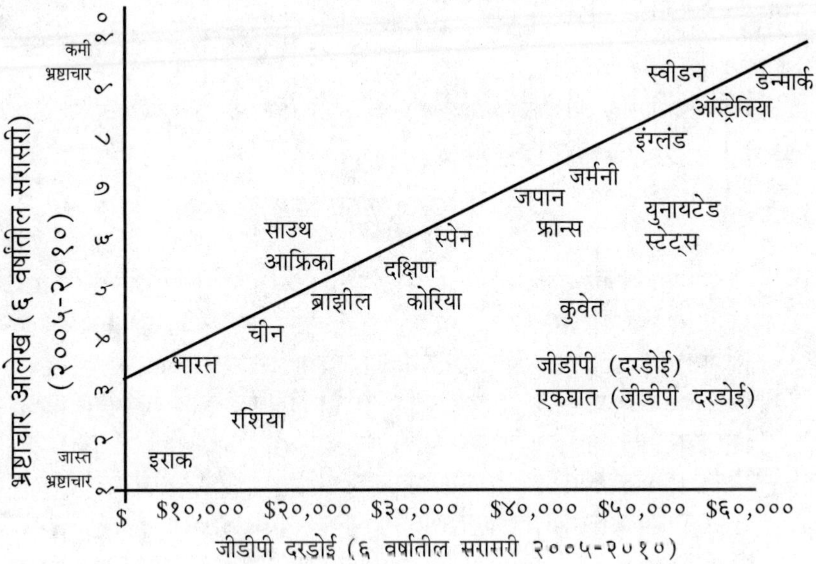

देशात भ्रष्टाचार जास्त, त्याची अर्थव्यवस्था दुबळी असते. पुढे दिलेल्या तबत्यात विश्वासार्हता आणि समृद्धी यांच्यामधील परस्परसंबंध स्पष्ट होतो.

विश्वास आणि समृद्धी यांच्यात असा थेट संबंध असतो त्याचं कारण म्हणजे समृद्धीसाठी जे दोन कळीचे मुद्दे असतात- वेग आणि किंमत, त्यावर विश्वासार्हतेचा परिणाम होतो. जेव्हा एखाद्या नात्यामध्ये, एखाद्या टीममध्ये, संस्थेत किंवा देशात विश्वासाचं प्रमाण कमी असतं, तेव्हा कामाचा वेग कमी होतो आणि किंमत वाढते. का? कारण गमावलेल्या विश्वासाची जागा भरून काढण्यासाठी अनेक प्रकारची पावलं उचलावी लागतात. हा जणू एक प्रकारचा करच आपल्याला भरावा लागतो- अविश्वासाचा कर. प्रत्येक गोष्टीसाठी जास्त वेळ, संवादाचा अभाव किंवा विसंवाद,

---

जीडीपी – ग्रॉस डोमेस्टिक प्रॉडक्ट देशात एका वर्षात निर्माण झालेल्या वस्तूंची व सेवेची एकूण किंमत.

अतिरिक्तता (redundancy) आणि एकच काम पुन्हापुन्हा करावं लागल्यानं होणारी दिरंगाई महागात पडते.

⇧ विश्वास = ⇧ वेग ⇩ किंमत

> *जगातील आर्थिक मागासलेपण हे परस्पर विश्वासाच्या अभावातून येते असे म्हटले तर ते वाजवी ठरेल.*
>
> *नोबेल पारितोषिकप्राप्त अर्थतज्ज्ञ केनेथ ॲरो*

हेच सूत्र आपल्याला 'सत्यम'सारख्या मोठ्या कंपन्यांमध्ये उलगडलेलं दिसतं. ज्या दिवशी कंपनीचा घोटाळा उघडकीला आला, त्या दिवशी कंपनीनं आपलं बाजारातील ७८ टक्के भांडवल गमावलं. किंवा एन्रॉनचं उदाहरण घ्या. जिथं विश्वासाबरोबर कंपनीसुद्धा बुडाली आणि वाढीव हिशेबांचं ओझं डोक्यावर आलं. किंवा जागतिक अर्थसेवा पुरवणारी लेहमन ब्रदर्स ही फर्म कशी दिवाळखोरीत निघाली ते पाहा. त्यांच्या ग्राहकांचा, भागीदारांचा आणि प्रतिस्पर्ध्यांचासुद्धा विश्वास त्यांनी गमावला. संस्था दिवाळखोरीत गेल्यावर त्याचे जे तरंग उठले, त्यामुळे अब्जावधी डॉलर्सचं नुकसान झालं. परिणामी जागतिक अर्थव्यवस्थाच इतकी खिळखिळी झाली की, त्यातून ती आजही सावरलेली नाही. या सर्व विश्वास गमावण्याचा परिणाम आपल्याला अनेकांच्या आयुष्यावर होताना दिसतो. हजारो लोकांना ज्यानं फसवलं त्या बर्नी मॅडॉफच्या मुलानं वडिलांच्या अटकेच्या दुसऱ्या वर्षदिनी आत्महत्या केली. टायगर वूड्स यानं कंपनीचा प्रवक्ता म्हणून आपली प्रतिमा काळजीपूर्वक जोपासली होती; परंतु त्या प्रतिमेत आणि त्याच्या प्रत्यक्ष वागण्यात इतका विरोधाभास होता की, त्याचा परिणाम म्हणून कंपनीचा प्रवक्ता म्हणून तर त्याची पत घसरलीच, पण त्यानं केलेल्या शिफारशींवरचाही लोकांचा विश्वास उडाला आणि लक्षावधी डॉलर्सचं नुकसान झालं. निरनिराळ्या उद्योगांमध्ये होणाऱ्या फसवणुकीचं जे मोल द्यावं लागतं, त्यातून हेच सूत्र पुढे येतं. याचा परिणाम संस्थांमध्ये वाढणारे निर्बंध, जाचक नियमन, धोरणं आणि कार्यप्रणालींचा अतिरेक यातून दिसून येतो. कदाचित हे चित्र तुम्हाला तुमच्या किंवा तुमच्या माहितीतल्या एखाद्या कंपनीतही दिसून येईल.

परंतु दुसऱ्या बाजूला जेव्हा एखाद्या नातेसंबंधात, एखाद्या गटात, कंपनीत किंवा देशात विश्वास वाढतो, तेव्हा कार्याचा वेग वाढतो आणि किंमत कमी होते.

लोक एकमेकांशी जलद गतीनं संवाद साधू शकतात, जास्त चांगलं सहकार्य करू शकतात. ते आपल्या कामात नावीन्य आणून आपला व्यवसाय गतिमान आणि जास्त परिणामकारकरीत्या करू शकतात. आम्ही त्यालाच उच्च विश्वासाचा लाभांश (Divident) म्हणतो.

⇧ विश्वास = ⇧ वेग ⇩ किंमत

हे विश्वासाचं अर्थशास्त्र आपल्याला बाजारात परत परत दिसून येतं. वॅटसन वॅट यांच्या अभ्यासानुसार उच्च विश्वासार्हता असणाऱ्या संस्था या आपल्या भागधारकांना पूर्ण परतावा देतात. (समभागांची किंमत अधिक लाभांश) - हे प्रमाण कमी विश्वास असणाऱ्या संस्थांपेक्षा २८६ टक्क्यांनी जास्त आहे. फॉर्च्यून या नियतकालिकात, जिथं काम करण्यास उत्तम वातावरण आहे अशा १०० कंपन्यांची यादी प्रसिद्ध केली होती. या यादीच्या निकषांपैकी दोन तृतीयांश निकष विश्वासावर आधारित होते. सतत १३ वर्षं अभ्यास करून (१९९८ ते २०१०) विश्लेषण केलं असता असं आढळून आलं आहे की, उच्च विश्वासाचं वातावरण असणाऱ्या संस्थांनी कमी विश्वास असणाऱ्या संस्थांपेक्षा २८८ टक्क्यांनी जास्त चांगली कामगिरी केली.

> *आमचा दृष्टिकोन हा गेल्या २० वर्षांच्या सर्वेक्षणातून निघालेल्या निकषांवर आधारित आहे. तो म्हणजे- उत्तम आस्थापनांचं मुख्य लक्षण म्हणजे व्यवस्थापक आणि अधिकारी यांच्यामधील विश्वास.*
>
> *ग्रेट प्लेस टु वर्क इन्स्टिटय़ूट*

वेगवेगळ्या देशांतून केलेल्या अभ्यासातून प्रामुख्यानं हीच गोष्ट सामोरी येते. २००१ मध्ये ४१ देशांचा महत्त्वपूर्ण अभ्यास अर्थतज्ज्ञ पॉल झॅक आणि स्टीफन नॅक यांनी केला. या अभ्यासातून त्यांना देशातील विश्वासाची पातळी आणि त्या विशिष्ट देशातील आर्थिक वृद्धी आणि गुंतवणूक यांच्यात थेट आणि स्पष्ट संबंध दिसून आला. 'विश्वासामुळे गुंतवणूक आणि अर्थवृद्धी यात सुधारणा होते,' हा त्यांचा निष्कर्ष आहे.

> *देवघेवीची जी किंमत चुकती करावी लागते, ती विश्वासामुळे कमी होते... म्हणूनच उच्च विश्वासार्हता असणाऱ्या समाजाची क्षमता विश्वासार्हता कमी असणाऱ्या समाजापेक्षा नेहमी जास्त असते.*
>
> *पॉल झॅक आणि स्टीफन नॅक, अर्थतज्ज्ञ*

पूर्ण विश्वास हा कृतिशीलता वाढवणारा एक गुणक (Multiplier) आहे. असा गुणक जो आपल्याला समृद्धीकडे घेऊन जातो. वाढीव उत्पन्न, नफा, आर्थिक फायदे आणि त्याचे परिणाम यातून समृद्धी निर्माण होते. उच्च विश्वासामुळे एक प्रकारचा लाभांश निर्माण होतो. असा लाभांश- ज्यामुळे उत्पादकता, उपयुक्तता आणि सुसंवाद वाढतो आणि सुधारतो, त्यामुळे संपन्नतेत वाढ होते. त्याउलट निम्न पातळीवरील विश्वास हा सुसंवादावर ताण आणतो. एक असा ताण- ज्याला आपण एक अनावश्यक कर म्हणू शकू, ज्यामुळे समृद्धीचा ऱ्हास होतो.

विश्वास आणि समृद्धी यांच्या परस्पर नात्याची जाणीव लोकांच्या मनात वाढू लागली. ही गोष्ट ठळकपणे आमच्या लक्षात तेव्हा आली, जेव्हा आम्हाला २००८ च्या उन्हाळ्यात चीनमधील तियाचीन येथे जागतिक अर्थ परिषद मंच (World Economic Forum) च्या सभेत सहभागी होण्याची संधी मिळाली. हे आदरणीय खुले व्यासपीठ 'जगाची स्थिती सुधारण्यासाठी कटिबद्ध आहे' या सभेत जगभरातील ९० देशांमधील उद्योगजगतातून, शासनामधून अनेक नेते तसेच निवडक विद्वान आणि पत्रकार असे जवळ जवळ १४०० दिग्गज सामील झाले होते. त्या वेळच्या आर्थिक पेचप्रसंगाच्या पार्श्वभूमीवर काही मंथन होईल असे वाटत होते. जेमतेम दोन आठवडे आधीच लेहमन ब्रदर्स ही जागतिक अर्थसेवा पुरवणारी फर्म कोसळली होती आणि बाजारपेठाही कोसळत होत्या. त्याच आठवड्याच्या शेवटी यू.एस. काँग्रेस आणि जगभरातील इतर शासन संस्थांचे प्रतिनिधी विचार विनिमय करण्यासाठी तातडीने भेटणार होते. जागतिक अर्थव्यवस्थेचे परस्परावलंबित्व लक्षात आल्यामुळे लोकांमध्ये घबराट पसरली होती.

या सभेच्या शेवटच्या सत्रात दहा ते बारा लोकांचा एक गट अशी विभागणी करण्यात आली. प्रत्येक गटासमोर एक प्रश्न ठेवण्यात आला की, येत्या वर्षात जागतिक अर्थव्यवस्थेच्या वाढीसाठी आव्हानात्मक असा सर्वांत महत्त्वाचा घटक त्यांना कोणता वाटतो? अशा साधारण शंभर गटांमधून सगळ्यात महत्त्वाची अशी सात आव्हानं निवडण्यात आली. ही सात आव्हानं नंतर सर्व गटांसमोर एकत्रितपणे ठेवून त्यावर त्यांचे मत घेतले गेले. या अनौपचारिक सर्वेक्षणाचा निकाल अनेकांसाठी आश्चर्यकारक होता. जागतिक अर्थकारणाच्या भीषण पार्श्वभूमीवर, जिथं लोकांच्या डोळ्यांसमोर बाजारपेठांची वाताहत होत होती- तिथं ही आर्थिक आणीबाणी हे आव्हान त्यांना सर्वांत महत्त्वाचं वाटतच नव्हतं. त्यांच्या मते ते दुसऱ्या क्रमांकाचं महत्त्वाचं आव्हान होतं. मग पहिल्या क्रमांकाचं आव्हान त्यांना कोणतं वाटलं- तर 'विश्वास गमावणं' हे ते सगळ्यात मोठं आव्हान! या मार्गदर्शकांच्या, वैचारिक नेत्यांच्या गटाच्या असं लक्षात आलं की समाजातल्या बाकी सर्व समस्या- अगदी आर्थिक प्रश्नसुद्धा या विश्वासाच्या अभावामुळे विकोपाला जात आहेत.

आम्हाला असं वाटतं की जागतिक अर्थपरिषदेच्या सभासदांनी काढलेला निष्कर्ष योग्य आहे. त्याच आठवड्याच्या शेवटी CNBC ASIA या टी.व्ही. चॅनेलवर 'जागतिक अर्थव्यवस्थेवरचं संकट' या वादचर्चेत आम्ही सहभागी झालो होतो. तिथंही याच निष्कर्षावर शिक्कामोर्तब होताना आम्ही पाहिलं. त्या चर्चेत सहभागी झालेल्या सर्वांचं यावर एकमत झालेलं दिसलं की आर्थिक संकटाच्या मुळाशी हा अविश्वासाचा तिढा आहे. त्यांनी हे मान्य केलं की, सरकार एक वेळ या अर्थव्यवस्थेत अधिक भांडवल ओतू शकेल, पैसा खेळता राहण्यासाठी अधिक प्रयत्न करू शकेल; परंतु विश्वासाच्या अभावी हे सर्व व्यर्थ आहे. बँका इतर बँकांना आणि ग्राहकांना कर्ज देण्यास तयार होणार नाहीत; कारण त्यांना कर्जाच्या परतफेडीची खात्री नाही. परिणामी पैसा खेळता राहणं कठीण होईल. या सगळ्या ऊहापोहातून हे स्पष्ट झालं की, समृद्धी ही जर उच्च विश्वासातून निर्माण होणारी परिस्थिती असेल, तर प्रतिकूलता ही अविश्वासाची देणगी आहे.

विश्वास आणि उत्साह

विश्वासाचा ज्यावर अत्यंत आश्चर्यकारक परिणाम दिसून येतो, तो म्हणजे उत्साह किंवा ऊर्जा. उत्साह म्हणजे केवळ शारीरिक किंवा भावनिक उत्साह इथं अभिप्रेत नाही. उत्साह म्हणजे व्यस्तता, सर्जनशीलता, आरोग्य आणि अनुकूलता. ज्यांच्याबद्दल तुम्हाला विश्वास वाटत नाही, अशा लोकांबरोबरच्या नातेसंबंधाबद्दल थोडा विचार करून पाहा. म्हणजे विश्वासाचा प्रभाव किती प्रमाणात पडतो त्याचा तुम्हाला अंदाज येईल. अशा व्यक्तींबरोबर वावरताना येणाऱ्या अनुभवाचं वर्णन करताना तुम्ही पुढीलपैकी कोणते शब्द वापराल?

तणावपूर्ण	मजा
गुंतागुंतीचे	सहज
दमवणूक करणारे/ थकवणारे	उत्तेजक
कठीण	उत्साहवर्धक
अप्रिय/ दुःखद	उत्पादक/ निर्मितिक्षम
विफल	उत्साहवर्धक
मृतवत	सुखद/ आनंददायक
अनुत्पादक	सरळ/ प्रांजळ/ प्रामाणिक
अपूर्ण	स्फूर्तिदायक
दुःखद	फायदेशीर

धोकादायक/ जोखमीचे असुरक्षित	सुरक्षित
भीतिदायक	मोकळे
धोकादायक	स्वातंत्र्यदायक

आता अशा एखाद्या माणसाचा विचार करा, ज्याच्याबद्दल तुम्हाला विश्वास वाटतो. वर दिलेल्या यादीत पाहून कुठले शब्द तुमच्या त्याच्याबरोबरच्या अनुभवाला लागू पडतात ते ठरवा. विश्वास किंवा त्याच्या अभावाचा आपल्या व्यक्तिगत आणि कौटुंबिक जीवनातील उत्साहावर किंवा आपल्या गटात अथवा कार्यालयातील उत्साहावर किती प्रभाव पडतो हे या विरोधाभासावरून लक्षात येईल. आणि हेही लक्षात येईल की, त्याचा आपल्या आणि आपल्या संस्थेच्या भागीदारीत काम करण्याच्या आणि इतरांशी सहकार्य करण्याच्या क्षमतेवर कसा परिणाम होतो.

आम्ही जेव्हा हा पाठ निरनिराळ्या कर्मचारी गटांमध्ये राबवतो, तेव्हा उच्च विश्वासाच्या वातावरणात निर्माण होणारा असामान्य उत्साह आणि अविश्वास असणाऱ्या गटांमध्ये निर्माण होणारा क्लेशकारक तणाव, यांतला विरोधाभास सहभागी गटांना जाणवतो. या घटनेमुळे दोन्ही बाजूंवर प्रचंड परिणाम होतो. त्याच्यामुळे त्या संस्थेतील उत्साहाचे आणि कामाच्या वेगाचे एकूण समीकरणच बदलून जाते. हा परिणाम विशेषतः कर्मचाऱ्यांची मानसिक गुंतवणूक आणि नावीन्य या दोन घटकांमध्ये जाणवतो.

गुंतवणूकः- कामाबद्दलची आपुलकी, काम करण्याची ऊर्मी*

विश्वासामुळे उत्साहाचे परिमाण बदलते हे कर्मचाऱ्यांच्या मानसिक गुंतवणुकीतून ठळकपणे समोर येते. गुंतवणुकीला चालना देणारी अनेक कारणं असतात. त्यांतील दोन प्रमुख कारणं-

१. कर्मचाऱ्यांचं आपल्या पर्यवेक्षकांशी असणारं विश्वासाचं नातं

२. एकूणच व्यवस्थापनाविषयी वाटणारा विश्वास.

२००८ मध्ये डब्लिन सिटी युनिव्हर्सिटी बिझनेस स्कूल या संस्थेनं एक अभ्यास पाहणी केली. या अभ्यासातून असं आढळून आलं की, विश्वास आणि गुंतवणुकीमुळे दोन्ही घटक वृद्धिंगत करणारं, मजबूत करणारं एक चांगलं गुणात्मक चक्र निर्माण होतं. वेगळ्या शब्दांत सांगायचं झालं तर, एखाद्या संस्थेत जेव्हा विश्वासाची पातळी वाढते, तेव्हा कर्मचाऱ्यांची गुंतवणूक वाढते आणि कर्मचाऱ्यांची

---

*कर्मचाऱ्यांच्या मानसिक गुंतवणुकीवर होणारा विश्वासाचा परिणाम या विषयावरचा एक छोटा व्हिडिओ पाहण्याकरता आणि श्वेतपत्रिका डाऊनलोड करण्याकरता SmartTrustBook.com या संकेतस्थळाला भेट द्या.

गुंतवणूक जेव्हा वाढते तेव्हा विश्वासाची पातळीसुद्धा वाढते.

कॅम्पबेल सूप कंपनीचे CEO कोनन्ट यांनी विश्वास, उत्साह आणि तुमची कामगिरी यांतील नात्याचं वर्णन केलं आहे.

आमच्याकडे ज्याला आम्ही कॅम्पबेल लीडरशिप मॉडेल म्हणतो ते वापरतो. त्यामागचं मूळतत्त्व असं की, तुमच्याबद्दल लोकांना विश्वास वाटायला हवा. एकदा का लोकांना तुमच्याबद्दल विश्वास वाटू लागला की, तुम्हाला अनेक आश्चर्यकारक गोष्टी करण्याची अनुमती मिळते. (अनेक आश्चर्यकारक गोष्टी करू शकता). विश्वास असेल तर तुम्ही लोकांना दिशा देऊन सगळ्यांना एकत्र आणून काम करण्याची स्फूर्ती देऊ शकता. विश्वासामुळे तुम्ही उत्तम काम करून असामान्य परिणाम घडवून आणू शकता आणि जेव्हा तुम्ही उत्तम काम करून तुमची बांधिलकी जपता, तेव्हा आपोआप विश्वासाची वृद्धी होऊन तुमच्या कामाला गती येते.

Innovation - नावीन्य, नवीन उपक्रम, नूतनीकरण

जेव्हा विश्वास असतो तेव्हा- सकारात्मक सामूहिक क्षमता/ ऊर्जा (Positive synergy) (१+१=३ किंवा जास्त) आणि सर्जनशीलता या दोन्ही गोष्टी वाढताना आपल्याला दिसतात. आणि यामुळेच कामात नावीन्य येतं. खरंच, जर मुळातून विचार केला तर कुठून येतं बरं नावीन्य? योग्य वातावरणात जेव्हा भिन्न कल्पनांचं, मतांचं मंथन होतं, तेव्हा त्यातून नावीन्य निर्माण होतं. 'विरोधाभास जेवढा जास्त तेवढ्याच गर्भित क्षमता (Potential) जास्त. विरोधी गोष्टींमधल्या संघर्षातून/ तणावातूनच स्फूर्ती निर्माण होते,' असं सुप्रसिद्ध मानसशास्त्रज्ञ कार्ल युंग यानं म्हटलं आहे.

परंतु हे जरी खरं असलं तरी जर विश्वास नसेल तर या संघर्षातून सकारात्मक सामूहिक ऊर्जा निर्माण होईलच असं नाही. उलट बऱ्याच वेळा त्याचा परिणाम हा नकारात्मक ऊर्जा निर्माण होण्यातच होतो. (जेव्हा १+१= २ न होता ११/२ किंवा अजून कमी होते) तर या सगळ्याचा निष्कर्ष काय, तर जेव्हा विश्वास असेल तर मतभेद ही तुमची ताकद ठरतात, विश्वास नसेल तर मतभेद तुम्हाला दुर्बल करतात.

उच्च विश्वास असणाऱ्या वातावरणात नावीन्य बहरतं, तर अविश्वासाच्या वातावरणात ते कोमेजून जातं, असं संशोधनातून आढळून आलं आहे. यू. के. मध्ये टाइम्सच्या १००० कंपन्यांच्या यादीतील वरच्या स्थानावरील २० टक्के कंपन्या

आणि तळातील २० टक्के कंपन्या यांचा नावीन्य आणि कामगिरी या संदर्भात अभ्यास करण्यात आला. या अभ्यासातून असं आढळून आलं की, स्थानांमधील फरकाचं कारण 'विश्वास' आहे. 'नवीन कल्पना सुचण्यामागे लोकांना एकमेकांविषयी वाटणारा विश्वास- ज्यामुळे ते कल्पनांची मुक्तपणे देवाणघेवाण करू शकले- हा एक महत्त्वाचा घटक होता,' असं या अहवालातून आढळून आलं.

> *अविश्वासामुळे येणारी सावधपणाची, उपहासाची आणि अप्रामाणिकतेची बंधनं तोडून विश्वास मानवी मनात मुक्त, सर्जनशील, उदार आणि प्रामाणिक वृत्ती जागवतो.*

'जम्प पॉइंट'चे लेखक टोनी हेज

नावीन्य तज्ज्ञ रॉबर्ट पोर्टर लिन्च यांनी नावीन्याच्या प्रक्रियेतील विश्वासाच्या कार्याचं वर्णन केलं आहे.

जेव्हा लोक वेगवेगळ्या तऱ्हेनं विचार करतात, तेव्हा नावीन्य येतं. म्हणजे असं की, जेव्हा भिन्न दृष्टिकोन सामोरे येतात, तिथं नावीन्याचा जन्म होतो. परंतु दोन भिन्न दृष्टिकोन समोर आले की आपोआप काहीतरी नवीन निर्माण होतं, असं मात्र नाही. उलट बरेच वेळा असं होतं की, दोन विरुद्ध मतप्रवाह समोरासमोर येतात तेव्हा ते विध्वंसक बनतात. उदाहरणार्थ रिपब्लिकन वि. डेमोक्रॅट्स, जुने विरुद्ध नवे. माझा मार्ग किंवा राजमार्ग. जेव्हा विरुद्ध मतप्रवाह एकमेकांच्या संपर्कात येतात तेव्हा त्यातून नवीन काही निर्माण करणं हीच खरी कला आहे आणि ती घडवून आणतो विश्वास! जेव्हा एखाद्या कामात ताण निर्माण होतो, आणि काम करणाऱ्यांमध्ये जर विश्वासाचं वातावरण असेल तर त्यांच्यातील निर्मितिक्षमता उफाळून येतात आणि ते सामूहिकपणे नवीन मार्गाचा शोध घेतात. म्हणजेच विश्वासामुळे त्या मानवी ऊर्जेला योग्य मार्ग मिळतो आणि याच सुयोग्य मानवी ऊर्जेचा उल्लेख Synergy (सामूहिक क्षमता) असा केला जातो. अशी क्षमता- जी बरेच वेळा संस्थांच्या हातातून किंवा नातेसंबंधातून हरवून गेलेली दिसते.

> *अविश्वासाने भारलेल्या समाजात कधीही नावीन्य निर्माण होणार नाही.*
>
> *पुलित्झर पुरस्कार विजेते पत्रकार थॉमस फ्रीडमन*

विश्वासाचा प्रभाव हा कर्मचाऱ्यांची गुंतवणूक आणि नावीन्य यांच्याबरोबरच आरोग्य आणि मानवी कल्याणावरसुद्धा दिसून येतो. याचा पुरावा म्हणून अनेक सामाजिक मापदंड सांगता येतील. परंतु त्याचा मुख्य निदर्शक म्हणजे आयुर्मर्यादा. दीर्घायुष्य आणि विश्वास यांच्यातील सहसंबंध दर्शविणाऱ्या माहितीत दिवसेंदिवस भर पडत आहे. सोप्या शब्दांत सांगायचं तर जे लोक विश्वास ठेवतात त्यांचं आयुर्मान जास्त असलेलं दिसतं, तर जे अविश्वासाकडे झुकतात ते लवकर मृत्युमुखी पडतात, असं आढळून आलं आहे. उदा. आठ वर्षांच्या कालावधीत साधारण ९७००० स्त्रियांचा अभ्यास केला गेला. या अभ्यासातून असं दिसून आलं की, ज्या स्त्रियांना लोकांविषयी अतिशय अविश्वास वाटतो, त्यांना इतरांपेक्षा मृत्यूचा धोका १६ टक्क्यांनी जास्त असतो. विश्वास ठेवण्याची वृत्ती असणारे लोक हे आरोग्यपूर्ण दीर्घायुष्य जगतात, अशी नोंद आपल्या बोलिंग अलोन (Bowling Alone) या उत्कृष्ट पुस्तकात रॉबर्ट पुटनम यांनी केली आहे. आपण जेव्हा देशाच्या आरोग्यपूर्णतेचा त्यातील विश्वासार्हतेशी असणाऱ्या संबंधांची माहिती बघतो, त्या वेळी दोन्हीमधील संबंध सहज लक्षात येतो.

> *विश्वासार्हता या समाजातील अंगभूत अशा एकमेव वैशिष्ट्याचा वापर करून आपण राष्ट्राचे कल्याण आणि त्याची मुकाबला करण्याची क्षमता निश्चित करू शकतो.*
>
> *स्टॅनफोर्डचे सन्माननीय सदस्य फ्रान्सिस फुकुयामा*

विश्वास आणि आनंद

आनंद याचा अर्थ आपल्यासाठी असतो सुख, हर्ष, मौज, समाधान आणि मानसशास्त्रज्ञ डॉ. मार्टिन सलिग्मन यांनी म्हटल्याप्रमाणे 'उत्कर्ष' – जगभरातल्या असंख्य लोकांचे आनंद हे महत्त्वाचे उद्दिष्ट असते.

जेव्हा आम्ही निरनिराळ्या संघटनांबरोबर आणि गटांबरोबर काम करत असतो,

तेव्हा कामाच्या ठिकाणाच्या विश्वासपूर्ण वातावरणाचे वर्णन करताना लोक 'आनंद' हा शब्द वापरतातच असे नाही. पण तो विश्वास किंवा त्याचा अभाव दोन्ही तुम्हाला त्यांच्या चेहऱ्यावर दिसून येतं. लोक जेव्हा अविश्वासाबद्दल बोलतात, तेव्हा तुम्हाला त्यांचा ताण, दुःख, क्लेश आणि क्वचित कधीतरी भीतीसुद्धा जाणवते. पण जेव्हा ते विश्वासाबद्दल बोलतात, तेव्हा चित्रच पालटून जातं. त्यांचे डोळे चमकायला लागतात, चेहऱ्यावर स्मित उमटतं, लोक उल्लसित होऊन चांगल्या आनंददायी गोष्टींची चर्चा करायला लागतात.

> *इतर कुठल्याही घटकापेक्षा कामातली मौज / आनंद हे व्हर्जिनच्या यशाचे गुपित आहे.*
>
> *व्हर्जिन कंपनीचे मुख्य - रिचर्ड ब्रॅन्सन*

निरनिराळी राष्ट्रेदेखील वाढत्या प्रमाणात आनंदाचा पाठपुरावा करताना दिसतात हे लक्षात येतं. त्याचा पुरावा म्हणजे पूर्वी Gross domestic product (GDP) (देशात एका वर्षात निर्माण झालेल्या वस्तूंची व सेवेची एकूण किंमत) ज्यातून आर्थिक उत्पादन प्रगती मोजली जात असे, त्यावर भर दिला जात असे. आता मात्र तो विचार मागे पडून आनंद आणि हिताचे/ राष्ट्राच्या कल्याणाचे मूल्यमापन करण्याकडे कल झालेला दिसतो. हीच राष्ट्राच्या दृष्टीनं समतोल प्रगती आहे.

या सामाजिक परिमाणाची मोजदाद करत असताना आपल्याला निरनिराळी साधनं वापरावी लागतात. अशी साधनं जी Gross National Happiness वर (स्थूल राष्ट्रीय आनंद हा शब्द पहिल्यांदा भूतानच्या राजांनी १९७० मध्ये योजला होता) आधारित आहेत आणि त्यासाठी Better Life Index आणि संयुक्त राष्ट्रांचे मानवी सुधारणांचा आलेख (Human Development Index) अशी साधनं वापरावी लागतात.

बीबीसीच्या सर्वेक्षणानुसार युनायटेड किंग्डममधील ८१ टक्के लोकांना असं वाटतं की शासनानं लोकांना आर्थिक दृष्ट्या संपन्न करण्यावर भर देण्याऐवजी ते सुखी कसे होतील यावर भर द्यायला हवा.

> *सुखी समाज हेच शासनाचे उद्दिष्ट आहे.*
>
> *अमेरिकेचे दुसरे राष्ट्राध्यक्ष जॉन ॲडम्स*

कॅनेडियन अर्थशास्त्रज्ञ जॉन हॅलिबेल यांच्या म्हणण्याप्रमाणे आनंदाशी संबंधित

सगळ्यात महत्त्वाचा घटक- अगदी उत्पन्न आणि आरोग्य यापेक्षाही महत्त्वाचा असा घटक म्हणजे विश्वासपूर्ण नातेसंबंध. ''सामाजिक स्नेहसंबंध हा आपल्या समाधानाचा खात्रीचा उपाय आहे. त्यामुळे आपले ताणतणाव कमी होतात. हे स्नेहसंबंध म्हणजे नैराश्यावरचा उतारा आणि उत्तम कामगिरीचा उपाय आहेत.'' असे शॉन एकर आपल्या 'द हॅपीनेस ॲडव्हान्टेज' या पुस्तकात म्हणतात. मानवी जडणघडणीचा एक अभ्यास हावर्ड युनिव्हर्सिटीनं केला (Harward Study of Human Development) त्याचं वर्णन त्यांनी केलं आहे. या अभ्यासात २६८ लोकांच्या १९३० मध्ये कॉलेजमध्ये जाण्यापासून ते आतापर्यंतच्या आयुष्याचा अभ्यास केला गेला. त्याचा निष्कर्ष असा, त्यातील १० टक्के व्यक्ती या इतरांपेक्षा सर्वांत जास्त सुखी आणि आनंदी होत्या. त्यांच्या या स्थितीमागचा एकमेव वैशिष्ट्यपूर्ण घटक म्हणजे दृढ सामाजिक स्नेहसंबंध.

दृढ आणि चिवट नातेसंबंधांच्या गाभ्याशी विश्वास असतो. वाईट नातेसंबंधांची व्याख्याच मुळी अविश्वास आहे. आपल्या संशोधनातून पॉल जे झॅक आणि अहलम फखर यांनी पुढील निष्कर्ष काढला आहे. 'उत्पन्न वाढलं की सुख वाढतं' हे थोड्याअंशी खरं असलं तरीही मज्जावैज्ञानिक (Neuro Scientific) पुरावा दर्शवतो की विश्वास आणि आनंद यांचा एकमेकांवर परिणाम होतो.'

> *ज्या नातेसंबंधात लोकांना विश्वास वाटतो ते आणि फक्त तेच नातेसंबंध चिरकाल टिकण्याच्या योग्यतेचे असतात.*
>
> *स्कॉटिश लेखक आणि सुधारक सॅम्युएल स्माइल्स*

आश्चर्याची गोष्ट म्हणजे- जगातल्या सर्वांत आनंदी राष्ट्राची म्हणजेच डेन्मार्कची विश्वासार्हतेची पातळीसुद्धा सर्वांत जास्त आहे. पुढे दिलेल्या आलेखात आनंद आणि विश्वासाची पातळी यांच्यातील संबंध दर्शविला आहे. त्यावर एक नजर टाकू या.

निरनिराळ्या देशांतील विश्वास आणि आनंद

वर्ल्ड व्हॅल्यू सर्व्हे यांच्या विश्वासाच्या मोजमापाबरोबर गॅलप ऑर्गनायझेशन यांनी मोजलेला आनंद.

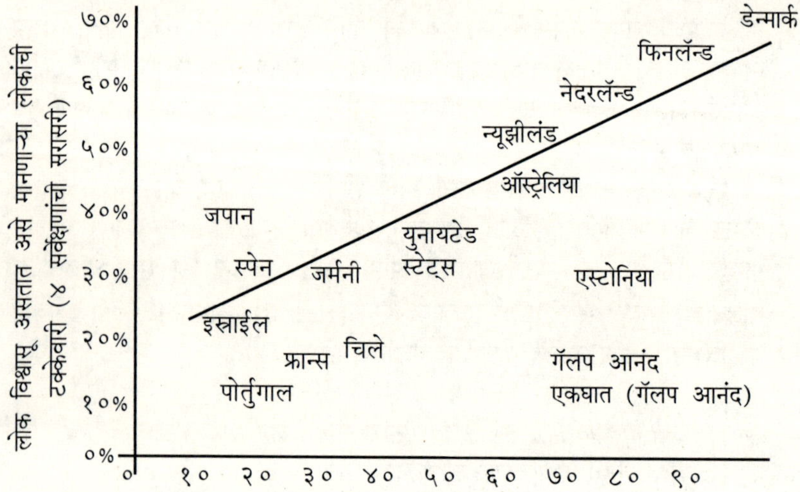

राष्ट्रांमधील आनंदाचा आलेख गॅलप २००९ अभ्यास

निरनिराळ्या संस्थांमधल्या आणि संघांमधल्या आनंदावर विश्वासाचा अतिशय खोल प्रभाव पडतो. हा प्रभाव आपल्या कर्मचाऱ्यांचे समाधान आणि कुशल कर्मचारी हेरून त्यांना आपल्याकडे टिकवून ठेवण्याची कंपनीची क्षमता या घटकांवर दिसून येतो. विशेष म्हणजे २००८ मध्ये जॉन हॅलिवेल आणि हैफांग हुआंग यांनी केलेल्या अभ्यासातून असे आढळून आले की, एखाद्या कंपनीमध्ये विश्वासात झालेली १० टक्के वाढ ही ३६ टक्के पगारवाढीइतकीच समाधानकारक असते. याचाच अर्थ असा की, विश्वासामुळे जसा समृद्धीत संख्यात्मक बदल घडतो, तसाच तो उत्साह आणि आनंद यांच्यात गुणात्मक बदल घडवून आणतो. याची सूत्रं ही अतिशय सोपी आणि स्पष्ट आहेत.

⇩ **विश्वास** ⇩ **समृद्धी** ⇩ **उत्साह** ⇩ **आनंद**

⇧ **विश्वास** ⇧ **समृद्धी** ⇧ **उत्साह** ⇧ **आनंद**

> *मानवाच्या एकमेकांवर विश्वास ठेवण्याचा क्षमतेचा फायदा आयुष्याच्या सगळ्या अंगांना होतो. आयुष्याच्या कानाकोपऱ्यात तो पोहोचलेला दिसतो. आर्थिक बाबीत होणारा फायदा हा कदाचित त्याचा अतिशय छोटा भाग असेल, पण तोसुद्धा मोजदादीच्या पलीकडचा आहे.*
>
> *ब्रिटिश तत्त्वज्ञ आणि अर्थशास्त्रज्ञ जॉन स्टुअर्ट मिल*

विश्वास हा सामर्थ्याचा मुख्य घटक आहे

हे स्पष्टच आहे की, आपल्या व्यक्तिगत आणि व्यावसायिक आयुष्यातील समृद्धी, उत्साह आणि आनंदाचं प्रमाण हे पूर्णपणे विश्वासाशी निगडित असतं. याचं कारण म्हणजे- आपल्या आयुष्यातील गुणवत्तेचं विश्वास हे मूलगामी आणि चिरंतन तत्त्व आहे आणि हे फक्त आपल्या व्यक्तिगत नातेसंबंधातच नाही, तर टीममध्ये, संस्थांमध्ये, समाजात, उद्योगधंद्यांमध्ये एवढंच नाही तर अगदी राष्ट्रांमध्येसुद्धा ते लागू होतं. विश्वासाचा हा उत्प्रेरक (catalyst) धागा सबळ, सुसंस्कृत समाजाच्या प्रत्येक अंगातून गुंफलेला दिसून येतो. परंतु जोपर्यंत तो हरवत नाही, तोपर्यंत आपल्यापैकी पुष्कळांना या विश्वासाची किंवा आपल्या त्याच्यावर अवलंबून असण्याची जाणीवदेखील नसते.

एखाद्या दहशतवादी हल्ल्यातून होणारी सगळ्यात मोठी हानी म्हणजे विश्वासाचा नाश आणि ही हानी प्रत्यक्ष विनाशापेक्षाही जास्त असते. अचानक आपण रोजच्या सरावाच्या गोष्टी करतानासुद्धा घाबरायला लागतो. काही वर्षांपूर्वी वॉशिंग्टन डी.सी.ला, एका गोळीबार करणाऱ्या दहशतवाद्यानं आपलं लक्ष्य केलं होतं. हा प्रकार चालू होता ते काही महिने, आजूबाजूच्या भागात जीवनावश्यक व्यवहार सोडून बाकी सर्व व्यवहार भीतीपोटी जवळ जवळ बंद झाल्यासारखेच होते. भीती आणि अविश्वासाचा पगडा इतका जास्त होता की, शालेय फुटबॉल सामने किंवा सांस्कृतिक कार्यक्रम यांसारख्या ऐच्छिक गोष्टी लोक जवळ जवळ टाळायला लागले होते.

खुल्या समाजांना सरसकट दहशतवादाला जितके जास्त सामोरे जावे लागते, तेवढा अविश्वासाचा प्रभाव वाढतो आणि मुक्त समाजाऐवजी तटबंद्यांनी आणि खंदकांनी वेढलेला बंदिस्त समाज उदयाला येतो.

पुलित्झर पारितोषिक विजेते पत्रकार - थॉमस फ्रीडमन

एकदा विश्वास नसणाऱ्या जगाची कल्पना करून पाहिली तर विश्वास आपल्या जगण्यासाठी किती मूलभूत आहे, हे लक्षात येतं. कल्पना करा की, रस्त्यावरच्या इतर चालकांच्या वृत्ती किंवा क्षमतेविषयी जर तुम्हाला विश्वास वाटत नसेल, तर गाडी चालवताना तुमची काय अवस्था होईल किंवा जर विमानाच्या सुरक्षिततेविषयी किंवा पायलटच्या क्षमतेविषयी तुम्हाला जर खात्री नसेल... एखाद्या हॉस्पिटलमधल्या कर्मचाऱ्यांच्या आणि डॉक्टरांच्या प्रशिक्षणाविषयी तुम्हाला विश्वास वाटत नसेल आणि तिथं तुम्हाला शल्यक्रियेसाठी दाखल व्हावं लागलं तर काय होईल; किंवा तुमच्या जोडीदाराला तुमच्याविषयी प्रेम आणि आस्था आहे याबद्दल जर तुम्हाला शंका असेल, तर लग्न करताना तुमची अवस्था कशी असेल? विश्वासाचं उल्लंघन हे इतकं हानिकारक असण्याचं कारण म्हणजे विश्वास हे एक मूलभूत तत्त्व असून, आपलं आयुष्य अर्थपूर्ण होण्यासाठी आणि नातेसंबंध परिपूर्ण होण्यासाठी आपण विश्वासावर अवलंबून असतो.

अविश्वासाच्या वेढ्यात : विश्वासाचं पुनरुज्जीवन

ज्या गोष्टीबद्दल आम्ही या पुस्तकात लिहीत आहोत, तो एक विरोधाभास असला तरी चांगली गोष्ट आहे ती म्हणजे, या इतक्या अविश्वासानं भरलेल्या जगात काही सर्वार्थानं विलक्षण अशी वेगळी माणसं, नेते मंडळी, कंपन्या, उद्योग एवढंच नाही, तर काही राष्ट्रंसुद्धा आहेत, जी मुहम्मद युनूसप्रमाणेच विश्वासाचं पुनरुज्जीवन करण्याच्या प्रयत्नांत आहेत. त्यांना स्वतःला समृद्धी, उत्साह आणि आनंद या बाबतीत झालेला फायद्याचा प्रसार ते जगभर करत आहेत. आम्ही याला पुनरुज्जीवन म्हणतो. ही काही नवीन विक्षिप्त लहर किंवा तंत्र नाही. हा एक चिरंतन तत्त्वाचा पुनर्जन्म किंवा परत नव्यानं लागलेला शोध आहे. ज्याप्रमाणे चौदाव्या शतकात युरोपमध्ये पुनरुज्जीवनवादानं संपूर्ण समाजाला आणि मानवजातीला वरच्या श्रेणीत नेलं, त्याचप्रमाणे या कालातीत तत्त्वामुळे सतत लोकांना लाभच होत गेले.

दहाव्या शतकातील मध्य पूर्वेतील मघरिबी व्यापाऱ्यांचे उदाहरण घ्या. त्या काळात बगदादमधील सामाजिक आणि राजकीय अराजकतेच्या वातावरणातून

बाहेर पडून काही व्यापाऱ्यांनी मघरीब येथे स्थलांतर केले. हा प्रदेश दक्षिणेकडील ॲटलास पर्वतराजी आणि उत्तरेकडील भूमध्य समुद्र यांच्यामध्ये आफ्रिकन महाखंडावर आहे. भूमध्य प्रदेशातील व्यापाराच्या अशा संधी त्यांनी हेरल्या, ज्या त्यांना राजकीय अराजकतेपायी गमवायच्या नव्हत्या. या संधींनी प्रेरित होऊन त्यांनी व्यापाराची एक नवीन पद्धत सुरू केली, जी राजकीय हस्तक्षेपाशिवाय टिकाव धरू शकेल. ही पद्धत विश्वासावर आधारित होती. Jump Point या पुस्तकात टॉम हेज म्हणतात-

व्यापारात सामील होण्यासाठीची प्रलोभनं मोठी होती, तसंच व्यापारी संघात टिकून राहण्यातले फायदेसुद्धा स्पष्ट होते. या पद्धतीचं वैशिष्ट्य असं होतं की, याची सुरुवात हात मिळवून व्हायची. (हात मिळविणं हीच विश्वास दर्शविण्याची एक पद्धत होती, ज्यामुळे हातात खंजीर किंवा काही नाही हे कळत असे). व्यापारातील वादविवाद न्यायालयात सोडवताना लागणारा वेळ आणि पैसा लक्षात घेऊन आणि फातिमिदी न्यायाधीशांचं भ्रष्ट आणि अन्यायकारक न्यायदान यांचा विचार करून मघरिबी व्यापऱ्यांनी न्यायदानाची स्वतःची अशी एक पद्धत सुरू केली, जी उत्कृष्ट होती. अप्रामाणिक आणि आळशी लोकांची मानहानी करून त्यांना बहिष्कृत केलं जात असे. थोडक्यात, आजच्या भाषेत सांगायचे झालं तर, त्यांना बेटावरून हाकलून दिलं जात असे. सार्वजनिक शिक्षा आणि वाळीत टाकलं जाण्याची भीती ही एक स्वयंशिस्त अमलात आणणारी यंत्रणा होती. आणि हीच लोकांच्या चांगल्या कामगिरीची आणि सहकार्याची गुरुकिल्ली होती.

कायद्याचा आधार घेण्याऐवजी विश्वासाचा आणि सामाजिक निर्बंधांचा आधार घेऊन मघरिबी व्यापाऱ्यांनी शेकडो वर्षं भूमध्य प्रदेशात व्यापार केला.

आजच्या या विश्वासाच्या कसोटीच्या काळातसुद्धा आपल्याला आधुनिक मघरिबी व्यापारी आढळतात. हे लोक या सत्याची खात्री देतात की विश्वासाचा मार्ग हाच खरा संपन्नतेनं, उत्साहानं आणि आनंदानं जगण्याचा मार्ग आहे. याचं एक उदाहरण म्हणजे विप्रो या भारतातल्या एका मोठ्या आय. टी. कंपनीचे चेअरमन अझिम प्रेमजी. पुढील गोष्टीवरून तुम्हाला प्रेमजी ज्या विश्वासाच्या तत्त्वाच्या आधारावर काम करतात त्याची कल्पना येईल. एके दिवशी सकाळी त्यांनी विप्रोच्या सगळ्या व्यवस्थापकांना निरोप पाठवला की त्या दिवशी संध्याकाळी ते बंगळूरला येऊन त्या सगळ्यांची भेट घेणार होते. त्यांनी असंही सांगितलं की ते फार वेळ घेणार नाहीत; पण विषय महत्त्वाचा असल्यामुळे त्यांना सगळ्यांशी प्रत्यक्ष बोलणं महत्त्वाचं होतं. प्रवासाची बिलं फुगवून दाखवल्यामुळे एका जनरल

मॅनेजरला कंपनी सोडून जाण्यास सांगण्यात आलं होतं. खरं म्हणजे संस्थेत या व्यक्तीचं योगदान फार मोठं होतं आणि त्यांनी दाखवलेली रक्कम फारच क्षुल्लक होती. परंतु हा प्रश्न तत्त्वाचा असल्यामुळे असा निर्णय घेण्यात आला होता. प्रेमजींनी पुढे असंही सांगितलं की त्यांना या व्यक्तीच्या जाण्यावरून कोणत्याही अफवा पसरलेल्या आवडल्या नसत्या. तसंच त्या व्यक्तीवर या घटनेमुळे कोणीही टीका केल्यास त्यांच्यावरही योग्य ती कारवाई करण्यात येईल, हेही त्यांनी स्पष्ट केलं. म्हणूनच प्रेमजींना हे सगळं स्वतः येऊन स्पष्ट करणं गरजेचं वाटलं.

दुसरा एक प्रसंग पाहा. एकदा विप्रोचा आयात केलेला बराच माल मुंबई गोदीमध्ये अडकला होता. त्याच सुमारास अर्थसंकल्प सादर करण्यात येणार होता. अनेकांचा असा अंदाज होता की, अर्थसंकल्प सादर झाल्यावर कर (duty) वाढल्यामुळे विप्रोला जास्त पैसे भरावे लागतील. कस्टमच्या काही अधिकाऱ्यांनी याचा फायदा घ्यायचं ठरवलं. त्यांनी काही छोट्या रकमेच्या मोबदल्यात माल पट्कन सोडवून देण्याची तयारी दर्शवली. ही गोष्ट नियमबाह्य असल्यामुळे स्वाभाविकच प्रेमजींच्या कानावर घातली गेली. प्रेमजींनी सांगितलं, ''रोज न चुकता त्या कस्टम अधिकाऱ्यांकडे जा आणि त्यांना माल लवकर सोडवून देण्याची विनंती करा. यासाठी कुठलाही वेगळा मार्ग अवलंबू नका. एका रुपयाचीही लाच देऊ नका. तुमचे प्रयत्न कारणी लागले नाहीत तरी निराश होऊ नका. शेवटी आपल्याला ड्यूटी भरावी लागली तरीही चालेल, आपण ती भरू; परंतु लागतील ते कष्ट घेऊन आपला माल सर्वसामान्य मार्गानंच सोडवा.''

प्रेमजींच्या या विश्वासपूर्ण वागण्यामुळे त्यांच्याबद्दल निष्ठा निर्माण झाली. परिणामी टाइम नियतकालिकाच्या यादीतील सर्वांत जास्त प्रभावशाली अशा १०० लोकांपैकी ते एक आहेत. फायनान्शियल टाइम्सच्या अनुसार 'जे लोक अत्यंत प्रभावीपणे इतरांची आयुष्यं, कामाची पद्धत, विचारांची दिशा बदलतात आणि त्यायोगे चिरंतन असा परिणामकारक सामाजिक, राजकीय आणि सांस्कृतिक बदल घडवून आणतात,' त्यापैकी ते एक आहेत.

> *तुमचा जर तुमच्या सद्सद्विवेकबुद्धीशी सतत संघर्ष होत असेल तर तुम्ही यशस्वी होणं अशक्य आहे... तुम्हाला काय सांगायचं आहे ते लोक जरूर ऐकतील; पण ते विश्वास मात्र तुमच्या कृतीवर ठेवतील. नैतिक मूल्यं विश्वासावर आधारित असतात. ती तुमच्या प्रत्येक कृतीमधून झळकली पाहिजेत.*
>
> *अझिम प्रेमजी, विप्रोचे चेअरमन*

आधुनिक मघरिबी व्यापाऱ्यांचं अजून एक उदाहरण म्हणजे टोनी श्ये, झॅपोस या कंपनीचा CEO. यांनी आपल्या खोलीत राहणाऱ्या एका मित्राबरोबर १९९६ मध्ये लिंक एक्स्चेंज नावाची कंपनी सुरू केली. त्या वेळी नुकतंच त्यांचं कॉलेज संपलं होतं. दोन वर्षांनंतर त्यांनी ती कंपनी २६५ दशलक्ष डॉलरना मायक्रोसॉफ्टला विकली. आणि विकण्यामागचं कारण? तर श्ये यांच्या मते, "कंपनीतलं वातावरण बिघडलं होतं. आम्ही जेव्हा फक्त पाच ते दहा जणं काम करत होतो, त्या वेळी आम्ही खूप उत्साही होतो. आम्ही सतत काम आणि काम करत असू. झोपायलासुद्धा फुरसत नव्हती. आज कुठला दिवस आहे, हेही भान आम्हाला नव्हतं." त्यांनी सांगितलं. पण जेव्हा कंपनीच्या पटावर शंभरचा आकडा आला तेव्हा, "बिछान्यातून बाहेर पडून कामावर जाणं नकोसं झालं. परत परत गजर झाला तरी उठण्याची इच्छा होईना." असे श्ये यांचे शब्द आहेत.

आणि म्हणूनच श्ये जेव्हा झॅपोसचे सल्लागार गुंतवणूकदार आणि कालांतरानं CEO झाले, तेव्हा त्यांचा पहिला भर हा कंपनीत कामाचं असं वातावरण निर्माण करण्यावर होता, की ज्यामुळे कंपनीला नुसतं ऐश्वर्यच नाही, तर ऊर्जा आणि आनंदसुद्धा प्राप्त होईल. या सगळ्या प्रक्रियेत त्यांनी कंपनीला जवळ जवळ शून्य विक्रीपासून ते १ अब्ज डॉलर वार्षिक विक्रीपर्यंत नेऊन पोहोचवलं आणि झॅपोसला फॉर्च्यून मासिकाचं काम करण्यासाठी उत्तम अशा १०० कंपन्यांच्या यादीत मानाचं स्थान मिळवून दिलं. अनेक दशकांमधील अत्यंत वाईट अशा आर्थिक वातावरणात ही अवघड गोष्ट त्यांनी त्यांच्या कर्मचाऱ्यांवर आणि ग्राहकांवर विश्वास ठेवून साध्य केली.

झॅपोस संस्कृती म्हणजे विश्वासाचं आदर्श उदाहरण आहे. 'डिलिव्हरिंग हॅपीनेस' या आपल्या पुस्तकात श्ये म्हणतात, "आमच्याकडे कुठलाही तयार मसुदा नाही, कारण आमचे कर्मचारी प्रत्येक ग्राहकाशी बोलताना सुज्ञपणाचा वापर करतील यावर आम्ही विश्वास ठेवतो. इतर कॉल सेंटर्सप्रमाणे इथे वेळेचा हिशेब ठेवला जात नाही, तर ग्राहकांचं समाधान होण्याकरता जितका वेळ लागेल तेवढा तो दिला जातो." श्ये म्हणतात, "तुमच्या ग्राहक सेवा विभागाला अधिकार द्या आणि त्यांच्यावर विश्वास ठेवा. त्यांना उत्तम सेवा देण्याची इच्छा आहे याची खात्री बाळगा, कारण खरंच त्यांना तशी इच्छा असते. पर्यवेक्षकाकडे तक्रारी क्वचितच जातील."

झॅपोसचा त्यांच्या ग्राहकांवरसुद्धा विश्वास आहे. ही कंपनी त्यांना हवे असणारे बूट मागवण्याची आणि घालून पाहण्याची संधी देते. ग्राहकांना जर ते पसंत पडले नाहीत तर ते परत करता येतात. माल ग्राहकांपर्यंत पोहोचवण्याचा आणि पसंत पडले नाही तर कंपनीकडे परत पाठवण्याचा असे दोन्ही खर्च कंपनी करते. वर्षभरात ते कधीही बूट परत करू शकतात, असे त्यांचे धोरण आहे. याशिवाय

कंपनी सातत्यानं विश्वास निर्माण होईल असं वर्तन करते. उदा. २०१० मध्ये किमतींमध्ये काही गफलत होऊन झॅपोसच्याच दुसऱ्या एका 6pm.com या संकेतस्थळावर उपलब्ध असणाऱ्या सर्व वस्तू निर्देशित केलेल्या सहा तासांच्या कालावधीत ४९.९५ डॉलर या कमाल किमतीत उपलब्ध होत्या. परिणामी त्या संकेतस्थळावरील काही निवडक वस्तू- ज्यांची किंमत एरवी हजारो डॉलरच्या घरात असते- त्या वस्तूही त्याच किमतीत उपलब्ध झाल्या आणि त्या सहा तासांच्या सेलमध्ये झॅपोसला कमालीचं नुकसान सोसावं लागलं. असं असलं तरीही झॅपोसनं दिलेल्या शब्दाचा मान राखला.

> *आम्हाला खात्री आहे की हा ग्राहकांसाठी फायद्याचा व्यवहार होता; परंतु अनवधानानं आमची चूक झाली. इतक्या वस्तू कवडीमोलानं विकाव्या लागल्यामुळे आमचं फार मोठं नुकसान झालं. (१.६ दशलक्ष डॉलरपेक्षा जास्त) परंतु शेवटी ती आमची चूक आहे. त्या घोळांत जे व्यवहार झाले ते आम्ही नक्की पूर्ण करू. त्या गोंधळाच्या वेळी ज्या कोणाचा गोंधळ आणि/ अथवा निराशा झाली असेल त्यांची आम्ही माफी मागतो आणि इतके चांगले ग्राहक असण्याबद्दल तुमचे आभार मानतो. आम्हाला आशा वाटते की, तुम्ही यापुढेही 6pm.com. वर खरेदी करत राहाल, बचत करत राहाल आणि खूश राहाल.*

या आर्थिक अधोगतीच्या घसरणीच्या काळात श्ये आणि झॅपोस यांनी जे साध्य केलं ते निश्चितच कौतुकास्पद आहे. आणि ते म्हणजे फक्त आर्थिक फायदा नाही. अर्थात तोही कौतुकास्पदच आहे. श्येसाठी झॅपोसनं मिळवलेल्या सगळ्यात महत्त्वाच्या फायद्याचा संबंध उत्साह आणि आनंद यांच्याशी आहे. खरं म्हणजे झॅपोसच्या कर्मचारी, ग्राहक आणि भागीदार यांच्यापर्यंत आनंद पोहोचवणं, हेच झॅपोसचं वैशिष्ट्य आहे. कंपनीचं स्वप्न आणि हेतू अतिशय स्पष्ट आहे. 'झॅपोस हे जगात आनंद पसरवण्याचं एक निमित्त आहे.'

> *आयुष्यातला सर्वोत्तम आनंद कुठला असेल तर तो म्हणजे सार्थ विश्वासाचा!*
>
> *चार्ली मुंगेर, बर्कशायर हॅथवेचे व्हाईस चेअरमन*

ही जी जगभरात फोफावत असलेली विश्वासाच्या पुनरुज्जीवनाची चळवळ

आहे, त्यात सामील असणाऱ्या हजारो कंपन्यांपैकी विप्रो आणि झॅपोस या दोन कंपन्या आहेत.

डेन्मार्कस्थित लेगो* कंपनीनं तर विश्वासानं सर्व साधनं ग्राहकांच्याच हातात देऊन त्यांना हव्या तशा रचना तयार करून लेगोचे संच बनवायला दिले. लेगो हा ब्रँड जेवढा कंपनीचा आहे, तितकाच तो ग्राहकांचा आहे, असा कंपनीचा दृष्टिकोन आहे.

ॲमेझॉननं ऑनलाइन खरेदीचा सगळ्यात उत्तम अनुभव ग्राहकांना देऊन त्यांचा विश्वास मिळवला आहे. त्यासाठी त्यांनी कधी वेगवेगळ्या लोकांकरता दलाल किंवा मध्यस्थाचं कामसुद्धा केलं, तर कधी ग्राहकांना निवड करता यावी म्हणून स्वतःच्याच किमती कमी केल्या आहेत. ॲमेझॉनचे संस्थापक जेफ बेझोस म्हणतात, "तुम्ही जर लोकांना चांगला अनुभव दिलात, तर ग्राहक तो इतरांना सांगतात. बोलण्याचा प्रभाव नेहमीच जास्त असतो."

गीसिंजर हेल्थ सर्व्हिसेसनी आपल्या रुग्णांचा विश्वास वाढण्याकरता 'वॉरंटीसहित शस्त्रक्रिया' देऊ केली. त्यांनी हृदयाच्या बायपास शस्त्रक्रियेकरता एक स्थिर किंमत ठरवली. यामध्ये त्यांनी शस्त्रक्रियेपूर्वी, शस्त्रक्रियेनंतर आणि ९० दिवसांपर्यंत घेण्यात येणारी सगळी काळजी या सगळ्यासाठी लागणारी रक्कम अंतर्भूत केली. त्यामुळे त्यांना सर्व बाबतींत चांगले परिणाम मिळाले.

स्वीडनमधील मॅक्स हॅमबर्गर रेस्टोरेन्जर (हॅमबर्गर रेस्टॉरन्ट) त्यांच्या मेन्यूमधील सर्व पदार्थांतून किती प्रमाणात कार्बन उत्सर्जित केला जातो ते प्रसिद्ध करते, म्हणजे ग्राहकाला त्यानं निवडलेल्या पदार्थाचा वातावरणावर काय परिणाम होईल, हे ठरवता येतं. व्यवसायात अशी पारदर्शकता आणि अर्थातच उत्कृष्ट चवीची सँडविचेस यामुळे मॅक्सनं ग्राहकांची निष्ठा मिळवली आहे. सलग ९ वर्षं त्याला सर्वांत जास्त ग्राहक समाधानाची पावती मिळाली आहे.

नुसत्या ग्राहकांच्या विश्वासांवर न थांबता हजारो टीम आणि संस्था अशा आहेत की, ज्या विश्वासाची संस्कृती जोपासण्याचा प्रयत्न करत आहेत. भारतामधल्या टाटा ग्रुपनं आपल्या ४,००,००० कर्मचाऱ्यांकरता 'विश्वासू नेतृत्व' या तत्त्वाच्या आधारे ही संस्कृती प्रत्यक्षात आणली आहे. हे नीतितत्त्व आपल्याला कंपनीच्या हेतूमध्ये (जो समाजाकरता झिजतो, त्याच्या आयुष्याची प्रत सुधारणं), कंपनीच्या

---

*लेगो : ही डेन्मार्कमधील एक जुनी खेळण्यांची कंपनी असून, त्यांचे ठोकळे प्रसिद्ध आहेत. त्यांनी निरनिराळ्या गोष्टी बनवता येतात.

लेगो कंपनी विश्वासवृद्धी कशी करते याचा एक छोटा व्हिडिओ पाहण्यासाठी SmartTrustBook.com या संकेतस्थळावर जा.

कामाच्या पद्धतीमध्ये, तसंच त्यांच्या लोकोपकारी वृत्तीतून दिसून येते.

२००३ मध्ये IBM नं कर्मचाऱ्यांचा विश्वास वाढवण्याकरता जगभरातल्या आपल्या ३,१९,००० कर्मचाऱ्यांना ३ दिवस इंट्रानेटद्वारा 'मूल्यमंथन' करण्यात सामील करून घेतलं. ज्या मूल्यांच्या आधारावर कंपनी चालावी असं त्यांना वाटतं, ती नव्यानं निर्माण करावीत यासाठी हे मूल्यमंथन होतं. जी तीन मूल्यं निवडली गेली, त्यांपैकी एक 'नात्यांमधील विश्वास आणि वैयक्तिक जबाबदारी' हे होतं. आज त्यांनी कामाच्या व्यवस्थेमध्ये लवचीकता आणून आणि टेलिकम्यूटिंग (संगणक आणि इतर संपर्कयंत्रणेच्या साहाय्यानं घरूनच काम करणं) पद्धतीचा अवलंब करून या विश्वासावर शिक्कामोर्तब केलं आहे. या नवीन पद्धतीचा उपयोग कर्मचाऱ्यांची निष्ठा आणि निर्मितिक्षमता वाढण्यात झाला.

जनरल मिल्सची टिकून राहण्याची बांधिलकी आणि सामाजिक जबाबदारी (CSR - Corporate Social Responsibility) मध्ये पुढाकार घेऊन सातत्यानं काम करणं आणि लोकांच्या जीवनाचं पोषण करण्याची जबाबदारी, यामुळे त्यांच्या कर्मचाऱ्यांमध्ये विश्वास वाढायला मदत झाली आणि या विश्वासाच्या बळावरच जनरल मिलचे CEO केन पॉवेल यांना २०१९ मध्ये त्यांच्या लोकांकडूनच अमेरिकेतील सगळ्यात लोकप्रिय बॉस म्हणून १०० टक्के मान्यता मिळाली.

डाल्टन कंपनी ही कॅनडामधील बांधकाम क्षेत्रातील कंपनी. या कंपनीनं 'निर्मितीचा पर्यायी मार्ग/ दृष्टिकोन' हे तत्त्व वापरून कर्मचाऱ्यांमध्ये विश्वास जागवला, ज्यामुळे विश्वासाची साखळी कर्मचाऱ्यांपासून सुरू होऊन व्यावसायिक भागीदारांपर्यंत पोहोचली आणि पूर्ण बांधकाम क्षेत्रातच विश्वासाचा एक पाया निर्माण केला.

सिॲटलमधील व्हर्जिनिया मेसन मेडिकल सेंटर 'फिजिशियन्स कॉम्पॅक्ट' हा करार कर्मचाऱ्यांमध्ये विश्वास जागवतो. हा असा करारनामा आहे की, ज्यामुळे हॉस्पिटल आणि डॉक्टर यांच्यामधील ताणलेले वैमनस्याचे संबंध बदलतात. या करारामुळे दोघांच्या जबाबदाऱ्या स्पष्ट होऊन उच्च विश्वासाचं वातावरण निर्माण व्हायला मदत होते. हेच विश्वासाचे तरंग शेवटी ओघानं व्हर्जिनिया मेसन ज्या समाजाकरता काम करते, तिथपर्यंत पोहोचतात.

शासन व्यवस्था आणि समाजदेखील या विश्वासाचं पुनरुज्जीवन करण्यात अग्रेसर आहेत. स्थानिक भ्रष्टाचाराचं निर्मूलन करण्याच्या मोहिमेचा एक भाग म्हणून इन्डोनेशियामध्ये (attorney general) यांच्या विभागातर्फे ठिकठिकाणी 'ऑनेस्टी कॅफे' सुरू केले आहेत, जिथं लोकांना आपल्या जेवणाचे पैसे प्रामाणिकपणे आपण होऊन प्लॅस्टिक कॅश बॉक्समध्ये जमा करायचे आहेत. न्यू यॉर्क टाइम्सच्या लेखात म्हटल्याप्रमाणे, 'योग्य तेवढे पैसे प्रामाणिकपणे भरण्याची जबाबदारी

ग्राहकांवरच सोपवल्यामुळे लोकांना सतत आपण प्रामाणिक आहोत की नाही, याचा विचार करावा लागतो. जर ते अप्रामाणिक असतील तर त्यामुळे त्यांना अपराधी वाटतं.' आता हे लिहीत असतानादेखील २३ विभागांमध्ये मिळून सात हजार उपाहारगृहं यशस्वीपणे सुरू आहेत.

१९९५ मधल्या ट्रान्स्परन्सी इंटरनॅशनलच्या सुरुवातीच्या भ्रष्टाचार निर्देशांकात (corruption perception index) सगळ्या राष्ट्रांमध्ये इंडोनेशियाचा क्रमांक सगळ्यात खाली होता. २०१० मध्ये मात्र तो १७८ राष्ट्रांमधून ११० पर्यंत वर चढला. इंडोनेशियाच्या निवडून आलेल्या सुसिलो युधोयोनो या पहिल्या राष्ट्राध्यक्षांच्या लोकप्रियतेत या प्रामाणिक उपाहारगृहांचा मोठाच वाटा होता. ही योजना त्यांच्या भ्रष्टाचारविरोधी प्रचंड मोहिमेचा एक भाग होती.

विश्वास आणि सामाजिक जबाबदारीची जाणीव

विश्वासाचं पुनरुज्जीवन करण्याच्या या प्रयत्नांत व्यक्ती आणि संस्था सामाजिक बांधिलकीच्या Corporate Social Responsibility कल्पनेचा गांभीर्यानं विचार करत आहेत. तीन गोष्टी त्यांना महत्त्वाच्या वाटतात. मानव, मातृग्रह आणि फायदा. त्यामागची कल्पना अशी आहे की, उच्च विश्वासाची फळं (समृद्धी, उत्साह, आनंद) ही तेव्हाच टिकून राहतात, जेव्हा संस्था आणि उद्योगधंदे अशा तऱ्हेनं काम करतात की, त्याचा फायदा केवळ भागधारकांना (shareholders) न होता, सगळ्या हितसंबंधीयांना (stakeholders) होतो.

पेप्सिको कंपनीच्या CEO इंद्रा नूयी या दृष्टिकोनाच्या खंद्या पुरस्कर्त्या आहेत. त्यांच्या नेतृत्वाखाली 'लोकांच्या / मानवाच्या आणि आपल्या पृथ्वीच्या निरामय भवितव्यासाठी गुंतवणूक करून निरंतर विकास साध्य करणं,' हा पेप्सिकोचा प्रयत्न आहे. त्यांचा जाहीरनामसुद्धा हेच सांगतो, 'हेतुपूर्वक कृती' इतर अनेक कंपन्या आणि उद्योगधंद्यांनी नफ्यावर केंद्रित केलेलं लक्ष थोडं बाजूला करून जास्त पर्यावरणपूरक, लोकाभिमुख दृष्टिकोन अवलंबिला आहे. याचे सकारात्मक परिणाम सर्व हितसंबंधीयांच्या समृद्धी, उत्साह आणि आनंद या तीनही बाबींत दिसू लागला आहे. हे बदल टोकाचे आहेत आणि यशस्वितेसाठी अतिशय महत्त्वाचे आहेत. लोकांच्या यशासाठी आता ही गोष्ट लक्षात येऊ लागली आहे की, आपण किंवा कंपनी/ संस्था यांपैकी कोणीही बेदरकारपणे, कसलीही तमा न बाळगता व्यवसाय करून जगाशी गैरवर्तन करू शकत नाही आणि म्हणूनच विश्वास आणि त्यामुळे होणारे फायदे, हे सामाजिक बांधिलकी जपणाऱ्या संस्थांकडे वळू लागले आहेत.

> *कुठल्याही कंपनीला जेव्हा एखाद्या समाजात काम करण्याचा परवाना मिळतो, तेव्हा त्या समाजाची काळजी घेणं, हे त्या कंपनीचं कर्तव्य ठरतं. तात्पुरती चांगली कामगिरी पुरेशी नसते. तुमच्या कृतीमागे काहीतरी हेतू असावा लागतो. हेतू जर हरवला तर कृती संपायला वेळ लागत नाही. कंपन्या सातत्यानं चांगली कामगिरी तेव्हाच करू शकतात, जेव्हा ज्या समाजात त्या वावरतात, तो समाजही चांगला असतो.*
>
> *इंद्रा नूयी*

हितसंबंधी विरुद्ध भागधारक

या दृष्टिकोनावर अनेक सामाजिक प्रतिक्रिया निर्माण झाल्या आहेत. उदाहरणार्थ मुहम्मद युनूस यांनी आपल्या नोबेल पुरस्कार विजेत्या लघुवित्त साहाय्य (microcredit) या कामाबरोबरच जगातील पहिला, विचारपूर्वक तयार केलेला बहुराष्ट्रीय 'सामाजिक व्यवसाय' सुरू केला. असा व्यवसाय, जो सामाजिक समस्या सोडवण्याकरता निर्माण झाला. या व्यवसायात गुंतवणूकदारांना कोणताही लाभांश दिला जात नव्हता आणि सर्व नफा परत कंपनीकडे वळवण्यात आला. ज्यामुळे मालाची आणि सेवेची गुणवत्ता सुधारली गेली आणि उपलब्धता वाढली. २००५ मध्ये फ्रँक रिबॉडबरोबरच्या एका दुपारच्या जेवणाच्या भेटीत ही योजना आकाराला आली. फ्रँक रिबॉड फ्रान्समधील ग्रुप डॅनॉन या कंपनीचे अध्यक्ष आणि CEO होते. (ही कंपनी यूएसमध्ये डॅनॉन योगर्ट आणि जगभरात इतर उत्पादनं बनवते). रिबॉडनं जेव्हा युनूस यांच्या कामाबद्दल ऐकलं तेव्हा त्यांनी युनूसना आपल्याबरोबर जेवण्याचं निमंत्रण दिलं. त्यांना युनूस यांच्या कामाबद्दल अधिक माहिती करून घ्यायची होती आणि गरिबांपर्यंत अन्न पोहोचवण्याकरता त्यांच्या कंपनीची कशी मदत होऊ शकेल याविषयी युनूस यांच्या कल्पना त्यांना समजून घ्यायच्या होत्या. जेव्हा बांगलादेशमधील मुलांचा आहार सुधारण्याकरता ग्रामीण आणि डॅनॉन यांनी संयुक्तरीत्या सकस अन्न पुरविण्याची योजना मांडली, तेव्हा रिबॉड उठून उभे राहिले. त्यांनी युनूसबरोबर हात मिळवला आणि म्हणाले, 'आपण हे करू या' रिबॉडच्या या झट्कन दिलेल्या उत्तरामुळे युनूसना वाटलं की त्यांना बहुधा समजलं नसावं. म्हणून त्यांनी परत एकदा रिबॉडना समजावून सांगितलं.

"मला समजलं ते," रिबॉड म्हणाले, "मी तुमच्याबरोबर हात मिळवला कारण तुम्ही मला सांगितलं की ग्रामीण बँकेमध्ये तुम्ही व्यवहार करताना परस्परांवर विश्वास ठेवता. कर्ज देताना तुम्ही कायदेशीर कागदपत्रांऐवजी हात मिळवता. म्हणून मी तुमचीच पद्धत अवलंबतो आहे. आपण हात मिळवले आणि माझ्यासाठी

हा व्यवहार पक्का झाला.'' रिबॉडना आपण नक्की काय करतो आहोत, नक्की कुठं उडी मारतो आहोत हे कदाचित अजूनही नीटसं कळलं नसावं, या विचारानं युनूसनी परत त्यांना समजवायला सुरुवात केली. त्यांनी हे समजावून सांगितलं की, हा सामाजिक व्यवसाय असणार आहे, कंपनी टिकाव धरू शकेल, जेमतेम एवढ्याच किमतीला उत्पादन विकलं जाईल. नफा परत एकदा कंपनीच्या कामाकरता वळवला जाईल, त्यामुळे गुंतवणूकदारांना काहीही लाभांश मिळणार नाही. रिबॉडनी हे झटकन मान्य करून परत एकदा हात मिळवले आणि म्हणाले, ''आपण हे करू या.''

२००६ मध्ये ग्रामीण डॅनॉन यांनी बांगलादेशमधील बोगरा येथे आपली पहिली फॅक्टरी बांधली. आता त्यांनी १६०० पेक्षा जास्त वाटप दुकानांचं जाळं पसरलं आहे. २०१० मध्ये कंपनीला आर्थिक स्थैर्य आलं. रोजगाराच्या शेकडो संधी आणि बांगलादेशच्या कुपोषित मुलांकरता स्वस्त दरात सकस अन्नपुरवठा करून ते हळूहळू आपल्या सामाजिक ध्येयाकडे पावलं टाकत आहेत. ग्रामीणनं नंतर अशाच प्रकारचे संयुक्त व्यवसाय BASF, Intel आदिदास या कंपन्यांबरोबर मिळून सुरू केले आहेत.

मायक्रोसॉफ्ट आणि बिल ॲन्ड मेलिंडा गेट्स फाउंडेशन (जी जगातील सगळ्यात मोठी खासगी धर्मादाय संस्था आहे) त्याचे बिल गेट्स हे सहसंस्थापक आहेत. ते (स्टेकहोल्डर इश्यू) सर्जनशील भांडवलदारी (creative capitalism) च्या दृष्टिकोनातून पाहतात. २००७ मध्ये हार्वर्डच्या पदवीप्राप्त विद्यार्थ्यांसमोर बोलताना ते म्हणतात-

सर्जनशील भांडवलशाहीचा उपयोग करून आपण बाजाराची ताकद सामान्यांचे हित साधण्याकडे वळवू शकतो. आपण बाजाराची ताकद अशा प्रकारे वाढवायला हवी की जास्तीत जास्त लोकांना त्याचा फायदा होईल किंवा कमीत कमी त्यांना रोजगार उपलब्ध होईल, तर लोकांवरचा अन्याय दूर होण्यास मदत होईल. करदात्या लोकांचा पैसा हा लोकांना जी मूल्ये महत्त्वाची वाटतात त्याकरता वापरला जावा, असा दबाव जगभरातील राज्यकर्त्यांवर यायला हवा.

ज्यामुळे व्यवसायात फायदा होईल आणि राजकारणाकरता मतं निर्माण होतील, असे मार्ग जर आपण शोधून काढले, तर जगातील अन्याय कमी होण्यास मदत होईल. या कार्याला अंत नाही; परंतु जाणीवपूर्वक प्रयत्न करून आपण जगात बदल घडवून आणू शकू.

या चळवळीविषयी अनेक विचारवंतांनी लिहून ठेवलं आहे. त्यामध्ये कोलंबिया युनिव्हर्सिटीचे जेफ्री सॅच यांचे 'द एन्ड ऑफ पॉवर्टी' हे पुस्तक आणि मिशिगन युनिव्हर्सिटीचे सी. के. प्रल्हाद यांच्या 'द फॉर्च्यून ॲट द बॉटम ऑफ द पिरॅमिड' या पुस्तकांचा समावेश आहे. प्रल्हादांच्या मत, ही केवळ सामाजिक चळवळ नसून, यामध्ये सामाजिक गरजांच्या संदर्भात काम करणाऱ्यांसाठी महत्त्वपूर्ण आर्थिक संधी उपलब्ध आहेत. त्यांच्या पुस्तकाच्या उपशीर्षकातून 'Eradicating Poverty Through Profits' (आर्थिक फायद्यातून दारिद्र्यनिर्मूलन) सामाजिक आणि आर्थिक फायद्यांमधील समकेंद्रित्व दिसून येते आणि त्यामुळेच उच्च विश्वासाचा हा पर्याय महत्त्वाचा ठरतो.

महत्त्वाचा मुद्दा हा आहे की, जास्तीत जास्त लोक आणि संस्थांना आपल्या सामाजिक आणि पर्यावरणीय जबाबदारीचे भान येते आहे. त्यांच्या वागण्यात ती समजूत आणि विश्वास प्रकर्षाने दिसून येत आहे. ज्या व्यावसायिक संस्था हा दृष्टिकोन ठेवून कार्य करतात, त्या सर्व हितसंबंधीयांसाठी (Stakeholders) समृद्धी, ऊर्जा आणि आनंद निर्माण करत आहेत. हा बदल आम्हाला आम्ही ८० च्या दशकात कोव्ही लीडरशिप सेंटरमध्ये जे 'वैश्विक ध्येय विधान' केलं होतं त्याचं स्मरण करून देतो. आम्ही एक छोटंसं विधान केलं होतं, 'To increase the economic well-being & quality of life of all stakeholders' (सर्व हितसंबंधीयांच्या आर्थिक हित आणि जीवनात सुधारणा करणे) केवळ आर्थिक हितार्थी (share - holders) या एकाच गोष्टीवर लक्ष केंद्रित करण्याऐवजी सर्व हितसंबंधीयांवर लक्ष केंद्रित करण्याचा आमचा हा सुरुवातीचा प्रयत्न होता. असा प्रयत्न, की ज्यामुळे आर्थिक फायद्याबरोबरच (समृद्धी) मानवी कल्याण आणि आयुष्याची गुणवत्ता (उत्साह आणि आनंद) या मध्येही बदल घडून येईल.

> *'दीर्घ काळ चालणारा व्यवसाय उभारायचा असेल तर तुम्ही राहत असलेल्या समाजाचा विश्वास तुम्हाला कमावायला हवा.'*
>
> *अँड्र्यू विट्टी, ग्लॅक्सो स्मिथक्लाईनचे CEO*

बदल घडवून आणायला एक व्यक्ती पुरेशी आहे.

या प्रकरणात दिलेल्या उदाहरणांवरून तुमच्या लक्षात आलंच असेल की, ज्या एका मोठ्या विरोधाभासाबद्दल आम्ही बोलत आहोत, तो किती खरा आहे.

विश्वासाच्या कसोटीच्या काळात आपण विश्वासाच्या पुनरुज्जीवनाचे साक्षीदार आहोत. बर्नी मॅडॉफसारख्या लोकांबरोबरच या जगात मुहम्मद युनूससुद्धा आहेत. एन्रॉनचे केन ले आणि जेफ स्किलिंग आहेत, तिथं वॉरन बफे आणि बर्कशायर हॅथवेचे चार्ल मुंगेर आहेत. सत्यम कॉम्प्युटर (भारताची एन्रॉन) च्या रामलिंगम राजूच्या युगात विप्रोचे अझिम प्रेमजीसुद्धा आहेत.

जेव्हा आम्ही जगभरातील निरनिराळ्या व्यक्तींबरोबर, गटांबरोबर आणि संस्थांबरोबर काम करतो, तेव्हा परत परत हेच चित्र दिसून येतं की, ज्या व्यक्तींनी आणि समाजांनी विश्वासाचा आधार घेऊन वाटचाल केली, त्यांनाच आज समृद्धी, उत्साह आणि आनंदाचे फायदे प्राप्त आहेत. मग या सगळ्याचा निष्कर्ष काय : बदल घडवायला एक व्यक्ती पुरेशी आहे. एक संस्था बदल घडवून आणू शकते; एक देश बदल घडवू शकतो आणि आजच्या या जगात कोणा एकाची विश्वासपूर्ण कृती ही पाण्यावर एकातून दुसरा तरंग उठतो, तसे समृद्धी, उत्साह आणि आनंद याचे फायदे जगभरातील संबंधितांना (stakeholders) पोहोचवू शकतात.

प्रश्न

- विश्वासाच्या पुनरुज्जीवनाचा कोणता पुरावा तुम्हाला आढळून आला आहे?
- समृद्धी, उत्साह आणि आनंद यांची तुमच्या आयुष्यातील आताची पातळी काय आहे Rephrase
- या तीनही बाबतींत उच्च विश्वासपूर्ण संबंधांनी तुमच्या आयुष्यात, तुमच्या गटात, तुमच्या संस्थेत किंवा तुमच्या देशात कोणते बदल होऊ शकतील?

अतिविश्वास की अविश्वास तुम्ही कोणता चश्मा चढवलाय?

नक्की कोणता दृष्टिकोन
राखाडी रंगाच्या काचेतून पाहिल्यावर जग झळाळत्या रंगात दिसेल ही अपेक्षा करू नका. जर सतत काळ्या चश्मा चढवून तुम्ही पाहत असाल
चार्ल्स विलियम इलियट
हार्वर्ड युनिव्हर्सिटीची दीर्घ काळ सेवा देणारे प्रेसिडेन्ट

आपल्याला जग जसे असते तसे दिसत नाही तर आपण जसे असतो तसे दिसते.... किंवा आपली नजर जशी घडली असेल तसे दिसते.
डॉ. स्टीफन कोवी

आपल्या आयुष्यात वेगवेगळ्या वेळी आणि परिस्थितीत आपण आपले व्यक्तिगत नातेसंबंध, आपले सहकारी, आपण काम करतो त्या संस्था, अगदी आपलं सरकारसुद्धा यांच्याकडे दोन वेगवेगळ्या चश्म्यांतून बघतो. कधी आपण थोड्याशा भोळसटपणे आंधळ्या विश्वासाच्या नजरेनं पाहतो, तर कधी संशयाचा चश्मा वापरतो. अशा प्रकारचा दृष्टिकोन तयार होण्यास अनेक गोष्टी कारणीभूत असतात. आपले आई-वडील किंवा आजी-आजोबांचा जगाकडे पाहण्याचा दृष्टिकोन (किंवा त्याबद्दलची आपली प्रतिक्रिया) आपलं व्यक्तिगत आणि व्यावसायिक जीवनातले अनुभव, आपल्या आजूबाजूचे लोक, आपण जे वाचतो, जे पाहतो, जे ऐकतो त्या सर्व गोष्टींचा परिणाम होऊन हा दृष्टिकोन तयार होतो.

पण बऱ्याच वेळा आपल्यातील कित्येकांना हे लक्षातच येत नाही की, आपण अशा पूर्वग्रहदूषित चश्म्यातून जग पाहतो आहोत. आपला हाच समज असतो की जसे आहे तसे जग आपण पाहतो आहोत. आपण हा चश्मा उतरवून बघण्याचे

कष्टही घेत नाही. त्याचा आपल्या आयुष्यावर काय परिणाम होतो आहे हे तपासून पाहत नाही. किंवा आपण असाही विचार करत नाही की, जर आपण चश्मा बदलला (वेगळ्या नजरेनं पाहिलं) तर आपल्या आयुष्यात काय फरक पडेल?

आम्ही आमच्या कार्यशाळेत, स्टीफनला मॉटॅनामध्ये सुटीत आलेला एक अनुभव नेहमीच सांगतो.

स्टीफन :

एकदा मी मासेमारीसाठी जाताना माझ्याबरोबर येण्यासाठी एक गाईड नेमला. आम्ही गळ टाकून बसलो असताना त्याने मला विचारले, "तुम्हाला काय दिसतंय?"

"मला एक सुंदर नदी दिसतेय"

"तुम्हाला मासे दिसत आहेत का?"

"नाही"

मग त्याने मला पोलोरॉईड काचांचा गॉगल चढवायला सांगितला आणि अचानक सगळ्या गोष्टी वेगळ्याच दिसायला लागल्या. मला पाण्यापलीकडचे जग दिसू लागले. मला मासे दिसू लागले. असंख्य मासे- ज्या मला आधी जाणवल्यासुद्धा नव्हत्या त्या वेगवेगळ्या शक्यतांचा एक पटच अचानक माझ्यापुढे उलगडला गेला. मासे तिथे आधीपासूनच होते. पण तो चश्मा चढवेपर्यंत मला ते अदृश्यच होते.

(स्टीफन हा अनुभव सांगत असतानाचा एक छोटासा व्हिडिओ पाहण्यासाठी SmartTrustBook.com या संकेतस्थळावर जा).

तिसऱ्या प्रकरणात आपण त्या पोलोरॉइड गॉगलसारख्या असणाऱ्या निरनिराळ्या चश्म्यांचा (दृष्टिकोनांचा) आढावा घेऊ. त्यांच्यामुळे आपण असंख्य निरनिराळ्या शक्यता बघू शकतो, ज्या आधीपासून अस्तित्वात असल्या तरी आपल्या नजरेआड होत्या; परंतु या प्रकरणात मात्र तुम्ही जरा थांबून स्वतःचंच निरीक्षण करायचं आहे की तुम्ही कुठला चश्मा चढवला आहे आणि स्वतःलाच विचारायचं आहे.

- मी कोणत्या प्रकारच्या चश्म्यातून जग बघतो आहे?
- मला तो कुठे मिळाला?
- या चश्म्यामुळे मला आयुष्यात अपेक्षित परिणाम मिळत आहेत का?

- आपल्या आयुष्यात संपन्नता, उत्साह आणि आनंद निर्माण करणाऱ्या असंख्य शक्यता आपल्या बाजूबाजूला आहेत, त्या हा चश्मा मला दाखवतो आहे ना?

जेव्हा आपल्याला या जगाकडे पाहण्याच्या आपल्या दृष्टिकोनाचे आकलन होईल आणि त्याचा आपल्या आयुष्यावर होणारा परिणाम लक्षात येईल, तेव्हाच आपण नवीन दृष्टिकोनामुळे पडणाऱ्या फरकाची योग्यता जाणू शकू.

अंधविश्वासाचा चश्मा

अगदी टोकाला जाऊन म्हणायचे झाले, तर आंधळा विश्वास हा तसा भाबडा, भोळसटपणाने जवळ जवळ प्रत्येकावर आणि प्रत्येकच गोष्टीवर टाकलेला पॉलिॲनासारखा* परमानंद देणारा विश्वास. हा अंधविश्वासाचा चश्मा लावणं तसं सांपं असतं; कारण असा दृष्टिकोन बाळगायला काही कष्ट घ्यावे लागत नाहीत, काही विचार करावा लागत नाही. मेरीलँड युनिव्हर्सिटीच्या एरीक उस्लॅनर यानं म्हटल्याप्रमाणे– "आपण जन्माला येताना विश्वास घेऊन येत नाही; परंतु दुसऱ्यांवर विश्वास टाकण्याची आपली वृत्ती फार लवकर उदयाला येते." खरोखर लहान मुलं किती चट्कन दुसऱ्यावर विश्वास टाकतात!

> *मुलांच्या मनात जास्त विश्वास असतो यात काहीच शंका नाही. त्यामुळेच ती जास्त सर्जनशील असतात. मला वाटते, पौगंडावस्थेत कधीतरी हे चित्र बदलायला सुरुवात होते.*
>
> *चार्ल्स ग्रीन -*

संस्थापक ट्रस्टेड ॲडव्हायजर असोसिएट्सचे संस्थापक

मोठेपणीदेखील- जरी आपल्याला कधी अंधविश्वासामुळे वाईट अनुभव आले असतील तरीही- आतून कुठंतरी आपल्याला विश्वास ठेवण्याची ऊर्मी असते. आपल्याला विश्वास ठेवावासा वाटता- की आपले राजकीय नेते त्यांनी दिलेला शब्द

---

*'पॉलिॲना - एलिनॉर पोर्टर' या अमेरिकन लेखिकेने रंगवलेली एका छोट्या मुलीची व्यक्तिरेखा. जी अतिरेकी आशावादी आहे. जी आत्यंतिक कठीण प्रसंगातही आनंद शोधते.

पाळतील... की आपल्या सहकाऱ्यांना खरोखरच आपल्याबद्दल कळकळ वाटते... जी एखादी नवीन आलेली गुंतवणूक योजना खरोखर अशी असेल की, ज्यात कमीत कमी धोका आणि जास्त परतावा असेल... किंवा आपल्या जोडीदाराकडे किंवा भागीदाराकडे त्याच्या अविश्वासू वाटणाऱ्या वागण्याचं अगदी तर्कशुद्ध आणि पटेल असं योग्य स्पष्टीकरण असेल किंवा क्वचित आपल्याला येणारे ई-मेल- जे आपला अकाउंट नंबर मागतात, ज्यामुळे एखाद्याला परदेशातील पैसा आपल्या देशात आणणं सुकर होणार असतं- त्या खऱ्या ठरतील आणि आपलं आयुष्य बदलून टाकेल इतकी रक्कम आपल्या खात्यात जमा होईल.

आपल्याला या गोष्टी अशा पद्धतीनं व्हाव्यात हे इतकं प्रकर्षानं वाटतं की आपण पुराव्यांकडे दुर्लक्ष करतो. 'ज्या गोष्टींची आपल्याला दुर्दम्य इच्छा असते, त्या गोष्टींवर आपण सहज विश्वास ठेवायला तयार होतो,' या उक्तीप्रमाणे आपण वागतो. त्या गोष्टीची खूप जास्त किंमत मोजावी लागू शकते, जेव्हा आपण घोटाळे, लुबाडणूक आणि लफंग्यांची सहजच शिकार होतो. काही लोकांना वाटतं की 'कॉन आर्टिस्ट' (भामटा) या शब्दामधील 'कॉन' हा शब्द कॉन्व्हिक्ट (Convict) या शब्दाचं संक्षिप्त रूप आहे, पण खरं तर ते Confidence म्हणजेच आत्मविश्वास या शब्दाचं लघुरूप आहे. एका अर्थानं बघायला गेलं तर कॉन आर्टिस्ट किंवा कॉन मॅन म्हणजे अशी व्यक्ती, की जी आधी तुमचा विश्वास संपादन करते आणि मग तुम्हाला रसातळाला नेते.

> *जर आपल्याला वाटत असेल की हे इतकं चांगलं आहे की ते खरं असणं अशक्य आहे, तर ते तेवढं चांगले असेल असं नाही.*
>
> *मार्क ट्वेन*

बर्नी मॅडॉफ आपल्या गुंतवणूकदारांची कोट्यवधी डॉलर्सची फसवणूक करू शकला, हजारो लोकांकडून त्यांची आयुष्याची पुंजी हिरावून घेऊन त्यांना लुबाडू शकला, त्याचं एक कारण होतं लोकांनी त्याच्यावर टाकलेला आंधळा विश्वास. त्याच्यावर लावलेले फसवणुकीचे आरोप मान्य केल्यावर तो म्हणाला की, सिक्युरिटीज ॲन्ड एक्स्चेंज कमिशनच्या अधिकाऱ्यांची समस्या ही होती की, त्यांना तो (मॅडॉफ) 'खूपच विश्वासार्ह वाटत होता' आणि त्यामुळेच एसईसीच्या तपासनिसानी कधीच त्याच्या कामातल्या मूळ नोंदी तपासल्या नाहीत. एसईसीच्या अधिकाऱ्यांच्या हे लक्षातसुद्धा आलं नाही, की ही एक पॉन्झी स्कीम* आहे.' भरीस भर म्हणजे

*पॉन्झी स्कीम : लोकांची लुबाडणूक करण्याच्या उद्देशाने तयार केलेली योजना.

मॅडॉफच्या हिशेबनिसांनीदेखील त्याच्या व्यवसायाचं विचारपूर्वक लेखापरीक्षण (Audit) केलं नाही किंवा रोखे खरोखर अस्तित्वात आहेत की नाहीत याची खात्री केली नाही.

बऱ्याच निरीक्षकांना असं वाटतं की, आज जो काही आर्थिक तिढा निर्माण झाला आहे, तो अमेरिकेतील तारण उद्योगांवर (Mortgage Industry) कुठल्याही देखरेखीशिवाय टाकलेल्या अतिविश्वासामुळे उद्‌भवलेला आहे. अतिविश्वासाचं शेवटी अंधविश्वासात परिवर्तन होऊन त्याचा गैरफायदा घेतला गेला. परिणामतः एक फुगवटा निर्माण होऊन (housing bubble) त्यांतून या आर्थिक संकटाला चालना देणारे गुंते तयार झाले. काहींना असं वाटतं की काही सटोडिये (traders) किंवा आर्थिक आस्थापनांवर टाकलेला आंधळा विश्वासच याला कारणीभूत आहे. उदा. नीक लीसन. त्याच्यावर युनायटेड किंगडम्समधल्या बॅरिंग्स या सर्वांत जुन्या गुंतवणूक बँकेनं इतका विश्वास टाकला की, त्याला एकाच वेळी, सौदेबाजारातील व्यवहारांचा व्यवस्थापक (floor manger for trading) आणि हिशेबपूर्ती कामांचा मुख्य (head of settlement operations) अशा दोन्ही जबाबदाऱ्या टाकल्या. (खरं तर या जबाबदाऱ्यांसाठी दोन वेगळी माणसं नेमण्याचा प्रघात आहे) लीसननं सट्टाबाजारात अनधिकृत व्यवहार करून बॅरिंग्सला अक्षरशः डुबवलं. पिरॅमिड स्कीम्स, आर्थिक घोटाळे, फसवणूक या सर्व गोष्टी इतक्या जास्त प्रमाणात आहेत की त्यांचा अंदाज बांधायचा झालाच तर जगात दर वर्षी जवळ जवळ २.९ ट्रिलियन (१ ट्रिलियन - १ वर १२ शून्य) डॉलर इतकी रक्कम यात अडकली जाते. जवळपास ८८ टक्के व्यवसाय गेल्या वर्षी कुठल्या ना कुठल्या तरी फसवणुकीची शिकार झाले होते. कठीण आर्थिक परिस्थितीत फसवणुकीचे प्रकार ठळकपणे नजरेसमोर येतात; कारण लोकांना आकर्षित करून घेऊन त्यांना फसवण्याची जी नेहमीची पद्धत असते, ती वापरणं कठीण होऊन बसतं. वॉरन बफे यांच्या म्हणण्याप्रमाणे, 'लाट ओसरली की तुम्हाला कळतं की कोण किती पाण्यात आहे' अत्यंत प्रतिकूल काळातच लोकांना ते जे काही ऐकतात त्यावर इतका विश्वास ठेवावासा वाटतो की, त्यामुळे त्यांनी आंधळा विश्वास टाकण्याची शक्यता जास्त वाढते.

अनेक वेळा असा काही अनुभव येतो की, हा आंधळा विश्वासच उपयोगी पडतो असं वाटतं. ऑगस्ट २०१० मध्ये जाहिरात क्षेत्रातील एका उच्चपदस्थ स्त्रीच्या अनुभवावर एक लेख आला होता. एका रेस्टॉरंटच्या बाहेर एक बेघर मनुष्य तिच्याकडे आला आणि पिण्याचे पाणी घेण्यासाठी तिच्याकडे पैसे मागू लागला. तिनं त्याला सांगितलं की तिच्याकडे सुट्टे पैसे नाहीत तर फक्त क्रेडिट कार्ड आहे. त्यानं विचारलं की त्यानं तिचं कार्ड वापरून काही खरेदी केली तर चालेल का? तिनं विचारलं, 'मी तुझ्यावर कसा विश्वास ठेवू?' 'मी प्रामाणिक आहे' तो म्हणाला.

तिनं त्याला तिचं अमेरिकन एक्स्प्रेस कार्ड दिलं. ज्या लोकांनी हा प्रसंग पाहिला त्यांनी तिला वेड्यात काढलं. आणि आता तो कुठला परत येणार, असं म्हटलं. पण दहाच मिनिटांत तो माणूस हातात कार्ड घेऊन परत आला. सगळ्यांना आश्चर्याचा धक्काच बसला. त्यानं प्यायच्या पाण्याबरोबरच डिओड्रन्ट, बॉडीवॉश आणि सिगारेटचं पाकीट अशी जवळ जवळ २५ डॉलर्सची खरेदी केली होती. 'माझ्यावर विश्वास ठेवल्याबद्दल आभार' तो म्हणाला आणि त्यानं कार्ड परत केलं.

एखाद्यावर आंधळा विश्वास टाकण्याचा हा विशिष्ट अनुभव, देणारा आणि घेणारा या दोघांसाठीही चांगला होता आणि त्यातून आपल्याला काही शिकवणही मिळू शकेल. पण तरीही असा आंधळा विश्वास टाकणं, हे जरा धोकादायकच आहे. या विश्वासाचा अभाव असणाऱ्या जगात आंधळा विश्वास टाकणं हे काही शहाणपणाचं लक्षण नाही.

अविश्वासाचा / संशयाचा चश्मा –

अंधविश्वासापेक्षा कितीतरी जास्त वेळा आपण अविश्वासाचा चश्मा वापरतो. आपण नुसतेच संशयाच्या काचेतून जग बघतो असं नाही, तर ते तसं बघण्यासाठी आपल्याकडे योग्य कारण आहे, असाही आपल्याला विश्वास असतो. आज चहूबाजूंनी या अविश्वासाच्या संकटाबद्दलच्या बातम्या आपल्यावर येऊन आदळत असतात. त्याचबरोबर आपला स्वतःचा अनुभवसुद्धा या गोष्टीचं समर्थन करतो.

स्टीफन :

मला काही वर्षांपूर्वीचा एक प्रसंग आठवतोय. मी माझ्या आई-वडिलांबरोबर प्रवास करत होतो. आम्ही भ्रष्टाचारासाठी कुप्रसिद्ध असणाऱ्या अशा एका अप्रगत देशात गेलो होतो. आजूबाजूची प्रेक्षणीय स्थळं पाहण्यासाठी आम्हाला घेऊन जायला आम्ही एक ड्रायव्हर नेमला. आम्हाला तो विश्वासू वाटला. आम्ही तिकडे विकत घेतलेल्या अनेक भेटवस्तू व घड्याळं आमच्या बॅगांमध्ये ठेवून ते सामान त्याच्या गाडीच्या डिकीत कुलूप घालून ठेवलं आणि प्रेक्षणीय स्थळं पाहायला गेलो. परत आल्यावर आम्ही बॅगा तपासून पाहिल्या आणि आमच्या मौल्यवान वस्तूंचे खोके सुरक्षित आहेत याची खात्री करून घेतली. ते सुरक्षित होते; परंतु जेव्हा आम्ही जेव्हा यूएसला परत आलो आणि खोके उघडले, तेव्हा लक्षात आलं की ते सगळे रिकामे आहेत!

ग्रेग :

काही वर्षांपूर्वी मी आणि माझ्या पत्नीने जुन्या इमारतींमधून जे लाकूड वाचवले जाते, त्यात बरीच मोठी रक्कम गुंतवली होती. आम्ही त्या गुंतवणुकीच्या तपशिलांमध्ये जास्त खोलात शिरलो नाही, कारण ज्या माणसाकडे आम्ही ही गुंतवणूक केली होती, तो आमचा शेजारीच होता. हा व्यवहार करणं कसं शहाणपणाचं आहे हे त्यानं आम्हाला पटवून दिलं होतं. तो परत परत आम्हाला त्याच्यावर विश्वास ठेवायला सांगत होता. मात्र जेव्हा आम्ही टीव्हीवर त्याला अटक झालेली पाहिली, तेव्हाच्या आमच्या धक्क्याची तुम्ही कल्पना करू शकाल. नंतर आम्हाला कळलं की, त्यानं तो एकच माल अनेक जणांना विकला होता!

अशा प्रकारचे अनुभव व्यक्तिगत पातळीवर आपल्यावर परिणाम करतात. एवढंच नाही, तर काही अनुभवांमुळे आपली जडणघडण होत असते. उदा. कधीतरी कोणी तुमच्याशी खोटे बालते किंवा तुमच्या जोडीदाराकडून होणारी फसवणूक, घटस्फोटाचा त्रासदायक अनुभव (मग तो स्वतःचा असो वा आई-वडिलांचा) एखाद्या जिवाभावाच्या व्यक्तीनं पाठीमागे कलेली निंदा कानी पडणं किंवा तुमच्या मुलांच्या खोलीत ड्रग्ज सापडणं, तुमचं पैशांचं पाकीट चोरीला जाणं, तुमच्या मुलांना पाळणाघरात मिळालेली वाईट वागणूक किंवा तुमच्या जोडीदारानं अथवा भागीदारानं दिलेला शब्द न पाळणं, या आणि अशा प्रकारच्या

गोष्टींमुळे आपला जो दुसऱ्यांवर विश्वास ठेवण्याकडे जन्मजात नैसर्गिक कल असतो, तो बदलून आपण अविश्वासाच्या प्रवृत्तीकडे झुकतो.

अंधविश्वासाप्रमाणेच अविश्वासाचा चश्मा चढवणे कधी कधी अगदी सोपे असते. खरं तर आंधळ्या विश्वासाचा चश्मा चढवल्यावर जेव्हा कधी आपले हात पोळतात, त्या वेळी आपला कल लगेच विरुद्ध बाजूला झुकतो आणि आपण चश्मा बदलून लगेच संशयाचा, अविश्वासाचा चश्मा चढवतो. या संशयानं भरलेल्या जगात ही एक अगदीच नैसर्गिक प्रतिक्रिया आहे. हा असा एक दृष्टिकोन आहे की, ज्याच्या मागे लपणे अगदीच सोपे असते. तो आपल्याला सुरक्षित, कमी धोक्याचा व जास्त नियंत्रित वाटतो ज्यामुळे आपण जास्त काटेकोर, जास्त हुशार आहोत असे भासते. या वेगवान जगात जिथं सगळा भर हा दीर्घ काळ टिकून राहण्यापेक्षा कमी मुदतीत मिळणाऱ्या फायद्यांवर असतो, तिथं हा मार्ग जास्त व्यवहारी आहे असं वाटतं. कुठल्याही प्रकारच्या विश्वासघाताला समाजाची सहज प्रतिक्रिया असते ती म्हणजे अविश्वास दाखवणं. याचं कारण म्हणजे एखाद्यावर प्रभाव टाकण्याचं ते एक सोपं साधन आहे. याची दोन उदाहरणं म्हणजे ९/११ च्या प्रसंगानंतर विमानतळांवरील सुरक्षा व्यवस्थेत झालेली वाढ आणि २००० सालच्या आसपास एन्रॉन आणि वर्ल्डकॉमच्या घोटाळ्यानंतर आलेला सारबन्स ऑक्सले कायदा. दोन्ही गोष्टींनी त्यांचा हेतू साध्य केला; पण त्यासाठी त्यांना फार मोठी किंमत मोजावी लागली, हे पण खरंच!

अविश्वासाचा चश्मा वापरणं अगदीच सोपं असतं, कारण आपल्यापैकी बरेच जण अविश्वासाचे बळी असतात. एखादी चांगली गोष्ट उदाहरणार्थ Stranger Danger हा प्रोग्रॅम- जो लहान मुलांना अनोळखी माणसांपासून कसं सावध राहायचं, स्वतःला धोक्यांपासून कसं वाचवायचं हे शिकवता तोसुद्धा- अगदी लहान वयापासून संशयी, सावध व्यक्ती होण्यासाठी प्रवृत्त करतो. प्रगल्भ दृष्टिकोनाकरता आपण आपले लहानपणीचे अनुभव जरूर तपासायला हवेत.

अनोळखी लोकांशी वागण्याचे काही नियम

- परक्यांशी कधीही बोलू नका.
- अनोळखी लोकांकडून चॉकलेट किंवा भेटी घेऊ नका.
- अनोळखी लोकांबरोबर कुठेही जाऊ नका.
- दाराशी आलेल्या किंवा टेलिफोनवरील परक्या व्यक्तीला तुम्ही एकटे आहात हे कळू देऊ नका.
- अनोळखी लोकांच्या जवळ अथवा त्यांच्या गाडीत जाऊ नका.

- नेहमी तुमच्या मित्र-मैत्रिणींबरोबर किंवा एखाद्या वडीलधाऱ्या व्यक्तीबरोबर फिरा.
- जर एखाद्या अनोळखी व्यक्तीने तुम्हाला पकडण्याचा प्रयत्न केला, तर जोरात आरडाओरडा करा.

जरी आपण अतिविश्वासाची किंमत ओळखून असलो तरीही पुरेसा विश्वास न ठेवण्याचे काय मोल द्यावे लागत, हे मात्र आपल्याला अजूनही कळलेले नाही. किंबहुना आपण क्वचितच त्याचा विचार करतो आणि आपल्यापैकी अनेकांना, मुळात आपण अशी काही किंमत देतो हेच लक्षात येत नाही, तर ती किती दिली हे कसे कळणार? जरी आपला असा समज असला की या विश्वासाचा अभाव असणाऱ्या जगात वावरताना आपण खूप काळजी घेतो म्हणजे आपण खूपच हुशारीने चलाखपणे जगतो आहोत; तरी पण आपण आपल्या आयुष्यातील संपन्नता, उत्साह आणि आनंद यांच्या संदर्भात मात्र या अशा वागण्यामुळे खूप जास्त किंमत चुकवत असतो. जेव्हा केव्हा एखाद्या नातेसंबंधामध्ये, एखाद्या गटात, एखाद्या संस्थेत किंवा समाजात अविश्वास असतो, तेव्हा त्याचे परिणाम आपल्याला भोगावेच लागतात. जणू त्यावर प्रचंड निरुपयोगी असा 'कर' भरावा लागतो.

बऱ्याच संस्थांमध्ये आपल्याला अविश्वासाचे सात सर्वात्रिक कर सर्वत्र दिसून येतात ते म्हणजे : अनावश्यक कर्मचाऱ्यांची वाढती संख्या, नोकरशाहीची लाल फीत, राजकारणाचा बुजबुजाट, नाउमेद झालेला कर्मचारी वर्ग, कर्मचारी सोडून जाण्याचे मोठे प्रमाण, प्रक्षुब्धता आणि फसवणूक. अविश्वासापायी भराव्या लागणाऱ्या या सात करांपैकी काही कर अनेक संस्थांमध्ये भरले जात असल्याचे तुम्हाला नक्कीच दिसेल.

> *विश्वास कधीकधी आपल्याला उद्ध्वस्त करतो हे खरं, पण अविश्वासाची किंमत त्याहीपेक्षा जास्त असते हे नक्की -*
>
> *फर्नांडो फ्लोरेस - माजी अर्थमंत्री, चिली*

अविश्वासाचे मोल हे फक्त आपल्या दृष्टिकोनामळे निर्माण होत नसून, ते इतरांचा दृष्टिकोन कसा आहे, त्यावरून पण ठरते. थोडे स्पष्ट करून सांगायचे झाले तर, आपण फक्त आपल्याला इतरांबद्दल वाटणाऱ्या अविश्वासाची किंमत चुकवत नसतो; तर इतरांना आपल्याबद्दल वाटणाऱ्या अविश्वासाची किंमतपण

चुकती करतो. जे देश इतरांना अविश्वसनीय वाटतात, त्यांना जी किंमत चुकवावी लागते ती विचारात घ्या. पृष्ठ १५ वर दिलेला तक्ता परत एकदा पाहा. ज्याच्यात निरनिराळ्या देशांची विश्वासार्हता आणि त्यांची संपन्नता यांच्यातील थेट संबंध दर्शवला आहे. झॅक आणि नॅक अभ्यास ज्याचा उल्लेख याआधी आला आहे. त्यातून स्पष्टपणे दिसते की विश्वासामुळे गुंतवणूक आणि वाढ यात सुधारणा होते.

काही देश हे इतर देशांतील नागरिकांना अविश्वसनीय वाटतात. अशा देशातील कंपन्या जेव्हा जागतिक बाजारपेठेत उतरतात, तेव्हा त्यांना त्या अविश्वासाचे मोठे मूल्य चुकवावे लागते. जणू हा 'देश कर' त्यांना वारसा हक्काने मिळतो, जो त्यांना भरावा लागतो. उदा. रशियामधील एखादी कंपनी किंवा एखादा ब्रॅंड यांना हे मूल्य चुकवावे लागण्याची, हा 'देश कर' भरावा लागण्याची शक्यता जास्त आहे. त्याचा परिणाम म्हणजे किंमत वाढते आणि कामाचा वेग कमी होतो. त्याउलट जे देश विश्वसनीय मानले जातात, त्यांना हे मूल्य चुकवण्याऐवजी लाभांश मिळतो. (country dividend) ज्यामुळे किंमत कमी होऊन कामाचा वेग वाढतो.

काटेकोरपणे बोलायचे झाले तर, आपण हैती या देशाचे उदाहरण घेऊ या. २०१० च्या विनाशकारी भूकंपानंतर हैतीच्या एका माजी नेत्याला गाठून असे विचारले गेले की, बचाव कार्यात मदत करण्यासाठी ज्या देणग्या द्यायच्या असतील, त्या स्वीकारू शकतील अशा काही विश्वसनीय संस्था हैतीमध्ये आहेत का? त्यावर त्यांचे उत्तर साधारणपणे असे होते की, दुर्दैवाने हैतीमध्ये अशा संस्था नाहीत की ज्यांच्यावर विश्वास ठेवता येईल. त्यामुळे या देणग्या बाहेरच्या एखाद्या आंतरराष्ट्रीय संस्थेकडून आल्यास बरं होईल.

जसा काही देशांना हा लाक्षणिक 'देश कर' भरावा लागतो, त्याचप्रमाणे अविश्वासाचे लांच्छन असलेल्या काही उद्योगांनाही लाक्षणिक 'उद्योग कर' (industry tax) भरावा लागतो उदा. २००८ च्या जागतिक आर्थिक संकटानंतर वित्तसेवा उद्योगाची (Financial service industry) विश्वासार्हता संपूर्णपणे रसातळाला गेली. इतकी की, कुठलीही आर्थिक सेवा विश्वासपात्र असेल याची खात्रीच उरली नाही आणि त्याचा परिणाम म्हणजे या क्षेत्रातील जवळ जवळ सगळे उद्योग जास्त किंमत आणि कामाचा कमी वेग यांच्याशी झगडत आहेत. जरी हे 'देश आणि उद्योग कर' टाळण्याचा प्रयत्न शक्य असला तरी असे प्रयत्न म्हणजे प्रवाहाविरुद्ध पोहोण्यासारखेच आहे.

या वारसास्वरूप मिळालेल्या देश आणि उद्योग करांखेरीजही काही कंपन्यांना स्वतःच्या अविश्वसनीय वर्तनामुळे मोठे मूल्य चुकवावे लागते. याचे एक उदाहरण

आमच्या कार्यशाळेत सहभागी झालेल्या एका व्यक्तीनं सांगितले. त्यानं आम्हाला एका गॉगल विकणाऱ्या उद्योगाविषयी सांगितलं. जेव्हा कंपनीची मालकी बदलली तेव्हा नवीन मालकांच्या असं लक्षात आलं की, त्यांना भेडसावणारा सगळ्यात मोठा प्रश्न होता तो म्हणजे मालाचं घटणारं प्रमाण, ज्यामुळे त्याच्या उत्पन्नात जवळ जवळ दोन टक्के तूट येत होती. ही तूट त्याचा नफा किमान पातळीवर आणत होती. सरळच ही तूट मालाच्या होणाऱ्या चोरीमुळे येत होती. नवीन मालकानं विचार केला, 'जर आपण ही घट थांबवू शकलो, तर आपला फायदा किती वाढेल' म्हणजेच काय, तर त्यानं या सगळ्या परिस्थितीकडे अविश्वासाच्या नजरेनं पाहिलं, ''कुणीतरी मला नक्कीच फसवतं आहे. एक तर गिऱ्हाईक किंवा कर्मचारी, किंवा कदाचित दोघंही. मला दोघांवरही विश्वास ठेवता येणार नाही.'' त्यानं या प्रश्नावर तोडगा काढला. फळ्यांवर जिथं गॉगलच्या फ्रेम विक्रीसाठी मांडून ठेवल्या होत्या, तिथून त्या सहजासहजी काढता येऊ नयेत, अशी व्यवस्था केली. आता कोणीही विकत न घेतलेली फ्रेम दुकानाच्या बाहेर नेणं शक्य नव्हतं. पण आता प्रश्न असा आला की, या नवीन व्यवस्थेमुळे गिऱ्हाइकांना फ्रेम घालून बघणंसुद्धा अशक्य झालं. आता घट जरी २ टक्क्यांवरून ०.२ टक्क्यांवर आली असली तरी विक्री मात्र ५० टक्क्यांनी घसरली! गॉगल घतल्यावर ते आपल्याला शोभून दिसतात की नाही हे आरशात बघून न ठरवता आल्यामुळे, लोकांनी ते विकत घेतलेच नाहीत.

युरोपमधील ज्या विमा कंपनीबरोबर काम करण्यासाठी आम्हाला* निमंत्रण मिळालं होतं, ती कंपनी आधीच पोळून निघाली होती. कंपनीच्या काही ग्राहकांनी विम्याचे खोटे दावे दाखल करून कंपनीला अडचणीत आणलं होतं. त्यावर उपाय म्हणून कंपनीनं दावा पडताळणीची आणि वैधतेची एक अतिशय कडक आणि अवघड पद्धत जारी केली.

म्हणजे जेव्हा कोणी विम्यासाठी दावा करेल, तेव्हा ग्राहकाबरोबरची सुरुवातच असा दृष्टिकोन ठेवून होत असे की, 'आम्ही हे गृहीत धरतो आहोत की तुम्ही लबाड आहात. तुम्ही तसे नाही हे जोपर्यंत तुम्ही सिद्ध करत नाही, तोपर्यंत तुम्ही कंपनीला फसवणार आहात, हे आम्ही धरून चालतो.' आता कंपनीची फसवणूक जरूर कमी झाली; परंतु त्यांचे ग्राहकसुद्धा मोठ्या संख्येनं कमी झाले. लोकांना त्यांच्याकडे अविश्वास आणि संशयाच्या नजरेनं पाहिलेलं आवडलं नाही. मग ते

या पुस्तकातील गोष्टींमध्ये जिथे 'आम्ही' असा उल्लेख केला आहे, तो आमच्या दोघांपैकी एक अशा संदर्भात आहे. काही ठिकाणी मात्र कोणा संदर्भात ते नाव देऊन स्पष्ट केले आहे.

अशा कंपन्यांकडे वळले, ज्या त्यांच्यावर विश्वास ठेवतील असं त्यांना वाटलं.

कंपनीबद्दलच्या अविश्वासानं जे नुकसान होतं त्याचं मोल म्हणून केवळ ग्राहकांबरोबरचे संबंध खराब होत नाहीत, तर कंपनीच्या अंतर्गत आणि इतर कंपन्यांबरोबर असणाऱ्या संबंधांमधील संपन्नता, उत्साह आणि आनंद यांचाही ऱ्हास होतो. अतिरेकी नियम आणि निर्बंध यांची किंमत कंपनी व्यवस्थापन आणि सर्जनशीलता या दोन्ही संदर्भात चुकवावी लागते. उदा. सारबन्स - ऑक्सले कायद्यामुळे यूएसमध्ये कंपन्यांची पारदर्शकता वाढली ही नक्कीच चांगली गोष्ट आहे, त्यामुळे बाजाराची विश्वासार्हता वाढायला मदतच झाली. पण ते नियम पाळणाऱ्यांपैकी कोणीही तुम्हाला सांगेल की त्या नियमपालनामध्ये ज्या प्रमाणात वेळ, पैसा आणि कष्ट ओतावे लागतात, ते प्रमाण प्रचंड आहे. एखाद्या सर्वसाधारण कंपनीकरता ही किंमत वर्षाला २-३ मिलियन डॉलरपेक्षाही जास्त असते. त्याचा सगळ्यात जास्त त्रास छोट्या फर्मना होतो. कारण मोठ्या कंपनींच्या मालमत्तेच्या तुलनेत त्यांच्यावरचे ओझे सातपट जास्त आहे. कायद्याचे पालन हे विश्वासासाठीचे जोखड झाले आह- वेग मंदावणारे, शक्तिपात करणारे महागडे जोखड!

> *आपला अविश्वास फार महागात पडतो*
>
> *राल्फ वॉल्डो इमर्सन*

संस्थांना बद्धिमान माणसे (talents) आपल्याकडे खेचून घेणे आणि टिकवून ठेवणे यासाठी पुष्कळ कष्ट घ्यावे लागतात.

बहुसंख्य लोकांना म्हणजेच अधिकारी आणि कर्मचारी या दोन्ही वर्गांतील लोकांना विश्वास हवा असतो. त्यांना विश्वासाने भरलेल्या वातावरणात काम करायला आवडते आणि जेव्हा त्यांच्यावर विश्वास ठेवला जात नाही, त्या वेळी ते अलिप्त होऊन जातात. (म्हणजे ते मनाने कामातून बाजूला होतात किंवा सोडून जातात. विशेषतः आपल्या कामात कुशल असणारे कर्मचारी). विश्वासाचा अभाव असणाऱ्या वातावरणात कर्मचारी उलाढाल (जुने कर्मचारी सोडून जाणे आणि नवीन येणे employee turnovers) खूप जास्त असते. त्यामानानं विश्वासपूर्ण वातावरणात या उलाढालीचं प्रमाण अगदीच कमी असतं. उदाहरण द्यायचं झालं तर सुपर मार्केट उद्योगात कर्मचारी सोडून जाण्याचं प्रमाण हे ४७ टक्के इतकं जास्त असतं. त्या तुलनेत उच्च विश्वासाचं वातावरण असणाऱ्या वेगमन्समध्ये हे प्रमाण ३ टक्के इतकं कमी आहे. अजून एक वस्तुस्थिती लक्षात घेऊ या. फॉर्चून २०११ मध्ये प्रसिद्ध झालेल्या काम करण्यासाठी उत्तम वातावरण असणाऱ्या

१०० कंपन्यांच्या यादीत (यांच्या निकषांपैकी दोन तृतीयांश भाग विश्वास हा आहे) २५ कंपन्यांमध्ये कर्मचारी उलाढाल ही ३ टक्के किंवा त्याहूनही कमी आहे. ही उलाढाल जेव्हा जास्त असते, तेव्हा त्याची कितीही किंमत कंपनीला मोजावी लागू शकते. अगदी पगाराच्या २५ ते २५० टक्क्यापर्यंत!

भागीदारी आणि सहयोग (collaboration) मग ते कंपनीतील अंतर्गत असो वा बाहेर दुसऱ्या एखाद्या कंपनीबरोबर, तिथंही विश्वासाचं खतपाणी असावं लागतं. गॅलपच्या सर्वेक्षणानुसार परस्पर विश्वास हा उत्तम भागीदारीचा पाया आहे. तेच वाईट भागीदारीमध्ये मात्र ३ टक्क्यांपेक्षाही कमी लोकांनी आपल्या भागीदारावरील विश्वासाचा उच्चार केला. बहुतेक परिस्थितीमध्ये एकमेकांबद्दल असणारी आपुलकी ही एकमेकांवरच्या अविश्वासाचं निराकरण करायला पुरेशी नसते.

विश्वास नसेल तर आपण खऱ्या अर्थानं सहकार्य करतच नाही. आपण फक्त एकमेकांबरोबर समन्वय साधतो किंवा फार तर बरोबर काम करतो, एवढंच. विश्वास या नुसत्या बरोबर काम करण्याला सहकार्यामध्ये बदलतो. विश्वासच लोकांच्या एका गटाचं एका संघात परिवर्तन करतो.

> *विश्वास हा भागीदारीचा कणा आहे. विश्वास असेल तर आपला जोडीदार आपल्यासाठी असेलच या आधारावर, दोन्ही व्यक्ती आपापल्या जबाबदाऱ्यांवर लक्ष केंद्रित करू शकतात, जर विश्वास नसेल तर एकट्यानंच काम केलेलं बरं.... विश्वास नसेल तर भागीदारीही नको.*
>
> *रॉड वॅगनर आणि गेल न्यूलर गॅलप एक्झिक्युटिव्ह्ज अ‍ॅन्ड ऑथर्स*

एखाद्या विश्वासाचा अभाव असणाऱ्या वातावरणातील टीम मीटिंग्जचा एक नमुना बघा. तुम्ही जेव्हा कॉन्फरन्स रूममध्ये जाता, तेव्हा कदाचित तुम्हाला त्या मीटिंगचे नियम भिंतीवर लावललेसुद्धा दिसतील. शिशुवर्गात शोभेल, अशी नियमावली 'चांगले वागा', 'एका वेळी एकानेच बोला', 'आलटून पालटून बोला' या वातावरणाचे प्रतिनिधित्व करणारे नियम हे मिरांडा राईट्ससारखे असतात. 'तुम्हाला गप्प राहण्याचा अधिकार आहे' (कारण बहुतेक तुम्ही गप्पच असाल) 'जे काही तुम्ही बोलाल ते तुमच्या विरोधात वापरलं जाईल (कारण ते तसं वापरलं जाईलच). एका गोष्टीचं नवल वाटतं की, यूएसमध्ये अशी व्यवस्था आहे की, जोपर्यंत एखाद्या व्यक्तीचा गुन्हा सिद्ध होत नाही, तोपर्यंत ती व्यक्ती निरपराध असते आणि असं असूनही पोलीस ज्या व्यक्तीला ताब्यात घेतात, त्यांना 'संशयित' मानतात.

सगळ्यात त्रासदायक बाब ही आहे की, आपल्या व्यक्तिगत आयुष्यात जो अविश्वास आपण बाळगतो, त्याची किंमत आपल्याला चुकवावी लागतेच. इतरांबरोबर असणारे मोकळे, आपुलकीचे नातेसंबंध हा मानवी जीवनातला एक समृद्ध करणारा अनुभव आहे. जेव्हा आपण जगाकडे अविश्वासाच्या नजरेनं बघतो, तेव्हा आपण स्वतःलाच या सर्वांपासून वेगळे काढतो, परकं करतो. आपला जोडीदार, मुलं, आपले सहकारी मित्र आणि अगदी स्वतःशीदेखील असू शकणाऱ्या समृद्ध अशा नात्याच्या पूर्णतेपासून आपण स्वतःला वंचित ठेवतो.

> *विश्वास ठेवण्याच्या असमर्थतेपेक्षा क्वचित होणारी फसवणूक पण भली.*
>
> *सॅम्युएल स्माइलस - स्कॉटिश लेखक आणि सुधारक*

नक्कीच. अतिविश्वास जरी धोकादाक असला तरीही विश्वास न ठेवण्यात जास्त धोका आहे. प्रत्येक नातेसंबंध, संवाद, जो कदाचित आपल्याकरता भरभराट, उत्साह, आनंद घेऊन येणार असता- त्यातील सत्त्वच अविश्वास काढून घेतो.

तुम्ही कोणत्या नजरेनं जगाकडे पाहत आहात?

तुम्हाला शिकवून, मनावर बिंबवून किंवा तुम्हाला तशा पद्धतीच्या अनुभवांमुळे घडवल्यामुळे तुमची दोन्हीपैकी एक नजर तयार होते. तुम्ही जो चश्मा चढवाल, तो तुमच्या मनातल्या कल्पनेला पूरक असं चित्र तुम्हाला दाखवेल आणि त्या कल्पनेशी सुसंगत नसणाऱ्या गोष्टी गाळून टाकेल. या सर्वांचा एक निश्चित परिणाम तुमच्या आयुष्यातील चांगल्या गोष्टींवर होत असतो.

ही गोष्ट लक्षात घ्या की, आंधळा विश्वास आणि अविश्वास यांच्यातील भेद असा काळ्या-पांढऱ्या रंगात स्पष्ट करता येत नाही. कधी तुम्ही खूप तीव्रतेनं एका बाजूनं विचार करता, तर कधी खूप सौम्यपणे. कधी तुम्ही तुमच्या सोयीनं आधी एक आणि नंतर दुसरा असा चश्मा वापरता, तर कधी तुम्ही चक्क बायफोकल चश्मा वापरता. म्हणजे तुम्ही तुमच्या व्यावसायिक संबंधितांकडे अविश्वासानं पाहता तर व्यक्तिगत संबंधितांकडे अतिविश्वासानं, तर कधी याच्या बरोबर उलट किंवा तुम्ही तुमच्या कुटुंबीयांवर अतिविश्वास दाखवता आणि तुमच्या मुलीच्या मित्रांवर कमालीचा अविश्वास! माझा मुद्दा असा आहे की ज्या रंगाच्या चश्म्यातून तुम्ही जग पाहता आहात, त्याच रंगाचं जग तुम्हाला दिसतं. त्याचा परिणाम निश्चितपणे

तुमच्या आयुष्यावर, तुमच्या नात्यांमधल्या आनंदावर आणि इतरांबरोबर काम करून तुमची उद्दिष्ट साध्य करण्यावर होतो.

असं असेल तर मग थोडा वेळ थांबून तुम्ही तुमचा चश्मा तपासून का पाहत नाही? लक्षात घ्या की, तो फक्त एक 'चश्मा' आहे; तो चढवायचा की नाही, हे तुम्ही ठरवायचं आहे. पुढल्या प्रकरणात आपण या गोष्टीचासुद्धा विचार करू की, तुम्हाला पूर्णपणे वेगळा चश्मा घालणंसुद्धा शक्य आहे.

आपला लोकांकडे पाहण्याचा दृष्टिकोन काय आहे याचा विचार केला, तर आपल्याला हे लक्षात यायला मदत होते की, आपल्या डोक्यात काही विशिष्ट कल्पना तर घट्ट बसलेल्या नाहीत ना; अशा कल्पना की ज्याचा आपल्या आयुष्यातील अपेक्षित गोष्टींवर परिणाम होतो. पुढील तक्त्यातील पराकोटीचा विश्वास आणि अविश्वास दाखवणाऱ्या नोंदी पाहा. तुम्हाला त्यातली कोणती गोष्ट जवळची वाटते? वेगवेगळ्या परिस्थितीत तुम्ही वेगवेगळ्या प्रतिक्रिया देता का?

तुम्ही दुसऱ्यांकडे कसे बघता?

अतिविश्वास	अविश्वास
मी लोकांवर सहज विश्वास ठेवतो, ते जे सांगतात त्यावर माझा पट्कन विश्वास बसतो. त्यामुळे बहुतेक वेळा मला फटका बसतो.	लोकांबद्दल माझ्या मनात अंगभूत संशय आहे. ते काय सांगतात त्यावर मी कधीच विश्वास ठेवत नाही.
लोक सांगतात ते मी कधीच तपासून बघत नाही. मी नेहमी सगळं चांगलंच धरून चालतो.	मला नेहमी लोकांचे बोलणे तपासून त्यांच्या सच्चेपणाची खात्री करून घ्यावी लागते.
मी नेहमी खुलेपणाने आणि मोकळेपणाने माहिती देतो.	आपल्याकडे असणारी माहिती हे एक शस्त्र आहे असे मला वाटते. मी ती जपून ठेवतो आणि आवश्यकतेनुसार वापरतो.
मला सगळे जण विश्वासू वाटतात आणि सगळ्यांबरोबर मोकळेपणाने काम करण्याच्या कल्पनेने मला सुखकर वाटते.	लोकांबरोबर काम करण्यापूर्वी मला त्यांच्याबद्दल विश्वास वाटावा लागतो.

अतिविश्वास	अविश्वास
मला असा विश्वास आहे की लोक जे करण्याची जबाबदारी घेतात, ते करतातच त्यांच्यावर अविश्वास का दाखवावा?	मी माझ्या हाताखालच्या लोकांवर (किंवा मुलांवर आणि इतरांवर) बारकाईने लक्ष ठेवतो. नेहमी त्यांचे काम काटेकोरपणे तपासतो.

या सर्व विवेचनांवरून हेच सत्य समोर येतं की, अतिविश्वास आणि अविश्वास या दोहोंची खूप मोठी किंमत आपल्याला चुकवावी लागते. तुम्ही जगाकडे दोन्हींपैकी कोणत्याही नजरेनं बघत असलात तरीही जगात टिकून राहण्याकरता यामधला कोणताच दृष्टिकोन उपयोगाचा नाही. जे अतिविश्वासाचा हात धरून चालतात, ते कधी ना कधीतरी पोळले जातात. आणि जे अविश्वासाच्या नजरेनं जग बघतात, त्यांना कधी ना कधी आर्थिक, सामाजिक आणि भावनिक नुकसानीला सामोरं जावं लागतं.

> *सगळ्यांवर विश्वास हा जसा दुर्गुण आहे, तसाच अविश्वासही एक दुर्गुणच आहे.*
>
> *सेनेका - रोमन तत्त्वज्ञ ख्रि.पू. पहिले शतक*

डोळस विश्वासामुळे तुमचे जग बदलेल

शेवटी काय, तर एखाद्या समस्येकडे आपण कसं पाहतो, हीच एक मोठी समस्या असू शकते. त्याचं उत्तर आपण हे किंवा ते अशी सरळ सरळ निवड करून देऊ शकत नाही. हे काही अतिविश्वास विरुद्ध अविश्वास असं सोपं उत्तर नाही, तर याचं उत्तर आपल्याला एका तिसऱ्याच पर्यायातून मिळतं. एक नवीन दृष्टिकोन, नवीन चश्मा, जगाकडे बघण्याची एक वेगळीच नजर- ज्याला आपण म्हणू या 'डोळस विश्वास'!

आपण पुढल्या प्रकरणात हे पाहू की, जसं त्या पोलोराईड गॉगलमुळे मोंटानामधल्या त्या नदीखालच्या असंख्य शक्यता दृष्टीस पडल्या, तसंच तुमच्या आयुष्यात समृद्धी, उत्साह आणि आनंद निर्माण करतील, अशा शक्यतांचं एक नवीनच जग खुलं होईल. यातला चांगला भाग असा आहे की, तुम्हाला हा तिसरा

पर्याय निवडण्याचं स्वातंत्र्य आहे. जरी तुम्ही जगाकडे अतिविश्वासाच्या नजरेनं पाहत असाल किंवा तुम्हाला बसलेल्या चटक्यांमुळे, निराशेमुळे, फसवणुकीमुळे नाइलाजानं अविश्वासाच्या चश्म्यातून जगाकडे पाहत असाल, तरी दोन्हींपैकी कोणताही दृष्टिकोन नाकारण्याचं स्वातंत्र्य तुम्हाला आहेच.

पहिल्या प्रकरणात आम्ही तुम्हाला म्हटलं की विश्वासाशिवाय जग ही कल्पना करून पाहा. असं जग की ज्यात तुम्हाला कोणाबद्दलही- म्हणजे अगदी रस्त्यावरचे दुसरे ड्रायव्हर किंवा विमानाचा पायलट, डॉक्टर किंवा तुमच्या व्यवसायातील भागीदार किंवा तुमचा जोडीदार- विश्वास वाटत नाही. आता तुम्ही जरा अशा जगाची कल्पना करा की, जिथं विश्वासाचं वातावरण आहे, ज्यात तुम्ही इतरांबरोबर संवाद साधू शकता आणि निर्माणक्षम सर्जनशील आणि आनंदी पद्धतीनं त्यांच्याशी जमवून घेऊ शकता- ज्यात अविश्वासाची भीती नाही. जरी तुम्ही संपूर्ण जग बदलू शकत नसलात तरीही 'तुमचं' जग या डोळस विश्वासामुळे किती आणि कसं बदललं, हे पाहून तुम्ही आश्चर्यचकित व्हाल.

पुढल्या प्रकरणात आम्ही आवाहन करतो की, ज्या कुठल्या चश्म्यातून तुम्ही जगाकडे बघत असाल तो बाजूला काढून ठेवा आणि डोळस विश्वासाचा चश्मा चढवा. बघा, तुम्हाला किती शक्यता आढळतील. तुमच्या स्वतःच्या क्षमता लक्षात घ्या. त्या तुम्हाला तुमच्या आयुष्यात, तुमच्या टीममध्ये, तुमच्या संस्थेत आणि जगातसुद्धा समृद्धी, उत्साह आणि आनंद वाढवायला मदत करतील.

> *विश्वास ही एक जोखीम आहे. ती स्वीकारताना विचार करायला हवा.*
> *पण विश्वासामुळे असंख्य मिती खुल्या होतात*
>
> *फर्नांडो फ्लोरेस - माजी अर्थमंत्री - चिली.*

प्रश्न

- कोणत्या अनुभवामुळे तुम्ही जगाकडे अतिविश्वासाच्या किंवा अंधविश्वासाच्या चश्म्यातून पाहायला लागलात? त्याचा परिणाम काय झाला?
- दुसऱ्या लोकांमध्ये तुम्हाला अतिविश्वास किंवा अविश्वास यांचा कल दाखवणारे कोणते वर्तन आढळले?

तिसरा पर्याय : डोळस विश्वास

खूप ज्ञान म्हणजे हुशारी नव्हे; बुद्धिमत्ता म्हणजे ज्ञान
आणि योग्य निर्णयक्षमता यांचा योग्य मिलाफ.
कार्ल सगान,
खगोलशास्त्रज्ञ, लेखक आणि वैज्ञानिक

प्रश्न असा आहे की, विश्वास ठेवावा की ठेवू नये.

स्टीफन :

नुकतेच मला Leader in me या शाळेच्या एका विद्यार्थ्यांच्या गटाला भेट देण्याचे निमंत्रण मिळाले होते. नेतृत्वगुणाचा अभ्यास प्राथमिक शाळेच्या स्तरावर सुरू करणाऱ्या जगभरातील शेकडो प्राथमिक शाळांमधील ही एक शाळा होती. मी शाळेत गेलो तेव्हा जवळ जवळ ५०चशे मुलं माझी वाट पाहत थांबली होती. त्यांच्याकडे बघताना मला जाणवलं की मुलं हुशार आणि आनंदी होती. त्यांच्या चेहऱ्यावर उत्साह आणि आनंद भरून राहिला होता. माझं भाषण संपल्यानंतर त्यांना त्यांचे प्रश्न विचारण्याची संधी मिळाली. त्यांचे प्रश्न खूप छान होते. 'तुम्ही विश्वास कसा मिळवू शकता?' 'विश्वास पुनरुज्जीवित कसा करावा?' 'तुमच्या मित्रांबरोबर विश्वासाचं नातं कसं जोडावं?' या मुलांशी गप्पा मारताना मला फार छान वाटत होतं. आणि अचानक ५व्या इयत्तेतील एका मुलानं प्रश्न विचारला 'एखाद्यावर विश्वास ठेवावा की नाही हे कसं ठरवावं?'

माझी प्रतिक्षिप्त प्रतिक्रिया अशी होती की नेहमी मी जे माझ्या व्यावसायिक भाषणात देतो तसेच उत्तर देणे.

'जोपर्यंत आपल्याला उलट अनुभव येत नाही तोवर लोकांवर विश्वास टाकता येतो, या तर्काचा आधार घेऊन चला', पण त्या प्राथमिक शाळेतल्या

मुलांना पाहिलं आणि जाणवलं : 'ही तर लहान मुलं आहेत, यांच्यातील किती मुलं शाळेतून चालत घरी जात असतील. बाहेरच्या जगात वाईट माणसंदेखील आहेत. नक्कीच त्यांच्या पालकांनी आणि शिक्षकांनी त्यांना stranger Danger (अपरिचितांपासूनचा धोका) किंवा त्या प्रकारच्या इतरही धोक्यांबद्दल सांगितलं असणार. अर्थातच ते त्या वयाच्या मुलांकरता योग्यच आहे. कारण एखादंसुद्धा मूल जेव्हा आंधळेपणानं विश्वास टाकतं, तेव्हा त्याचे परिणाम भयंकर होऊ शकतात.'

मला वाटत नाही की मी त्या प्रश्नाला योग्य उत्तर दिलं असेन, कारण मला त्या परिस्थितीत त्या प्रश्नाची अपेक्षाच नव्हती. मी म्हणालो, ''तुम्ही खरोखर हुशारीनंच वागले पाहिजे. तुम्ही काही सगळ्यांवर विश्वास टाकू शकत नाही. तुम्ही पालकांवर आणि तुमच्या शिक्षकांवर आणि बहुतेक सगळ्या मित्रांवर विश्वास टाकू शकता. पण तुम्ही काळजी घेतली पाहिजे. तुम्ही तुमच्या आतल्या आवाजाचं म्हणणं एकलं पाहिजे आणि जे तुम्हाला त्रास देऊ शकतात अशा लोकांपासून लांब राहिलं पाहिजे.''

खरंतर, त्यांच्या पालकांनी आणि शिक्षकांनी त्यांना जे शिकवलं असेल तेच मी त्यांना परत सांगण्याचा प्रयत्न करत होतो आणि जरी मला त्यांना विश्वासाच्या मार्गावर चालायला प्रोत्साहन द्यायचं होतं, तरीही मला त्यांना आंधळ्या विश्वासाच्या वाटेवर न्यायचं नव्हतं. तिथं त्यांना शारीरिक धोकासुद्धा असू शकत होता आणि म्हणूनच मी थोडा सावध पवित्रा घेतला.

मी जेव्हा या गोष्टीचा नंतर विचार केला, तेव्हा माझ्या असं लक्षात आलं की जरी Stranger Danger हे या मुलांना शिकवणं योग्य असलं तरीही त्यातून एक मोठी समस्या निर्माण होऊ शकते. आयुष्यात आपण त्याच चश्म्यातून आपल्या सर्व नातेसंबंधांकडे बघू लागतो. आपल्याला अविश्वसनीय वाटणाऱ्या पाच टक्के लोकांशी आपण जसे वागतो, तसेंच जर आपण उरलेल्या ९५ टक्के लोकांशी वागला, तर जगणं अवघड होईल. Stranger Danger लहान वयापासूनच आपल्याला संशयी, अविश्वासपूर्ण घडवत जातं. मनाची ही जडणघडण जर का आपल्या लक्षात आली नाही, आणि आपण तसेच संशय आणि अविश्वास मनात घेऊन वाढलो, तर आपण सहकार्य, भागीदारी, कामातील गुंतवणूक, विश्वास, एवढंच नाही, तर आयुष्य समृद्ध करणारे जे प्रगाढ नातेसंबंध असतात, तेच आपण गमावून बसतो आणि उच्च विश्वासामुळे आपल्या जीवनात येणारी समृद्धी, उत्साह आणि आनंद आपण हरवतो ते वेगळंच.

तर मग आपल्याला कसं कळणार की कोणावर विश्वास ठेवावा? या विश्वासाचा अभाव असणाऱ्या जगात आपण विश्वास उराशी बाळगून काम करताना आपलं तोंड तर पोळणार नाही? आणि जेव्हा सगळेच लोक विश्वासू नसतात, अशा वेळी आपण कोणावर विश्वास टाकणं शहाणपणाचं असेल.... या आणि अशा प्रश्नांचा विचार करण्यापूर्वी आपण अशा काही कंपन्यांची उदाहरणं पाहू, ज्यांना याची उत्तरं सापडली आहेत असं वाटतं.

१९९८ मध्ये मेग व्हिटमननं eBay या कंपनीची CEO म्हणून काम सुरू केलं, त्याचं कारण तिच्याच शब्दात सांगायचं तर 'विश्वासाच्या प्रवाहात ती वाहून गेली.' ही कंपनी सुरू केली ती फ्रान्समध्ये जन्मलेल्या इराणी-अमेरिकन व्यावसायिक पिएर ओमिदयार यानं. सुरुवातीपासूनच ती अतिशय यशस्वी ठरली. आज कंपनीचं बाजारातील भांडवल हे ३५ दशलक्ष डॉलर्सपेक्षा जास्त असून, त्यांचे २३५ दशलक्ष नोंदणीकृत ग्राहक (खरेदी आणि विक्री करणारे) आहेत, जे रोजच्या रोज लक्षावधी व्यवहार करतात.

मग ही कंपनी यशस्वी होण्यामागचं काय कारण असेल? विशेषतः जेव्हा हे 'यश' जगभरातील एकमेकांना पूर्णपणे अपरिचित अशा लोकांमध्ये होणाऱ्या लक्षावधी व्यवहारांवर अवलंबून असतं तेव्हा. या कंपनीची जडणघडण ही ओमिदयारच्या या विश्वासावर झाली आहे की, 'सर्व लोक मूलतः चांगले असतात.' व्हिटमन म्हणते :

> *आज दहा वर्षांनंतरसुद्धा मला असं वाटतं की, पिएरचं बरोबर होतं - eBay चालण्याचं महत्त्वाचं कारण म्हणजे सगळीकडले लोक हे मूलतः चांगलेच असतात. आम्ही फक्त त्यांना साधनं दिली आणि मूल्यांवर भर दिला; पण eBay घडवण्यात सगळ्यात मोठा वाटा आमच्या ग्राहकांचा आहे. आमच्या समाजाची eBay वर आणि एकमेकांवर विश्वास टाकण्याची तयारी, हाच eBay च्या यशाचा पाया आहे.*

याचा अर्थ मात्र असा नाही की, *eBay* आंधळ्या विश्वासावर चालते. व्हिटमनच्या म्हणण्यानुसार –

> *सर्वच लोक चांगले असतात असं पिएरचं तत्त्व नव्हतं. त्याचं म्हणणं होतं की, बहुतेक लोक मूलतः चांगले असतात. मला हे मान्य आहे की*

शहामृगावर संकट आले की ते वाळूत डोकं खुपसून जागच्या जागी उभे राहते आणि संकट आपोआप दूर होण्याची वाट पाहते.

हे खूपच आशावादी विधान आहे; पण आपण ही गोष्ट स्पष्ट करू या. eBay ची उभारणी करताना आम्ही काही डोकं वाळूत खूपसून बसलो नव्हतो. आम्ही या गोष्टीकडे दुर्लक्षही केलं नाही किंवा नाकारलंही नाही की eBay वर काही वेळा फसवणूक, अप्रिय वागणं किंवा बेकायदा गोष्टी घडत असतात. उलट आम्ही eBay च्या विश्वास आणि सुरक्षितता (Trust & Safety) विभागात मोठी गुंतवणूक केली, जो संकेतस्थळावर नजर ठेवून असतो. आम्ही असं सॉफ्टवेअर तयार केलं की जे बनावट वस्तूंची विक्री किंवा बेकायदा व्यवहार दर्शविणारे नमुने शोधून काढेल. अगदी एखाद्या वापरकर्त्यानं (User) दुसऱ्याचे डिजिटल फोटो चोरून त्याचा वापर करणे या पद्धतीच्या अयोग्य गोष्टींवरही लक्ष ठेवून उघडकीला आणेल. पण पहिल्या दिवसापासूनच ही गोष्ट स्पष्ट झाली की अशा पद्धतीचं वर्तन करणारे लोक संख्येनं अगदी कमी असतात.

बाराव्या शतकातील मघरिबी व्यापाऱ्यांप्रमाणेच स्वयंशिस्त हे *eBay* चं मूळ तत्त्व होतं. *eBay* वर खरेदी आणि विक्रीचे व्यवहार अतिशय पारदर्शक असतात. व्यवहाराच्या आणि तो करणाऱ्यांच्या एकमेकांविषयीच्या प्रतिक्रिया संकेतस्थळावर लगेच प्रसिद्ध केल्या जातात. या प्रतिक्रियांमुळे प्रत्येक ग्राहकाबद्दल एक मत तयार होतं, ज्याचा परिणाम इतरांना त्याच्या किंवा तिच्याबद्दल वाटणाऱ्या विश्वासार्हतेवर होतो. चांगल्या सकारात्मक मतामुळे त्या व्यक्तीच्या व्यवहारांमध्ये वाढ होण्यास मदत होते, तर वाईट मत अर्थातच व्यवहारांवर उलट परिणाम घडवतं. जर एखाद्या व्यक्तीवर जास्त प्रमाणात वाईट प्रतिक्रिया आल्या, तर कंपनीचं सॉफ्टवेअर त्यांच्या संकेतस्थळावरील व्यवहार करण्याला मनाई करतं. याखेरीज *eBay* निरनिराळ्या विभागांतील विक्रेत्यांचे गट निर्माण करण्यास प्रोत्साहन देतं, ज्यामुळे एकमेकांवर लक्ष ठेवता येईल आणि नकली वस्तू आणि फसव्या विक्रेत्यांवर नजर ठेवता येईल.

जम्प पॉइंट या पुस्तकात टॉम हेयेज म्हणतात :

आपल्याला जर अशी शंका असती की आपण फसवले जाऊ तर आपल्यापैकी फारच थोडे लोक eBay वर व्यवहार करायला तयार झाले असते. पण आपण विश्वास ठेवतो. eBay सारख्या मध्यस्थावरच नाही तर आपण व्यवहारकर्त्यांवरही विश्वास ठेवतो. eBay हा एक स्वयंशिस्त असलेला, फसवणूक आणि बनावटीवर स्वनियंत्रण आणणारा गट आहे.

खरेदीदार आणि विक्रेते स्वतःची कीर्ती स्वतःच मिळवतात. त्या आधारावरच eBay वर व्यवहार होतात. (ती किर्तीच तुमचा परिचय आणि eBay वरील तुमचा बंध आहे) हे शक्य आहे की एखादी व्यक्ती एकदा फसवणूक करू शकेल, पण eBay ची यंत्रणा लगेचच त्याच्यावर शिक्का मारून त्याला वेगळं काढते.

समाजशास्त्रज्ञ पीटर कोलॉक म्हणतात :

अनेक सभासद असं म्हणतात की, जास्त मानांकन (high rating) असणाऱ्या लोकांबरोबर व्यवहार करणं त्यांना जास्त रुचेल. किंवा ते फक्त अशाच लोकांबरोबर व्यवहार करतील की जे विश्वासार्ह आहेत. त्या अर्थानं काही व्यवहारकर्ते आपली स्वतःची अशी एक प्रतिमा निर्माण करण्यात यशस्वी होतात, ज्यामुळे त्यांची विक्री वाढते आणि त्यांना योग्य भाव मिळायला मदत होते. काही थोड्या नकारात्मक प्रतिक्रियांनीसुद्धा प्रतिमा डागाळायला मदत होते. म्हणूनच वारंवार व्यवहार करणारे लोक प्रामाणिक आणि जलद व्यवहार करून आपल्या प्रतिमेची काळजी घेतात.

eBay वर पहिल्या दोन वर्षांत झालेल्या २ दशलक्ष व्यवहारांपैकी फक्त २७ व्यवहार शंकास्पद होते आणि त्यांना पुढील कारवाईसाठी योग्य अधिकाऱ्यांच्या हातात सोपवलं गेलं. eBay च्या यशाबद्दल साशंक असणाऱ्यांसाठी हे आश्चर्यकारक आहे. आजही जेव्हा eBay वर होणाऱ्या व्यवहारांची संख्या आकाशाला भिडली आहे (त्याचबरोबर फसवणुकीच्या प्रकरणंसुद्धा वाढली आहेत). eBay या तुलनेत कमी असणाऱ्या विश्वासघात करणाऱ्या लोकांचा परिणाम आपल्या विश्वासू ग्राहकांवर होऊ देत नाही. त्यांची कार्यपद्धती ही फसवणूक करणाऱ्या मूठभर लोकांऐवजी असंख्य विश्वासू लोकांवर केंद्रित आहे. खरेदीदार आणि विक्रेत्यांमध्ये विश्वासाचं वातावरण निर्माण करणं, हाच eBay चा एकमेव हेतू नसून, त्यांना या व्यवस्थेविषयीचाच विश्वास निर्माण व्हायला हवा आहे. २००५ मध्ये जेव्हा ओमिद्यारला विचारण्यात आलं की eBay पासून कोणता धडा मिळाला, तेव्हा त्याचं उत्तर होतं 'उल्लेखनीय गोष्ट ही आहे की १३५ दशलक्ष (आता २३५) लोकांना हे कळलं की ते संपूर्णपणे अपरिचित व्यक्तींवर विश्वास ठेवू शकतात.'

दुसरी कंपनी- जिला या विश्वासाचा अभाव असणाऱ्या जगात धोके पत्करूनही कसा प्रवास करायचा हे कळलं आहे, ती आहे नेटाफ्लिक्स ही कंपनी. DVD आणि व्हिडिओ भाड्यानं देणारी ही कंपनी आहे. या कंपनीचे यूएस आणि कॅनडामध्ये २०

दशलक्ष वर्गणीदार आहेत. eBay प्रमाणेच नेटाफ्लिक्ससुद्धा या कल्पनेवर आधारित आहे की, बहुतेक सगळ्या लोकांवर विश्वास टाकता येतो. वर्गणीदार मासिक वर्गणी भरतात, त्या बदल्यात त्यांना काही DVD पाठविल्या जातात. काही DVD हरवतात किंवा चोरीला जातात; पण नेटाफ्लिक्सचे बहुतांश ग्राहक हे विश्वासार्ह आहेत. त्यामुळेच कंपनीला आपल्या ग्राहकांवर विश्वास टाकणाऱ्या कार्यपद्धतीचा अवलंब करणं शक्य आहे. नेटाफ्लिक्सही अविश्वसनीय लोकांच्या या छोट्याशा गटाचा आपल्या कार्यपद्धतीवर परिणाम होऊ देत नाही. उलट eBay प्रमाणेच नेटाफ्लिक्ससुद्धा या अल्पसंख्य फसवणूकदारांना शोधून काढून त्यांच्यावर कारवाई करते. त्यासाठी त्यांची एक सक्षम, प्रगत अशी व्यवस्था आहे. ही व्यवस्था संशयास्पद व्यवहारांवर लक्ष ठेवते आणि फसवणूक करणारे ग्राहक (त्यांची खाती रद्द केली जातात आणि पोस्टाचे अप्रामाणिक कर्मचाऱ्यांविरुद्ध तक्रार नोंदवली जाते) शोधून काढते. जरी नेटाफ्लिक्स सगळ्या गुन्हेगारांचा शोध घेऊ शकत नाही; परंतु हजारो पोस्टल कर्मचारी जेव्हा लाखो DVD दर महिन्याला ग्राहकांपर्यंत पोहोचवतात आणि त्यातील समस्यांचे प्रमाण अगदी नगण्य असते, अशा पद्धतीची यंत्रणा उभारणं, हे विशेष उल्लेखनीय आहे.

याच पंक्तीतील अजून एक उदाहरण म्हणजे L. L. Bean ही एक २ बिलियन डॉलरची उलाढाल असणारे कपडे आणि इतर (outdoor recreation equipments) च्या क्षेत्रात कॅटलॉग वापरून ऑनलाइन विक्री करणारी कंपनी आहे. या कंपनीची ख्याती तिच्या उत्तम ग्राहकसेवेसाठी आहे. MSN च्या २०११ च्या ग्राहक सेवेच्या क्षेत्रातील Hall of Fame मध्ये ती तिसऱ्या क्रमांकावर होती. कंपनीची उत्कृष्ट ग्राहक सेवा- जी तिच्या ग्राहक सेवा हमीबरोबर येते, तिच्यामुळे प्रचंड निष्ठा आणि विश्वास निर्माण होतो. कंपनीची हमी असे सांगते, 'आमचा माल प्रत्येक बाबतीत १०० टक्के समाधान देईल, याची हमी आम्ही देतो. जर आमच्याकडून विकत घेतलेल्या वस्तूने समाधान झाले नाही तर, कधीही तुम्ही ते परत करू शकता. तुमचे संपूर्ण समाधान होणार नाही अशी कुठलीही वस्तू L.L.Bean कडून तुम्हाला मिळावी, अशी आमची इच्छा नाही.'

या हमीबाबत अजून एक वैशिष्ट्य असं आहे की, ग्राहकाचे संपूर्ण समाधान होते आहे की नाही हे ग्राहकानेच ठरवायचे आहे आणि त्याला ३० दिवस किंवा १ वर्ष अशा प्रकारचे वेळेचे बंधन नाही. १९६८ मध्ये जेव्हा पहिल्यांदा ही हमी दिली गेली, त्याबद्दल कंपनीचे सध्याचे अध्यक्ष, L.L.Bean यांचे नातू, लिऑन गॉर्मन म्हणाले, "जर आम्ही, ग्राहकांनी केवळ आमच्या विश्वासावर कॅटलॉगवरून पत्राद्वारा वस्तू विकत घेण्याची अपेक्षा करतो, तर मग त्या वस्तूचं जेवढं आयुष्य असेल तेवढा काळ त्या समाधानकारक होत्या की नाहीत, हा निर्णय ग्राहकांनाच

घेता येईल, एवढा विश्वास आम्ही बाळगायलाच हवा.''

ग्राहक या धोरणाचा गैरवापर करून L.L.Bean चा कसा गैरफायदा घेतील याची कल्पना करणं सोपं आहे. क्वचितच एखाद्या दुर्मिळ केसमध्ये कंपनीला एखादं खातं बंद करावं लागलं आहे. L.L.Bean मधील एका अधिकाऱ्यानं आम्हाला सांगितलं, ''हा काही आमच्या बाजूनं टाकला जाणारा आंधळा विश्वास नाही. क्वचित कधीतरी अत्यंत नाइलाजानं आम्हाला ग्राहकाला, त्यानं दुसरीकडे खरेदी करावी, असं सुचवावं लागतं. परंतु उल्लेखनीय गोष्ट अशी की, आमचा फार थोडा गैरफायदा घेतला जातो. आमचे ग्राहक आमच्या सेवा व हमीच्या सच्चेपणाचं कौतुक आणि आदर करतात. ते विश्वासू आहेत. त्यांच्यावर विश्वास टाकलेला त्यांना आवडतो. विशेषतः या कठीण आर्थिक पेचप्रसंगाच्या काळात ते अशी कंपनी बघतात की, ज्यांच्या मूल्यांबद्दल त्यांना विश्वास वाटेल आणि ती मूल्यं सांभाळली जातील, याची खात्री वाटेल.''

आता जेव्हा तुम्ही eBay, Netflix, आणि L.L.Bean चा विचार कराल तेव्हा तुम्हाला जाणवेल की या कंपन्यांनी दाखवलेला विश्वास वेगळा आहे. हा आंधळा विश्वास नाही किंवा अविश्वाससुद्धा नाही. हा आहे डोळस विश्वास.

डोळस विश्वास म्हणजे काय?

डोळस विश्वास म्हणजे अंदाज. ही अशी एक क्षमता आणि प्रक्रिया आहे जिच्यामुळे आपण या अविश्वासाचा अभाव असणाऱ्या जगात उच्च विश्वास घेऊन वावरू शकतो. त्यामुळे धोके कमी होतात आणि शक्यता वाढतात. त्याच्यामुळे दोन महत्त्वाचे घटक परिणामकारक होतात. १. विश्वास ठेवण्याची नैसर्गिक प्रवृत्ती, २. विश्लेषण. सोप्या शब्दांत सांगायचं झालं तर या विश्वासाचा अभाव असणाऱ्या जगात विश्वास कसा ठेवावा, हे म्हणजे डोळस विश्वास.

१. विश्वासाची नैसर्गिक प्रवृत्ती

विश्वासाची नैसर्गिक प्रवृत्ती म्हणजे लोकांवर विश्वास टाकण्याकडे असणारा कल, ओढा किंवा इच्छा. आपण दुसऱ्या प्रकरणात पाहिलं त्याप्रमाणे, लहान मुलांमध्ये ही प्रवृत्ती जास्त प्रमाणात दिसून येते. कुठल्यातरी अनुभवामुळे किंवा प्रशिक्षणामुळे या प्रवृत्तीवर चांगला अथवा वाईट परिणाम होऊ शकतो. आमच्या कामात, जशी जशी लोकांना एकमेकांमधल्या, संघांमधल्या, संस्थांमधल्या विश्वासाची जाणीव

होऊ लागते, तशी तशी ही प्रवृत्ती वाढीला लागलेली किंवा काही वेळा नव्यानं निर्माण होताना आम्हाला दिसते.

विश्वास ठेवण्याची नैसर्गिक प्रवृत्ती ही मूलतः भावनांशी संबंधित आहे. ही प्रवृत्ती जास्त प्रमाणात जेव्हा असते आणि जेव्हा तुम्ही जाणीवपूर्वक विश्वास टाकता, तेव्हा तो डोळस विश्वासाचाच एक भाग असतो. परंतु हे तेव्हाच शक्य आहे, जेव्हा त्याला विश्लेषणाचीही जोड मिळते. आमचा अनुभव असं सांगतो की ज्यांचा विश्वास ठेवण्याकडे कल कमी असतो, त्यांना अनुभवही असे येतात की ज्यामुळे त्यांची विश्वास ठेवण्याची इच्छा कमी होते.

विश्वास ठेवण्याची ही नैसर्गिक प्रवृत्ती ही नेहमीच डोळस विश्वासाची सुरुवातीची अवस्था असते; जरा वेगळ्या शब्दात सांगायचं झालं तर आपण विश्वास ठेवतो तेव्हा आपण विश्लेषणाकडे दुर्लक्ष करत नाही, तर आपण ते थोपवून धरतो. आपण हा दृष्टिकोन घेऊन परिस्थितीकडे पाहतो की, 'मूलतः सर्व लोक चांगले आहेत' आणि याचं कारण म्हणजे या गोष्टीमुळे अनेक शक्यतांची दारं आपल्यासाठी उघडतात. विश्वास ठेवण्याची ही प्रवृत्ती जास्त असणं याचा अर्थ असा नाही की, आपण सगळ्यांवर विश्वास टाकत जातो. उलट बऱ्याच वेळा आपण तो ठेवतच नाही, विशेषतः जेव्हा आपण विश्लेषण करतो. याचाच अर्थ असा की, आपण स्वतःला वेगवेगळ्या शक्यतांसाठी तयार करत असतो. मात्र जेव्हा आपण अविश्वासानं सुरुवात करतो, तेव्हा आपण त्या शक्यतांकडे बघतही नाही, ते म्हणजे नदीकडे पोलोरॉइड चश्म्याशिवाय पाहण्यासारखं आहे.

आमच्या एका कार्यक्रमानंतर एक वकील आमच्याकडे आले आणि म्हणाले, "माझा विश्वासच बसत नाही. मी हे काय करत होतो! माझ्या आता लक्षात येतंय की मी अविश्वासाच्या भिंगातूनच जगाकडे बघतो आहे. माझ्या व्यवसायानं मला अविश्वास शिकवला आहे. याचा काही वेळा माझ्या ऑफिसमध्ये मला फायदा नक्कीच झाला आहे. पण काही वेळा मात्र त्यानं प्रचंड नुकसान झालं आहे आणि माझ्या वैयक्तिक अनुभवांमध्ये तर अविश्वासाचा मोठाच फटका मला बसला आहे. अविश्वास मनात मुरल्यामुळे मी आनंदी आणि उत्साहवर्धक नातेसंबंधाच्या अनेक शक्यता हातातून घालवल्या आहेत. चांगला परिणाम साधण्याच्या अनेक संधी निसटून गेल्या."

मुहम्मद युनूससारखे लोक आणि eBay, Netflix किंवा L.L.Bean सारख्या कंपन्या- ज्यांचा विश्वास ठेवण्याकडे जास्त कल असतो, त्यांच्यासाठी असंख्य शक्यता खुल्या असतात. त्यांच्या व्यवसायाची आखणी ते त्या ५ टक्के अविश्वासू

लोकांचा विचार करून करण्यापेक्षा ९५ टक्के विश्वासू लोकांना डोळ्यांसमोर ठेवून करतात. त्या बदल्यात त्यांनाही उच्च विश्वासाचे फायदे मिळतात. या विश्वासाच्या पुनरुज्जीवनाच्या काळात आपल्या स्वतःच्या अंगभूत नैसर्गिक प्रेरणेशी जोडून घेणं, हे वैयक्तिक विश्वासाचं पुनरुज्जीवन आहे.

२. पृथक्करण

आपण जर फक्त विश्वास ठेवण्याच्या नैसर्गिक प्रवृत्तीच्या आधारानं जात राहिलो, तर बऱ्याच वेळा आपण आंधळ्या विश्वासाची शिकार होऊ. अर्थातच या विश्वासाच्या अभावाच्या काळात आपण नेहमीच आपले तोंड पोळून घेऊ. डोळस विश्वासासाठी मात्र आपल्याला या नैसर्गिक प्रवृत्तीबरोबरच तितक्याच उच्च दर्जाच्या विश्लेषणाचा आधार घ्यायला हवा. आणि म्हणूनच यशस्वी व्यक्ती आणि संस्था या उच्च विश्वासाच्या प्रेरणेबरोबरच त्या अविश्वसनीय ५ टक्क्यांचा मुकाबला करण्याची तरतूद करतात. उदाहरणार्थ आपण आधी उल्लेख केलेली eBay ची यंत्रणा ही पारदर्शकता आणि प्रतिक्रिया यांवर आधारित आहे. ती स्वयंशिस्त आणि स्वनियंत्रण यावर भर देते. परंतु त्याचबरोबर त्यांच्याकडे अयोग्य वर्तन, फसवणूक आणि नकली मालाची विक्री शोधून त्यावरचे प्रभावी आधुनिक उपाय आहेत. ते चिकाटीनं या यंत्रणेवर नजर ठेवतात. अविश्वासू व्यवहार करणाऱ्यांना खणून बाहेर काढतात. म्हणजेच असं की, ही यंत्रणा जरी विश्वासावर आधारित असली तरीही तो आंधळा विश्वास मात्र नाही. जरी यामागे विश्वासाची आदिम प्रेरणा असली तरीही त्याच्याबरोबर उच्च विश्लेषणसुद्धा असते. हीच गोष्ट आपण नेटाफ्लिक्स आणि L.L.Bean या बाबतीतही म्हणू शकतो.

> *Doveryai, no proveryai* : *पडताळून घेऊन विश्वास ठेवा.*
>
> रशियन म्हण

विश्वास ठेवण्याची प्रवृत्ती ही भावनेचा भाग असली तरी विश्लेषण हे मात्र बुद्धीचा भाग आहे. विश्लेषण म्हणजे आपली पारख करण्याची, मूल्यमापन करण्याची क्षमता, एखाद्या गोष्टीतील गर्भितार्थ, त्याचा परिणाम आणि त्यात अंतर्भूत असणारी जोखीम, हे जाणून घ्यायची क्षमता. विश्वास ठेवण्याच्या नैसर्गिक प्रवृत्तीबरोबरच सक्षम विश्लेषण हादेखील डोळस विश्वासाचाच एक पैलू आहे. पण ते वापरतानासुद्धा तारतम्य हवे. तसं झालं नाही तर, म्हणजे जर आपण अविश्वासानं

सुरुवात केली तर आपण विश्लेषणात इतके गुंतून जातो की, त्याचा आपल्या निर्णयक्षमतेवर परिणाम होतो. आपण आपल्या बॉसवर, आपल्या निर्णयांवर आपल्या भागीदारांवर, ग्राहकांवर, पुरवठादारांवर, सहकाऱ्यांवर, अगदी आपल्या कुटुंबावरही विश्वास न ठेवण्याची कारणं शोधून काढतो. महत्त्वाचा मुद्दा असा आहे की, विश्लेषण करणं गरजेचं असलं तरीही, तेवढं पुरेसं नाही आणि काही बाबतींमध्ये त्याचा आधार न घेणंच योग्य ठरतं. सुदैवानं आजच्या महाजालाच्या जगात माहिती तंत्रज्ञान आणि इंटरनेटमुळे जलद आणि योग्य विश्लेषण करून डोळस विश्वासाचं संवर्धन होऊ शकतं.

डोळस विश्वासाच्या विश्लेषणात ३ महत्त्वाच्या परिवर्तनशील घटकांचं (variables) मूल्यमापन केलं जातं.

१. **संधी** (परिस्थिती - तुम्ही कसा विश्वास ठेवत आहात)
२. **जोखीम** (किती प्रमाणात जोखीम पत्करता)
३. **विश्वासार्हता** (संबंधित लोकांचे स्वभाव आणि क्षमता)

आपण तिन्ही घटकांचा साकल्यानं विचार करू.

घटक - १ संधी : एखाद्या संधीचं किंवा परिस्थितीचं मूल्यमापन करणं म्हणजे केवळ हे लक्षात घेणं आहे की, तुम्ही इतरांवर नक्की कशाच्या बाबतीत विश्वास टाकू शकता. तुम्ही एखाद्यावर दूर अंतरावरून संगणकाच्या किंवा यंत्राच्या साहाय्यानं काम करण्याच्या बाबतीत विश्वास टाकता का? एखादा व्यवहार पूर्ण करण्याच्या संदर्भात विश्वास टाकू शकता का? एखादा प्रकल्प सांभाळण्याच्या बाबतीत किंवा पुरवठासाखळीत पुरवठेदार म्हणून विश्वास ठेवू शकता का? जसे नेटाफ्लिक्स आपल्या ग्राहकांवर DVD मिळणे आणि त्या परत करणे, या बाबतीत विश्वास ठेवते. ग्रामीण बँक आपले ग्राहक कर्ज परत करतील, यावर विश्वास ठेवते.

घटक - २ जोखीम : आयुष्यात जोखीम पत्कारावीच लागते. आपल्याला धोका पत्करणं टाळता येत नाही. विश्वास ठेवणं म्हणजे धोका पत्करणंच आहे आणि विश्वास न ठेवणं, हेदेखील धोका पत्करणं आहे. डोळस विश्वासाचं उद्दिष्ट हेच आहे की, जोखीम तारतम्यानं पत्करता यायला हवी. विश्वास असा टाकावा की त्यामुळे समृद्धी, उत्साह आणि आनंद यात वृद्धी होईल. हे करण्याकरता आपल्याला एखाद्या बाबतीत असणाऱ्या धोक्याची पातळी जोखता यायला हवी. यातून कोणत्या गोष्टी उद्‍भवू शकतील?

ते परिणाम कोणत्या प्रकारचे असतील?

त्या परिणामांचे काय महत्त्व राहील? (What is the importance & visibility of the outcomes) ते परिणाम किती प्रमाणात दिसून येतील आणि त्याचे महत्त्व काय असेल? तुलनेकरता आपण दोन वेगवेगळ्या परिस्थितींचा अभ्यास करू या. आमच्या एका कार्यक्रमात एका आण्विक पाणबुडीचे ॲडमिरल म्हणाले, "आण्विक पायाबुडीवर प्रत्येक गोष्ट करण्याची एक पद्धत असते. आमच्याकडे बाथरूम वापरण्याचेसुद्धा काही नियम असतात. तुम्हाला असं म्हणायचं आहे का की हे अविश्वासदर्शक आहे आणि सर्व गोष्टींचे नियम आम्ही बाद करावेत?" मुळीच नाही. आम्ही म्हणालो, "एखाद्या आण्विक पाणबुडीला असणारा धोका प्रचंड असतो आणि हे नियम त्या धोक्याचा विचार करून अमलात आलेले असतात. उलट त्यामुळे विश्वास वाढतो."

दुसऱ्या एका कार्यक्रमात, बँकेत नोकरी करणाऱ्या एका परदेशी माणसानं त्याच्या मुलीबरोबर आलेला अनुभव सांगितला. तिनं विचारलं, "अमेरिकेत कसं वाटतं?" वडिलांनी उत्तर दिलं, "रस्त्यावरून चालत असताना तुम्हाला वृत्तपत्र विकणारे व्हेन्डिंग मशिन (पैसे आत टाकल्यावर हवी असलेली वस्तू देणारं यंत्र) दिसतं. त्यात वृत्तपत्रांचा एक गठ्ठा असतो. जेव्हा त्यात योग्य पैसे टाकता तेव्हा दरवाजा उघडतो. त्यातून एक प्रत घ्यायची आणि दार परत बंद करायचं. आणि तिथं हे लक्ष ठेवायला कोणीही नसतं की तुम्ही एक प्रत घेता की जास्त." "वा!" मुलगी म्हणाली. तिचा या गोष्टींवर विश्वासच बसत नव्हता की लोक इतका विश्वास टाकू शकतात. (या व्हेंन्डिंग मशिनचं दुसरं नाव आहे ऑनर बॉक्स (honour box)

ही दोन उदाहरणं आपल्याला धोका पत्करण्याची दोन वेगळी टोकं दाखवतात. 'आण्विक पाणबुडीवरची परिस्थिती खरी की वृत्तपत्राबाबतची खरी?' वेगळ्या शब्दांत सांगायचं झालं तर धोक्याचं प्रमाण किती असतं?'

> *सुसंस्कृतपणाचे दोन भाग असतात : एक उदारता, जरी ती महागात पडते आणि विश्वास, जरी त्यात धोका असतो.*
>
> *स्टीफन कार्टर, येल विश्वविद्यालयात कायद्याचे प्रोफेसर आणि इतिहासतज्ज्ञ*

आधी उल्लेख केलेल्या स्ट्रेंजर डेंजर प्रोग्रॅममध्ये शिकवली जाणारी सावधगिरी योग्यच आहे, कारण धोका जास्त आहे आणि एखादं मूलही पळवलं जाणं किंवा त्याला कुठला त्रास होणं, ही गंभीर बाब आहे. अशा परिस्थितीत डोळस विश्वास

आपल्याला सावधगिरीचे उपाय योजायला शिकवतो. परंतु त्याचबरोबर मुलांच्या मनात ही जाणीव करून द्यायला हवी की बहुतेक लोक हे मूलतः चांगले असतात. त्यांच्या कोवळ्या आयुष्यावर अविश्वासाचा प्रभाव पडू नये, याची काळजी घ्यायला हवी.

आपल्या लघुवित्तसाहाय्य चळवळीमध्ये त्यांच्या कर्जदारांकडे तारण देण्यासाठी काहीही नव्हते, तरीही मुहम्मद युनूसना त्यात जोखीम वाटली नाही. जरी इतर बँका आणि आर्थिक सल्लागारांना त्यांचे विचार पटले नाहीत, तरीही त्यांना विश्वास होता की बहुतेक गरीब लोक त्यांचे कर्ज नक्की फेडतील. आणि जवळ जवळ ९८ टक्क्यांनी त्यांचा हा विश्वास सार्थ ठरवला. पण असे असले तरीही त्यांनी आपल्या कर्जदारांकरता मदतगट सुरू केले. फक्त एकमेकांना प्रोत्साहन देण्याकरता आणि मदत करण्याकरताच नाही, तर स्वनियंत्रणाची एक यंत्रणा निर्माण व्हावी, ज्यामुळे गटातील लोकांवर चांगल्या वागण्याची जबाबदारी राहील, कारण त्या सगळ्यांची प्रतिष्ठा एकाच धाग्यानं बांधली गेली होती.

आजच्या इलेक्ट्रॉनिक जगात व्यवसाय करत असतानाचे धोके सौम्य करण्याच्या विशेष उद्देशानंच काही आधुनिक कंपन्यांची निर्मिती झाली आहे. त्याचं एक उदाहरण म्हणजे वेरीसाइन. ही एक अशी कंपनी आहे की जी इंटरनेटच्या संकेतस्थळांची वैधता आणि सुरक्षितता जलदपणे तपासून घेऊन त्यांच्या ग्राहकांना व्यवसाय करण्यास मदत करते. अभ्यासाअंती असं दिसून आलं आहे की, एखाद्या कंपनीच्या संकेतस्थळावरील वेरीसाइनच्या विश्वासाच्या शिक्क्यामुळे कंपनीची १० ते ३४ टक्के व्यवसायवृद्धी होते. दुसरं एक उदाहरण म्हणजे पेपाल (Pay Pal) ही कंपनी त्यांच्या सुरक्षित संकेतस्थळावर त्यांच्या ८७ दशलक्ष ग्राहकांचे क्रेडिट कार्ड आणि बँक अकाउंट नंबर सुरक्षित ठेवते. यामुळे त्यांना आपली आर्थिक माहिती इंटरनेट व्यापाऱ्यांकडे उघड करण्याचा धोका न पत्करता झटपट आणि सोपे ऑनलाइन व्यवहार करता येतात. याचा फायदा या महाजालातल्या व्यापाऱ्यांना (Web merchants) देखील होतो, कारण आपल्या ग्राहकांनी केलेल्या व्यवहाराची हमी त्यांना मिळते.

> *विश्वासाच्या उद्योगाच्या वाढीचे आपण साक्षीदार आहोत.*
>
> *जेफ जर्विस लेखक आणि पत्रकार*

घटक - ३ : विश्वासार्हता : संबंधित व्यक्ती अथवा लोकांचं चारित्र्य आणि क्षमता म्हणजे विश्वासार्हता. तुम्ही कदाचित ती एका लहान मुलाची गोष्ट ऐकली

असेल. एका छोट्या मुलाच्या आईनं त्याला त्याच्या वडिलांसाठी जेवण घेऊन जायला सांगितलं. ते एका खोल खड्ड्यामध्ये काम करत होते. मुलगा जेव्हा खड्ड्याजवळ आला, तेव्हा वडिलांनी त्याला ते जेवण त्यांच्याकडे टाकायला सांगितलं. मुलानं तसंच केलं. मग वडील म्हणाले, "अरे, यात आपल्या दोघांचंही पोट भरेल एवढं अन्न आहे. तू पण उडी मारून खाली ये; आपण दोघं एकत्र जेवू." मुलाच्या डोळ्यांवर उन्हाची तिरीप आल्यामुळे त्याला खालचं काही दिसत नव्हतं. तो म्हणाला, "पण मला तुम्ही दिसत नाही." वडील म्हणाले, "पण मला तू दिसतो आहेस ना. बिनधास्तपणे उडी मार. मी तुला पकडतो." तुम्ही जर त्या मुलाच्या जागी असता तर तुम्ही काय केलं असतं? गोष्टीतील मुलगा अंधारात उडी मारतो आणि त्याचे वडील त्याला झेलून घेतात आणि दोघं आनंदानं जेवतात.

हे उघडच आहे की मुलाच्या नजरेत वडिलांची विश्वासार्हता खूप होती. त्याला माहीत होतं की तो वडिलांवर विसंबून राहू शकतो. पण त्या खड्ड्यातील व्यक्ती त्याचे वडील नसून दुसरंच कोणीतरी असतं तर? जर समजा तो दुसराच कोणी कामगार किंवा कोणी अपरिचित व्यक्ती असती, तर मग त्या मुलानं काय केलं असतं? मग त्यानं इतक्या तत्परतेनं खड्ड्यात उडी मारली असती का?

विश्वास दाखवणं ही एक श्रद्धेची बाब आहे; किंबहुना श्रद्धेची झेप आहे आणि ही उडी घेत असताना संबंधित व्यक्ती किंवा संस्था यांच्या विश्वासार्हतेची खात्री करून घेणं, हे केव्हाही चांगलंच. ही विश्वासार्हता कमी असेल तर विश्वास ठेवण्यातला धोका नक्कीच वाढतो आणि तुम्ही त्यांच्यावर विश्वास न ठेवणं, ही शहाणपणाची कृती ठरू शकते. किंवा तुम्ही सावधपणे विश्वास टाकण्याचा पर्याय निवडाल हा विचार करून की त्यामुळे संबंधित व्यक्तीची किंवा संस्थेची विश्वासार्हता वाढायला मदत होईल.

> *माझ्या दीर्घ आयुष्यात मी शिकलेला मुख्य धडा म्हणजे- एखाद्याची विश्वासार्हता वाढवायची असेल तर त्याच्यावर विश्वास ठेवणे, आणि विश्वासार्हता कमी करण्याचा खात्रीचा मार्ग म्हणजे त्याच्यावर अविश्वास दाखवणे.*
>
> *Henry L. Stimson, Former U.S.Secretary of State*

अर्थात कोणत्याही बाबतीत संबंधित व्यक्तींची विश्वासार्हता विचारात घेणे, हा चांगल्या विश्लेषणाचा एक भाग आहे. उदा. तुम्हाला जर हन्ट्समन कॉर्पोरेशनचे संस्थापक जॉन हन्ट्समन सीनिअर यांच्यासारख्या व्यक्तीशी भागीदारीत काम

करण्याची संधी मिळाली तर तुम्ही काय कराल, अशी कल्पना करा. तुम्ही जर हन्ट्समनची विश्वासार्हता तपासून बघितली असती, तर तुम्हाला असं आढळून आलं असतं की एकदा ते इम्पिरिअल केमिकल इंडस्ट्रीजचे अध्यक्ष आणि CEO चार्ल्स मिलर स्मिथ, यांच्याशी बोलणी करण्यात गुंतले होते. ही यू.के.मधील एक मोठी कंपनी आहे. हे संभाव्य विलीनीकरण म्हणजे आपल्या आयुष्यातील सगळ्यात मोठा व्यवहार असे त्याचे वर्णन हन्ट्समनने केले आहे. एक असा व्यवहार ज्यामुळे हन्ट्समन कॉर्पोरेशनचा पसारा दुपटीनं वाढला असता. ही बोलणी गुंतागुंतीची होती कारण व्यवहार क्लिष्ट होता आणि दोन्ही बाजूंवर प्रचंड तणाव होता. वाटाघाटीच्या शेवटच्या टप्प्यात स्मिथ भावनिकदृष्ट्या विचलित झाले होते. त्यांच्या पत्नीला कॅन्सरसारख्या असाध्य रोगानं ग्रासलं होतं आणि वाटाघाटी पूर्ण होण्याआधीच तिचा मृत्यू झाला. हन्ट्समन एक मुरब्बी मध्यस्थ होते. त्यांना कदाचित या व्यवहारातून अजून २०० दशलक्ष डॉलर्सचा फायदा होऊ शकला असता. पण त्यासाठी त्यांना प्रचंड भावनिक किंमत द्यावी लागली असती आणि म्हणूनच त्यांनी त्या व्यवहारातील शेवटल्या २० टक्के भागातील तपशिलांमध्ये फार लक्ष घातलं नाही. ''ॲग्रिमेंट जसं होतं तसंही ते योग्यच होतं. दोन्ही बाजूंचा फायदाच झाला आणि मला एक आयुष्यभराचा मित्र मिळाला.''

तुमच्या असंही लक्षात येईल की, दुसऱ्या एका वेळी जेव्हा हन्ट्समननी मित्सुबिशीबरोबर थायलंडमध्ये भागीदारीत व्यवसाय सुरू केला. काही काळानंतर मित्सुबिशीच्या एका अधिकाऱ्यानं हन्ट्समनना सांगितलं की थायलंडमधील प्रत्येक कंपनीला तिथं व्यवसाय करण्याकरता सरकारी अधिकाऱ्यांना वार्षिक टक्केवारी द्यावी लागते. आणि त्या वर्षाचा हन्ट्समन यांचा त्या टक्केवारीतील वाटा जवळ जवळ २,५०,००० डॉलर्स इतका होता. हन्ट्समनना असं कळलं की, त्यांच्या नकळत मित्सुबिशी त्यांचा वाटा व्यवसाय करण्याची किंमत म्हणून भरून टाकत आली होती. परंतु आता असं ठरवण्यात आलं की यापुढे हन्ट्समन यांचा वाटा त्यांनी उचलायला हवा. हन्ट्समन आपल्या विनर्स नेव्हर चीट Winners never cheat या पुस्तकात त्याविषयी लिहितात :

> *मी त्यांना सांगितले की आमची ५ सेंटसुद्धा भरण्याची तयारी नाही, कारण हे दुसरे-तिसरे काही नसून खंडणी उकळणे आहे... दुसऱ्या दिवशी मी मित्सुबिशीला कळवले की आम्ही त्यांच्याबरोबर असणाऱ्या व्यवसायातील आमचा भाग विकून टाकतो आहोत. त्यांनी मला त्यापासून परावृत्त करण्याचा प्रयत्न केला. पण मी माझ्या निर्णयावर ठाम आहे हे पाहिल्यावर त्यांनी आमचा HMJ मधील हिस्सा कमी किमतीत विकत घेतला. तसे बघायला*

गेले तर आमचे ३ दशलक्ष डॉलर्सचे नुकसान झाले खरे; पण नीट विचार केला तर त्याचा फायदाच झाला. या घटनेनंतर काही काळाने जेव्हा आशियाई आर्थिक पेचप्रसंग उद्भवला तेव्हा संपूर्ण उद्योग रसातळाला गेला. थायलंडमधील 'फी' भरायला दिलेल्या नकाराची बातमी जेव्हा सगळीकडे पोहोचली, त्यानंतर त्या भागात आम्हाला पुढे कधीही लाचखोरीचा त्रास झाला नाही. लोकांना हे कळलं, हन्ट्समन सरळ नाही म्हणतो आणि असे नाही म्हणणाऱ्या इतरही काही कंपन्या आहेत.

> *आजपर्यंत अविश्वासापोटी कोणीही माझ्याबरोबर व्यवहार करणे नाकारलेले नाही.*
>
> *हन्ट्समन कॉर्पोरेशनचे अध्यक्ष जॉन हन्ट्समन सीनिअर,*

तुम्ही शोधायला गेलात, तर हन्ट्समन यांच्या विश्वासार्हतेच्या अनेक गोष्टी तुम्हाला कळतील. बाकीचे घटक लक्षात घेतले तर त्यांच्या नैतिक, आपुलकीच्या आणि विश्वासार्ह वागणुकीच्या परंपरांचा आलेख तुमच्या त्यांच्याशी असणाऱ्या व्यावसायिक संबंधांवर नक्कीच सरकारात्मक परिणाम घडवेल.

विश्वासार्हतेमध्ये दोन घटक अंतर्भूत असतात; चारित्र्य (सचोटी आणि हेतू) व क्षमता (परिणामांचा आलेख). ज्याप्रमाणे तुम्हाला एखाद्या कुशल, सक्षम परंतु लबाड आणि खोटारड्या व्यक्तीशी व्यवहार करायला आवडणार नाही, त्याचप्रमाणे तुम्हाला प्रामाणिक पण अकार्यक्षम व्यक्तीबरोबर व्यवहार करणेही रुचणार नाही. संबंधित कामाशी त्या व्यक्तीची क्षमता सुसंगत आहे की नाही, यावरही विश्वासार्हता अवलंबून असते. तुम्ही सुटीवर जाताना तुमच्या कामाची जबाबदारी एखाद्या सहकाऱ्यावर तुम्ही टाकाल; परंतु तुमचे केस कापण्याकरता किंवा तुमच्या मुलीच्या गुडघ्याच्या ऑपरेशनकरता तुम्ही त्या व्यक्तीवर कदाचित विश्वास टाकू शकणार नाही.

जेव्हा आपल्याला एखादी व्यक्ती विश्वासार्ह आहे हे माहिती असते, तेव्हा आपण त्याच्यावर सहजच विश्वास टाकू शकतो, हीच गोष्ट संस्थांच्या बाबतीतसुद्धा लागू होते. परंतु जेव्हा आपण विश्वासार्हता तपासून पाहण्याकरता पुरेशी मेहनत घेत नाही, किंवा पूर्वी कधी तरी एखादी व्यक्ती आपल्याला विश्वासार्ह वाटली म्हणून आताही ती तशीच असेल असे आपण गृहीत धरतो, तेव्हा समस्यांना सुरुवात होते. नेमक्या याच कारणामुळे Security & Exchange Commission ने बर्नी मॅडॉफवर

विश्वासून त्याची परिपूर्ण तपासणी केली नाही आणि लक्षावधी डॉलर्सचा घोटाळा त्यांच्या नजरेतून सुटला.

> *सर्व माणसांवर विश्वास ठेवण्यापेक्षा लायक माणसांवर ठेवा. सगळ्यांवर विश्वास ठेवणे हे मूर्खपणाचे तर योग्य माणसावर विश्वास हे शहाणपणाचे लक्षण आहे.*
>
> *५ व्या शतकातील ग्रीक तत्त्ववेत्ता डेमोक्रिटस*

डोळस विश्वासाचा साचा

आपण जर डोळस विश्वासाच्या दोन्ही घटकांना म्हणजेच विश्वास ठेवण्याची नैसर्गिक प्रवृत्ती आणि परिस्थितीचे जोखमीचे आणि विश्वासार्हतेचे विश्लेषण यांना जर एका साच्यात बसवण्याचा प्रयत्न केला तर असे दिसून येईल की, विश्वास ठेवण्याची नैसर्गिक प्रवृत्ती आणि कमी विश्लेषण हे जर एकत्र आले, तर ते भोळसटपणात किंवा अंधविश्वासात परावर्तित होईल. (Zone 1) उच्च विश्वास

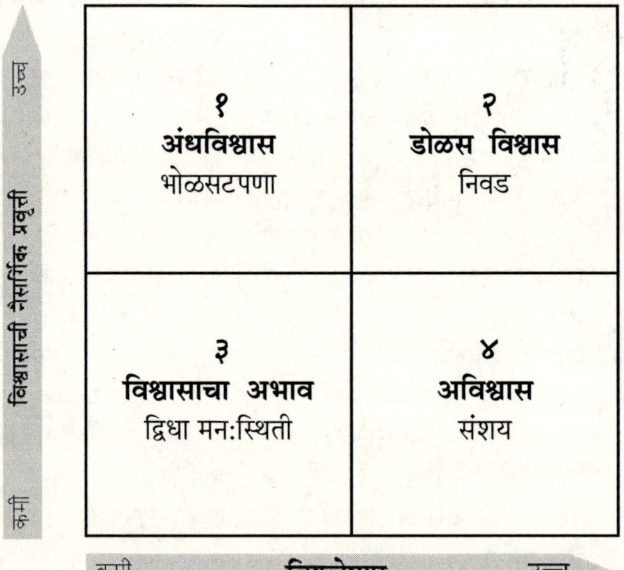

आणि अचूक विश्लेषण एकत्र आल्यास त्याची परिणती चांगला अंदाज चांगल्या निर्णयात होईल- म्हणजेच डोळस विश्वासात होईल. Z (Zone2) अविश्वासाची प्रवृत्ती आणि कमी किंवा दुबळे विश्लेषण, हे चलबिचल आणि अकार्यक्षमतेला जन्म देईल. म्हणजेच अविश्वास निर्माण होईल आणि अविश्वासाची प्रवृत्ती आणि अतिविश्लेषणाचा परिणाम संशय किंवा अविश्वास असेल. (Zone 4)

जेव्हा तुम्ही या तक्त्याकडे बघाल, तेव्हा त्या त्या विभागात स्वतःला ठेवून बघा. पहिल्या विभागात (अंधविश्वास) थोडा वेळ जरी आपल्याला सुख वाटलं तरी आपण तिथं कायम आनंदी राहू शकणार नाही. आपण फसवणुकीला बळी पडू शकतो. कधी ना कधी तरी आपण पोळले जातोच. आपण मनाबरोबरच बुद्धीचाही वापर न केल्याची किंमत आपल्याला मोजावी लागते. तिसऱ्या विभागात आपण ना मनाचा वापर करतो ना आपल्या बुद्धीचा. परिणामी आपली चलबिचल होते आणि आपल्याला असुरक्षित वाटू लागतं. आपण कोणावरही विश्वास टाकू शकत नाही- अगदी स्वतःवरही. संघ आणि संस्थांमध्ये ही स्थिती जास्त त्रासदायक ठरते, नोकरशाहीच्या निर्णय घेण्याच्या अक्षमतेमुळे चालत्या गाड्याला खीळ बसू शकते. चौथ्या विभागात आपण फक्त भावनेचा वापर करतो. परिणामी आपण इतका संशयी आणि सावध पवित्रा घेतो की, आपण स्वतःखेरीज कोणावरही विश्वास टाकू शकत नाही आणि आपण समृद्ध नातेसंबंधांचे फायदे गमावून बसतो. दुसरा विभाग ही एकमेव जागा अशी आहे, जिथं बुद्धी आणि मन दोन्हींचा मिलाफ होतो. आपली विश्वास ठेवण्याची नैसर्गिक प्रवृत्ती आणि विश्लेषण यांच्यामुळे आपण धोक्यांना शहाणपणाने हाताळू शकतो. हा एकमेव विभाग आहे, ज्यामुळे आपल्याला अंदाज येतो की कधी विश्वास ठेवावा, कधी ठेवू नये, किंवा कसा ठेवावा जेणेकरून चुका होण्याची शक्यता कमी होऊन घटना योग्य दिशेनं वाटचाल करतील.

आता जेव्हा आपण डोळस विश्वासाच्या मूलभूत घटकांपर्यंत पोहोचलो आहोत, तेव्हा आपण हेही मान्य करायला पाहिजे की डोळस विश्वास म्हणजे एक शास्त्र नसून, एक कला आहे. ती एक अंदाजानं केलेली कृती आहे जी आपण विचारपूर्ण कौशल्यामध्ये विकसित करू शकतो. आपल्याला डेड पोएट्स सोसायटी या चित्रपटाची आठवण होईल, ज्यात रॉबर्ट विलियम जॉन कीटिंग या काल्पनिक पात्राच्या रूपात येतो. तो बेल्टन ॲकॅडमी या मुलांच्या शाळेतील अपारंपरिक भन्नाट इंग्लिश शिक्षक दाखवला आहे. एका दृश्यामध्ये कीटिंग एका विद्यार्थ्याला मुलांना लावलेल्या कवितांच्या पाठ्यपुस्तकाच्या प्रस्तावनेचा काही भाग वाचायला लावतो. ही प्रस्तावना 'जे इवान्स प्रिचार्ड, पीएच.डी.' यानं लिहिलेली असते, ज्यात त्यानं कवितेची गुणवत्ता ठरविण्यासाठी एक कोरडं गणिती सूत्र दिलेलं असतं. त्यावर

कीटिंग मुलांना म्हणतो :

> *आता माझी इच्छा आहे की तुम्ही ते पान फाडून टाकावं. चला पूर्ण पान फाडून टाका. तुम्ही ऐकलंत ना, पूर्ण पानच फाडून टाका आणि नुसतं पानच नाही तर अख्खी प्रस्तावनाच फाडून टाका. मला ती जायला हवी आहे. काहीही शिल्लक राहायला नको. जे इव्हान्स प्रिचार्ड, पीएच.डी. नाहीसे व्हा... हे काही बायबल नाही की फाडल्याबद्दल तुम्ही नरकात जाल. खरंच काही शिल्लक न ठेवता पूर्ण फाडून टाका. ही लढाई आहे. युद्ध! आणि यात जे जखमी होतील ते असतील तुमचं हृदय आणि तुमचा आत्मा.*

जेव्हा सुरुवातीला मुलं आश्चर्यचकित होतात, गोंधळतात आणि मग अडखळत पानं फाडायला सुरुवात करतात तेव्हा कीटिंग म्हणतो;

> *आपण काव्य लिहितो आणि वाचतो ते ती सुंदर, गोड असतात म्हणून नव्हे तर आपण मानवजातीचे सदस्य आहोत म्हणून. मानवजात तीव्र भावनांनी ओतप्रोत असते. वैद्यकी, कायदा, व्यवसाय, अभियांत्रिकी हे सगळे उच्च साध्य आहेत आणि जगण्यासाठी अत्यावश्यक आहेत. परंतु ज्या गोष्टींसाठी जीवन वेचावं त्या गोष्टी म्हणजे काव्यसौंदर्य आणि प्रेम.*

या दृश्यामधून आम्हाला हे सांगायचं आहे की जरी आम्ही तुम्हाला डोळस विश्वासाचं अत्यंत महत्त्वाचे घटक सामील असलेलं सूत्र दिलं असलं तरीही काव्याप्रमाणेच इथंही आपण कलेचा विचार करतो आहोत; शास्त्राचा नाही, हे लक्षात घ्यायला हवं. डोळस विश्वासासाठी अंदाज आवश्यक आहे- माहितीवर आधारित अंदाज. ही काही 'सब घोडे बारा टके' वाली परिस्थिती नाही किंवा सर्व वेळी एकच विशिष्ट मात्रा लागू पडेल, असंही नाही. या दोन घटकांखेरीज त्यांचा एकमेकांवर जो परिणाम होतो, त्यामुळे सहजप्रवृत्ती आणि अंतःप्रेरणा यांचाही समावेश योग्य अंदाज घेण्याच्या कामात केला जातो.

आपण अनुभवातून शिकतो आणि त्याचाच आधार घेऊन अंदाज बांधतो. त्यामुळे काही वेळा आपल्या हातून चुका घडू शकतात. लोकांवर विश्वास ठेवतानाही आपल्या हातून नक्कीच चुका घडतील. परंतु आपली विश्वास ठेवण्याची सहजप्रवृत्ती आणि आपली परिस्थिती, धोका आणि विश्वासार्हता या सगळ्यांचं आकलन आणि

विश्लेषण करण्याची क्षमता या दोन गोष्टी आपण जितक्या लवकर ओळखू शकू आणि त्याचा वापर करू शकू, तेवढी जास्त सामूहिक क्षमता त्यांच्यात निर्माण होईल. त्याचा परिणाम उच्च विश्वासानं भरलेले नातेसंबंध आणि संधी निर्माण होण्यात होईल आणि अर्थातच संपन्नता, उत्साह आणि आनंद यांच्यात वृद्धी होईल.*

> *अचूक अंदाज अनुभवातून येतो आणि अनुभव चुकलेल्या अंदाजातून.*
>
> *रिटा मे ब्राउन*

नाण्याची दुसरी बाजू

दुसऱ्यांवर विश्वास ठेवण्याच्या बाबतीत डोळस विश्वासाचा साचा आपल्याला सहायक ठरू शकतो. परंतु डोळस विश्वासाला अजून एक पैलू, एक बाजू आहे आणि ती म्हणजे तुमची विश्वासार्हता, ज्यामुळे तुम्ही इतरांच्या विश्वासाला पात्र ठराल, इतरांना तुमच्याबद्दल विश्वास वाटेल. या गोष्टीला आपण डोळस विश्वासाच्या नाण्याची दुसरी बाजू म्हणू शकू. यात एक मोठा फरक आहे. तुम्ही तुमच्या सहज प्रेरणेनं किंवा तुमच्या परिस्थितीतील धोक्याच्या आणि विश्वासार्हतेच्या विश्लेषणाच्या आधारावर विश्वास ठेवण्याचा अगर न ठेवण्याचा निर्णय घ्याल. परंतु कुठल्याही परिस्थितीत तुम्ही तुमची विश्वासार्हता गमावून चालणार नाही. तुमची स्वतःची विश्वासार्हता ही स्थिर असायला हवी.

आधी उल्लेख केलेल्या जोन हन्ट्समन सीनिअर यांच्या उदाहरणाचा विचार करा. त्यांच्या स्वतःच्या विश्वासार्हतेमुळे समृद्धी, आनंद आणि उत्साह निर्माण करण्याच्या असंख्य शक्यता त्यांच्यापुढे खुल्या झाल्या आहेत. ज्या व्यक्तीची विश्वासार्हता कमी आहे, त्याला मात्र या शक्यता उपलब्ध होतीलच असे नाही किंवा बर्कशायर हॅथवेचे अध्यक्ष वॉरन बफे, जे आजच्या युगातले सर्वांत मोठे गुंतवणूकदार मानले जातात, त्यांचे उदाहरण घ्या. ते नियमितपणे त्यांच्या सत्याहत्तर ... (direct reports) (ज्यांना ते ऑल-स्टार्स म्हणतात) त्यांना निवेदनं पाठवतात, ज्यामुळे त्यांची विश्वासाशी असणारी बांधिलकी अजून दृढ होते आणि तो विश्वास टिकवून धरण्यात त्यांची मदत होते. त्यांनी असे म्हटले आहे :

---

*तुमच्या स्वत:च्या डोळस विश्वासाच्या पातळीचे सर्वेक्षण करून तुमचे नि:शुल्क वैयक्तिकृत विश्लेषण मिळवण्यासाठी SmartTrustBook.com या संकेतस्थळाला भेट द्या.

आपल्याला आर्थिक नुकसान झालं तरी चालेल अगदी. जास्त प्रमाणात झालं तरीही चालेल; परंतु आपली प्रतिष्ठा गमावणं, अगदी एखादा धागाही गमावणं आपल्याला परवडणारं नाही. आपण केलेली प्रत्येक व्यावसायिक कृती ही राष्ट्रीय वृत्तपत्रांच्या पहिल्या पानावर येण्याएवढी महत्त्वाची हवी. एखाद्या बुद्धिमान परंतु आपल्या विरोधात असलेल्या पत्रकारालाही आपली दखल घेणं भाग पडेल, अशी आपली वागणूक हवी. बर्कशायरच्या ख्यातीमुळे, उत्पन्नासह निरनिराळ्या क्षेत्रांत बर्कशायरचा फायदाच झाला आहे आणि आपल्या एखाद्याही कृतीनं त्यावर अनिष्ट परिणाम व्हायला नको. फॉर्च्यूनच्या क्रमवारीत बर्कशायर ही जगातली दुसऱ्या क्रमांकावरची कौतुकपात्र कंपनी आहे. या स्थानावर यायला आपल्याला ४३ वर्षं लागली, परंतु ते स्थान गमवायला आपल्याला ४३ मिनिटेतही पुरेशी आहेत.

आम्ही या पुस्तकाच्या सुरुवातीला 'आमचा हेतू' यामध्ये म्हटल्याप्रमाणे बफे असंही म्हणाले :

आताही बर्कशायरमध्ये कोणीतरी असे काहीतरी करत आहे की जे तुम्हाला आम्हाला कळले, तर आपण नाराज होऊ. पण हे अटळ आहे. आमच्याकडे २,००,००० पेक्षा जास्त कर्मचारी आहेत आणि एवढ्या सगळ्या लोकांमध्ये कोणी वाईट वागणारच नाही, ही शक्यताच अशक्य कोटीतील आहे.

ते पुढे म्हणतात :

वाईट वर्तनाचा वास जरी लागला तरी वेळीच त्याचा पाठपुरावा केला तर आपण त्याचे परिणाम नक्की कमी करू शकतो. तुमची कार्यसंस्कृती कशी आहे ते तुम्ही कृतीतून किंवा शब्दांमधून सिद्ध केलेल्या आणि अमलात आणलेल्या दृष्टिकोनांवरून ठरते. नियम आणि घटनांपेक्षा तुमच्या संस्थेतील वातावरणावर तुमच्या संस्थेतील वर्तणूक अवलंबून असते.

याच मुद्द्याचे समर्थन करणारी एक घटना २०११ मध्ये घडली. बर्कशायर हॅथवेमधील एका उच्चपदस्थ अधिकाऱ्यानं बफेंचा विश्वासघात केला. काही जणांनी त्या व्यक्तीच्या वाईट वागण्याकडे बोट दाखवून असंही म्हटलं की बफेंची विश्वास

ठेवण्याची पद्धत कुचकामी आहे. परंतु त्याचे परिणाम लक्षात घ्या. मुदतपूर्व राजीनाम्याची कुठलीही भरपाई न घेता त्या अधिकाऱ्यानं राजीनामा दिला. (परंतु आपल्या व्यवहारांमुळे कायद्याचं किंवा बर्कशायरच्या धोरणाचं उल्लंघन झाल्याचं त्यानं नाकारलं). बफेंनी या घटनेची सर्व माहिती Securities & Exchange Commission कडे दिली, आणि त्यांनी त्यांच्या अधिकाऱ्यांना हे दर्शवून दिलं की अविश्वसनीय वर्तन खपवून घेतलं जाणार नाही. पण त्यांनी शहाणपणानं एक गोष्ट मात्र केली, ती म्हणजे- त्याच्या इतर ७६ अधिकाऱ्यांवर त्यांनी अविश्वास दाखवला नाही. एका व्यक्तीच्या विश्वासघातकी वागण्याचा परिणाम त्यांनी इतरांवरच्या विश्वासावर होऊ दिला नाही. परिणामी एवढा मोठा धक्का बसूनही बर्कशायर हॅथवेमध्ये आजही उच्च विश्वासाचं वातावरण आहे.

बफेंच्या व्यक्तिगत विश्वासार्हतेमुळे अजून विश्वास निर्माण होतो आणि ज्या पद्धतीनं ते आपल्या अधिकाऱ्यांवर विश्वास टाकतात त्यामुळे तो विश्वास सार्थ ठरवण्याकरता ते अधिकारी निष्ठेनं आणि चिकाटीनं काम करतात, ज्यामुळे बर्कशायर हॅथवेची विश्वासार्हता टिकून राहायला मदत होते. कॅथी बॅरन तमाराईझ या वॉरन बफेंनी २००६ मध्ये विकत घेतलेल्या बिझनेस वायर या कंपनीच्या CEO आणि त्याच्या ७७ ऑल स्टार्सपैकी एक, यांना काय म्हणायचं आहे ते पाहा ''वॉरन आमच्यात हा विश्वास जागृत करतात की आम्ही काही चुकीचं वागणार नाही... या विश्वासामुळेच रोज रात्री आम्ही शांत झोपू शकतो. (We'rc not going to sleep at night because we'are going to get it right every single day) -

हे अद्भुत आहे. याच त्यांच्या विचारधारेमुळे बफे जगातील सर्वांत श्रीमंत लोकांच्या यादीत तिसऱ्या क्रमांकावर आहेत आणि आपल्या ४७ अब्ज डॉलरच्या संपत्तीमधून ९९ टक्के संपत्ती जगभरातील लोकांचे जीवनमान सुधारण्याकरता झटणाऱ्या सेवाभावी संस्थांना दान करून ते समृद्धी, उत्साह आणि आनंद यांचा प्रसार करत आहेत. त्यातील मुख्य संस्था आहे बिल आणि मेलिंडा गेट्स फाउंडेशन.

आजच्या या विश्वासाचा अभाव असणाऱ्या जगात अविश्वासाचे समर्थन करणे कधी कधी खूप सोपे असते. 'काय फरक पडतो; सगळे जण असेच वागतात.' परंतु सगळे असे वागत नाहीत. २००६ मध्ये त्याच्या 'ऑल स्टार्स'ना दिलेल्या निवेदनात बफेट म्हणतात :

व्यवसायातील सर्वांत धोकादायक शब्द आहेत 'सर्व जण असेच करतात' अनेक बँका किंवा विमा कंपन्यांना या विचारधारेवर (Rationale) विश्वास ठेवल्यामुळे प्राप्तीमध्ये तूट आली आहे.

आणि हे वाक्य आपल्या कृत्यांच्या नैतिक समर्थनासाठी वापरल्यामुळे अजूनच गंभीर परिस्थिती निर्माण झाली आहे. आजतागायत १०० हून अधिक कंपन्या Stock option backdating scandal मध्ये अडकल्या आहेत आणि अजूनही काही अडकतील. मला असं वाटतं की यात अडकलेल्या लोकांपैकी, अनेक जण जर त्यांनी 'सर्व जण असेच करतात' या तत्त्वावर विश्वास ठेवला नसता तर त्यात अडकली नसती. अलीकडच्या काळात हिशेबाचे गोंधळ करून गुंतवणूकदारांना फसवलं जाण्याची जी उदाहरणं आहेत, तीही याचाच नमुना आहे.

या चुकीच्या कल्पनेनं भारलेल्या लोकांपैकी पुष्कळ जण मूलतः एवढे चांगले असतात की, वेळ पडल्यास तुम्हाला त्यांना तुमच्या मृत्युपत्राचे व्यवस्थापक (executor of your will) किंवा अगदी तुमचा जावई म्हणूनही स्वीकारायला नक्कीच आवडले असते. परंतु कुठंतरी त्यांच्या डोक्यात ही कल्पना येते, किंवा कदाचित त्यांना ती त्यांच्या ऑडिटर किंवा सल्लागारानं सुचवली असू शकेल की जर इतके प्रतिष्ठित लोक जर अशा गोष्टी करत असतील, तर मग आपणही ती गोष्ट करण्यात काहीच गैर नाही. हा एक भुरळ घालणारा युक्तिवाद आहे.

परंतु हे साफ चुकीचे आहे. खरं तर जेव्हा जेव्हा तुम्ही 'सगळेच जण असं करतात' हे वाक्य ऐकता, तेव्हा तेव्हा तुमच्या डोक्यात धोक्याची घंटा वाजली पाहिजे. जर एखादी गोष्ट योग्य असेल तर त्यासाठी कोणी अशी कारणमीमांसा का द्यावी? म्हणजेच जर कोणी हा युक्तिवाद करत असेल तर नक्कीच त्याच्या स्वतःच्याच मनात थोडासा तरी संशय असेलच.

अविश्वसनीय वागणूक ही डोळस विश्वासाचा भाग होऊ शकत नाही. हा शहाणपणा नाही. जरी काही लोक किंवा संस्था विश्वासविहीन वागणुकीच्या बळावर काही काळ तग धरू शकतात (आपल्याला नक्कीच अशी उदाहरणं माहीत असतील) तरीही हे यश शाश्वत नाही. एक वेळ नक्कीच अशी येईल की त्याचे परिणाम भोगावे लागतील. बर्नी मॅडॉफची पण वेळ आली. उशिरा का होईना पण नक्कीच आली. अविश्वसनीय वागणुकीमुळे कधीही शाश्वत संपत्ती, आनंद आणि ऊर्जा निर्माण होत नाही.

डोळस विश्वास कृतीमधून

आता जेव्हा डोळस विश्वासाचा दृष्टिकोन तुमच्या मनात पक्का झाला आहे, तेव्हा तुम्ही आपण आधी पाहिलेली उदाहरणं आठवून बघा. eBay, Netflix, बर्कशायर हॅथवे आणि L.L.Bean या आणि इतर यशस्वी कंपन्यांनी कशा पद्धतीनं आपली विश्वास ठेवण्याची नैसर्गिक प्रवृत्ती आणि विश्लेषण यांची योग्य सांगड घालून डोळस विश्वासाचा दृष्टिकोन निवडला. तुम्ही दहाव्या शतकातील मघरिबी व्यापारी आणि मुहम्मद युनूस यांचादेखील विचार करा.

आम्ही युरोपमधल्या ज्या इन्श्युरन्स कंपनीचा उल्लेख केला होता, जी तिच्या ग्राहकांनी केलेल्या खोट्या दाव्यांमुळे जेरीस आली होती, तिचा विचार करा. एक वेळ अशी आली होती की जोपर्यंत चांगुलपणा सिद्ध होत नाही तोपर्यंत त्यांचा प्रत्येक ग्राहक लबाडच आहे, असा दृष्टिकोन कंपनीनं बाळगला होता. आणि या त्यांच्या दृष्टिकोनामुळे त्यांचे अनेक ग्राहक तुटले होते. पण ही गोष्ट इथं संपली नाही, कंपनीच्या नेत्यांनी त्यांचा दृष्टिकोन बदलण्याचं ठरवलं. त्यांनी त्यांच्या ग्राहकांना एक जाहीर अभिवचन दिलं, 'आमचा तुमच्यावर विश्वास आहे, तुम्ही

जर दावा दाखल केलात तर आम्ही त्याची पूर्तता करू.' त्याच वेळी त्यांनी हेही सूचित केलं की त्यांना फक्त प्रामाणिक ग्राहकांबरोबर व्यवहार करायला आवडेल. म्हणूनच त्यांनी काही ग्राहक जाऊ दिले. भरीला त्यांच्या विश्लेषणातून हेही लक्षात आलं की, फसव्या दाव्यांची पूर्तता करण्याच्या रकमेपेक्षा जास्त किंमत त्यांना गुंतागुंतीच्या प्रकियेमुळे मोजावी लागत होती. जेव्हा त्यांनी त्यांच्या नवीन दृष्टिकोनाचा स्वीकार केला, तेव्हा विश्वास आणि कामाचा वेग या दोन्ही घटकांमध्ये आश्चर्यकारकरीत्या वाढ झाली. ज्या दाव्यांची पूर्तता कण्यासाठी काही आठवडे किंवा महिनेसुद्धा लागत होते, जे काही दिवसांत किंवा अगदी काही तासांत निकालात निघू लागले आणि ग्राहक संतुष्ट झाले. त्यांची कंपनीशी असलेली निष्ठा तर वाढलीच; शिवाय त्यांनी इतरांना शिफारस केल्यामुळे ग्राहकही वाढले आणि आश्चर्याची गोष्ट अशी की दाव्यांची संख्यासुद्धा कमी झाली. लोकांमध्ये विश्वासाची भावना वाढीला लागल्यामुळे त्यांनी मामुली गोष्टीसाठी दावे दाखल करणं बंद केलं.

डोळस विश्वासाचं सार्वजनिक क्षेत्रातील एक उत्तम उदाहरण म्हणजे सामाजिक स्वनियमन. १९९० च्या दशकात सुरुवातीला कोलंबियाचे पोलीस अशा विभागातून गस्त घाल असत, जिथले लोक ड्रग्ज आणि गुन्हेगारीत मुरलेले होते. त्या भागात लहान आणि किशोरवयीन मुलांना ड्रग्ज चोरण्याकरता आणि विकण्याकरता जबरदस्ती केली जात होती. त्यांना धमकावून त्यांच्याकडून काम करून घेतलं जात असे आणि मोबदला म्हणून त्यांना ड्रग्ज दिली जात. पोलिसांवर कोणाचाही विश्वास नव्हता. परिस्थिती हाताळत असताना स्थानिक लोकांचं सहकार्य मिळणं अशक्य होतं. परंतु १९९४ मध्ये बोगोटाचे महापौर म्हणून अंतानास मोकस निवडून आले तेव्हा त्यांनी काही महत्त्वाचे बदल घडवून आणायचं ठरवलं. त्यांनी त्यांचा दृष्टिकोन अविश्वासाकडून वळवून विश्वासाकडे आणला. या एकाच बदलामुळे त्यांचं परिस्थितीचं विश्लेषण बदललं आणि स्थानिक समाजातील लोकांना सामील करून घेण्यातील जोखीमही कमी झाली. पोलीस अधिकाऱ्यांना सामाजिक कौशल्याचं प्रशिक्षण द्यायचे, त्यांना दोघा दोघांच्या गटांत विभागून आसपासच्या प्रभागांमध्ये काही वर्षांकरता त्यांची नेमणूक करायची, असं त्यांनी ठरवलं. गाडीतून गस्त घालण्याऐवजी त्यांनी सायकलवरून फिरायला सुरुवात केली. त्यांनी स्थानिक रहिवाशांना भेट द्यायला, त्यांच्याशी संवाद साधायला, रस्त्याच्या कडेला उभं राहून लोकांशी गप्पा मारायला सुरुवात केली. त्यांनी लोकांसाठी सुरक्षेच्या कार्यशाळा आयोजित केल्या. शाळांमध्ये मुलांना सुरक्षिततेच्या मुद्द्यांवरून काळजी घेण्याचं प्रशिक्षण द्यायला मदत केली. त्यांना परिसरावर लक्ष ठेवण्याकरिता नागरिक

बंदोबस्त समिती स्थापन केला, जेणेकरून ते पोलिसांना माहिती पुरवून योग्य वेळी सावध करू शकतील.

एका वार्ताहराच्या अनुसार :

या प्रयत्नांना अभूतपूर्व यश लाभले आहे. आज (सप्टेंबर २०१०) जगातल्या कोणत्याही मोठ्या शहराच्या तुलनेत बोगोटा शहरात मनुष्यवधाचे प्रमाण सर्वांत कमी आहे.

कायदा आणि सुव्यवस्थेबद्दलची लोकांची मतेदेखील पूर्णपणे बदलली आहेत. १९८३ मध्ये केलेल्या सर्वेक्षणात ७३ टक्के कोलंबियन नागरिकांच्या मनात पोलिसांची नकारात्मक प्रतिमा आढळून आली होती. परंतु २००२ मध्ये जाबरिना युनिव्हर्सिटीने केलेल्या निरीक्षणामध्ये असे निष्पन्न झाले की बोगोटाच्या ८५ टक्के नागरिकांमध्ये सामाजिक स्वनियमनाबद्दल (Community Policing) त्यांच्या मनात सकारात्मक भावना आहेत. तर ८६.३ टक्के लोकांनी सांगितले की सामाजिक स्वनियमन पद्धतीमुळे त्यांच्या गरजा आणि तक्रारींची योग्य ती दखल घेतली जाते असे आढळून आले. ९९ टक्के नागरिकांचे समाजामधील इतर घटकांशी मित्रत्वाचे संबंध आहेत, तर ८६.५ नागरिक पोलिसांची कार्यपद्धती अवलंबतात.

लोकांवर डोळसपणे विश्वास टाकून पोलीस अधिकाऱ्यांनी समाजातील लोकांना त्यांच्यावर विश्वास ठेवायला प्रेरित केलं. समाजासाठी काही काम करत असताना पोलिसी कारवायांमध्ये अडकण्याची नागरिकांच्या मनात जी भीती असते ती त्यांनी कमी केली आणि गुन्ह्यांचं कमी झालेलं प्रमाण आणि वाढलेला विश्वास यांच्याबरोबर त्यांना असंही आढळून आलं की, एरवी जी मुलं व्यसनांच्या विळख्यात अडकली असती, ती आता वेगळे सकारात्मक पर्याय शोधू लागली आहेत.

ब्रिटिश कोलंबिया व्हॅंकुवरमध्ये रॉयल कॅनडियन माउंटेड पोलिसांच्या रिचमंड तुकडीनं डोळस विश्वासाचा एक वेगळा प्रयोग अमलात आणला. त्यांनी स्थानिक उद्योगांची मदत घेतली आणि जी तरुण मुलं काही चांगल्या गोष्टी करताना आढळली, त्यांना सकारात्मक बिल्ले (Positive tickets) दिले. या बिल्ल्यांमुळे दोन गोष्टी घडून आल्या. तरुणांवरचा विश्वास दर्शवला गेला आणि दुसरं म्हणजे हा बिल्ला वटवण्यासाठी घेऊन स्थानिक दुकानांमध्ये आइस्क्रीम कोन, एखादा पिझ्झा, एखादा सिनेमा बघायला गेल्यामुळे स्थानिक व्यापाऱ्यांशी ओळख होऊन त्यांच्याबरोबर सकारात्मक संबंध निर्माण व्हायला मदत झाली. पोलिसांनी एका

परंपरागत (नकारात्मक) बिल्ल्यासाठी ३ सकारात्मक बिल्ले द्यायला सुरुवात केली. याचा फायदा डोळ्यांत भरण्यासारखा होता. पोलिसांचं मनोधैर्य वाढलं आणि फक्त तरुणांच्याच मनात नव्हे, तर त्या समाजातच विश्वासाची भावना वाढीला लागली. व्हँकुवरमधल्या बालगुन्हेगारांचं आणि त्यांच्यावरच्या खटल्यांचं प्रमाण ३ वर्षांत जवळ जवळ ५० टक्क्यांनी कमी झालं. पुनःपुन्हा गुन्हा करण्याचं प्रमाण (Recidivisms) ५ टक्क्यांपर्यंत खाली आलं. याचाच अर्थ असा की, नव्यानं सुरू झालेल्या पुनर्वसनात्मक (Restoralive) न्याय यंत्रणेतून जाणाऱ्या मुलांपैकी ९५ टक्के तरुण मुलं पुन्हा गुन्ह्यांकडे वळली नाहीत किंवा पोलिसांशी वाईट संदर्भात संपर्कात आली नाहीत आणि त्यांच्यावर खटले चालवण्याचा खर्च कमी झाला तो वेगळाच. या सगळ्यात पुढाकार घेऊन काम करणाऱ्या वॉर्ड क्लॅपहॅमनं त्यानंतर जवळ जवळ ५३ देशांत या चांगुलपणाच्या बिल्ल्यांचं काम सुरू केलं आहे. त्याच्या मते 'किती बिल्ले वटवले गेले हे महत्त्वाचे नाही; तो बिल्ला म्हणजे नवीन नात्यांचं प्रवेशद्वार आहे. सगळ्याचं मूळ नातेसंबंधातच आहे.'

> *'नाती जोडताना तुम्ही विश्वासही जोडत असता.... आणि विश्वास असेल तर सर्व काही शक्य असते.'*
>
> *रिचमंड सिटी, ब्रिटिश कोलंबिया येथील तरुणांशी संबंधित सल्लागार, वेन यी*

विश्वासाची देवाण-घेवाण

या सर्व उदाहरणांवरून आपल्या असं लक्षात येईल की, विचारपूर्वक विश्वास ठेवल्यानं बरेच लाभ होतात. त्यातील सर्वांत जास्त उत्साहवर्धक गोष्ट अशी की, विश्वास दिला की विश्वास वाढतो आणि त्यामुळे जे एक गुणात्मक वर्तुळ निर्माण होतं त्यानी विश्वास वृद्धिंगत होतो. आपण जेव्हा लोकांवर विश्वास ठेवतो, तेव्हा तेसुद्धा आपल्यावर विश्वास ठेवू लागतात; तसंच आपण जर अविश्वास दर्शविला तर आपल्या वाट्यालाही अविश्वासच येतो. बऱ्याच संस्थांमध्ये कर्मचारी व्यवस्थापनांवर विश्वास ठेवू शकत नाहीत, कारण व्यवस्थापन कर्मचाऱ्यांवर विश्वास ठेवत नाही. म्हणजेच कर्मचाऱ्यांचा अविश्वास ही व्यवस्थापनाच्या अविश्वासाची दुसरी बाजू असते. हीच गोष्ट आपल्याला निरनिराळ्या संस्था आणि त्यांचे ग्राहक, पुरवठा

साखळीमधील भागीदार अगदी पालक आणि मुलं यांच्यातदेखील घडून येताना दिसते.

निरनिराळ्या प्रसंगांच्या अभ्यासातून ही विश्वासाची देवाण-घेवाण वारंवार सामोरी आलेली आहे. संपूर्णपणे अपरिचित व्यक्तींमध्येसुद्धा विश्वास दिसून येतो. असाच एक अभ्यास पॉल झॅक आणि त्याच्या सहकाऱ्यांनी केला होता. ऑक्सिटोसिन नावाचं संप्रेरक- जे सकारात्मक सामाजिक वर्तनाचं कारक असतं, त्याच्यातील आणि विश्वास आणि विश्वासार्हतेतील परस्पर संबंध तपासणं, हा या प्रयोगाचा उद्देश होता.

जर तुम्ही या प्रयोगात सामील असता तर यात भाग घेतल्याबद्दल सुरुवातीलाच दहा डॉलर दिले गेले असते आणि तुमच्याबरोबर एक जोडीदार नेमला असता. (जो तुम्हाला माहीत नाही, ज्याला तुम्ही कधी भेटला नाहीत आणि ज्याच्याशी प्रयोगादरम्यान काही संपर्क असणार नाही). तुम्हाला 'निर्णयाधिकारी-१' किंवा 'निर्णयाधिकारी' अशी भूमिका देण्यात आली असती. तुम्हाला असं सांगण्यात आलं असतं की तुम्ही आणि तुमचा अज्ञात जोडीदार मिळून जे निर्णय घ्याल त्यावर तुम्ही किती रक्कम घरी न्याल, हे अवलंबून असेल आणि हेही सांगण्यात आलं असतं की, तुमच्यामधील सर्व संपर्क हा प्रयोगशाळेतील संगणकामार्फत होईल.

तुम्ही जर निर्णयाधिकारी-१ असाल तर संगणकानं तुम्हाला तुमच्या दहा डॉलरमधला काही भाग (किंवा काहीही नाही) तुमच्या जोडीदाराला पाठवायला सांगितलं असतं आणि तुम्हाला असंही सांगण्यात आलं असतं की तुम्ही जे काही पाठवाल ते तुमच्या जोडीदाराच्या खात्यात गेल्यावर तिप्पट होईल. झॅकच्या मतानुसार तुम्ही जी रक्कम जोडीदाराला द्यायला तयार होता ती म्हणजे तुमच्या दुसऱ्यावर विश्वास ठेवण्याच्या तयारीचे एक गाप आहे. तुमच्याकडून रक्कम मिळाल्यावर तुमच्या जोडीदाराला त्याला किंवा तिला योग्य वाटेल तेवढी रक्कम तुम्हाला पाठवण्यासाठी सांगण्यात येईल. जी रक्कम तुमचा जोडीदार तुम्हाला परत पाठवेल तो त्याच्या किंवा तिच्या विश्वासार्हतेचा निदर्शक असेल. तुमच्या निर्णयानंतर ताबडतोब तुमच्या शरीरातून रक्त काढून घेऊन त्यातील ऑक्सिटोसिनची पातळी मोजली गेली असती आणि सगळी निर्णयप्रक्रिया पार पडल्यानंतर तुम्हाला खासगीरीत्या तुमची रक्कम देऊन घरी पाठवण्यात आलं असतं.

या प्रयोगाचा सर्वांत उत्कंठावर्धक पैलू असा होता की, हा प्रयोग दोन वेगळ्या परिस्थितीमध्ये केला गेला. पहिला वर जसा वर्णन केला आहे त्याप्रमाणे केला गेला. परंतु दुसऱ्या परिस्थितीत मात्र तुमच्या जोडीदाराला किती रक्कम पाठवायची याचा निर्णय तुमच्या हातात असणार नव्हता. एका भांड्यातून तुम्ही एक चेंडू बाहेर काढायचा ज्यावर १ ते १० अंक लिहिलेले असतील. त्या निवडलेल्या चेंडूवरील आकड्याप्रमाणे तुम्ही जोडीदाराला द्यायची रक्कम ठरेल. या प्रयोगाचा निष्कर्ष असे

दाखवतात की जर तुम्ही निर्णय घेतलात- जर तुम्ही 'जाणीवपूर्वक' विश्वास ठेवलात- तर तुमच्या जोडीदाराच्या ऑक्सिटोसिनच्या पातळीत वाढ होते. अहेतुपूर्वक घेतलेल्या निर्णयामुळे जेवढी वाढ होते त्यापेक्षा जाणीवपूर्वक टाकलेल्या विश्वासानंतरची वाढ दुपटीनं जास्त आहे. त्याचबरोबर हेसुद्धा लक्षात घ्यायला हवं की, दोन्ही पद्धतींच्या निर्णयांमध्ये पाठवलेली रक्कम ही जवळपास सारखीच असते. वेगळ्या शब्दांत सांगायचं झालं तर, जाणीवपूर्वक टाकलेल्या विश्वासामुळे लक्षात येण्याजोगे शारीरिक फायदे होतात. त्याचबरोबर मोजता येण्याजोगे आर्थिक फायदे होतात. तुम्ही जर जाणीवपूर्वक विश्वासाचा संकेत निवडला असतात, तर तुमच्या जोडीदारानं तुम्हाला ५३ टक्क्यांच्या आसपास रक्कम परत पाठवली असती. त्या उलट निर्णय निवड पद्धतीनं घेतलेला असेल, तर तुमच्या जोडीदाराकडून तुम्हाला १८ टक्केच रक्कम परत मिळाली असती.

ज्या व्यक्ती आणि संस्था जाणीवपूर्वक डोळस विश्वास टाकतात, त्यांना विश्वासाची देवाण-घेवाण व्यवस्थित समजते. गुगलचंच उदाहरण घ्या. कंपनी आपल्या अभियंत्यांना त्यांच्या नेहमीच्या कामापेक्षा वेगळं असं कोणतंही काम करण्याची परवानगी देते, जे कंपनीशी संबंधित असेल आणि ज्यात त्यांना व्यक्तिगत स्वारस्य असेल. अशा कामामध्ये त्यांच्या कामाच्या वेळेपैकी २० टक्के वेळ ते वापरू शकतात. (आठवड्यातील एक दिवस) हे अभियंते या वेळेचा उपयोग काही दुरुस्त्या करण्यात किंवा नवीन काही तयार करण्यासाठी करतात. त्याचा प्रचंड फायदा गुगलच्या नावीन्यपूर्ण उपक्रमांना होऊन शेवटी त्याची लाभात परिणती होते. गुगलच्या उपाध्यक्षा मरिस्सा मेयर म्हणतात, आम्ही आमच्या इंजिनिअर्सना २० टक्के वेळ त्यांच्या इच्छेच्या कामात घालवू देतो आणि हा विश्वास बाळगतो की ते नक्कीच काहीतरी नवीन तयार करतील आणि या इंजिनिअर्सनीसुद्धा त्या वेळाची परतफेड गुगलमधील असंख्य नवीन गोष्टी तयार करून केली आहे. (जवळ जवळ ५० टक्के) यातील काही नावं म्हणजे जी-मेल, गुगल न्यूज, गुगल स्काय, गुगल टॉक इत्यादी.

> *ज्या कल्पनेवर तुमचा विश्वास असतो आणि ज्याचा तुम्ही ध्यास घेतला असेल तर त्या कल्पनेसाठी नक्कीच तुम्ही अविरत कष्ट कराल. गुगलमधील जवळ जवळ सर्व उत्तम कल्पना या त्या २० टक्के वेळेमधून स्फुरलेल्या आहेत, जेव्हा लोक स्वतःच्या वेगळ्या कल्पनांचा विचार करतात आणि त्या तपासून पाहतात.*
>
> *अलेक प्राउडफूट, गुगलमधील एक अभियंता*

विश्वासाच्या देवाण-घेवाणीचं मर्म उमगलेली आणखी एक संस्था म्हणजे बेस्टबाय.कॉम. ऑनलाइन रिटेलर म्हणून काम करणाऱ्या या ग्रुपनं आपल्या कामातील लवचीकतेचा पुरेपूर फायदा घेतला. त्यांनी आपल्या कर्मचाऱ्यांना कुठूनही आणि कधी काम करण्याची सवलत दिली. अट फक्त एकच, काम वेळेत आणि व्यवस्थित पूर्ण झालं पाहिजे. या विश्वासामुळे कर्मचाऱ्यांना पहाटे लवकर किंवा रात्री उशिरा त्यांच्या सोयीप्रमाणे काम करण्याचं स्वातंत्र्य मिळालं. त्यामुळे त्यांना डॉक्टरकडे जाता येतं, त्यांच्या मुलांकडे लक्ष देता येतं, किंवा कुठलाही ताण न घेता सुटीही उपभोगता येते. कर्मचारी सर्वोत्तम काम करून या विश्वासाची परतफेड करतात. ही नवीन पद्धत अवलंबल्यानंतर, काही काळातच कर्मचाऱ्यांची उत्पादकता ३५ टक्क्यांनी वाढली. एका ६० minutes feature मध्ये कंपनीचे व्यवस्थापक चॅप अकेन म्हणतात : "यातील विलक्षण गोष्ट ही आहे की, त्यांच्यावरचा विश्वासच त्यांना जास्त काम करायला भाग पाडतो." जेव्हा कामाच्या स्वरूपाबद्दल एका कर्मचाऱ्याला विचारलं तेव्हा तो म्हणाला, "माझ्यावर टाकलेल्या विश्वासामुळे मी आनंदी आहे."

> *योग्य माणसांवर टाकलेल्या विश्वासामुळे त्यांच्यावर उत्तम काम करण्याचं दडपण येतं.*
>
> *हेक्टर रुईज अॅडव्हान्स नॅनोटेक्नॉलॉजी सोल्यूशन्सचे अध्यक्ष आणि CEO*

नॉर्डस्टॉर्म ही अशीच एक परिघाबाहेरचा विचार करणारी कंपनी आहे. जगातील एक अत्यंत विश्वसनीय अशी या कंपनीची त्यांच्या उल्लेखनीय अशा ग्राहक सेवेसाठी ख्याती आहे. पण कंपनीचा तिच्या ग्राहकांबरोबर असणाऱ्या विश्वासाचा पाया हा कंपनीच्या आपल्या कर्मचाऱ्याशी असणाऱ्या विश्वासपूर्ण नात्यातून आलेला आहे. प्रत्येक नॉर्डस्टॉर्म कर्मचाऱ्याला एक हॅन्डबुक (एक छोटी माहिती पुस्तिका) दिलं जातं, जे एका पोस्टकार्डावर छापलं असून, त्यावर ग्राहक सेवेचा एक छोटासा साधा नियम छापलेला आहे. 'प्रत्येक परिस्थितीशी सामना करताना तुमची निर्णयक्षमता वापरा.' कंपनीनं टाकलेला हा विश्वास सार्थ ठरण्यासाठी वा त्याला धक्का पोहोचू नये यासाठी कर्मचारी जागरूक असतात; कारण त्यांना तो गमवायचा नसतो. असाच विश्वास ते ग्राहकांपर्यंत पोहोचवून त्यांना आपलंसं करतात; पुनःपुन्हा आपल्याबरोबर व्यवहार करण्यासाठी भाग पाडतात. यामुळे नॉर्डस्टॉर्म जगातील एक उत्कृष्ट रिटेलिंग कंपनी ठरली असून, फॉर्च्यून मासिकाच्या अशा

प्रकारच्या काम करणाऱ्या कंपन्यांपैकी १०० उत्तम कंपन्यांच्या यादीत त्यांचं नाव समाविष्ट होऊन आपलं स्थान टिकवून आहे.

विश्वास संसर्गजन्य असतो : गुणात्मक ऊर्ध्वगामी चक्र

यातील निष्पत्ती काय, तर देवाण-घेवाण दोन्ही बाजूंनी चालते. जेव्हा आपण विश्वास ठेवतो, तेव्हा विश्वास निर्माण करतो आणि जेव्हा आपण विश्वास ठेवत नाही तेव्हा आपण अविश्वासाची पेरणी करत असतो. आपल्या कृतीमुळे आपला एक तर समृद्धी, उत्साह आणि आनंदाच्या गुणात्मक चक्रात प्रवेश होतो किंवा आपण या तिन्ही गोष्टींचा ऱ्हास करणाऱ्या दुष्टचक्रात अडकतो. आपण एकतर विश्वासाच्या पुनरुज्जीवनात हातभार लावतो किंवा विश्वासाचा तिढा वाढवायला मदत करतो, जो आपलं व्यक्तिगत आयुष्य, आपलं कुटुंब, समाज, आपला गट, संस्था, देश आणि जगाला व्यापून उरतो. प्रत्येक कृती महत्त्वाची असते. खरोखर विश्वास आणि अविश्वास दोन्ही संसर्गजन्य आहेत.

> *अविश्वास दाखवणाऱ्यांवर कोणीही विश्वास ठेवत नाही. विश्वास दिला नाही तर मिळतही नाही.*

ताओ ते चिंगचे लेखक ताओ त्सु.

तुम्हाला कदाचित व्हिक्टर ह्युगोच्या प्रसिद्ध 'ला मिझराबल' या कादंबरीतील जीन वॉलजीन हे पात्र आठवत असेल. अत्यंत कठीण आर्थिक परिस्थिती असलेल्या काळात पाव चोरल्याची शिक्षा म्हणून १९ वर्षं तो तुरुंगात खितपत पडलेला असतो. सुटकेचे अनेक निष्फळ प्रयत्न तो करतो. तुरुंगातून शिक्षा भोगून आलेल्यांसाठी पिवळ्या रंगाचा पासपोर्ट बाळगणं सक्तीचं असतं. त्या पासपोर्टमुळे त्याला कुठंही आसरा मिळत नाही किंवा कोणी त्याला कामाची संपूर्ण मजुरीही देत नाही. सरतेशेवटी एक दयाळू धर्मगुरू त्याला अन्न व निवारा देतो; परंतु रात्री वालजीन मात्र धर्मगुरूच्या घरातील चांदीचं ताट आणि इतर वस्तू चोरून पळून जातो. पकडला गेल्यावर जेव्हा त्याला धर्मगुरूकडे परत आणलं जातं, तेव्हा धर्मगुरू वालजीनला हे विचारून आश्चर्याचा धक्का देतो की तो चांदीचं मेणबत्तीचं घर न्यायचं कसं विसरला आणि त्याला त्या चांदीचा वापर करून नवीन प्रामाणिक आयुष्य जगण्याच्या वचनाचं स्मरण आहे का, अशी समजही देतो.

वालजीन धर्मगुरूच्या वागण्यानं आधी गोंधळून जातो आणि मग त्याच्या विश्वासानं प्रेरित होऊन खरोखर प्रामाणिक आयुष्य जगायला सुरुवात करतो. पुढे तो माँट्रियल सूर-मर या शहराचा महापौर बनून त्या शहराला समृद्धीच्या वाटेवर घेऊन येतो. एका मृत्युशय्येवर असणाऱ्या स्त्रीला दिलासा देऊन तिच्या मुलीला तो वाढवतो. मुलीच्या प्रियकराचा जीव वाचवतो. सरतेशेवटी फ्रेंच राज्यक्रांतीच्या काळात कैदी म्हणून त्याच्या ताब्यात आलेल्या त्या दुष्ट पोलीस अधिकाऱ्याची सुटका करतो, ज्यानं पूर्वी वालजीनला लबाडीनं तुरुंगात डांबलेलं असतं. जसजशी कथा उलगडत जाते, तशी एक गोष्ट सहज स्पष्ट होते, ती म्हणजे त्या धर्मगुरूच्या एका छोट्याशा विश्वासदर्शक कृतीचा जीन वालजीनच्या आयुष्यावर आणि त्याच्या परिघात येणाऱ्या व्यक्तींच्या आयुष्यावर अत्यंत खोल परिणाम होतो.

तात्पर्य, जगाच्या व्यवहारात विचारपूर्वक विश्वास ठेवण्याची क्षमता म्हणजे डोळस विश्वास. त्यामुळे समृद्धी, उत्साह आणि आनंदाच्या गुणात्मक ऊर्ध्वगामी चक्रात आपला प्रवेश होतो. जगभरातून जी असंख्य उदाहरणं आपल्यासमोर येतात त्यातून आम्ही आत्मविश्वासानं हे सांगू शकतो की, आजच्या विश्वासाच्या कसोटीच्या काळातसुद्धा एका बाजूनं विश्वासाचं पुनरुज्जीवन होतंच आहे आणि डोळस विश्वास हाच या तीन महत्त्वाच्या गुणांची निर्मिती करणारा, वृद्धी करणारा महत्त्वाचा घटक आहे.

आम्ही आणखी एका गोष्टीची खात्री देतो जी आम्ही आठव्या प्रकरणात विस्तृतपणे मांडू- ती म्हणजे पहिलं पाऊल टाकणं हे पुढाऱ्याचंच काम आहे. तुम्ही तुमची कंपनी, तुमचा संघ, तुमचा उद्योग, तुमचं राष्ट्र, कुटुंब, वर्ग, समाज किंवा अगदी वैयक्तिक नातेसंबंधांमध्ये मुख्य भूमिकेत असाल तर तुमच्याकडे विश्वासाचा पुरस्कार करण्याची आणि जाणीवपूर्वक इतरांवर विश्वास टाकण्याची ही एक संधी आहे. आणि जरी तुम्ही पोळलेले असलात किंवा तुम्ही (किंवा तुमच्या आधीच्या माणसानं) अशी एखादी गोष्ट केलेली असली ज्यामुळे तुम्ही तुमची किंवा तुमच्या कंपनीची विश्वासार्हता गमावलेली असली तरीही जितक्या लवकर तुम्ही विश्वास निर्माण करायला किंवा विश्वासाची पुनर्बांधणी करायला सुरुवात कराल, तेवढ्या लवकर तुम्हाला त्याच्या प्रचंड परिणामांचा अनुभव येईल.

दुसऱ्या भागात आपण ५ विशिष्ट कृती- ज्या डोळस विश्वासाची देवाणघेवाण, नातेसंबंध आणि संस्कृती निर्माण करण्याकरता अमलात आणतात, त्यांचा अभ्यास करू. याखेरीज एक गोष्ट जिच्याबद्दल आपण तिसऱ्या भागात विचार करू, जी तुम्ही ध्यानात ठेवावी असं आम्हाला वाटतं, ती म्हणजे, 'बदल घडवायला एक

व्यक्तीसुद्धा पुरेशी आहे!' या पुस्तकाचा उरलेला भाग याच हेतूने तयार केला आहे की ज्यामुळे तुम्हाला बदल घडवण्याचं सामर्थ्य प्राप्त होईल.

प्रश्न

- तुम्ही कोणावर विश्वास ठेवता? तुमच्यावर कोण विश्वास ठेवतात? का?

भाग २

डोळस विश्वासाच्या ५ कृती

या विभागात आपण डोळस विश्वासाच्या ५ कृतींवर लक्ष केंद्रित करू. आश्चर्याची गोष्ट ही की, अत्यंत विभिन्न अशा जगभरातील विश्वासपूर्ण व्यक्तींमध्ये, गटांमध्ये, संस्थांमध्ये या ५ कृती समान आढळून येतात. या सगळ्यांच्या वर्तणुकीतून हा एक समान धागा जोडताना दिसतो. डोळस विश्वासाच्या विचारांचे प्रणेते कसे या ५ कृतींचा आधार घेतात ते आपण पाहू. यातील ५वी कृती अशी आहे की, जिचा व्यवस्थापकांना नेता बनवण्यात सिंहाचा वाटा आहे.

- **डोळस विश्वास कृती - १** : जाणीवपूर्वक विश्वास ठेवा (ते एक भक्कम आदर्श निर्माण करतात ज्याच्यातून सर्व विश्वासपूर्ण कृतींचा उगम होतो).
- **डोळस विश्वास कृती - २ :** स्वतःपासून सुरुवात करा. (ते स्वतःचं चारित्र्य आणि क्षमता- विश्वासार्हता- ज्यामुळे ते स्वतःवर विश्वास ठेवू शकतात, ती घडवण्याकडे लक्ष केंद्रित करतात, जेणेकरून ते स्वतःवर विश्वास ठेवू शकतील आणि इतरांपुढे एक विश्वासू व्यक्ती, गट, एक संस्था किंवा देश उभा करू शकतील.)
- **डोळस विश्वास कृती - ३** : स्वतःचा हेतू जाहीर करा. इतरांचे हेतू चांगले आहेत हे गृहीत धरा. (ते आपली उद्दिष्ट आणि त्या अनुसार कृती- 'काय' आणि 'का'- सूचित करतात आणि असे गृहीत धरतात की इतरांचे हेतूही चांगले आहेत आणि त्यांनाही विश्वासाला पात्र ठरण्याची इच्छा आहे.)
- **डोळस विश्वास कृती - ४ :** आपला शब्द पाळा. (जे बोलतात त्याप्रमाणे करण्याचा प्रयत्न करतात).
- **डोळस विश्वास कृती - ५ :** पुढाकार घेऊन इतरांपर्यंत विश्वास पोहोचवण्याचे कार्य करतात : (इतरांवरच्या विश्वासाचा हात सुरुवातीला ते पुढे करतात आणि समृद्धी, उत्साह आणि आनंदाच्या गुणात्मक चक्राला चालना देतात).

ज्या तत्त्वांवर या कृती बेतलेल्या आहेत ती तत्त्वं, त्याचबरोबर त्याच्या विरोधी तत्त्वं आणि काही बनावट तत्त्वं यांचाही आढावा आपण घेऊ. यातील बनावट तत्त्वं जास्त धोकादायक आहेत. विरोधी तत्त्वं तर उघडच विरोधी असतात; पण बनावट तत्त्वं मात्र बनावट नोटांप्रमाणेच खरी वाटतात; पण नीट पाहिल्यावर त्यातील खोटेपणा कळून येतो. कदाचित ती जाणीवपूर्वक वापरलेली असतील अथवा नकळतपणे, पण ही बनावट तत्त्वंच जास्त प्रचलित असलेली आपल्याला दिसतात. ही तत्त्वं संघांमध्ये, संस्थांमध्ये आणि सर्व प्रकारच्या नातेसंबंधांमध्ये काम करताना दिसतात आणि या अशा प्रकारच्या तत्त्वांमुळेच विश्वासाची पातळी कमी होण्याची शक्यता वाढते.

परंतु आनंदाची गोष्ट अशी की डोळस विश्वासाच्या ५ कृतींचा वापर करणाऱ्या आणि त्यांच्या विरोधी किंवा बनावट तत्त्वं नाकारणाऱ्या लोकांची आणि संस्थांची संख्या दिवसेंदिवस वाढत चालली आहे आणि त्याचे उत्तम परिणामही जाणवत आहेत. त्यांचे अनुभव मनाला उभारी देणारे आहेत. या पुस्तकातील त्यातले काही अनुभव जेव्हा आपण बघतो, तेव्हा हे लक्षात येतं की ते फक्त या ५ कृतींची ताकद दाखवत नाहीत, तर ते आपल्याला स्फूर्ती देतात आणि विश्वासाच्या पुनरुज्जीवनाची खात्री पटवतात.

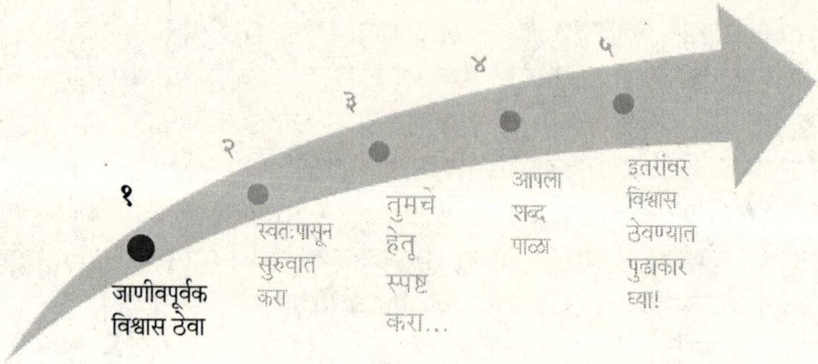

डोळस विश्वास कृती १
जाणीवपूर्वक विश्वास ठेवा

शाश्वत यशाचा मोठा भाग अमूर्त गोष्टींवर आधारित असतो. समजुतींवर, कल्पनांवर आणि अमूर्त संकल्पनांवर...
इसॅडॉर शार्प

फोर सिझन्स हॉटेल्स आणि रिसॉर्टसचे संस्थापक आणि CEO इसाडोर शार्प
मनुष्याच्या बाह्य स्थितीत त्याच्या अंतर्मनाचं प्रतिबिंब दिसतं.
जेम्स ॲलन

स्टीफन :

एका रात्री मी माझ्या आठ वर्षांच्या मुलीबरोबर- आर्देनबरोबर हे पुस्तक लिहिण्याविषयी बोलत होतो. मी जेव्हा तिला डोळस विश्वासाबद्दल समजावून सांगितलं, तेव्हा ती एकदम उत्साहानं म्हणाली, "अरे! हे तर त्या द एम्प्टी पॉट पुस्तकातल्या 'पिंग'सारखंच आहे." ती उठून पुस्तक आणायला धावली. हे तिच्या आवडत्या पुस्तकांपैकी एक आहे. आम्ही दोघं मिळून ते पुस्तक वाचायला बसलो. ही एक आपला वारस शोधणाऱ्या राजाची अतिशय सुरेख गोष्ट आहे. या राजाला फुलं फार आवडत असत.

त्यानं असं ठरवलं की राज्यातील प्रत्येक मुलाला फुलझाडांच्या बिया द्यायच्या. एका वर्षात जो कोणी त्यातून उत्तम झाड तयार करेल त्यालाच आपला वारस नेमायचा. सगळ्या मुलांना खूप आनंद झाला. परंतु सर्वांत जास्त आनंद 'पिंग'ला झाला कारण त्याला फुलं फार आवडत असत आणि सुंदर फुलं उगवण्यात त्याचा हातखंडा होता.

'पिंग'नं त्याची कुंडी सुपीक मातीनं भरली आणि काळजीपूर्वक आपल्या बिया पेरल्या. त्यानं त्याला रोज पाणी घातलं, काळजी घेतली आणि नीट लक्ष ठेवलं; पण दुर्दैवानं त्याला एकही फूल आलं नाही. मग त्यानं ते झाड मोठ्या कुंडीत हलवलं; पण तरीही काही नाही. जेव्हा राजाकडे आपापल्या कुंड्या घेऊन जाण्याची वेळ आली तेव्हा, पिंगला लाज वाटू लागली. इतर सगळ्या मुलांच्या कुंड्या रंगीबेरंगी फुलांनी भरलेल्या होत्या आणि त्याची मात्र रिकामी. राजानं प्रत्येकाची कुंडी बघितली पण बोलला मात्र काहीच नाही. मग त्यानं पिंगची रिकामी कुंडी पाहिली. त्यानं पिंगला विचारलं, "तू रिकामी कुंडी का घेऊन आलास?' पिंगनं रडत रडत राजाला आपण किती प्रयत्न केले ते सांगितलं; पण बियांतून झाडं काही आलीच नाहीत. राजा हसला आणि उद्‌गारला, "सापडला! राजा होण्याच्या योग्यतेचा माणूस मला मिळाला" मग त्यानं पिंगला सांगितलं की त्यानं ज्या बिया मुलांना दिल्या होत्या त्या सर्व शिजवलेल्या होत्या आणि त्या रुजणं शक्यच नव्हतं. परंतु पिंगनं खरं बोलण्याचं धाडस दाखवलं आणि रिकामी कुंडी घेऊन आला, म्हणून त्याला संपूर्ण राज्य बक्षीस मिळालं. त्या संपूर्ण राज्याचा तो राजा झाला.

आम्ही पुस्तक वाचून संपवलं तशी आर्देन उद्‌गारली, "बाबा बघितलंत? राजाला माहीत होतं की विश्वास ठेवण्यायोग्य माणूस मिळाला की तो त्या माणसाला राजा करेल. डोळस विश्वास म्हणजे हेच ना? मी तिला सांगितलं की तिचं बरोबर आहे."

या गोष्टीत राजानं अशी कसोटी ठेवली; कारण त्याला विश्वास महत्त्वाचा वाटत होता. त्याला खात्री वाटत होती राजा होण्यासाठी असाच एखादा माणूस योग्य असेल, जो विश्वासू असेल. त्याचा असा भरवसा होता की पिंगवर विश्वास टाकल्यामुळे त्याचं राज्य समृद्धी, आनंद आणि उत्साहानं भरून जाण्याची शक्यता निर्माण होईल. आणि या विश्वासातूनच त्याची कृती जन्माला आली.

जीवनाच्या कुठल्याही क्षेत्रात चांगला परिणाम मिळण्यासाठी विश्वास महत्त्वाचा आहे. जगभरातील निरनिराळ्या नेतृत्व करणाऱ्यांबरोबर (Leaders), संघांबरोबर,

संस्थांबरोबर केलेल्या कामानं आमची खात्री पटवून दिली आहे की, टिकाऊ यशाकरता विश्वासाचा पाया असायला हवा. खरं म्हणजे आपल्याला काय माहीत आहे, यापेक्षा आपल्याला कशाबद्दल विश्वास वाटतो, ते जास्त महत्त्वाचं आहे. कारण आपल्या वर्तणुकीचा आणि आपल्या कृतींचा पाया आपला विश्वासच असतो. अनेक वैज्ञानिक पुराव्यांनी हे महत्त्वाचं तत्त्व सिद्ध केलं आहे. 'द बायोलॉजी ऑफ बिलीफ' या आपल्या पुस्तकात डॉ. ब्रूस लिप्टन यांनी हे पुढीलप्रमाणे मांडलंआहे, 'आपल्या वर्तणुकीवर आपल्या समजुतींचा पगडा असतो. आपल्या आयुष्याची आखणी आपल्या विश्वासावर होते आणि तिथं आपल्याला कळतं की आपला विश्वास, आपल्या समजुती योग्य आहेत की नाहीत.''

नील सायमनच्या 'द प्रिझनर ऑफ सेकंड अॅव्हेन्यू' या नाटकातील एका दृश्यावर आधारित सिनेमाची कथा तुम्हाला कदाचित माहीत असेल. ही गोष्ट न्यू यॉर्क सिटीला भेट देणाऱ्या एका माणसाची आहे. न्यू यॉर्कमध्ये रस्त्यावर सर्रास होणाऱ्या लुटमारीविषयी त्याच्या मित्रानं त्याला सांगितलं असल्यामुळे तो अस्वस्थ झालेला असतो. पण तरीही तो फिरायला जायचं ठरवतो. तो थोडं अंतर जातो न जातो तोच एका जॉगिंग करणाऱ्या माणसाबरोबर त्याची टक्कर होते. तोल सावरताच त्याच्या लक्षात येतं की, त्याच्या खिशातील त्याचं पाकीट गायब झालं आहे. ताबडतोब मागे वळून तो चोराचा पाठलाग करायला लागतो आणि त्याच्यापर्यंत पोहोचल्यावर त्याची गचांडी धरून ओरडतो, 'माझं पाकीट दे' घाबरून तो चोर ताबडतोब त्याला पाकीट देतो आणि पळत सुटतो. हा माणूस आपल्या हॉटेलवर परत येतो. दुसऱ्याचं पाकीट चोरण्यातकं कसं कोणी अप्रामाणिक असू शकतं, या विचारानं तो वैतागलेला असतो. पण त्यातल्या त्यात त्याला या गोष्टीचं समाधान असतं की, त्याला निदान पूर्वसूचना तरी मिळाली होती. हॉटेलमध्ये परत आल्यावर तो टेबलावर खोलीची चावी ठेवायला जातो आणि अचानक स्तब्ध होतो. तिथं टेबलावर त्याचं पाकीट पडलेलं असतं, जिथं त्यानं ते सकाळी ठेवलेलं दिसतं. त्यानं त्या दुसऱ्या माणसाचं पाकीट आणलेलं असतं!

त्या माणसाची कृती ही त्याच्या समजुतींमधून जन्माला आली होती आणि ती समजूतच चुकीची असल्यामुळे लुटमारीची जी गोष्ट 'आपल्या बाबतीत' घडेल, अशी त्याला भीती वाटत होती, ती गोष्ट त्याच्याच हातून घडली. मनातल्या अविश्वासामुळे आपल्या हातून अशा काही गोष्टी घडतात, ज्यामुळे नकोशा परिणामांना तोंड द्यावं लागतं आणि म्हणूनच योग्य विश्वासाची पहिली कृती इतकी महत्त्वाची आहे. जाणीवपूर्वक विश्वास ठेवणं, ही आपण ठरवून निवडलेली गोष्ट आहे. अशी मूलभूत निवड, की ज्यातून इतर ४ कृती आपोआप निर्माण होतात. आपण जेव्हा जाणीवपूर्वक विश्वास हा पर्याय निवडतो, तेव्हा आपण स्वतःलाच

डोळस विश्वासाच्या दिशेनं आवश्यक अशा कृती करायला प्रेरित करतो. हीच गोष्ट संघ, संस्था आणि राष्ट्रांच्या बाबतीतसुद्धा लागू होते. जाणीवपूर्वक विश्वासाचा वापर हा आपल्या समृद्धी, आनंद आणि उत्साह निर्माण करण्याच्या क्षमतेमध्ये परिवर्तन घडवून आणतो.

> *तुमच्या समजुतीतून तुमचे विचार घडतात. विचारातून शब्द निर्माण होतात आणि शब्दांमधून कृती. तुमच्या कृतीमधून सवयी निर्माण होतात. तुमच्या सवयींतून तुमची तत्त्वं आकाराला येतात आणि तुमची तत्त्वंच तुमची नियती घडवतात.*
>
> *महात्मा गांधी*

विश्वासाबद्दलच्या समजुती जाणून घ्या!

जाणीवपूर्वक विश्वास ठेवणं म्हणजे तुमची विश्वासाची जी नैसर्गिक प्रवृत्ती आहे तिची वृद्धी. ही क्रिया समजुतींच्या आणि विश्वासाच्या तत्त्वांवर आधारित आहे. याच्या विरोधी गोष्ट आहे ती म्हणजे 'विश्वासावर भरवसा नसणं' किंवा 'अविश्वासावर विश्वास असणं' म्हणजेच इतरांकडे संशयानं पाहण्यातच व्यवहारीपणा आहे, असं वाटणं किंवा पुढे जाण्यासाठी जे आवश्यक आहे ते सर्व करणं. बनावट तत्त्वं अजून घातक असतात. यात विश्वास ठेवण्यात फायदा असतो, तेव्हा त्याचे गोडवे गायले जातात; जेव्हा विश्वास ठेवण्यासारखी परिस्थिती असते, संधी असते किंवा विश्वास ठेवणं सोयीचं असतं, अशा वेळी विश्वास ठेवला जातो. बनावट विश्वासामध्ये मनाच्या गाभ्यातून एक मूलभूत तत्त्व म्हणून विश्वास स्वीकारण्याऐवजी त्याचा एक तंत्र म्हणून वापर केला जातो. आपल्या मनासारखं घडवून आणण्यासाठी विश्वासावर भरवसा असल्याचं भासवलं जातं.

काही जणांकरता विश्वासावर भरवसा ठेवणं फार कठीण असतं. न्यू यॉर्कमधल्या जॉगरला धडकलेल्या माणसासारखेच आपल्यापैकी अनेक जण अविश्वासाचा पूर्वग्रह मनात बाळगून वावरत असतो. त्यामुळे आपण प्रत्येक गोष्टीकडे संशयानं बघतो. कधी आपल्याला विश्वास ठेवल्यावर तोंड पोळल्याचे अनुभव आलेले असतात; कधी आपल्याला आपल्या सहकाऱ्यानं फसवलेलं असतं, कधी आपण एखाद्या क्लेशकारक घटस्फोटाच्या अनुभवातून गेलेलो असतो. कदाचित आपण आपल्याभोवती लोकांना खोटं बोलताना, फसवताना, लुबाडताना पाहिलेलं असतं; आणि हे सगळं

करताना आव असा आणला जातो की, 'सगळेच लोक असं वागतात. त्यामुळे असं वागणं हे जास्त व्यवहारी आहे.' आजच्या जगात आपल्याला हवं तसं घडायला हवं असेल तर असंच वागायला हवं. कदाचित मनातून आपल्याला अशी भीती वाटत राहते, की जर आपण विश्वास ठेवला तर आपल्या हातून परिस्थितीवरचं नियंत्रण सुटेल किंवा विश्वास टाकणं ही एक जोखीमच वाटू शकते. कारण कुठलंही असो, आपल्यापैकी अनेक जण खरोखरीच विश्वासावर भरवसा ठेवू शकत नाहीत किंवा आपण त्याला एक छान आदर्श तत्त्व म्हणून मान्यता देऊ शकतो; परंतु ते खरोखर लागू पडेल यावर आपला विश्वास नसतो. किंवा विशेषतः आपल्या बाबतीत ते लागू पडेल असं आपल्याला वाटत नाही. या सगळ्या घटनांच्या मागचा महत्त्वाचा मुद्दा असतो तो म्हणजे भीती. आपला गैरफायदा घेतला जाईल याची भीती, आपण दुखावले जाऊ याची भीती किंवा चाकोरीबाहेरचं पाऊल उचलल्यावर अपयशी ठरण्याची भीती.

काही जणांसाठी विश्वास ठेवण्याची प्रवृत्ती सहजपणे येते. कदाचित आपण विश्वासपूर्ण वातावरण असणाऱ्या कुटुंबात किंवा समाजात वाढलेलो असतो. जडणघडणीच्या काळात आपल्यासमोर सकारात्मक विचार करणारे आदर्श किंवा मार्गदर्शक असतात. कदाचित आपल्याला दृढविश्वास देणारी मैत्री किंवा वैवाहिक आयुष्य मिळतं किंवा आपल्याला अशा एखाद्या वरिष्ठाच्या हाताखाली काम करण्याची संधी मिळते, जे आपल्यावर विश्वास ठेवतात. नाही तर आपण अशा एखाद्या गटात किंवा कार्यालयात काम करत असतो, जिथलं वातावरण विश्वासपूर्ण असतं आणि त्या विश्वासाचे फायदे आपल्याला उपभोगायला मिळतात. कदाचित असंही असू शकेल की, आपल्यासमोर विश्वसनीयतेची अशी उदाहरणं असतात, ज्यामुळे आपल्याला विश्वास ठेवायला प्रेरणा मिळते. ज्यामुळे अशा शक्यतांचं जग आपल्यासमोर खुलं होतं, जे विश्वासामुळेच अस्तित्वात आहे.

परिस्थिती काहीही असली तरी जाणीवपूर्वक विश्वासाची निवड केल्यामुळेही

आपली विश्वासाकडे असणारी नैसर्गिक प्रवृत्ती वाढते. ही निवड एक मूलभूत अशी कृती आहे की, ज्यामुळे आपण डोळस विश्वासांच्या इतर कृतींकडे आपोआप ओढले जातो. आणि या कृतींमुळे समृद्धी, उत्साह आणि आनंद वाढायला मदत होते. विश्वासाच्या कल्पनेची नुसती भलावण करणं पुरेसं नाही किंवा आपला फायदा असेल अशा परिस्थितीत विश्वासाचा फायदेशीर तंत्र म्हणून वापर करणं योग्य नाही. जेव्हा कुठलाही धोका अंतर्भूत नसेल, अशा एखाद्या वेळी विश्वास ठेवणं पुरेसं नाही. विश्वासाचे महान आणि शाश्वत लाभ आपल्याला तेव्हाच मिळतात, जेव्हा आपला मूलभूत दृष्टिकोनच विश्वासाचा असतो, आपली काम करण्याची पद्धत विश्वासावर आधारित असते आणि आपली रोजची दैनंदिन कामं करताना, निवड करताना, निर्णय घेताना त्यातून तोच विश्वास प्रतीत होतो.

त्यातली चांगली गोष्ट ही की, आपली जडणघडण कशीही झालेली असो किंवा आपले पूर्वानुभव आपल्याला काहीही सांगोत, आपल्याकडे निवड करण्याची आणि आपलं आयुष्य बदलण्याची क्षमता असते आणि हे सांगण्याकरताच आम्ही या पुस्तकातून वेगवेगळ्या नेत्यांच्या, अशा काही माणसांच्या कथा तुमच्यापुढे मांडणार आहोत, ज्यांनी ही निवड केली आहे. आमचा हेतू हाच आहे की जसजसे तुम्ही हे अनुभव वाचत जाल, तसतशी तुमच्या मनात विश्वासाबद्दल अचूक आणि दृढ निष्ठा निर्माण होईल.

विश्वासाबद्दलच्या ३ समजुती

आम्ही जेव्हा दृढ विश्वासाच्या वातावरणातील लोकांबरोबर, संघांबरोबर किंवा जगभरातील संस्थांबरोबर काम करत असतो, तेव्हा एक गोष्ट नेहमीच स्पष्टपणे सामोरी येते की, त्यांच्या कृती या विश्वासाबद्दलच्या ३ स्पष्ट आणि मूलभूत कल्पनांतून केल्या जातात.

१- विश्वास ठेवायला लायक असण्याची कल्पना; विश्वासार्ह असण्याची कल्पना.
२- बहुतेक लोक विश्वासू असतात ही समजूत.
३- नेतृत्वाची पहिली पायरी म्हणजे विश्वास.

आपण या प्रत्येक कल्पनेचा साकल्यानं विचार करू या.

१ – विश्वास ठेवायला लायक असण्याची कल्पना; विश्वासार्ह असण्याची कल्पना

विश्वासाच्या कल्पनेच्या मुळाशी आपल्याला विश्वासार्हतेच्या तत्त्वावरचा विश्वास दिसून येतो. आपल्या वर्तणुकीतून आपले चारित्र्य आणि क्षमता दिसून येतात आणि आपल्या विश्वासार्हतेची आपल्याला आणि इतरांना खात्री पटते, या समजुतीवरचा विश्वास दिसून येतो. अनेक यशस्वी उद्योजक आणि उद्योगांच्या आधी उल्लेख केलेल्या उदाहरणांवरून ही कल्पना स्पष्ट होते. उदा. अझिम प्रेमजी ज्यांनी प्रवासभत्ता वाढवून लावण्यासारख्या एक छोट्याशा गोष्टीवरून विप्रोच्या जनरल मॅनेजरला डच्च्यू दिला किंवा महत्त्वाचा माल गोदीतून कमी कस्टम ड्यूटी भरून सोडवून घेण्यासाठी लाच द्यायला नकार दिला. किंवा जोन हन्ट्समन सीनिअरचं उदाहरण घ्या, ज्यांनी पत्नी कॅन्सरमुळे मृत्युशय्येवर असताना ज्या सौद्यामुळे त्यांच्या आयुष्यात तणाव निर्माण होऊ शकला असता तो सौद, त्यांनी त्यांना फायदेशीर नसूनही संपवून टाकला. किंवा सरकारला भरण्याचे शुल्क जे 'एक प्रकारची खंडणी' आहे असे वाटत होते ते भरण्याऐवजी त्यांनी आपला भाग ३ मिलियन डॉलर्सचे नुकसान सोसूनसुद्धा विकून टाकला. किंवा वॉरन बफेंचे उदाहरण घ्या, ज्यांनी आपल्या कमर्चाऱ्यांना सांगितले की, "आपला व्यवसाय अशा पद्धतीनं केला पाहिजे की एखाद्या बुद्धिमान; परंतु आपल्या विरोधातल्या पत्रकारालासुद्धा राष्ट्रीय दैनिकाच्या पहिल्या पानावर त्याची दखल घेणं भाग पडलं पाहिजे."

अजून एक उठून दिसणारं उदाहरण आहे 'फोर सीझन्स' या हॉटेलच्या साखळीचे संस्थापक आणि CEO इसाडोर शार्प यांचं. त्यांच्या 'फोर सीझन्स' या पुस्तकात ते आपल्या वडिलांची बांधकाम कंत्राटदार होण्यामागची कथा सांगतात. त्यांच्या वडिलांनी पोलंडमधून कॅनडाला स्थलांतर केलं होतं आणि इंग्रजी भाषा शिकण्यासाठी धडपडत होते. शार्प म्हणतात :

> *त्यांच्या पहिल्या कामाच्या वेळी त्यांनी बांधकामाचे नकाशे वाचताना चूक केली. त्यांच्या हे लक्षात आलं नाही की त्या नकाशांमध्ये फक्त अर्धीच इमारत दाखवली आहे, कारण नकाशात म्हटल्याप्रमाणे उरलेली अर्धी इमारत तशीच सारखी होती. त्या वेळची ही सर्वमान्य पद्धत होती. त्यामुळे झालं असं की,स त्यांनी सांगितलेली किंमत लगेच स्वीकारली गेली, कारण ती ५० टक्क्यांनी कमी होती.*

काम सुरू झाल्यावर पुढे पुष्कळ दिवसांनी ही गोष्ट त्यांच्या लक्षात आली. काम अर्धवट टाकून निघून जाणं त्यांना सहज शक्य होतं. पण काम पूर्ण करणं ही त्यांनी त्यांची जबाबदारी मानली आणि ती पूर्ण करणं त्यांचं कर्तव्य आहे, असं त्यांनी मानलं आणि म्हणूनच दर्जामध्ये कोणतीही तडजोड न करता त्यांनी काम पूर्ण केलं. त्यापायी झालेलं कर्ज पुढली काही वर्षं ते फेडत राहिले. मला ही गोष्ट खूप नंतर समजली. परंतु माझ्यासाठी तो व्यावसायिक नीतिमत्तेचा एक खूप मोठा धडा होता, जो माझ्या संपूर्ण कारकिर्दीत मी कधीही विसरलो नाही.

त्या एका अनुभवातून, शार्पना विश्वासार्हतेच्या तत्त्वाचा धडा मिळाला, ज्याच्या आधारावर त्यांनी आपल्या विलासी (Luxury) हॉटेलची साखळी उभी केली.

या आणि इतर असंख्य नेत्यांचा अनुभव आपल्याला हेच शिकवतो की, ज्यांचा मूळ गाभाच विश्वासाचा आहे ते त्या विश्वासाचा वापर कधीही एक व्यवहारी पर्याय किंवा आपल्याला हव्या असणाऱ्या गोष्टी मिळवण्याचं साधन म्हणून करत नाहीत. त्याऐवजी त्यांची विश्वासार्हतेशी बांधिलकी असते आणि कितीही कठीण असेल किंवा कितीही किंमत मोजावी लागली तरी ते ती बांधिलकी जपतात. खरं म्हणजे आपण असं म्हणू शकतो की विश्वासार्हतेची खरी कसोटी तेव्हाच लागते जेव्हा कठीण परिस्थितीत त्याची किंमत भरावी लागली तरीही आपण जे योग्य असेल तेच करतो.

२ – बहुतेक लोक विश्वासू असतात

दृढ विश्वास असणारे यशस्वी लोक आणि संस्था हे त्यांचं यश 'बहुतेक लोक विश्वसनीय असतात' या तत्त्वावर विश्वास ठेवून मिळवतात. सगळे नव्हे (मग तो डोळस विश्वास असणार नाही), तर बहुतेक लोक विश्वसनीय असतात. संख्येनं अल्प असणाऱ्या अविश्वसनीय लोकांच्या वागणुकीचा मापदंड लावून ते इतर अनेक विश्वसनीय लोकांचं वागणं मोजत नाहीत. त्यांच्या विश्लेषणाच्या माध्यमातून ते अशा लोकांना लांब ठेवण्याचे मार्ग शोधून काढतात, जेणेकरून ते योग्य लोकांवर विश्वास ठेवू शकतील. हे तत्त्व ते सगळ्या हितसंबंधीयांसाठी म्हणजेच त्यांचे ग्राहक, भागीदार, गुंतवणूकदार, त्यांच्या गटातील इतर लोक, त्यांचे कुटुंबीय आणि मित्रपरिवार या सगळ्यांसाठी लागू करतात.

हा मुद्दा आधी ज्यांचे अनुभव आपण पाहिले त्या मुहम्मद युनूससारख्यांच्या

गोष्टीवरून आपल्या लक्षात येतो. त्यानं इतरांच्या सल्ल्याविरुद्ध जाऊन गरीब लोकांकरता पूर्ण विश्वासानं लघुकर्ज उपलब्ध करून दिली आणि कुठलंही तारण नसतानादेखील ९८ टक्के लोकांनी त्यांची कर्जफेड केली. युनूसनं आपल्या ग्राहकांवरील विश्वास पुढील शब्दांत व्यक्त केला, ''ग्रामीण (बँक) असं गृहीत धरते की, प्रत्येक कर्जदार प्रामाणिक आहे,'' हेच आपल्याला पिएर ओमिद्यारच्या उदाहरणावरून दिसून येतं. Ebay ची स्थापना करताना त्याची भूमिका हीच होती की, बहुतांश लोक हे मूलतः चांगले असतात. त्यातूनच एकमेकांना अपरिचित असणाऱ्या लक्षावधी ग्राहकांना Ebay वर खरेदी-विक्रीचे व्यवहार यशस्वीपणे करणं शक्य झालं. माजी CEO मेग व्हिटमनने Ebay चं सार पुढील शब्दांत अचूक मांडलं आहे, 'पीएरनं मला हे दाखवून दिलं की, आमचा दृष्टिकोन असा असायला हवा- आपला समाज हा सचोटीनं व्यवहार करायची इच्छा असणाऱ्या लोकांनी भरलेला आहे आणि तसे व्यवहार करण्यासाठी एक जागा आपण उपलब्ध करून द्यायची आहे. हा असा दृष्टिकोन बाळगणं हे आमच्या उद्योगासाठी अनिवार्य होतं. मग हे तत्त्व आमच्या अंगवळणी पडत गेलं; किंबहुना ते आमच्या कार्यसंस्कृतीचा एक भाग झालं आणि आमच्या परस्परांशी असणाऱ्या आणि ग्राहकांशी असणाऱ्या वर्तणुकीचा आधार ठरलं.'

आपण हे नेटाफ्लिक्समध्ये बघू शकतो. त्यांच्या लक्षावधी ग्राहकांना परतबोलीवर थेट घरपोच DVD पाठवून नेटाफिलक्सनं त्यांच्यावर विश्वास दाखवला; पण तेवढ्यावर न थांबता त्यांनी एक पाऊल पुढे टाकून आपल्या कर्मचाऱ्यांवर विश्वास टाकला. आपला पगार कोणत्या स्वरूपात घ्यायचा याचं स्वातंत्र्य (रोख किंवा भाग भांडवल) त्यांना दिलं, तसंच त्यांना आवश्यक तेवढी रजासुद्धा घेऊ दिली. किंवा गुगलमध्ये जिथं त्यांच्या अभियंत्यांना कार्यकालातील २० टक्के वेळ त्यांच्या आवडीच्या प्रकल्पावर घालवता येतो. उपाध्यक्ष मारिसा मेयर यांनी म्हटल्याप्रमणे, ''या २० टक्के वेळामधून आमचा विश्वास कर्मचाऱ्यांपर्यंत समर्थपणे पोहोचतो किंवा L.L. Bean सारखी कंपनी जी ग्राहकांवर विश्वास ठेवून त्यांना '१०० टक्के समाधानाची' हमी देते आणि कुठलीही शंका असल्यास केव्हाही माल परत करण्याची संधी देते, हेच तत्त्व 'झॅपोस'च्या उदाहरणावरून दिसतं- जे त्यांच्या ग्राहक सेवा प्रतिनिधींना ग्राहकांना हाताळण्याचं पूर्ण स्वातंत्र्य देऊन आणि त्याच्या खर्चाची जबाबदारी उचलून ग्राहकांवरही विश्वास टाकतात.

अन्य एक संस्था- जी विश्वासावर निष्ठा ठेवते ती म्हणजे, W. L. Gore & Associaties ही कंपनी जी Fluropolymers पासून निरनिराळी उत्पादनं तयार करते. उदा. Gore Tex fabrics बाजारपेठ विभागात काम करणारी डाएन डेव्हिडसन म्हणते, ''जेव्हा मी 'गोर'मध्ये कामाला सुरुवात केली तेव्हा मला माहीत नव्हतं

की इथं कोण कोणतं काम करतं. मला या गोष्टीचं आश्चर्य वाटत असे की, इथलं काम चालतं तरी कसं. मला वेड लागायची वेळ आली होती. मी विचारत असे, माझे बॉस कोण आहेत?'' तिच्या पुरस्कर्त्यानं सांगितलं की, हा शब्दसुद्धा इथं वापरायचा नाही. तिच्या या गोंधळामागचं कारण हे होतं की सुरुवातीच्या दिवसांत कंपनीचे संस्थापक बिल गोर यांची विश्वासावर इतकी निष्ठा होती की त्यांनी त्यांच्या उद्योगामध्ये 'Lattice organization' ची सुरुवात केली जी आजपर्यंत अबाधित आहे. या व्यवस्थेत कामगार हे 'सहकारी' समजले जातात. Workers are considered 'associates and are expected to grow their contributions by thirty peers who rank one another's contributions, much as in professional partnership in a law firm.'

गोरमध्ये तुमच्यावर जबाबदारी टाकली जाण्याइतका विश्वास कमावण्यासाठी वेळ लागतो. एका सहकाऱ्यानं सांगितलं, "आम्ही आमच्या पायांनी मतदान करतो. म्हणजे जर एखाद्यानं मीटिंग बोलावली आणि जर कोणीच आलं नाही, तर त्याचा अर्थ असा की कोणालाच तुमचं नेतृत्व मान्य नसून कोणीही तुमच्या पावलांवर पावूल टाकून चालायला तयार नाही.''

गोरमध्ये अर्थातच CEO आहेतच. जेव्हा २००५ मध्ये चक कॅरोल या पदावरून निवृत्त झाले, त्या वेळी संचालक मंडळानं गोरच्या विस्तृत कर्मचारी वर्गाला त्या पदावर कोणी काम करावं याबद्दलचं त्यांचं मत विचारलं आणि लंडन बिझनेस स्कूलच्या गॅरी हॅमेल यांनी 'द फ्यूचर मॅनेजमेंट' मध्ये नमूद केल्याप्रमाणे, गोरची एक कर्मचारी टेरी केली हिची त्या पदावर निवड झाल्याचं तिला जेव्हा कळलं, तेव्हा तिला आश्चर्याचा धक्काच बसला. आज केलीच्या नेतृत्वाखाली ३० देशांमध्ये कंपनीचे ९ हजारांपेक्षा जास्त कर्मचारी असून, तीन अब्ज डॉलर्सपेक्षा जास्त वार्षिक उत्पन्न मिळवते आहे. 'जगातील एक नावीन्यपूर्ण कल्पना राबवणारी कंपनी' म्हणून गोरचा उल्लेख होतो आणि काम करण्यासाठी उत्तम अशा कंपनीच्या यादीत गोरचा सातत्यानं समावेश झालेला दिसून येतो.

जेव्हा जेव्हा नेते आणि संस्था जाणीवपूर्वक विश्वास ठेवण्याचा निर्णय घेतात, त्याचे परिणाम आपल्याला त्या संस्थेच्या व्यवस्थेत, त्याच्या निर्णयप्रक्रियेत, संस्थेच्या बांधणीत आणि धोरणांमध्येसुद्धा दिसून येतात. अविश्वासानं किंवा शंका मनात ठेवून एखाद्या उद्योगाचा पाया घालणं आणि त्याउलट दृढविश्वासानं एखाद्या उद्योगाची उभारणी करणं, यांमधल्या फरकाची कल्पना करून पाहा. तुमचा ज्यांच्यावर विश्वास आहे अशा लोकांसाठी तुम्ही नुकसानभरपाईची व्यवस्था कशी कराल आणि ज्यांच्यावर विश्वास नाही त्यांच्यासाठी कशी कराल; तुमचे नियम, धोरणं, तुमच्या प्रक्रिया या दोन्हींसाठी वेगवेगळ्या असतील का; ब्लॉगवर लिहिताना किंवा

ट्विटरवर प्रतिक्रिया देत असताना त्यावर विश्वासाचा परिणाम काय होईल; आणि तुमच्या उद्योगाची बांधणी कशी असेल.

गोरच्या व्यवस्थापन आराखड्याविषयी बोलताना हॅमेलनं व्यक्त केलेलं मत असं आहे :

> *जसा मासा पाण्याशिवायच्या जगाची कल्पना करू शकत नाही, त्याचप्रमाणे आपल्यापैकी बरेच जण आपल्या अनुभवांपलीकडल्या व्यवस्थापन प्रक्रियांची कल्पना करू शकत नाहीत. अगदी आपली भाषासुद्धा आपल्या अनुभवसिद्ध कल्पनांमध्ये अडकलेली असते, या गोष्टीचे उदाहरण द्यायचे तर अधिकार श्रेणीची कल्पना आपल्या व्यवस्थापनाच्या कोशात कशी नकळत सामावून गेली आहे, त्याचा विचार करा. 'अधिकाराची साखळी', पिरॅमिड, 'वरिष्ठ', 'कनिष्ठ' हाताखालचे अधिकारी, अधिकार पातळीवरून खाली, खालून वर हे सगळे शब्द अधिकार आणि सत्तेची औपचारिक उतरंड दाखवतात.*

उतरत्या अधिकार श्रेणीची बांधणी ही हाताखालच्या लोकांना ताब्यात ठेवण्यावर आणि बहुतेक लोक अविश्वासू असतात या समजुतींवर आधारित असते किंवा अचूक शब्दांत सांगायचं झालं तर या समजुतीवर आधारित असतात की काही थोडे लोक अविश्वासू असतात म्हणून आपण इतरांवरही विश्वास टाकू शकत नाही. याचं कारण म्हणजे, काही वेळा लोक हुकमत आणि विश्वास यांच्यात गल्लत करतात. ते असा विचार करतात की, जर आपण कोणावर विश्वास टाकला तर आपला त्यांच्यावर ताबा राहणार नाही आणि याच समजुतीपोटी जेव्हा विश्वासाला धक्का पोहोचतो, तेव्हा त्यावरची स्वाभाविक प्रतिक्रिया असते, ती म्हणजे ती समस्या सोडविण्याकरता अजून बंधनं घालणं, ज्याच्यामुळे काही थोड्यांच्या चुकीची शिक्षा बऱ्याच जणांना भोगावी लागते.

परंतु जेफ जर्विसनं 'व्हॉट वूड गुगल डू' या पुस्तकात म्हटल्याप्रमाणे, सत्ता आणि विश्वास यामध्ये विरुद्ध चलन दिसून येतं. उच्च प्रतीचं नियमन अतिरेकी बंधनांमधून न येता, उच्च विश्वासातून निर्माण होतं. आपण जेव्हा बहुतांश लोक विश्वासू असतात या समजुतीपासून सुरुवात करतो, तेव्हा आपल्यापुढे अनेक शक्यता खुल्या होतात, ही गोष्ट डब्ल्यू. एल. गोरच्या उदाहरणावरून नक्कीच सिद्ध होते.

तुम्ही जेवढी हुकमत गाजवाल तेवढा विश्वास गमावाल. जितका जास्त ताबा दुसऱ्यांकडे सोपवाल, तेवढा त्यांचा विश्वास कमवाल.

पत्रकार आणि लेखक जेफ जर्व्हिस

दुसरं महत्त्वाचं उदाहरण आहे, नॉर्डस्टॉमच्या 'एकच नियम' या दृष्टिकोनाचं. कर्मचाऱ्यांना विश्वासपात्र होण्याची प्रेरणा जी हजार नियम घालूनसुद्धा साध्य होणार नाही, ती या दृष्टिकोनातून सहज साध्य होते. त्यांच्या सहकाऱ्यांना विश्वास केवळ मिळतच नाही, तर तो राखताही येतो. अजून एक उदाहरण आहे ते Chaparlal Steel ज्याचे माजी सीईओ जॉर्डन फॉवर्ड म्हणतात,

आम्हाला जाणवलं की, बऱ्याच उद्योगांमधील कार्यपद्धती या फसवणाऱ्या लोकांना पकडण्यासाठी असतात, ज्यांचं प्रमाण फक्त ३ टक्के असतं. आम्ही असं ठरवलं की, आपली कार्यपद्धती आखताना/ ठरवताना आपण उरलेल्या ९७ टक्के विश्वासू लोकांचा विचार करू. म्हणजे मग उरलेले लोक एखाद्या वाईट उदाहरणासारखे उठून दिसतील आणि शेवटी आम्हाला सोडून जातील; आणि अगदी तसंच घडलं.

परत एकदा आपण डोळस किंवा योग्य विश्वासाबद्दल बोलतो आहोत; अंधविश्वासाबद्दल नव्हे. म्हणजेच आपल्या परिस्थितीच्या विश्लेषणातून आणि त्यात जो धोका अंतर्भूत आहे त्यावरून आपल्याला कळेल की, परिस्थिती कशी आहे, एखाद्या अणू पाणबुडीएवढी धोकादायक की वृत्तपत्राइतकी साधी. आणि आपल्या हेसुद्धा लक्षात येईल की, परिस्थितीचा उत्तम अंदाज हा जाणीवपूर्वक विश्वासावर आधारित आहे. अर्थातच आपल्याला अशाही काही कार्यसंस्कृती दिसून येतात (मग तो एन्रॉनसारखा एखादा उद्योग असेल किंवा भ्रष्टाचार मोजणाऱ्या तक्त्यांतील सगळ्यात खालच्या पायरीवरील एखादा देश) जिथं 'लोकांवर विश्वास ठेवता येऊ शकतो' हे तत्त्व वापरणं शक्य होत नाही आणि आपल्याला काहीतरी वेगळ्या पातळीवर विश्वासाचा विचार करावा लागतो. पण बऱ्याचशा परिस्थितींमध्ये मात्र 'बहुतांश लोक विश्वासू असतात' याच पायरीवरून सुरुवात करणं योग्य ठरतं.

३ – नेतृत्वाची पहिली पायरी म्हणजे विश्वास

विविध क्षेत्रांत यशस्वीपणे नेतृत्व करणाऱ्यांना असं वाटतं की, इतरांवर विश्वास टाकणं, हाच नेतृत्वाचा योग्य मार्ग आहे. याचं प्रमुख कारण म्हणजे विश्वासामुळे लोकांना काम करायला प्रेरणा मिळते, विश्वासाची परतफेड विश्वासानंच होते आणि सरते शेवटी आपल्याला समृद्धी, उत्साह आणि आनंद यांच्यापर्यंत नेऊन पोहोचवणारा विश्वासच असतो. जेव्हा विश्वासाच्या कल्पनेचं प्रत्यक्ष विश्वास टाकण्यामध्ये रूपांतर होतं, तेव्हा ती नेतृत्वाची पहिली पायरी असते.

'विश्वास ठेवण्यावरचा विश्वास' बेस्टबाय.कॉम या कंपनीच्या व्यवहारातून दिसून येतो. जेव्हा त्यांनी आपल्या कर्मचाऱ्यांवर कुठूनही आणि केव्हाही काम करण्याची सवलत देऊन विश्वास टाकला. (अट एकच- काम वेळेत पूर्ण झालं पाहिजे) त्यानंतर त्याचा फायदा जवळ जवळ ३५ टक्क्यांनी वाढला. आणि वॉरन बफेंनी तोच विश्वास दाखवला, जेव्हा त्यांनी, बर्कशायर हॅथवेच्या साम्राज्यात असणाऱ्या ७७ कंपन्यांतील २,५७,००० लोकांविषयी बोलताना आपल्या व्यवस्थापकांना सांगितलं की, "बर्कशायर हॅथवेमध्ये आजही कोणीतरी असं काहीतरी करत असेल की जे आपल्याला कळलं तर त्याचा त्रास होईल," आणि तरीही त्यांनी संशय न दाखवता 'लायक विश्वासाची' निवड केली. हाच विश्वास वेगमॅन्समध्ये दिसून येतो, ज्यांच्या उच्च विश्वासाच्या संस्कृतीमुळे कंपनीत कर्मचाऱ्यांची मानसिक गुंतवणूक इतकी चांगली असते की, त्यांच्या कर्मचारी उलाढालीचा वेग हा इतरांच्या ४७ टक्क्यांच्या तुलनेत ३ टक्क्यांपेक्षाही कमी असतो.

२००७ सालामध्ये रॉस स्मिथ यानं, विश्वासामुळे त्याच्या ८५ जणांच्या Microsoft Windows Security Test Team नावाच्या गटातील सदस्यांची काम करण्याची क्षमता वाढेल, या आपल्या समजुतीच्या आधारावर वागण्याचा निर्णय घेतला. डूग्लस ॲडम्सच्या 'द हिचहायकर्स गाईड टू द गॅलेक्सी' या विज्ञान कादंबरीत ज्याप्रमाणे त्यानं ४२ हा अंक वैश्विक सत्य म्हणून दाखवला आहे. त्यावरून रॉस स्मिथ यांनी आपल्या या गटाचं नामकरण ४२ प्रोजेक्ट्स असं केलं. त्यामुळे विशीत असणाऱ्या तरुण सदस्यांचंही लक्ष वेधलं जाऊन त्यांच्या आणि इतर सदस्यांमधील 'जनरेशन गॅप' कमी होईल, असा विश्वास त्यांना वाटला.

आम्हाला हे माहीत होतं की आमच्यावर विश्वास ठेवा असा फतवा काढल्यामुळे कोणी आमच्यावर विश्वास ठेवणार नव्हतं. या टप्प्यावर विश्वास ठेवणं हा एक नवीन, अवघड आणि भावनिक विषय होता. विश्वास ठेवणं हा एक चांगला पर्याय आहे, याची खात्री आम्ही लोकांना कशी

पटवून देणार होतो? कमी विश्वासापेक्षा जास्त विश्वास असणं चांगलं याविषयी कुणाचंच दुमत नव्हतं. पण कामातून वेळ काढून विश्वासाची बांधणी करण्याकरता वेळ देणं याबद्दल शंका होती. आम्ही आधीच एक साप्ताहिक बैठक बोलवायला सुरुवात केली होती. जेव्हा आम्ही एकत्र जमून पिझ्झा मागवत असू आणि सगळे मिळून निरनिराळ्या कल्पना, प्रकल्प, प्रस्ताव आणि संशोधन यावर चर्चा, देवाणघेवाण करत असू. आम्ही याच साप्ताहिक 'पिझ्झा बैठकींचा उपयोग विश्वासवृद्धी करणारे वर्तन' या विषयावर ऊहापोह करण्याकरता केला. बैठकीतील सदस्यांनी जवळ जवळ १५० विश्वासवृद्धी परिणाम करणाऱ्या गोष्टींची यादी केली.

याच गटानं अनेक वेगवेगळे छोटे छोटे खेळ तयार केले, ज्यामुळे त्यांची प्रगती किती झाली आहे ते कळेल, सहकार्य वाढेल आणि कोणत्या प्रकारच्या वर्तनाला प्राधान्य द्यायचं हे लक्षात येईल. हा प्रकल्प ऐच्छिक होता आणि त्यात सामील होण्यास प्रोत्साहन म्हणून सभासदांनी एक .....(Wiki) तयार केला. त्याचे परिणाम रॉसनं नोंदवले आहेत. वेगवेगळ्या मोजमापावर आधारित निष्कर्षावरून त्या संघांचा स्वतःचा इतिहास अणि इतर बरोबरीच्या संघांच्या तुलनेत रॉसच्या संघांच्या धारणेत २० ते ५० टक्क्यांनी वाढ झाली, तर कामाच्या क्षमतेत १० ते ६० टक्क्यांनी वाढ झाली. एवढंच नाही, तर बुद्धीचा कस लागण्याच्या चढाओढीत या संघाचं स्थान सुधारलं आणि रॉसच्या मतानुसार त्याचं मुख्य कारण म्हणजे विश्वासामुळे एक गुणात्मक वर्तुळ तयार झालं (virtuous circle) म्हणजे रॉसच्या म्हणण्यानुसार 'प्रतिभावान, आनंदी लोक नवीन नवीन कल्पना शोधतात, नवीन कल्पना प्रतिभावंतांना खेचून आणतात,' मायक्रोसॉफ्टचा पहिला कर्मचारी आणि बिल गेट्सचा मित्र, मार्क मॅक्डोनाल्ड, जो त्या टीमचा सदस्य होता तो म्हणाला, 'मोठ्या उद्योगांची वेगवेगळ्या स्तरांवर विभागणी करून ४२ प्रोजेक्ट्स तुमच्या मनातल्या नवीन उद्योग सुरू करण्याच्या भावनांना आणि ऊर्मींना हात घालते, जी तुमच्या मनात असते.'*

ग्राहक सेवा तज्ज्ञ जीन ब्लिस हिच्या 'I love you more than my Dog' या पुस्तकात आपल्याला हा 'विश्वासावरचा भरवसा मोठ्या प्रमाणावर साकार झालेला दिसून येतो. या पुस्तकात ती अनेक नेत्यांच्या आणि संस्थांच्या अशा निर्णयांचा

---

*तुमच्या संघातील विश्वासाची पातळी मोजण्यासाठी पूरक असे एक अशा प्रकारचे मुक्त संकेतस्थळ असते ज्याचे उपभोक्ते त्यावरचा मजकूर संपादित करू शकतात अथवा बदलू शकतात. SmartTrustBook.com या संकेतस्थळाला भेट द्या.

परामर्ष घेते, ज्यांच्यामुळे हे उद्योग सर्वांना 'प्रिय' झाले आहेत. त्याचबरोबर चांगल्या आणि वाईट काळातसुद्धा या उद्योगांवरची निष्ठा टिकून राहिली आहे. त्यांतील एक म्हणजे ज्याला ती 'विश्वासाचा निर्णय' म्हणते. ती म्हणते :

या 'लाडक्या' उद्योगांमध्ये ते विश्वास ठेवण्याचा निर्णय घेतात. विश्वास आणि भरवसा हे त्यांच्या परस्पर नात्यांमधले पायाचे दगड आहेत. त्यांच्या ग्राहकांवर विश्वास ठेवण्याचा निर्णय घेतल्यामुळे जास्तीचे नियम, धोरणं आणि नोकरशाहीच्या कारभारातून ज्यामुळे त्यांच्यात आणि त्यांच्या ग्राहकांमध्ये दरी निर्माण होते, त्यापासून ते मुक्त होतात आणि कर्मचारी योग्य तीच गोष्ट करतील, या गोष्टीवर भरवसा ठेवल्यामुळे त्यांच्याबद्दल तर्क करत राहणं, त्यांच्या कामाबद्दल परत परत खात्री पटवून घेणं आणि त्यांच्या विचारक्षमतेवर शंका घेणं, या गोष्टी जाऊन त्यांच्या जागी उत्साह, कल्पनांचं आदानप्रदान आणि त्या ठिकाणी टिकून राहण्याची इच्छा निर्माण होते. आपल्यावरच्या भरवशातून, आपल्यावर टाकलेल्या विश्वासातून आणि तो विश्वास आपल्या ग्राहकांपर्यंत आणि कर्मचाऱ्यांपर्यंत पोहोचवताना एक ऊर्जा निर्माण होते.

आमच्या लॅटिन अमेरिकेतील शाखेतील एक सहकारी गॅब्रियल 'पेपे' मिरेल्स यांनी सांगितलेल्या या प्रेरणादायी गोष्टीतून हाच विश्वास तुम्हाला जाणवेल.

मी जेव्हा १२ वर्षांचा होतो तेव्हा पनामामधील पोर्तो अर्म्युलेस या छोट्याशा शहरात राहायला गेलो. या शहरातील मुख्य व्यवसाय होता केळ्यांची निर्यात. हे आमचं मूळ ठिकाण होतं आणि माझ्या आई-वडिलांना केव्हापासून इथं परत येण्याची इच्छा होती. त्यांनी पेसे साठवून स्वतःच एक व्यवसाय सुरू केला. ते एक छोटंसं सुपरमार्केट होतं. आम्ही सगळेच तिथं कामात मदत करायचो.

त्यांनी दुकान सुरू केलं. त्या वेळी आसपासच्या पंचवीसएक भटक्या मुलांची एक टोळी होती. ज्यात आठ वर्षांपासून ते सोळापर्यंत सर्व वयोगटांतील मुलं होती. ते गावभर भटकत असत आणि चोरीमारी करण्याबद्दल आणि 'sailor's Guide' म्हणून त्यांची ख्याती होती. वाया गेलेली मुलं, शुभ्र शर्टवरचा एक घाणेरडा काळा डाग, अशीच त्यांच्याकडे पाहण्याची सर्वांची दृष्टी होती.

सर्व व्यापारी या मुलांपासून सावध राहायचे. त्यांना कोणत्याही दुकानात

प्रवेश नव्हता. अपवाद फक्त आमचं दुकान. अगदी सुरुवातीपासूनच माझ्या आईनं त्यांच्याशी संवाद साधायला सुरुवात केली. कधी एकेकट्याशी तर कधी छोट्या गटाशी. ती सातत्यानं एकच संदेश त्यांच्यापर्यंत पोहोचवत गेली, तो म्हणजे, 'तू एक चांगली व्यक्ती आहेस. तुला माझ्या दुकानात केव्हाही येता येईल आणि तुझ्यावर पाळतही ठेवली जाणार नाही. परंतु तुझ्यावर टाकलेला विश्वास तू सार्थ ठरवावास ही तुझ्याकडून निश्चितच अपेक्षा आहे.' ही पहिलीच वेळ होती जेव्हा एक व्यक्ती म्हणून त्या मुलांना किंमत मिळाली. याचे चांगले परिणाम त्वरित दिसून आले. जी मुलं इतर दुकानांमधून चोऱ्यामाऱ्या करत असत, ती आमच्या दुकानात आल्यावर आदरानं आणि सभ्यतेनं वागत असत. काही वेळा तर कोणी संशयास्पद व्यक्ती दुकानात शिरली, तर तेच उलट आम्हाला सावध करत असत.

काळ बदलला, त्यांच्यातील काही मुलं योग्य मार्गाला लागली. त्यांतील काही तर आज व्यावसायिक आहेत. काही उत्तम नोकरीत स्थिरावली आहेत. बहुतेक सगळे जण आज सभ्य गृहस्थाचं आयुष्य जगत आहेत. माझ्या आईनं त्यांच्यावर टाकलेल्या सुरुवातीच्या विश्वासानं त्यांच्या मनाची योग्य मार्गावर येण्यास प्रोत्साहन आणि सल्ला स्वीकारण्याची आणि त्याप्रमाणे वागण्याची त्यांची तयारी झाली आणि त्याप्रमाणे ते वागू लागले.

माझ्या आईनं या मुलांवर विश्वास टाकला, याचं कारण म्हणजे तिचा विश्वासावर भरवसा होता. तिची खात्री होती की बहुतेक लोकांना त्यांच्यावर विश्वास ठेवल्यामुळे प्रोत्साहन मिळतं आणि तिला ही पण खात्री होती की ही मुलं त्यांच्यावरचा विश्वास सार्थ ठरवतील; आणि त्यांनी तो ठरवला.

मिरालेसचा अनुभव दाखवतो त्याप्रमाणे विश्वास हा नेतृत्वाचा योग्य मार्ग असण्याचं कारण म्हणजे, विश्वास दोन गोष्टींची प्रेरणा देतो- एक विश्वासार्हता आणि दुसरी म्हणजे विश्वासाची परतफेड. जेव्हा इतर जण आपल्यावर विश्वास टाकतात तेव्हा आपल्यालाही तो विश्वास सार्थ ठरवावासा वाटतो आणि आपण जेव्हा विश्वास टाकतो, तेव्हा इतरांनाही तो परत द्यावासा वाटतो.

> *तम्ही जर आदर दिलात तर तुम्हाला आदर मिळेल. महान नेते जे आपल्याला देऊ करतात ती हीच गोष्ट. निष्ठा, विश्वास आणि इतर गुणांच्या बाबतीतही हेच सत्य आहे.*
>
> *सुप्रसिद्ध बास्केटबॉल कोच, जॉन वूडन*

विश्वासावर भरवसा : एक व्यवस्थापन तत्त्व

२००५ च्या जुलै महिन्यात, मायक्रोसॉफ्टचे उपाध्यक्ष (Corporate Vice President of Interactive Services) डॉ. काई-फू-ली यांनी 'गुगल ग्रेटर चायना'चे अध्यक्ष म्हणून पदभार स्वीकारला, त्या वेळी ते प्रसारमाध्यमांचं लक्ष्य बनले होते. ली यांनी त्यांना जाणवलेले गुगलच्या ताकदीमागचे घटक अगदी थोड्या शब्दांत एका सूत्रात बांधून चायनीज संकेतस्थळावर टाकलं, जे हजारो इंजिनिअरिंग विद्यार्थी वाचतात. ते सूत्र असे, 'तारुण्य + स्वातंत्र्य + पारदर्शकता + नवीन आकृतिबंध + लोकांचा फायदा + विश्वासावर भरवसा – गुगल नावाचा चमत्कार.

आपण ज्या यशस्वी लोकांच्या आणि उद्योगांच्या गोष्टी या प्रकरणात आणि या पुस्तकात वाचतो आहोत, त्यांच्याप्रमाणेच गुगलमध्येही विश्वासावरचा भरवसा हे एखादं तंत्र किंवा त्या त्या परिस्थितीत करण्याची एक गोष्ट म्हणून वापरली जात नाही. ती एक पायाभूत कार्यपद्धती आहे, जिच्यामुळे समृद्धी, उत्साह आणि आनंद निर्माण होतो. आपण या प्रकरणात ज्या नेत्यांबद्दल आणि उद्योगांबद्दल चर्चा केली, त्यांनी आणि इतरांनीही व्यक्त केलेला त्यांच्या खासगी आणि व्यावसायिक आयुष्यातील तत्त्वज्ञानाचा सारांश पुढील तक्त्यामध्ये आहे.

नेता / उद्योग	व्यवस्थापन तत्त्वज्ञान / कार्यपद्धती
इसाडोर शार्प फोर सिझन्स हॉटेल्स अँन्ड रिसॉर्टस	विश्वास हे फोर सिझन्सचे भावनिक भांडवल आहे. चिरकाल टिकणाऱ्या यशाचा तो एक अत्यावश्यक नैतिक घटक आहे. कॉर्पोरेट संस्कृतीत जतन करून ठेवलेले ते एक मार्गदर्शक तत्त्व आहे. ते आमच्या यशाचे मूलभूत कारण आहे. कोणताही व्यवहार करत असताना किंवा प्रत्येक नवीन हॉटेल उघडताना किंवा आमच्या सगळ्या कामांची जी काही प्रतिमा लोकांच्या मनात असते त्याचा तो एक महत्त्वाचा घटक आहे. खुल्या बाजारावर नियंत्रण ठेवणाऱ्या एखाद्या अदृश्य हाताप्रमाणेच विश्वासाचा हा अदृश्य हात आमचा हात धरून आम्हाला मार्ग दाखवतो, स्फूर्ती देतो आणि प्रत्येक वर्षी जसा विश्वास वाढला तशी आमची ख्यातीदेखील वाढली.

नेता / उद्योग	व्यवस्थापन तत्त्वज्ञान / कार्यपद्धती
अल् कॅरी फ्रिटो-ले	आमच्या गटात एकमेकांवर विश्वास आहे. कठीण निर्णय घेतानासुद्धा आम्हाला वेळ लागत नाही. जेव्हा तुमचा एकमेकांवर विश्वास असतो तेव्हा तुम्हाला जादा नियमावलींची गरज भासत नाही. त्यामुळे, तुम्ही व्यवस्थापनाचे अनेक पदर कमी करू शकता. एकमेकांवर विश्वास ठेवल्यामुळे तुम्ही झट्कन निर्णयापर्यंत पोहोचू शकता. लोक योग्य प्रकारे काम करत आहेत की नाहीत यावर लक्ष ठेवण्याकरता असंख्य गटांची तुम्हाला गरज भासत नाही.
अँड्रिया युंग Andrea Jung, ॲवॉन	आमच्या संपूर्ण व्यवसायांची बांधणी आम्ही ग्राहकांबरोबरच्या नात्यांवर आखलेली आहे. आणि हे नातेसंबंध विश्वासावर आधारित आहेत. या नात्यांची ताकद हीच आमच्या यशाची आणि भवितव्याची गुरुकिल्ली आहे.
चार्ली मुंगेर, बर्कशायर हॅथवे	आमचे मॉडेल म्हणजे विश्वासाचं एक अखंड जाळं आहे. जे दोन्ही पक्षांसाठी योग्य आहे. आमचे उद्दिष्ट तेच आहे... जास्त प्रक्रिया मध्ये न आणता विश्वसनीय लोकांनी योग्य प्रकारे एकमेकांवर ठेवलेला विश्वास!
मेग व्हिटमन, ईबे	आज दहा वर्षानंतरसुद्धा मला असं वाटतं की पिएरचेच (ओमिद्यार) बरोबर होते. ईबे यशस्वी होण्यामागची मूलभूत कारणं म्हणजे सगळीकडचे लोक मूलत: चांगले असतात. आम्ही फक्त त्यांना साधनं पुरवली आणि मूल्यांवर भर दिला, पण इबे ची उभारणी ग्राहकांनीच केली. समाजाची ईबेवर आणि परस्परांवर विश्वास ठेवण्याची तयारी हाच ईबेच्या यशाचा पाया आहे. ईबे म्हणजे विश्वास.
मुहम्मद युनूस, ग्रामीण बँक	आमची खात्री होती की बँक ही मानवी विश्वासावर उभारली गेली पाहिजे, अर्थशून्य कागदी करारांवर नव्हे... विश्वासाने कुठेही गेलात तरी सगळीकडच्या लोकांना विश्वासाचे वातावरण जास्त भावते.

नेता / उद्योग	व्यवस्थापन तत्त्वज्ञान /कार्यपद्धती
जिम गुडनाइट, SAS Institute	मला असं वाटतं की जी लोक आपल्यासाठी काम करतात, त्यांच्यावर व्यवस्थापनाने विश्वास टाकायलाच हवा. ते महत्त्वाचे आहेत आणि ते नक्की काहीतरी बदल घडवतील अशी वागणूक तुम्ही त्यांना द्यायला हवी आणि तशी जर ती दिलीत तर ते नक्की बदल घडवतील. तुम्ही जेव्हा लोकांवर विश्वास टाकता, तेव्हा लोक उत्तम प्रकारे काम करतात आणि मग कठीण आर्थिक काळातदेखील तुम्हाला उत्पन्नाची काळजी उरत नाही.
अझीम प्रेमजी, विप्रो	नैतिक मूल्यं हा विश्वासाचाच भाग असतो. त्यांचं प्रतिबिंब तुमच्या प्रत्येक कृतीत दिसायला हवं. विश्वास निर्माण होण्याकरता खूप काळ जावा लागतो. परंतु नष्ट होण्याकरता एक असंबद्ध कृती पुरेशी असते.
टेरी केली, डब्ल्यू. एल. गोर अ‍ॅन्ड असोसिएट्स	(या) काही मूलभूत गोष्टी आहेत ज्यामुळे गोर एकसंध आहे. एक म्हणजे आम्ही सर्वजण पाळत असलेली मूल्यं विशेषत: आम्ही परस्परांशी कसे वागतो या बाबतीत आणि गोरच्या कार्यसंस्कृतीत प्रचंड विश्वास भरलेला आहे.
टोनी श्ये, झॅपोस	प्रत्येक ग्राहकाशी वागताना आमचे कर्मचारी त्यांची योग्य निर्णयशक्ती वापरतील याविषयी आम्ही विश्वास बाळगतो.
केन शेनॉल्ट, अमेरिकन एक्सप्रेस	विश्वासाचा स्पर्धात्मक फायदा हा अत्यंत महत्त्वाचा आणि मौल्यवान आहे.
जॉन वूडन, UCLA	माझा पुढील गोष्टींवर विश्वास आहे. "इतरांवर शंका घेऊन सतत कष्टी होण्यापेक्षा इतरांवर विश्वास ठेवून क्वचित कधीतरी निराश होणे चांगले."
गुगल	असंख्य नियम करून लोकांना काम करायचं नाही हे सांगून आणि त्यांच्या चुकांची शिक्षा देऊन या गोष्टींवर उद्योग उभारले आहेत. परंतु गुगलने मात्र आपलं साम्राज्य आमच्या विश्वासावर उभारले आहे. (जेफ जर्विस, व्हॉट वुड गुगल डू?)

विश्वासाची झेप

जर तुम्ही १९८९ मध्ये 'इंडियाना जोन्स अॅन्ड द लास्ट क्रुसेड' हा चित्रपट पाहिला असेल, तर तुम्हाला त्यातलं शेवटचं थरारक दृश्य आठवत असेल. त्या दृश्यात जोन्स, जो अलौकिक साहसी असा पुरातत्त्वज्ञ असतो, तो एका शेकडो फूट खोल अशा घळीच्या टोकावर घामानं थबथबून उभा असतो. शत्रूंनी गोळी मारल्यामुळे मरणाच्या दारात असणाऱ्या वडिलांना वाचवण्यासाठी त्याच्यापुढे एकच उपाय असतो, तो म्हणजे ती घळ ओलांडून 'होली ग्रेल'* घेऊन येणं, पण तिथं जायला कुठलीच वाट दिसत नाही. तो घाईघाईनं त्याच्या पुरातत्त्वशास्त्रज्ञ असणाऱ्या वडिलांच्या छोट्या नोंदवहीत काही उपाय मिळतो का ते पाहतो आणि त्याला शब्द दिसतात, 'सिंहाच्या डोक्यावरून जो झेप घेईल तोच लायक ठरेल' जेव्हा या वाक्याचा अर्थ त्याला लक्षात येतो, तेव्हा त्याच्या चेहऱ्यावर धक्का आणि भीती दोन्ही उमटून जातात. पण एका क्षणात त्याच्या चेहऱ्यावरचे भाव बदलतात आणि भीतीच्या जागी निश्चय येतो. तो एक पाऊल पुढे टाकतो आणि बघणाऱ्यांचा श्वास अडकतो... तो एक पाऊल पुढे टाकतो... विश्वासाचं पाऊल... एका क्षणी पावलाखाली काहीच नसतं, आणि दुसऱ्याच क्षणी अचानक त्याच्या पावलाखाली एक पूल निर्माण होतो. प्रेक्षकांचा जीव भांड्यात पडतो. जोन्स ती घळ ओलांडून जातो आणि होली ग्रेल घेऊन येतो.

आपण तिसऱ्या प्रकरणात बघितलं त्याप्रमाणे काही वेळा अशा येतात तेव्हा विश्वास ठेवणं, हे एक मोठं पाऊल असतं आणि ही विश्वासाची झेपही नेहमीच इंडियाना जोन्सच्या उडीइतकी नाट्यमय नसली तरी बऱ्याचदा ती कठीण आणि आपल्या आयुष्याला कलाटणी देणारी असते.

उदाहरण द्यायचं झालंच, तर टेड मॉर्गन यांचं घेऊ या. स्कायहूक नावाच्या अज्ञात जागा शोधण्याचं कॉम्प्युटर तंत्रज्ञान विकसित करणाऱ्या कंपनीचे ते सीईओ आहेत. २००७ मध्ये ते मोठ्या कंपन्यांनी हे तंत्रज्ञान वापरावं यासाठी नऊ महिने अथक प्रयत्न करत होते. एक दिवस मॉर्गन यांनी आपली व्हॉइसमेल बघितली तर त्यांना पुढील निरोप मिळाला, "टेड, मी ॲपलमधून स्टीव्ह जॉब्ज बोलतोय. मला स्कायहूकच्या संदर्भात तुझ्याशी चर्चा करायला आवडेल. मला फोन कर......" आपल्या टीममधल्या कोणीतरी मस्करी केली असेल असं वाटून मॉर्गननी तो निरोप

---

*होली ग्रेल ही एक पौराणिक संकल्पना आहे. येशू ख्रिस्ताला सुळावर चढवण्यापूर्वी आपल्या शिष्यांबरोबर त्याने जे शेवटचे जेवण घेतले त्या वेळी वापरलेला पेला. यात अलौकिक गुण आहेत, अशी संकल्पना आहे.

नष्ट केला. थोड्या वेळानं स्कायहूकचा दुसरा संस्थापक माईक शीन याला ते म्हणाले, "प्रयत्न चांगला होता; पण तुम्ही स्टीव्ह जॉब्ज म्हणालात आणि तुमचं बिंग फुटलं. तुम्ही मला ॲपलमध्ये भेटलेले स्कॉट किंवा इतर कोणत्या तरी मॅनेजरचं नाव सांगायला हवं होतं." शीन म्हणाले की, त्यांना तर याबद्दल काहीच माहीत नाही. जेव्हा मॉर्गनच्या लक्षात आलं की तो मेसेज खरोखर स्टीव्ह जॉब्जकडून होता तेव्हा ते ताड्कन उठून बसले.

मॉर्गननी उलटा फोन केला आणि जॉब्जना भेटले. या भेटीनंतर चक्र फिरायला सुरुवात झाली. लवकरच काहीतरी मोठं घडणार आहे याचे संकेत मिळू लागले. मग एके दिवशी जॉब्जनं मॉर्गनना सांगितलं की स्कायहूकबरोबर व्यवहार करण्याच्या निर्णयापर्यंत ते येऊन पोहोचले होते. लवकरच ॲपलचा एक मोठा समारंभ होऊ घातला आहे. होणाऱ्या समारंभात त्यांना स्कायहूकचं तंत्रज्ञान दाखवायचं होतं, पण स्कायहूकच्या कोडशिवाय ते शक्य होणार नव्हतं. असं म्हणून जॉब्जनं मॉर्गनकडे कोड मागितले.

फोनवर हे बोलणं चालू असतानाच एकीकडे मॉर्गननी आपल्या सहकाऱ्यांकडे वळून जॉब्जचं म्हणणं सांगितलं. त्यांच्या सहकाऱ्यांची तत्काळ प्रतिक्रिया होती, "नाही! नाही!" मॉर्गन जॉब्जना म्हणाले, "स्टीव्ह, तुला कल्पना असेलच की आम्ही कधीच आमचे कोड कोणाला दिले नाहीत. ती आमची बौद्धिक संपदा आहे. आमचं सर्वस्व आहे." जॉब्जनी उत्तर दिलं, "मला माहीत आहे. पण तुला माझ्यावर विश्वास ठेवायला हवा."

त्यांच्या टीमच्या सल्ल्याविरुद्ध जाऊन मॉर्गननी जॉब्जना कोड दिले. आम्ही मॉर्गनना नंतर विचारलं, "तुम्ही जर स्टीव्हना नकार दिला असतात तर काय झालं असतं असं तुम्हाला वाटतं?" ते म्हणाले, "कोणास ठाऊक काय झाले असतं! पण व्यक्तीशः मला असं वाटतं की, हा व्यवहार झाला नसता. स्टीव्हनं दुसरा काहीतरी पर्याय शोधला असता." पण त्याऐवजी स्टीव्हनं स्वतः जानेवारी २००८ मध्ये मॅकवर्ल्डच्या समारंभात स्कायहूक तंत्रज्ञानाचं प्रात्यक्षिक दाखवलं. हे तंत्रज्ञान कसं काम करतं ते स्पष्ट केलं आणि वर अशीही पुस्ती जोडली, "किती मस्त आहे हे! आहे की नाही." जॉब्जनी स्कायहूकवर टाकलेल्या प्रसिद्धीच्या झोताचं वर्णन मॉर्गन यांनी, 'कुठल्याही कंपनीला मिळालेली सर्वांत जास्त प्रसिद्धी' अशा शब्दांत केलं आहे."*

WPS (Wifi providing Services) हे आय-फोन अणि आय-पॉड टचमध्ये

---

*कोड. एखादे तंत्रज्ञान चालवण्याची गुप्त नियमावली.

या समारंभाचा व्हिडिओ पाहण्यासाठी SmartTrustBook.com या संकेतस्थळाला भेट द्या.

वापरल्या जाणाऱ्या गुगल मॅप आणि इतर संसाधनांसाठी (Applications) २०१० पर्यंत मुख्य Location Engine ठरलं. आणि कंपनी आजही ॲपल आणि इतर सॅमसंग, मोटोरोला, डेल, क्वालकॉम आणि टेक्सस इन्स्ट्रूमेंट्स यांसारख्या कंपन्यांना स्थानाधिष्ठित तंत्रज्ञान सेवा (Location based technology services) पुरवते. त्यांच्या सॉफ्टवेअरवर हजारो मोबाईल ॲप्लिकेशन चालतात आणि कोट्यवधी फोनमध्ये ते वापरलं जातं. मॉर्गननं जी विश्वासाची झेप घेतली, तिनं स्कायहूकचं चित्र मोठ्या प्रमाणावर बदलून टाकलं आणि त्यामुळे ही गोष्ट सिद्ध होते की, विश्वास ठेवण्यात जरी प्रचंड धोका असला तरी, विश्वास न ठेवण्यात त्याहीपेक्षा मोठा धोका आहे.

> *इतरांवर विश्वास टाकणारा माणूस हा इतरांवर अविश्वास दाखवणाऱ्या माणसांपेक्षा कमी चुका करतो.*
>
> *इटालियन राजकारणी – कॅमिलो बेन्सो डी कवर*

मॅकडोनाल्ड्सनी अशीच झेप आता जी 'बन लेडी' म्हणून ओळखली जाते त्या कॉर्डिया हॅरिंग्टनबरोबर व्यवहार करताना घेतली. तिचा ६० दशलक्ष डॉलर्सचा बेकरी व्यवसाय असून, मॅकडोनाल्ड आणि इतर रेस्टॉरन्ट्सकरता ती बन (पाव) पुरवते. १९९० च्या दशकात ती आपल्या ३ मुलांची एकटी पालक होती. आणि त्यांना वाढवण्यासाठी ती धडपड करत होती. तिनं इलेनॉईस राज्यात मॅकडोनाल्डची फ्रॅन्चाईजी (एखाद्या कंपनीची उत्पादनं विकण्याचा हक्क) घेतली. परंतु त्याची जागा अडचणीची असल्यामुळे तिचा व्हावा तितका फायदा झाला नाही. पण त्यामुळे खचून न जाता तिनं ग्रेहाउंड बसची (अमेरिकेतील बस सेवा) फ्रॅन्चाईजी घेऊन तिनं त्या बसचा त्या भागातील मार्गच फिरवून घेतला, जेणेकरून तो आता तिच्या रेस्टॉरन्टवरून जाईल. आता रोज भुकेलेल्या प्रवाशांनी भरलेल्या अडुसष्ट ते शंभर बसेस तिच्या हॉटेलशी थांबू लागल्या.

जेव्हा हॅरिंग्टनना हे कळलं की मॅकडोनाल्डना पावाचा पुरवठा करणारा कोणी हवा आहे, तेव्हा त्यांनी त्यांच्या कॉर्पोरेट कार्यालयात हे पटवून द्यायचा प्रयत्न केला की, त्या हे काम करू शकतील. त्यांना बेकरीचा कोणताही पूर्वानुभव नव्हता. चार वर्षं आणि ३२ मुलाखतींनंतर त्यांना मॅकडोनाल्डचा विश्वास संपादन करता आला. एकमेकांबरोबर हात मिळवून व्यवहार पक्का केला गेला. तेव्हापासून गेली सोळा वर्षं हा पुरवठा सुरू आहे. हॅरिंग्टन म्हणतात, "हे नातं खूप पवित्र आहे. आमच्या हातात कुठलाही करार नाही, फक्त धरलेला हात आहे. आणि माझा हात त्यांच्या विश्वासाला पात्र ठरणं, ही माझ्यासाठी फार महत्त्वाची गोष्ट आहे."

जेव्हा हात मिळवले जातात तेव्हा वेळप्रसंगी कोणतीही किंमत मोजून त्याचा मान राखला गेला पाहिजे. घासाघीस ही व्यवहार पूर्ण करण्याआधी करावी. एकदा का तुम्ही हस्तांदोलन केलंत की वाटाघाटी संपल्या. तुमचा शब्द ही तुमची सर्वांत मोठी संपत्ती असते आणि प्रामाणिकपणा हा सर्वांत मोठा गुण.

हन्ट्समन कॉर्पोरेशनचे संस्थापक - जोन हन्ट्समन सीनिअर

स्वतःच्या व्यवसायाचं भांडवल उभं करण्याकरता हॅरिंग्टननी बँकेकडून कर्ज घेतलं. त्यांची कार्यपद्धती आणि विश्वासार्हता लक्षात घेऊन बँकेनं त्यांना १३ दशलक्ष डॉलरचं कर्ज दिलं- तेही एका हस्तांदोलनावर. मेरीलँड वूमन्स कॉन्फरन्समधील आपल्या मध्यवर्ती भाषणात हॅरिंग्टन यांनी बायकांना सांगितलं, "तुम्ही अशी एखादी बँक शोधा जिच्यावर तुम्हाला विश्वास असेल आणि जिला तुमच्यावर विश्वास असेल आणि एक योजना तयार करा." त्या पुढे असंही म्हणाल्या की, "प्रत्येक वेळी पैसाच आवश्यक असतो असं नाही, तर सर्जनशीलता आवश्यक असते. मला ३१ वेळा नकार मिळाला, पण तुमच्याकडे जर तुमचं स्वप्न असेल तर तुम्ही त्याला चिकटून राहा. माझ्या बँकेनं केवळ विश्वासावर मला बेकरीकरता १३ दशलक्ष डॉलर दिले, तेव्हा मला वाटलं की त्यांना वेड लागलंय." बँकेच्या दृष्टिकोनातून विचार केल्यास ते काही मूर्ख नव्हते. त्यांचं विश्लेषण त्यांना दाखवत होतं की कॉर्डियाकडे प्रचंड विश्वासार्हता आहे. तिच्या यशाचा आजपर्यंतचा आलेख समाधानकारक आहे आणि तिच्या हातात मॅकडोनाल्डशी झालेला करार आहे, ज्यामुळे तिच्या मालाला मागणी आहे.

नोवार्टिस या जगातील तिसऱ्या क्रमांकाच्या औषधनिर्मिती कंपनीनं विश्वासाच्या बळावर अशीच एक झेप घेतली. त्यांनी जाहीर केलं की, पुढील पाच वर्षांत ते चीनमध्ये दोन रीसर्च आणि डेव्हलपमेंट सेंटर्समध्ये १.२५ अब्ज डॉलर्सची गुंतवणूक करणार आहेत. यात जोखीम होती का? नक्कीच. चीनची बौद्धिक संपदा हक्कांच्या बाबतची पारंपरिक मग्रूर भूमिका लक्षात घेतली तर नक्कीच होती. जाणीवपूर्वक विश्वास? कदाचित. नोवार्टिसनं नक्कीच आपल्या विश्वास ठेवण्याच्या नैसर्गिक प्रवृत्तीला परिपूर्ण विश्लेषणाचीही जोड दिली असणार. त्यांच्या चीनमधील विक्रीत वार्षिक ३० टक्क्यांची वाढ होते आहे आणि वैद्यकीय आरोग्य सेवा (Health Care) क्षेत्रात प्रचंड वाढ होईल, अशी लक्षणं दिसत आहेत. नोवार्टिसचे अध्यक्ष डॅनियल वासेला यांच्या मते- पाच ते सात वर्षांत चीन ही तिसऱ्या क्रमांकाची बाजारपेठ असेल. त्यांच्या शब्दांत सागायचं तर–

यूएस मधील चित्र असं आहे की, कृतज्ञतेपोटी त्यांनी आरोग्य सेवेत मोठी गुंतवणूक केली आहे. तिथं वृद्धत्वाकडे झुकलेल्या लोकांची संख्या जास्त आहे. म्हणून आरोग्य सेवेचा खर्च वाढणार, त्यावर उपाय म्हणजे किमती आटोक्यात आणणं. चीनची अर्थव्यवस्था वेगानं वाढते आहे, त्यांच्याकडे पुष्कळ पैसा आहे आणि कर्ज नाही. आपल्या अनेक नागरिकांना ही सुविधा पुरवण्याची शासनाची तयारी आहे. त्यामुळे तेथील आरोग्य सेवेतील वाढ निश्चित आहे.

याच्या जोडीला लोकांनी इंग्रजी (जी आंतरराष्ट्रीय व्यावसायिक भाषा आहे) आणि विज्ञानाच्या रसायनशास्त्र किंवा अभियांत्रिकी शाखेचं ज्ञान घ्यावं, यासाठी शासनानं चालवलेल्या प्रयत्नांमुळे एक सक्षम बौद्धिक क्षमता असणारा वर्ग तयार झाला आहे, ज्यातून नोवॉर्टिसला कर्मचारी निवडता येतील आणि जरी बौद्धिक संपदा हक्कांचं रक्षण हे एक पूर्वापार आव्हान असलं तरी चायनीज शासनानं औषध निर्मितीतील चाचेगिरी रोखण्यासाठी प्रयत्न सुरू केले आहेत. वासेला म्हणतात त्याप्रमाणे, ''सरतेशेवटी आमचं नवीन R&D सेंटर चीनमध्ये स्थापन करणं, ही विश्वासाची कृती आहे. हा विश्वास की, शासन आणि आम्ही भरती केलेले आमच्या मालमत्तेचा आदर करतील आणि एकत्रितपणे एक जागतिक दर्जाच्या उत्कृष्ट वैज्ञानिक केंद्राची उभारणी करावयास मदत करतील.''

नोवार्टिसच्या विश्वासाला चीनचा प्रतिसाद कसा असेल हे पाहणं, नक्कीच उत्कंठावर्धक असेल आणि येत्या काही वर्षांमध्ये नोवार्टिससारख्या अनेक कंपन्या आणि लोक केवळ चीनमध्येच नाही, तर जगात इतरत्रही जाणीवपूर्वक विश्वासाची झेप घेतील. त्याचेही परिणाम काय होतील ते पाहणं नक्कीच उत्कंठावर्धक असेल.

भरवसा ठेवण्याचा निर्णय

आपला सगळ्यात मोठा विश्वास कदाचित हा असतो की आपण विश्वासावर भरवसा ठेवणं 'शिकू' शकतो. जरी आपल्या मनाची बैठक नकारात्मक घडलेली असली किंवा आपल्याला वाईट अनुभव आले असले आणि जरी आपल्या आजूबाजूला विश्वासाची कसोटी लागेल असे वातावरण असलं तरीही आपण हे घडवू शकतो. आपण विश्वासाला आपलं पायाभूत तत्त्व, आपली व्यक्तिगत कार्यपद्धती म्हणून स्वीकारू शकतो आणि या निर्णयातूनच आपण आपल्या आयुष्यातील आणि नात्यांमधील समृद्धी, उत्साह आणि आनंद यांची वृद्धी करू शकतो.

आमच्या एका सहकाऱ्यानं त्याला आलेला एक अनुभव सांगितला. त्यानं एका सैनिकांसाठी काम करणाऱ्या परिचारिका व्यवस्थापक, प्रशासक अशा लोकांसाठी दोन दिवसांचा कार्यक्रम आयोजित केला होता.

पहिल्या दिवशी सकाळी, मी सर्वांना विचारलं की हा कार्यक्रम संपताना त्यांची काय घेऊन जाण्याची अपेक्षा आहे? त्यावर बेघर सैनिकांसाठी काम करणाऱ्या 'क्लिंट'नं उत्तर दिलं, "इतरांवर विश्वास कसा ठेवावा हे शिकायला मला आवडेल." मी त्याला या विषयावर अजून बोलायला सांगितलं तेव्हा तो म्हणाला, "अफगाणिस्तानमध्ये जे काही झालं, त्यानंतर कोणावरही विश्वास ठेवणं माझ्यासाठी अत्यंत कठीण आहे." त्यानं आम्हाला त्याची कहाणी सांगितली.

त्याच्या बावीस वर्षांच्या सैनिकी कारकिर्दीनंतर इराकमध्ये दोन वेळा आणि दोनदा अफगाणिस्तानमध्ये तैनातीनंतर त्याला शेवटच्या कामगिरीसाठी अफगाणिस्तानला पाठवण्यात आलं. अमेरिकन सैन्य बाहेर पडल्यानंतर संरक्षणाकरता अफगाण सैन्याला प्रशिक्षण देणाऱ्या तुकडीचं नेतृत्व त्याच्याकडे सोपवलं होतं. क्लिंट आणि त्याची माणसं आणि अफगाणी सैनिक हे अनेक आठवडे खांद्याला खांदा भिडवून काम करत होते. प्रशिक्षण, खाणं, झोपणं, लढाई सगळं काही एकत्र आणि एक दिवस अचानक अफगाणी सैनिकांनी त्यांची शस्त्रं त्यांच्या अमेरिकन प्रशिक्षकांवर रोखली. या चकमकीत क्लिंट गंभीर जखमी झाला. "म्हणून मी कोणावरही विश्वास ठेवू शकत नाही." तो म्हणाला, "तुमच्या जिवावर बेतू शकतं." त्याच्याशी बोलल्यानंतर माझ्या असं लक्षात आलं की त्याची विश्वासाची समस्या त्याच्या नात्यांवर गंभीर परिणाम करत होती. विशेषतः त्याच्या मुलाबरोबरच्या नात्यावर. गंभीरपणे मी क्लिंटला सांगितलं की तो ज्या प्रसंगातून गेला होता त्याचा मी विचारसुद्धा करू शकत नाही. पण मी त्याला मनात ही आशा जागृत ठेवायला सांगितली की येत्या दोन दिवसांत त्याला कदाचित अशी काही साधनं किंवा तंत्र मिळेल की ज्यामुळे त्याला परत एकदा विश्वास ठेवताना सुरक्षित वाटेल. त्यानं ते मान्य केलं. तो दोन दिवस राहिला. त्यानं इतरांबरोबर चर्चा केली, आपली मतं, आपल्या कल्पना इतरांसमोर मांडल्या. काही अभ्यासक्रियांमध्ये मी त्याला त्याच्या गटाचं नेतृत्व करायला लावलं. मला प्रश्न पडला होता की त्याच्यासारख्या विश्वासघाताचा अनुभव आलेल्या माणसांना या कार्यक्रमाचा कितपत फायदा होईल?

दुसरा दिवस संपताना मी सर्वांना विचारलं की त्यांना कशाचा फायदा झाला? पटापट उत्तरं मिळायला लागली. कुणाला सगळ्यांच्या समस्यांवर चर्चा करण्यासाठी एकत्र घालवलेल्या वेळेचा उपयोग झाला, तर कुणाला व्हिडिओचा, अभ्यासक्रियांचा, तर काहींना विश्वास निर्माण करणारं वर्तन सांगणाऱ्या तक्त्यांचा उपयोग झाला आणि मग क्लिंटनं आपला हात वर केला आणि म्हणाला, "मी तुम्हाला सांगतो, कशाचा उपयोग झाला ते. त्यातील चार कार्ड अशी आहेत जी माझ्या मुलाला आज शाळेतून आल्यावर मिळतील आणि आम्ही नक्कीच एकमेकांशी बोलणार आहोत." यावर सगळा वर्ग आनंदानं उसळला नसता तरच नवल.

काही महिन्यांनंतर मला परत एकदा क्लिंट भेटला. त्या माणसामधील बदल अचंबित करणारा होता. नुकताच तो त्याच्या मुलाबरोबर कॅम्पिंगला जाऊन आला होता आणि दोघांनी मिळून त्या सहलीचा खूप आनंद लुटला होता. हा क्लिंट जणू कोणी वेगळाच मनुष्य होता. एका चिडखोर, दुष्ट आणि हुकमत गाजवणाऱ्या माणसाचं एक दिलदार, खुल्या मनाच्या मोकळ्या माणसात रूपांतर झालेलं दिसत होतं. त्याच्या मुलाबरोबर त्यानं निर्माण केलेलं विश्वासाचं नातं स्पष्ट दिसून येत होतं आणि इतरांबरोबरही ते तसंच निर्माण झालं असेल याचा अंदाज येत होता.

कधी कधी आपली भूमिका घडवणाऱ्या अनुभवांवर मात करणं अतिशय अवघड असतं; पण अशक्य मात्र नसतं. आपण विश्वासाच्या प्रवृत्तीपासून जरी सुरुवात केली तरी आपण तो वाढवण्याचा प्रयत्न करू शकतो. आपण विश्वासाच्या दृष्टिकोनातून जास्त विचारपूर्वक आपल्या आजूबाजूच्या जगाकडे पाहू शकतो. आपण विश्वासामुळे इतरांच्या आणि आपल्याही आयुष्यात आणि नातेसंबंधात कसा फरक पडतो, त्याचं विश्लेषण करू शकतो. त्याचा अभ्यास करू शकतो, त्याची परीक्षा घेऊ शकतो. विश्वास निर्माण होण्याकरता आपण काही पावलं उचलू आणि क्वचित कधीतरी आपण विश्वासाची उडीही घेऊन त्याचे परिणामसुद्धा पडताळून पाहू या.

आम्ही दोघांनी जे काही बघितलंय, आमच्या एकेकट्या व्यक्तीबरोबरच्या, नेत्यांबरोबरच्या, संस्थांबरोबरच्या अशा कामामध्ये जो काही व्यक्तिगत आणि व्यावसायिक असा दोन्ही अनुभव घेतलाय, त्यावरून आमची अशी खात्री पटली आहे. विश्वासावर भरवसा ठेवणं ही एक सगळ्यात महत्त्वाची गोष्ट आहे, जी विश्वासाचे फायदे मिळवण्यासाठी आपण करू शकतो.

> *मी एखादी गोष्ट करू शकतो याचा मला जर विश्वास असेल, तर मग जरी सुरुवातीला नसली तरीही ती गोष्ट करण्याची क्षमता मी नक्कीच प्राप्त करू शकतो.*
>
> *महात्मा गांधी*

जेव्हा तुम्ही पुढील चार प्रकरणं वाचाल आणि नातेसंबंधात, संघात, उद्योगांमध्ये आणि देशामध्ये उच्च विश्वासाचं वातावरण निर्माण करण्याठी नेतेमंडळी ज्या अजून चार क्रियांचा अवलंब करत आहेत त्यांचा विचार कराल, तेव्हा तुमच्या हे लक्षात येईल की, कसे त्याच्या मुळाशी विश्वासावरचा भरवसा आहे. ही गोष्टसुद्धा ध्यानात घ्या की, जर त्यांनी विश्वासावर भरवसा ठेवण्याची पहिलीच क्रिया नाकारली असती, तर किती प्रकारच्या संधी त्यांच्या हातातून निसटल्या असत्या.

प्रश्न

- तुमच्या विश्वासाच्या मूलभूत तत्त्वांविषयी तुमच्या क्रिया काय दर्शवतात? तुमच्या आयुष्यात जे परिणाम घडून येतात त्यांच्यावर तुमच्या मतांचा काय परिणाम होतो?
- पुढीलपैकी एका किंवा काही गोष्टींवर तुमचा विश्वास आहे हे कोणत्या गोष्टींवरून, तुमच्या व इतरांच्या लक्षात येतं?
    - विश्वसनीय असणं महत्त्वाचं आहे
    - बहुतांशी लोक हे विश्वासू असतात
    - विश्वास ठेवणं ही नेतृत्वाची पहिली पायरी आहे
    - तुमची मतं इतरांपेक्षा वेगळी आहेत हे दर्शविणरा कोणता पुरावा तुमच्याकडे आहे?
- तुमच्या समजुतीचा तुमच्या इतरांबरोबरच्या आणि तुमच्या समृद्धी, आनंद आणि उत्साह यांच्यावर काय परिणाम होतो?

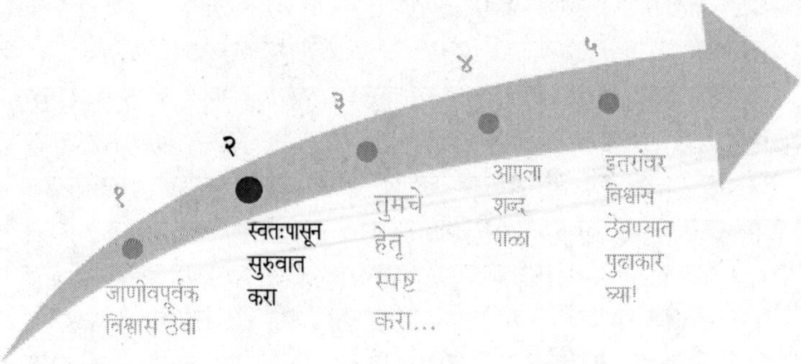

डोळस विश्वास कृती २
स्वतःपासून सुरुवात करा

स्वतःवर विश्वास ठेवलात तर कसे जगायचे ते कळेल.
गोथे

दुसऱ्यांनी आपल्यावर विश्वास ठेवावा ही अपेक्षा आपण तेव्हाच ठेवू शकतो, जेव्हा आपण स्वतः विश्वसनीय असतो- इतरांसाठी आणि स्वतःसाठीसुद्धा.
लेखक आणि संपर्क (Communication) तज्ज्ञ सिडने मॅडवेड (Madwed)

नुकताच आमचे एक मित्र आणि व्यावसायिक सहकारी रॉजर मेरिल यांनी त्यांचा एक अनुभव सांगितला.

माझ्या वाढत्या वयात माझे वडील त्यांनी स्थापन केलेल्या सुक्या अन्नपदार्थ कंपनीचे अध्यक्ष म्हणून कॅलिफोर्नियात काम करत होते. एकदा कंपनीने बाजारात चांगली चलती असलेल्या एका नवीन पदार्थात भरपूर गुंतवणूक केली होती आणि अचानक त्याची बाजारपेठ कोसळली. अनेकांनी माझ्या वडिलांना दिवाळखोरी घोषित करण्याचा सल्ला दिला; परंतु माझे

वडील त्याला तयार नव्हते. आणि खूप वेळ लागला तरीही माझ्या वडिलांनी त्यांच्या देण्यातली पैन्पै या ना त्या मार्गानं परत केली.

माझं शिक्षण पूर्ण झाल्यावर मी कॅलिफोर्नियाला परत जाऊन दुसऱ्या एका कंपनीत त्यांच्याबरोबर काम करू लागलो. माझं प्रशिक्षण चालू असताना आम्हाला व्हिएतनाममधल्या सैनिकांना कोका पेय पुरवण्याचं सरकारी कॉन्ट्रॅक्ट आम्हाला मिळालं होतं. ते एक दिवस मला त्यांच्याबरोबर बँकेत घेऊन गेले. आम्ही बँकेच्या व्यवस्थापकाना भेटलो. ते बँकेचे एक वरिष्ठ अधिकारी होते. ते म्हणाले, "तुम्हाला किती रकमेची गरज आहे?" वडिलांनी त्याना आकडा सांगितला. ते म्हणाले, "बरं. तुम्हाला ते केव्हा हवे आहेत?" वडील उत्तरले "शक्य तितक्या लवकर." अधिकाऱ्यानं विचारलं, "सकाळी चालतील?" "चालतील" वडील म्हणाले. इथं त्यांचं संभाषण संपलं आणि आम्ही जायला निघालो. बँक मॅनेजरनं मला बाजूला बोलावलं आणि सांगितलं, "हे बघ मुला, तुला हे समजणं आवश्यक आहे की तुझ्या वडिलांना माझ्या अधिकाराच्या आवाक्यात असणारी कितीही रक्कम मी कधीही आणि कुठल्याही परिस्थितीत चुटकीसरशी देईन. कारण मी त्यांना जे करताना पाहिलं आहे जे त्यांच्या परिस्थितीत इतर कोणीही केलं नसतं. हा त्यांनी मिळवलेला वारसा आहे."

जाणीवपूर्वक विश्वास ठेवणं हे फार महत्त्वाचं असलं तरीही ते पुरेसं नाही. ज्या व्यक्ती नेते, संघ आणि संस्था आजच्या जगात यशस्वीपणे वावरतात, त्यांचं वागणं हे त्या विश्वासातूनच निर्माण झालेलं असतं. ते स्वतःचं चारित्र्य आणि क्षमता अशा पद्धतीनं जोपासतात की ते स्वतः स्वतःवर विश्वास ठेवू शकतील आणि इतरांच्याही विश्वासाला पात्र ठरतील आणि त्यातून जी विश्वासार्हता निर्माण होते त्यामुळे जी शक्ती आणि आत्मविश्वास निर्माण होतो, त्यामुळेच समृद्धीत वाढ, जास्त ऊर्जा आणि आनंदात वृद्धी यांचे दरवाजे आपल्यासाठी खुले होतात.

वेगवेगळ्या उद्योगांबरोबरच्या आमच्या कामाच्या आधारावर आम्ही सहा कळीचे मुद्दे विकसित केले आहेत, ज्यामुळे लोकांना आणि संस्थांना विश्वास निर्माण करण्यात, वाढवण्यात, विश्वास देण्यात आणि पुनरुज्जीवित करण्यात मदत होते. या प्रत्येक प्रक्रियेत जरी अनेक पायऱ्या असल्या तरीही त्यातील पहिली पायरी नेहमी तीच असते ती म्हणजे 'स्वत:पासून सुरुवात करा.' वेगळ्या शब्दांत सांगायचं झालं तर एकदा आरशात बघा! स्वतःला आणि स्वतःची विश्वासार्हता दोन्ही पारखून घ्या. तुम्ही स्वतःवर विश्वासून राहू शकता का? तुम्ही अशी व्यक्ती, नेता, संघ, संस्था किंवा देश आहात का, ज्यावर इतर लोक विश्वास ठेवू शकतात?

स्वतःपासून सुरुवात करण्याची प्रक्रिया आणि स्वतःला हे दोन आवश्यक प्रश्न विचारणं, या दोन गोष्टींचा परिणाम तुमच्या विश्वास निर्माण करणाऱ्या प्रत्येक कृतीवर आणि निर्णयावर दिसून येतो. कारण तुमची स्वतःची विश्वासार्हता ही तुमच्या इतर सर्व डोळस विश्वासाच्या कृतींचा पाया असते.

जबाबदारी आणि विश्वासार्हता या दोन गोष्टींना 'स्वतःपासून सुरुवात करा,' या तत्त्वाशी जवळचा संबंध आहे. या तत्त्वाच्या विरोधी तत्त्व म्हणजे इतरांनी बदलावं किंवा जबाबदारी घ्यावी, यासाठी आपण वाट पाहणं. तर बनावट तत्त्व (counterfeit) म्हणजे विश्वासार्ह असण्याचं नाटक किंवा बनाव करणं- विशेषतः जेव्हा ती विश्वासार्हता तुम्ही कमावलेली नसते (माझ्यावर विश्वास ठेवा). यशाचं श्रेय स्वतःकरता घेताना अपयशाचं खापर मात्र दुसऱ्यांच्या डोक्यावर फोडायचं. (माझं काम मी नीट केलं. इतरांच्या चुकीमुळे मला अपयश आलं मीपणापासून सुरुवात करायची. इतरांवर काय परिणाम होतात त्याची पर्वा न करता स्वतःला काय हवं ते करायचं आत्मविश्वासाच्या जागी अहंकार आणि उद्धटपणा ego & arrogance).

चारित्र्य आणि क्षमता

आपण पहिल्या भागात बघितल्याप्रमाणे विश्वासार्हता हा डोळस विश्वासाच्या विश्लेषणाचा अत्यंत महत्त्वाचा असा अनित्य घटक (variable) आहे. आणि विश्वासार्हता ही दोन गोष्टींवर अवलंबून असते, त्या म्हणजे चारित्र्य आणि क्षमता. चारित्र्यामध्ये सचोटी, उद्देश आणि संयोजन (agenda) हे सामील असतात. हे स्पष्टच आहे की, इतरांसमोर तुमची प्रतिमा अप्रामाणिक, खोटारडी, कारस्थानी किंवा स्वार्थी असण्याऐवजी प्रामाणिक, सरळ, विश्वासू, त्यांची मनापासून काळजी वाहणारे अशी असेल तर तुमच्यावर विश्वास ठेवणं त्यांना सोपं जातं. पण फक्त तुमचं चारित्र्य पुरेसं नाही. विश्वासार्हतेसाठी क्षमता आवश्यक आहे. क्षमतेमध्ये तुमचं कर्तृत्व (बुद्धी, कौशल्य आणि नैपुण्य) त्याची फलनिष्पत्ती (तुमच्या कामाचा आलेख आणि कामगिरी) हे सामील असतं. पुन्हा एकदा असं म्हणता येईल की लोकांना तुमच्यावर विश्वास ठेवणं तेव्हा सोपं जातं, जेव्हा तुमची ओळख विद्वान, कुशल, यशस्वी आणि परिपूर्णतेचा ध्यास असणारी व्यक्ती म्हणून असते. त्याउलट जर तुमची प्रतिमा अननुभवी, ज्याची कौशल्यं कालबाह्य झाली आहेत असा, आणि अकार्यक्षम अशी असेल तर तुम्हाला विश्वास मिळणं अवघड होतं.

म्हणूनच चारित्र्य आणि क्षमता दोन्ही अत्यावश्यक आहेत. या दोन्हींचा मेळच एखाद्या व्यक्तीला, संस्थेला किंवा शासनाला विश्वासार्ह बनवतो. शासनाच्या आणि

देशाच्या कामगिरीतून सिंगापूरचा एक शक्तिशाली राष्ट्र म्हणून कसा उदय झाला ते ध्यानात घ्या. गेल्या काही दशकांमध्ये दोन्ही गोष्टींनी म्हणजे चारित्र्य (जे नगण्य भ्रष्टाचार आणि देशसेवेची मानसिकता यामधून दिसून येते) आणि क्षमता (जी ज्या पद्धतीनं देशानं आत्मशोध घेऊन एकाच वेळी उत्पादकता आणि स्पर्धात्मकता वाढवण्याचे प्रयत्न केले त्यातून दिसून येते) सिंगापूरची विश्वासार्हता वाढवली असून, त्यांच्या नागरिकांना आणि जगाला एक असा देश बहाल केला आहे ज्यावर ते विश्वास टाकू शकतात.

> *आम्हाला नवीन नेतृत्व हवं आहे, अस्सल, प्रामाणिक नेतृत्व. अत्यंत सचोटीचे लोक जी एका दीर्घ काळ टिकणाऱ्या उद्योगाची उभारणी करण्याकरता कटिबद्ध असतील... असं नेतृत्व की ज्यांच्याकडे आपल्या हितसंबंधीयांच्या गरजा पुरवणाऱ्या उद्योगांची उभारणी करण्याचं धैर्य असेल आणि त्याच्या समाजाप्रती असणाऱ्या सेवचं महत्त्व त्यांना कळत असेल.*
>
> *मेडट्रॉनिकचे माजी अध्यक्ष आणि हार्वर्ड बिझनेस स्कूलचे*
> *प्रोफेसर बिल जॉर्ज*

चारित्र्य आणि क्षमता यांचा मेळच आपल्याला स्वतःवर विश्वास ठेवण्याचा भरवसा देतो. आणि इतरांना आपल्याविषयी विश्वास करण्यासाठी प्रेरित करतो. या प्रकरणातील जे नवीन कळीचे प्रश्न आहेत त्यांची उत्तरं मिळवण्यात हाच संयोग महत्त्वाची भूमिका बजावतो. तो प्रश्न म्हणजे, माझा स्वतःवर विश्वास आहे का? दुसऱ्यांना माझ्याबद्दल विश्वास वाटेल अशी व्यक्ती मी आहे का?

माझा स्वतःवर विश्वास आहे का?

आमच्या एका सादरीकरणाच्या (presentation) मधल्या सुटीत एक माणूस आमच्याकडे आला आणि म्हणाला, ''तुमचं हे सादरीकरण माझे प्रश्न ओळखण्यात किती महत्त्वाचं ठरलं याची तुम्हाला कल्पना नाही. गेली कित्येक वर्षं माझ्या आयुष्यात माझ्या व्यवसायात आणि करिअरमध्ये मला हवं तसं काही घडतच नाही आणि त्याचा दोष मी सतत इतरांना देत आलो आहे. माझ्या मॅनेजरवर विश्वास ठेवू शकत नाही, माझा माझ्या कंपनीवर विश्वास नाही, माझा माझ्या बॉसवर विश्वास नाही, जोडीदारावर विश्वास नाही, माझ्या लोकांवरच माझा विश्वास नाही. पण तुम्ही

जे काही सांगता आहात त्याचा नीट विचार केल्यावर लक्षात आलं की ही माझी खरी समस्या नाही.'' त्यानं आजूबाजूला बघून कोणी पाहत नाही याची खात्री करून घेतली आणि पुढे झुकून हळूच म्हणाला, ''समस्या ही आहे की माझा माझ्यावरच विश्वास नाही आणि या गोष्टीचं मी इतरांवर प्रक्षेपण करतो आहे. मी तसा नसताना इतर लोक मात्र विश्वासू आहेत हे पचवणं मला जड जातं आहे. मूळ समस्या माझ्यात आहे आणि मी इतरांकडे कसा पाहतो, त्यांच्याशी कसे वागतो, यात ते प्रतिबिंबित झालं आहे.''

> *अविश्वास हा बऱ्याच वेळा स्वयंविश्वासाच्या अभावातून जन्माला येतो.*
>
> *फर्नांडो फ्लोरेस आणि रॉबर्ट सॉलोमन Business Authors*

विचार करा, माणसाच्या सूक्ष्मदृष्टीचा किती प्रभाव त्याच्या आयुष्यावर पडू शकेल. त्याचा हा शोध फक्त एखाद्या तंत्राचा किंवा वेगळ्या पद्धतीनं परिस्थिती हाताळण्याच्या कौशल्याचा शोध नसून, तो अक्षरशः प्रत्येक गाष्ट म्हणजे अगदी प्रत्येक परिस्थिती, प्रत्येक समस्या, प्रत्येक संधी, प्रत्येक नातं, अगदी स्वतःशी असलेलंसुद्धा, वेगळ्या दृष्टिकोनातून पाहण्याचा प्रयास आहे. त्याचं कारण म्हणजे स्वयंविश्वासाचा प्रभाव आपल्या विश्वसनीयतेवरच पडत नाही, तर आपण इतरांकडे कोणत्या दृष्टीनं पाहतो, त्यांच्याबरोबर कसं वागतो आणि त्याबरोबरच इतरांना आपण कसे दिसतो आणि ते आपल्याकडे कसं पाहतात, यावरही पडतो. जर एखाद्या व्यक्तीला स्वतःबद्दल पुरेसा विश्वास असेल तर, त्याच्या आयुष्यात त्या विश्वासामुळे किती फरक पडेल याचा विचार करा. जर त्याला खात्री असेल की तो स्वतःला आणि दुसऱ्यांना दिलेला शब्द पाळू शकेल, जर त्याला खात्री असेल की तो मनःस्थिती आणि परिस्थितीचा बळी न ठरता मूल्य आणि तत्त्वांच्या आधारानं चालू शकेल, जर त्याला हे कळलं की तो पारदर्शक आणि प्रामाणिकपणे वागू शकेल, जर त्यानं स्वतःच्या क्षमता वाढवण्याचं ज्ञान आणि कौशल्य मिळवलं असेल आणि त्याच्या कामाचा आलेख जर त्या ज्ञान आणि कौशल्याचे पुरावे देत असेल, तर या गोष्टींचा त्याच्या आयुष्यावर किती परिणाम होईल. तुम्ही कल्पना करू शकता की, या सगळ्यातून निर्माण झालेल्या स्वयंविश्वासाचा किती प्रभाव त्याच्या इतरांबद्दलच्या दृष्टिकोनावर किंवा वागण्यावर होईल.

जो माणूस स्वतःवर विश्वास ठेवू शकत नाही, तो इतरांवर विश्वास ठेवण्यातही कमी पडतो.

सतराव्या शतकातील फ्रेंच धर्मगुरू कार्डिनल डि'रेत्झ

व्यक्तिगत समन्वयातून आपण स्वयंविश्वासापर्यंत पोहोचतो आणि त्यातूनच आपल्या मनावर आत्मविश्वास आणि दुसऱ्यांवर प्रभाव टाकणारी विश्वासार्हता यांचे संस्कार होतात. आम्ही दोघांनी अशी असंख्य उदाहरणं पाहिली आहेत, जिथं नेतृत्वाची धुरा वाहणारे (काही वेळा अनौपचारिकपणे) लोक आपल्या अंतःप्रेरणेचा शोध घेतात आणि त्या बळावर प्रसंगाला साजेशी कृती करून डाव परतवतात.. हा मुद्दा स्पष्ट करणारी एक अतिशय प्रभावी गोष्ट आठवते ती १९८० मधल्या NBA (अमेरिकेतील नॅशनल बास्केटबॉल असोसिएशन) बास्केटबॉल चॅम्पियनशिप सिरीजची. सात सामन्यांच्या साखळीत लॉस एंजेलिस लेकर्स हा संघ फिलाडेल्फिया ७६ या संघापेक्षा ३-२ असा आघाडीवर होता. लेकर्स संघाचा प्रसिद्ध खेळाडू सात फूट दोन इंच उंचीचा करीम अब्दुल जब्बार याचा घोटा पाचव्या सामन्यात मुरगळल्यामुळे त्यानं सहाव्या सामन्यासाठी फिलाडेल्फियाला जाणं रद्द केलं. त्याला आशा वाटत होती की या विश्रांतीमुळे त्याचा पाय सातव्या सामन्यापर्यंत बरा होईल.

अनपेक्षितपणे त्यांना त्यांचा हीरो एका एकोणीस वर्षीय अननुभवी व्यक्तीच्या रूपात मिळाला, जो नुकताच मिशिगन स्टेट युनिव्हर्सिटीतून निवडला गेला होता. एर्विन 'मॅजिक' जॉन्सन. जॉन्सला त्याच्या संघातल्या अनुभवी पण काहीशा थकलेल्या खेळाडूंमधली भीती आणि निराशेची भावना जाणवली. त्या संपूर्ण काळात संघातील खेळाडू करीमवर विसंबून होते. दुखावलेल्या घोट्यानं आश्चर्यकारकरीत्या १४ गुण मिळवून त्यानं पाचवा सामना जिंकून दिला ते त्यांच्या ध्यानात होतं. त्यांचा प्रशिक्षक पॅट रिले याचे शब्द पीटर ग्रबरच्या 'टेल टु विन' या पुस्तकात नोंदले आहेत. तो म्हणतो, 'जेव्हा जॉन्सननं त्याच्या संघातील इतर खेळाडूंना, ते हरणार आहेत हे म्हणताना ऐकलं, तेव्हा तो म्हणाला, "मला माहीत आहे तुमचा प्रॉब्लेम काय आहे. तुम्हाला करीम खेळणार नाही म्हणून भीती वाटते आहे. ठीक आहे, मी करीम होईन." रिले पुढे म्हणतात, "आम्ही फिलोडेल्फियाला जाण्यासाठी विमानात चढलो. १अ ही करीमची जागा असते. तो नसतो तेव्हाही तिथं कोणी बसत नाही. त्यानं तिथं जणू पाटी लावली आहे- 'माझ्या जागेवर बसू नका. मी करीम आहे.' पण मॅजिक तिथं जाऊन बसला आणि म्हणाला, "बघा मी करीम आहे. मी इथंच आहे." एनबीएच्या कोशाप्रमाणे :

जॉन्सनच्या आत्मविश्वासानं संघाचं मनोधैर्य उंचावलं आणि मग त्यानं एनबीएच्या खेळाच्या इतिहासातील एक उत्कृष्ट खेळी करून त्यांना आणखी आधार दिला. त्यानं सुरुवात आपल्या स्थानावरून न करता अब्दुल जब्बारच्या जागेवर उडी मारून केली आणि मग मैदानावरच्या प्रत्येक मोक्याच्या जागी या ना त्या वेळी खेळला. अगदी स्वतःच्या Point guard या भूमिकेतून खेळला आणि अब्दुल जब्बारच्या मैदानाच्या केंद्रबिंदू असणाऱ्या जागेवरूनही खेळला. जॉन्सननं ४२ गुण मिळवले, १५ रिबाउंड मिळवले आणि ७ असिस्ट (म्हणजे गोल करणाऱ्या खेळाडूच्या हातात बॉल अचूकपणे पास करणं) मिळवून दिले. लेकर्सनी फिलाडेल्फियाला १२-१०७ अशा गुणांनी हरवलेला हा सामना जॉन्सनच्या पाच एनबीए चॅम्पियनशिपमधील पहिला सामना होता. अब्दुल जब्बारला त्याच्या बेल एअरमधल्या घरी कळावं म्हणून सामना संपल्यावर थेट टीव्हीच्या कॅमेऱ्यात नजर रोखून जॉन्सन उद्गारला, "हा विजय तुझ्याकरता आहे."

मॅजिकचा आत्मविश्वास हा त्याच्या स्वतःबद्दल नव्हता, तर तो परिस्थितीशी सामना करण्याच्या त्याच्या इच्छाशक्तीबद्दल होता. त्याच्या संघाला प्रेरणा देण्याचा त्याचा स्वभाव आणि क्षमतेवरच्या खात्रीबद्दल हा आत्मविश्वास होता. गबरनं म्हटल्याप्रमाणे, "एर्विन जॉन्सनची सगळ्यात मोठी जादू म्हणजे त्यानं त्याच्या संघाला या गोष्टीवर विश्वास ठेवायला भाग पाडलं की तोच त्यांचा हीरो असणार होता. एका अननुभवी खेळाडूकरता ही गोष्ट फारच धाडसाची होती, पण त्यानं ती पार पाडली, कारण त्याला माहीत होतं की तो ते करू शकतो आणि त्यांचा अंतिम हेतू हा सगळ्यांच्याच फायद्याचा होता." पुढील काळात जॉन्सनचा स्वभाव आणि क्षमता हा एक नमुना ठरला. ही गोष्ट न्यू यॉर्क टाइम्समध्ये तब्बल अकरा वर्षांनी लिहिल्या गेलेल्या एका लेखात स्पष्ट होते. "मॅजिक जॉन्सनला अनेकांचा आदर मिळाला, कारण इतर अनेक गोष्टींखेरीज त्यानं आपला खेळाव्यतिरिक्तचा बराच वेळ निरनिराळ्या धर्मादाय संस्थांकरता पैसे गोळा करण्यात घालवला. मैदानावर तो कितीही उत्तम असलातरी त्यानं स्वतःला अजून जास्त उंचीवर नेऊन ठेवण्याचे प्रयत्न केले. त्यावरूनही आपल्याला त्याच्या मनाची आणि वृत्तीची ओळख पटते.

स्पष्टपणे सांगायचं तर स्वयंविश्वास हा अहंकार, उद्धटपणा किंवा फाजील धाडस नाही, तर तो एक आतून येणारा विश्वास आहे ज्याच्यामुळे आपल्याला प्राप्त होऊ शकणाऱ्या सगळ्यात महत्त्वाच्या संपन्नतेची जाणीव आपल्याला होते, ती म्हणजे आपल्या विश्वासाचा आपल्या आत असणारा प्रचंड साठा. त्यातील चांगली गोष्ट अशी की, असा आपल्याकडे (किंवा आपल्या संघाकडे किंवा संस्थेकडे)

कितीही मोठा साठा असला तरीही आपण आपलं चारित्र्य आणि क्षमता दर्शविणाऱ्या आणि वाढवणाऱ्या कृतींमुळे त्याच्यात नियमित भर टाकू शकतो.

एक गोष्ट ध्यानात ठेवा की आपली कृती आणि आपलं वर्तन या दोन गोष्टी अशा आहेत की ज्यात आपण बदल घडवून आणू शकतो. प्रसिद्ध प्रशिक्षक मार्शल गोल्डस्मिथ यांनी म्हटल्याप्रमाणे, "जेव्हा मला लोक विचारतात की प्रशिक्षित केलेले नेते खरंच आपली वागणूक बदलतात का?" तर त्याला माझं उत्तर असं असतं, "जेव्हा आपण आपल्या करिअरमध्ये प्रगती करतो तेव्हा आपल्या वागणुकीतले बदल हेच काय ते महत्त्वाचे बदल आपण घडवून आणू शकतो."

> *यशाचं पहिलं सूत्र आहे स्वयंविश्वास, आत्मविश्वास सर्व गुणांचा अर्क आहे... आत्मविश्वासात सर्व मूल्यांचा समावेश आहे.*
>
> *राल्फ वॉल्डो इमर्सन*

मी इतरांसाठी विश्वासू व्यक्ती आहे का?

दुसरा कळीचा प्रश्न - मी इतरांसाठी अशी व्यक्ती आहे का, जिच्यावर ते विश्वास ठेवू शकतील? हा प्रश्न अनेक प्रकारांनी विचारता येऊ शकेल. एखाद्या टीमचा मॅनेजर विचारू शकेल, "मी असा नेता आहे का ज्याच्यावर माझी टीम विश्वास टाकू शकेल?" एखाद्या कंपनीच्या संदर्भात हा प्रश्न, "ही अशी कंपनी आहे का, जिच्यावर तिचे कर्मचारी, ग्राहक आणि भागीदार विश्वास टाकू शकतील?" एखाद्या देशाचे नेते विचारू शकतील, "आम्ही आमच्या नागरिकांना आणि जगाला असा देश देतो आहोत की ज्यावर ते विश्वास ठेवू शकतील?" आणि एखादा पालक विचारू शकेल, "मी माझ्या मुलांसाठी विश्वासू पालक आहे की नाही?" ज्या प्रमाणात आपण आपल्या वागण्यामधून चारित्र्य आणि क्षमता यांचं दर्शन घडवतो, त्या प्रमाणात आपण इतरांना अशी व्यक्ती, संस्था, देश किंवा पालक देतो ज्यावर ते विश्वास ठेवू शकतील.*

---

*'Go Trust' तुमच्यावर कोणाकोणाचा विश्वास आहे हे तुम्ही आमच्या फेसबुक ॲपवरच्या तुमच्या मित्रांना आणि परिचितांना, सात प्रश्नांची उत्तरे द्यायला सांगून शोधून काढा. SmartTrustBook.com या संकेतस्थळाला भेट द्या.

सरतेशेवटी विश्वासू भागीदारी निर्माण करण्यात ज्या प्रमाणात तुम्ही यशस्वी होता... त्यातून इतरांपेक्षा तुमच्याच विश्वसनीयतेचं प्रतिबिंब जास्त प्रमाणात दिसून येतं.

गॅलपचे अधिकारी आणि लेखक रॉड वॅगनर आणि गेल म्युलर

या प्रकरणाच्या उरलेल्या भागात आम्ही आमच्या असंख्य अनुभवांपैकी काही तुमच्यापर्यंत पोहोचवू. आम्हाला आशा आहे, या गोष्टींनी तुम्हाला केवळ प्रेरणाच मिळणार नाही तर तुम्हाला हेही लक्षात येईल की कशा प्रकारे इतरांच्या विश्वासार्हतेमुळे तुम्हाला त्यांच्यावर विश्वास ठेवणं आणि तुमच्या विश्वासार्हतेमुळे इतरांना तुमच्यावर विश्वास ठेवणं सोपं जाईल. आणि म्हणूनच योग्य डोळस विश्वासाच्या विश्लेषणामध्ये विश्वासार्हतेचं स्थान मोठं आहे. याच्या जोडीला आम्हाला अशी आशा आहे या गोष्टींमुळे तुमच्या व्यक्तिगत अंतर्दृष्टीला चालना मिळेल आणि तुम्ही वेगळा विचार करू लागाल. आम्हाला या गोष्टीचं सतत आश्चर्य वाटतं की कशी एका क्षेत्रातील माणसं पूर्णपणे वेगळ्या क्षेत्रातील विश्वास वाढवण्याची तंत्रं आपल्या क्षेत्रात नावीन्यपूर्ण रीतीनं वापरतात. उदाहरणार्थ आपण अशा डॉक्टरांची उदाहरणं वाचली असतील ज्यांनी हृदय शस्त्रक्रियांमधल्या चुका कमी करण्यासाठी ग्रॅण्ड प्रिक्स रेसिंगमध्ये पाहिलेली विश्वासावर आधारित पद्धत वापरली. त्यामुळे जरी तुम्हाला असं वाटलं की काही उदाहरणं तुमच्या परिस्थितीशी सुसंगत नाहीत, तरीही तुम्ही तुमचे डोळे उघडे ठेवा, तुम्हाला नक्कीच तुमच्या परिस्थितीत काहीतरी दिलासा मिळेल.

कर्मचाऱ्यांसाठी विश्वासू सहकारी व्हा

पीटर ॲसिटो हे कॅनडातील ING Direct चा (जगातील सगळ्यात मोठ्या बँकिंग आणि फायनान्शियल कंपनीची शाखा) अध्यक्ष आणि कार्यकारी अधिकारी सीईओ आहे. पदभार स्वीकारल्यानंतर एका वर्षी त्यांनी कंपनीच्या सुमारे हजार एक कर्मचाऱ्यांना पुढील ई-मेल पाठवली. विषय होता 'नेतृत्वावरील तुमची मतं.'

प्रिय सहकाऱ्यांनो,

व्यवस्थापक मंडळाने किंवा भागधारकांनी नेतृत्व करण्याकरता निवडलेले नेते हे खरे नेते असतीलच असे नाही. खरे नेते ते असतात जे त्यांच्या

सहकाऱ्यांनी निवडलेले असतात. ही निवड त्यांनी कमावलेला आदर, त्यांचे कर्तृत्व आणि त्यांच्यावर असलेल्या त्यांच्या सहकाऱ्यांचा हा विश्वास, की ते असतील तर त्यांचा संघ आपले काम नक्कीच पूर्ण करेल, या गोष्टींवर आधारित असते. माझी निवड ही आपल्या व्यवस्थापक मंडळाकडून आणि आपल्या भागधारकांकडून झालेली आहे. माझी निवड तुमच्याकडून झालेली नाही. एक मे रोजी तुमचा कार्यकारी अधिकारी असण्याला एक वर्ष पूर्ण झाले. तुम्हाला हे ठरवण्याकरता पुरेसा अवधी मिळाला आहे की या ING Direct च्या टीमचे नेतृत्व मी करावे की नाही.

या लिंकवर क्लिक करून तुम्ही मला सांगू शकता की मी या पदावर राहावे की नाही. तसेच आपल्या व्यवसायाविषयीचे आणि माझ्या नेतृत्वाविषयीचे तुमचे मत माझ्यापर्यंत पोहोचवा. जर का मला तुमची एकत्रित मतं मिळाली नाहीत तर मी वेगळा विचार करेन.

या सर्व्हेमध्ये तुमचे नाव प्रसिद्ध केले जाणार नाही. तुमचे मत प्रामाणिकपणे सांगा. जर तुम्ही मला निवडलेत तर तो तुमचा निर्णय असेल आणि माझ्या पूर्ण क्षमतेनुसार आणि शक्तीनुसार तुमचे नेतृत्व करायला मिळणे हा माझा सन्मानच असेल.

तुमचे मत मोजले जाण्यासाठी तुमच्या प्रतिक्रिया मंगळवार १२ मे पूर्वी नोंदवा.

धन्यवाद
पीटर

ॲसिटोंच्या या मेलला ९५ टक्क्यांच्या वर प्रतिसाद मिळाला आणि ज्यांनी प्रतिसाद दिला त्यापैकी ९७ टक्के लोकांनी ते पदावर राहावे यासाठी मत दिले, तर फक्त तीन टक्के लोकांनी सांगितले की त्यांनी राहू नये. (आम्ही दोघांनी या टक्केवारीचा आढावा घेतला तेव्हा या निष्कर्षाने आम्ही प्रभावित झालो. विशेषतः जेव्हा आम्ही हा कयास बांधला की जर हाच प्रयोग आम्ही आमच्या कुटुंबात केला आणि ५० टक्के मुलं जरी राहायचं म्हणाली तरी आम्ही सुदैवी ठरू). यूएसचे भूतपूर्व अटर्नी जनरल रॉबर्ट एफ. केनेडी यांनी म्हटल्याप्रमाणे, "साधारण एकपंचमांश लोक कायमच सगळ्यांच्या विरोधात असतात."

मग ते नक्की काय होतं ज्याच्यामुळे पीटर असिटो अशी धाडसी कृती करू शकले? आम्ही जेव्हा त्यांच्याशी बोललो तेव्हा आमच्या असं लक्षात आलं की, त्यांचा स्वतःवर विश्वास होता आणि त्यांनी त्यांच्या कर्मचाऱ्यांना एक असा नेता बहाल केला होता ज्याच्यावर ते विश्वास टाकू शकतील. ही गोष्ट जशी त्यांना

माहीत होती तशी त्यांच्या सहकाऱ्यांनाही माहीत होती. त्यांची विश्वासार्हता सिद्ध झाली होती. त्यांनी त्यांच्या सहकाऱ्यांचं मत आंधळेपणानं मागितलं नाही. त्यांनी जाणीवपूर्वक आणि विश्वासार्हतेतून आणि वागणुकीतील सातत्यातून येणाऱ्या आत्मविश्वासानं ते मत मागितलं. त्यामागे आणखी एक स्पष्ट विचार होता की या पद्धतीनं लोकांना सहभागी करून घेताना- म्हणजे एका अर्थानं त्यांना त्यांचा नेता म्हणून त्याची निवड करण्याची संधी देण्यामुळे ज्यांनी त्याला मत दिलं त्यांची त्याच्याशी असणारी बांधिलकी आणखीच घट्ट होईल आणि जे त्याच्या विरोधात आहेत, त्यांच्याकडे त्याच्यासाठी नक्कीच काहीतरी चांगला सल्ला असेल. या धाडसामागचं अन्य एक कारण म्हणजे त्यांच्या संस्थेकडे (ING Direct) विश्वासार्हता आणि आत्मविश्वास होता. प्रसारमाध्यमांमधील एका परिषदेत बोलताना ॲसिटो म्हणाले,

> *"जर तुम्ही किंवा तुमचा व्यवसाय अस्सल असेल, जर तुमची खरं बोलण्याची तयारी असेल, जर तुम्ही खरेपणाची कास धरली असेल आणि तुम्ही जर ही बांधिलकी जपू शकलात, तर तुम्ही विश्वास निर्माण करू शकाल आणि त्याचा फायदा तुम्हाला सगळ्या नात्यांमध्ये होईल.*
>
> *"अशा एका व्यवसायासाठी काम करणं हे माझं सुदैव आहे की जो पुढचे, मागचे, बाजूचे सगळे दरवाजे उघडतो, जिथं व्यवसाय खुलेपणानं होतो. तुमच्याकडे ही मूल्यं असायला हवीत. तुम्ही तुमची दृष्टी, मन, मोकळं, खुलं आणि प्रामाणिक ठेवलंत तर तुम्हाला अशा शक्यता सापडतील ज्या याआधी तुम्हाला जाणवल्याच नव्हत्या आणि त्यासाठी काहीही करण्याची तुमची तयारी असेल. आणि जर ती बांधिलकी पाळण्याची तुमची तयारी नसेल तर तुम्ही त्या जागी असता कामा नये."*

कित्येक देशांमधील निवडून आलेल्या लोकप्रतिनिधींना आपल्या नेतृत्वावर विश्वास (किंवा अविश्वास) संसदीय ठरावाद्वारा अथवा अविश्वास ठरावाद्वारा दाखवण्याची जी संधी मिळते, तीच ॲसिटोच्या ई-मेलनं त्यांच्या कर्मचाऱ्यांना मिळवून दिली.

काही परिस्थितीमध्ये अविश्वासाचा ठराव किंवा मतांमुळे एखाद्या नेत्याला आपलं पद गमवावं लागतं किवा संसद बरखास्त होऊन नव्यानं निवडणुकाही घ्याव्या लागतात. ING Direct मधील लोकांना ॲसिटोंच्या नेतृत्वावर असणारा विश्वास त्यांच्या 'विश्वासदर्शक ठरावातून' स्पष्टपणे दिसून येतो.

चाहत्यांसाठी आणि खेळाडूंसाठी विश्वासू प्रशिक्षक व्हा

जॉन वूडन हे क्रीडा इतिहासात सर्वांत यशस्वी आणि आदरणीय असे प्रशिक्षक मानले जातात. UCLA युनिव्हर्सिटी ऑफ कॅलिफोर्निया, लॉस एंजेलिसमधील बास्केटबॉल प्रशिक्षक म्हणून असलेल्या २७ वर्षांच्या कारकिर्दीत त्यांनी Bruins ना युनिव्हर्सिटी ऑफ कॅलिफोर्निया, लॉस एंजेलिससाठी खेळणारे बास्केटबॉलचे संघ म्हणून ७० च्या दशकात ८८ वेळा जिंकून यायला मदत केली आणि बारा वर्षांच्या कालावधीत दहा NCAA (National Collegiate Atheletic Association) चॅम्पियनशिप जिंकून दिल्या. त्यांतील सात तर सलग पाठोपाठ जिंकल्या. सहा वेळा त्या वर्षातील सर्वोत्तम प्रशिक्षक म्हणून त्यांची निवड झाली. आणि बास्केट बॉलच्या Hall of fame मध्ये खेळाडू आणि प्रशिक्षक अशा दोन्ही विभागांत त्यांचं नाव नोंदलं गेलं. अशी नोंद होणारे ते पहिले आहेत. (अशा फक्त तीन व्यक्ती आहेत) ESPN ने प्रशिक्षक वूडन यांचा 'विसाव्या शतकातील सर्वोत्तम प्रशिक्षक' म्हणून सन्मान केला.

जॉन वूडन यांनी जे काम केलं ते काय केलं यापेक्षा ते काम कसं केलं, हे जास्त प्रभावशाली आहे. त्यानं त्याच्या खेळाडूंना यशस्वी कसं व्हायचं ते शिकवलं. नुसतं खेळातच नाही, तर आयुष्यातही त्यानी संघभावनेला महत्त्व दिलं. (संघातला 'स्टार' संघच आहे 'आपण' महत्त्वाचे आहोत 'मी' नाही), निष्ठा (स्वतःशी खरं राहा, ज्यांचं नेतृत्व तुम्ही करत आहात, त्यांच्याजवळ खरं राहा), चारित्र्य (तुमच्या चारित्र्याचा विचार करा, तुमच्या कीर्तीचा नको; कारण तुमचं चारित्र्य जसं असेल तसे खरोखर तुम्ही असता. तुमची कीर्ती म्हणजे फक्त इतरांच्या मनातली तुमची प्रतिमा असते) आणि निःस्वार्थ देणं. (ज्या दिवशी तुम्ही निरपेक्ष मदतीचा हात पुढे करत नाही, तो तुमचा दिवस परिपूर्ण असणार नाही.) त्यांचा विश्वास ठेवण्यावर ठाम विश्वास होता. (माझा या गोष्टीवर विश्वास आहे. 'इतरांवर विश्वास ठेवून क्वचित कधीतरी निराश होणं हे अविश्वास दाखवून कायम कष्टी असण्यापेक्षा पुष्कळ चांगलं') आणि त्यांनी जे शिकवलं, ते जे जगले त्यामुळे कायम विश्वासच निर्माण झाला.

त्यांच्या करिअरच्या सुरुवातीच्या काळातील एक उदाहरण, ज्यात त्यांची विश्वासार्हता प्रकर्षानं सामोरी येते, ते पाहू. २०१० मध्ये वयाच्या नव्याण्णवव्या वर्षी त्यांच्या मृत्यूनंतर असोसिएटेड प्रेसनं त्यांचं जे छोटंसं चरित्र प्रसिद्ध केलं, त्यात हा प्रसंग सांगितला आहे :

हा चश्मेवाला हायस्कूल शिक्षक UCLA मध्ये अपघातानेच आला. वूडन मिनेसोटा विश्वविद्यालयाकडून प्रमुख प्रशिक्षक या पदासाठी बोलवणे येण्याची वाट पाहत होते. ते आले नाही तेव्हा त्यांना असे वाटले की त्यांची निवड झाली नसावी. या मधल्या काळात UCLA ने बोलावल्यानंतर त्यांनी लॉस एंजेलिसमधील काम स्वीकारले.

बर्फाच्या वादळात अडकल्यामुळे त्या रात्री उशिरा मिनेसोटाच्या अधिकाऱ्यांनी त्या रात्री उशिरा त्यांच्याशी संपर्क साधला आणि त्यांना नोकरी देऊ केली. आणि वूडनना जरी युक्लापेक्षा मिनेसोटाच्या नोकरीत जास्त रस होता तरी त्यानी त्या अधिकाऱ्याना सांगितले की त्यांनी आधीच युक्लाला शब्द दिला आहे आणि तो ते मोडू शकत नाहीत.

जॉन वूडनना आपल्या प्रशिक्षक म्हणून कारकिर्दीच्या काळात मिळालेली संपन्नता ही केवळ आर्थिक नव्हती. (त्याना सीझनला केव्हाही ३५००० डॉलर्सपेक्षा जास्त पैसे मिळाले नाहीत आणि सुरुवातीच्या काळात तर खर्च भागवण्याकरता ते दोन नोकऱ्या करत असत). त्यांच्या खेळाडूंकडून आणि सर्व क्षेत्रांतील लोकांकडून मिळणारा आदर आणि कौतुक यांची प्रचंड मोठी संपत्ती त्यांनी जमा केली. त्यांच्या मृत्यूनंतर त्यांच्याबद्दलच्या कौतुकाला महापूर आला होता. ड्यूक बास्केटबॉल प्रशिक्षक माईक Krzyzewski यांच्या शब्दात सांगायचं तर, 'बऱ्याच जणांनी प्रशिक्षक वूडन यांना आदर्श प्रशिक्षक म्हटलं आहे, पण मला वाटतं की ते आदर्श माणूस होते.'

याखेरीज सांगायचं झालं तर वूडनना स्वतःच्या कामात अत्यंत उत्साह आणि आनंद वाटत असे. वूडनच्या चॅम्पियनशिप टीम खेळाडूंपैकी बिल वॉल्टन हा एक खेळाडू होता, जो पुढे यशस्वी एनबीए NBA खेळाडू आणि क्रीडा समालोचक म्हणून नावारूपाला आला, त्यानं २००० साली वूडनबद्दल लिहिलं आहे.

वयाच्या एकोणनव्वदाव्या वर्षी जॉन वूडन जास्त आनंदी, सकारात्मक आणि जास्त उत्साही आहेत. वूडन यांच्या आयुष्यातील आनंद हा नेहमीप्रमाणेच इतरांच्या यशातून आलेला आहे. ते आम्हाला नेहमीच सांगतात की त्यांच्या दोन आवडत्या गुरूंकडून म्हणजे अब्राहम लिंकन आणि मदर तेरेसा यांच्याकडून ते काय शिकले असतील, तर ते म्हणजे जे जीवन इतरांच्या कामी येत नाही ते जीवन जगलंच नाही...

त्यांच्याकडे आजही उत्साह, ऊर्जा, मेहनत, पुढाकार आणि जीवनाबद्दलचं प्रेम आहे. या सगळ्यांमुळेच ते रोज सकाळी लवकर उठून जरी पाय आता

काम करत नसले तरीही ‘चला आज आपण बास्केट बॉल खेळू या’ या भावनेनं कामाला लागतात.

मी रोज जॉन वूडनना त्यांच्या निःस्वार्थी भेटींबद्दल, त्यांच्या शिकवणुकीबद्दल, त्यांच्या दूरदृष्टीबद्दल आणि विशेषतः त्यांच्या सहनशीलतेबद्दल धन्यवाद देतो.

आणि या सगळ्या गोष्टींमुळेच आम्ही त्याना गुरू मानतो.

> *क्षमता तुम्हाला यशाच्या शिखरावर घेऊन जाईल; पण चारित्र्य तुम्हाला त्या स्थानावर टिकवून ठेवेल.*
>
> *जॉन वूडन*

रुग्णांसाठी एक विश्वासू डॉक्टर बना

दर वर्षी ऑस्ट्रेलियन ‘रीडर्स डायजेस्ट’तर्फे एक सर्वेक्षण केले जाते, त्यामध्ये ‘ऑस्ट्रेलियातील सर्वांत विश्वासू व्यक्ती’ निवडली जाते. सलग पाच वर्षे हा सन्मान डॉ. फियोना वूड यांना मिळाला. त्या रॉयल पर्थ हॉस्पिटलच्या जळीत विभागाच्या (Burn's Unit) मुख्य आहेत. पुढील घटनेमुळे डॉ. वूड २००२ मध्ये एकदम आंतरराष्ट्रीय प्रकाशझोतात आल्या. बालीमध्ये दहशतवाद्यांनी केलेल्या बॉम्बहल्ल्यातील २८ जखमींना तातडीनं त्यांच्या विभागात दाखल करण्यात आलं. त्यांनी आणि त्यांच्या टीमनं दिवसरात्र एक करून रुग्णांना वाचवण्याचे शर्थीचे प्रयत्न केले. संपूर्ण शरीरावर भाजल्याच्या जखमा, गंभीर इन्फेक्शन्स आणि जिवाला धोका पोहोचवणारा धक्का या सर्वांशी त्यांनी शर्थीनं मुकाबला करून सर्वच्या सर्व २८ रुग्णांना त्यांनी मृत्यूच्या दाढेतून ओढून काढलं. वूड म्हणतात, ‘‘सरतेशेवटी हे पाहणं उत्कंठावर्धक होतं की, जखमेवर कशा प्रकारचा व्रण तयार होईल. त्यावर नियंत्रण येणं गरजेचं होतं. यावर आम्ही प्रभाव पाडू शकलो. माझ्यासाठी व्रण म्हणजे केवळ त्याचं बाह्यरूप नव्हे, तर व्रणाच्या निर्मितिप्रक्रियेतून हे कळतं की तुमच्या शरीराचं कार्य कसं होतं आहे.’’

त्यांनी एक तंत्र विकसित केलं आहे, ज्यामध्ये रुग्णांच्या स्वतःच्या त्वचेपासून कृत्रिमरीत्या तयार केलेल्या पेशी थेट भाजलेच्या जखमांमध्ये सोडायच्या त्यामुळे नवीन त्वचा येण्याचा कालावधी काही आठवड्यांऐवजी केवळ पाच दिवस इतका

कमी होतो. त्यांनी स्वतःला भविष्यात 'व्रणरहित उपचार पद्धती' शोधून काढण्यासाठी वाहून घेतलं आहे. त्या पुढे म्हणतात, ''माझा ठाम विश्वास आहे की रोज जेव्हा आपण कामाला लागतो, तेव्हा आपण आपलं काम सुधारण्याच्या संधी शोधायला हव्यात, ज्यामुळे उद्याचा दिवस अजून चांगला असेल. ज्या दिवशी तुम्ही असा विचार कराल की 'हे माझं सर्वोत्कृष्ट काम आहे' तो दिवस तुमच्या निवृत्तीचा दिवस असेल.'' कल्पना करा की तुम्ही जळिताचे रुग्ण आहात आणि तुम्हाला निवड करण्याची संधी दिली तर तुमच्यावर उपचार करण्याकरता तुम्ही कोणावर विश्वास ठेवाल?

समाजाकरता विश्वासू नेता व्हा

जेफ्री कनाडा साउथ ब्राँक्स न्यू यॉर्कमध्ये ५० आणि ६० च्या दशकात मोठा झाला. गरिबी आणि हिंसाचार नेहमीचाच होता. एकट्या, घटस्फोटित आईबरोबर राहत असताना 'गरिबीत इतर लोकांपासून वांशिक गटांपासून आणि इतर आर्थिक गटांपासून तुटून जगण्याचा चांगलाच अनुभव त्याला मिळाला. त्याच्या किशोरवयीन मित्रांच्या मदतीनं तो त्याच्या हातांनी मारामारी करायला, दुबळेपणाच्या भावना लपवायला आणि तगून राहायला शिकला. कनाडा पंधरा-सोळा वर्षांचा झाल्यावर त्याच्या आईनं त्याला लाँग आयलंडमधील फ्री पोर्ट इथं त्याच्या आजी-आजोबांकडे राहायला पाठवलं. तिथं त्याच्या पार्श्वभूमीच्या जणू काही विरुद्ध प्रवास करून त्यानं चांगले गुण मिळवले. त्याला कॉलेजची शिष्यवृत्ती मिळाली. मेनमधील बोडॉइन कॉलेज येथून त्यानं मानसशास्त्रात आणि समाजशास्त्रात बी.ए.ची पदवी मिळवली. हार्वर्ड ग्रॅज्युएट स्कूल ऑफ एज्युकेशन, मेसाच्युसेट्समधून त्यानं मास्टर्सची पदवी मिळवली आणि त्याचबरोबर गरीब, संघर्षमय वातावरणातून येणाऱ्या मुलांना मदत करण्याची तीव्र इच्छाही मिळवली.

१९९० मध्ये कनाडा, न्यू यॉर्क सिटीमधील ऱ्हीडलन सेंटर्स* फॉर चिल्ड्रन ॲन्ड फॅमिलीजचे अध्यक्ष आणि कार्यकारी अधिकारी झाले. सात वर्षांनंतर त्यांनी HCZ (Harlems Children's Zone) सुरू केलं. त्यानं हार्लेममधील २४ विभाग वेगळे काढले आणि एका वेळेला एक विभाग, एका वेळी एक घर किंवा एका वेळी एकच मूल घेऊन त्यांना पिढीजात दारिद्र्याच्या चक्रातून बाहेर काढण्याच्या मूलगामी योजनेत सामील करून घेतलं. त्यानं पालकांना सांगितलं, ''जर तुमचं

*ऱ्हीडलन सेंटर - गरीब आणि कठीण परिस्थितीतील मुलांसाठी काम करणारी, एक धर्मादाय संस्था

मूल या शाळेत आलं तर आम्ही तुमच्या मुलाला कॉलेजपर्यंत नेऊन पोहोचवू याची मी हमी देतो. ज्या क्षणी तुमचं मूल शाळेत प्रवेश घेईल, त्या क्षणापासून ते कॉलेजमध्ये जाऊन त्याला पदवी मिळेपर्यंत आम्ही त्याच्याबरोबर असू.''

काही जणांनी ज्याला 'हार्लेमचा चमत्कार' असं नाव दिलं आहे. त्या कनाडांच्या योजनेनं प्रचंड संख्येनं मुलांना शालान्त परीक्षेच्या पातळीपर्यंत घेऊन येऊन नाट्यमय परिणाम साधला आहे. अनेकांना आश्चर्यकारक वाटणारी गोष्ट म्हणजे, या योजननं हार्लेममधील 'ब्लॅक अॅन्ड व्हाईट अचीव्हमेन्ट गॅप' (कमी उत्पन्न गटातील अल्पसंख्याक विद्यार्थी आणि इतर विद्यार्थी यांच्या यशातील तफावत) जवळ जवळ नष्ट केली. शैक्षणिक योजनांबरोबरच HCZ सामाजिक सेवासुद्धा पुरवते, जसं की कर्जफेडीविषयी सल्ला, घरगुती पेचप्रसंग सोडवण्यासाठी मदत आणि कायदेशीर सल्ला उपलब्ध करून देणं, आरोग्य सेवा उपलब्ध करून देणं, ज्यात बालवयातील स्थूलपणा आणि दमा यांविषयी औषधोपचार इ. पुरवते. हार्लेममधील तेरा वर्षांखालील तीन मुलांपैकी एका मुलाला अस्थम्याचा त्रास आढळून आला. HCZ मधील रहिवाशांना या सेवा मोफत पुरवल्या जातात. न्यू यॉर्क टाइम्सच्या मतानुसार :

> *कनाडांच्या नवीन प्रोग्रॅममध्ये, शैक्षणिक, सामाजिक आणि वैद्यकीय सेवा समाविष्ट आहेत. याची सुरुवात मुलांच्या जन्मापासून होते आणि मुलं कॉलेजमध्ये जाईपर्यंत ती सुरू असते. या योजनेमुळे या सेवांचं जणू एक जाळंच विणलं गेलं आहे आणि मग ही योजना जणू आसपासच्या परिसरातील सगळ्या लोकांना त्या जाळ्यात गुरफटून घेते... याचा उद्देश असा आहे का, एक असं घट्ट सुरक्षा जाळं विणलं जावं की, आसपासच्या परिसरातील एकही मूल त्यातून निसटून जाऊ नये.*

HCZ ला राष्ट्रीय स्तरावर भरपूर प्रसिद्धी मिळाली आहे. न्यू यॉर्क टाइम्सनं तर त्याला 'आजच्या काळातील सर्वांत महत्त्वाकांक्षी सामाजिक प्रयोग' म्हटलं आहे. अशाच प्रकारच्या अजून एकवीस परिसरांसाठी ही योजना नमुना म्हणून ग्राह्य धरली आहे आणि भविष्यात आणखी काही परिसरांसाठी ती तशी ठरेल, ही आशा आहे. कनाडांना अनेक प्रतिष्ठित पुरस्कार मिळाले असून, अनेक मानद पदव्याही मिळाल्या आहेत. २००५ च्या यूएस न्यूज वर्ल्ड रिपोर्टप्रमाणे अमेरिकेच्या सर्वोत्कृष्ट नेतृत्वांपैकी एक म्हणून त्यांना घोषित केलं आहे.

जेफ्री कनाडांच्या यशाचा परिणामकारक आलेख आणि त्यांनी इतरांच्या उन्नतीसाठी केलेले कष्ट यामुळे त्यांची विश्वासार्हता वाढली. त्यांनी लोकांना असं नेतृत्व दिलं की ज्यावर ते विश्वास ठेवू शकले. ते इतरांवरही हेच काम सोपवतात.

'आपल्या मदतीची गरज असणारी इतकी मुलं आहेत की आपल्याला प्रत्येकाला ज्याची काळजी घेता येईल असं एक तरी मूल नक्कीच मिळेल; आपल्या परिसरात मिळेल. आपण मनात विश्वास निर्माण करून त्यांना आधार देऊ शकलो, तर त्यांच्या आयुष्यात नक्कीच फरक पडेल.'

> *जोपर्यंत आपल्याला कोणीतरी हे जाणवून देत नाही की आपल्या आतसुद्धा खोल कुठेतरी काही तरी मौल्यवान, ऐकण्याच्या योग्यतेचे, विश्वसनीय, काहीतरी पवित्र असे आहे, तोपर्यंत आपण स्वतःवर विश्वास ठेवत नाही. जेव्हा आपण स्वतःवर विश्वास ठेवायला सुरुवात करतो, तेव्हा आपण उत्सुकता, आश्चर्य, उत्स्फूर्त आनंद किंवा असा कोणताही अनुभव ज्यातून मानवी प्रवृत्ती दिसून येते, त्या सगळ्याचा अनुभव घेऊ शकतो.*
>
> *कवी, निबंधकार, लेखक आणि नाटककार ई. ई. कमिन्स*

व्यावसायिक/ वैचारिक विश्वासू नेतृत्व द्या

हार्वर्ड बिझनेस स्कूलचे बिल जॉर्ज हे मेडट्रॉनिक्सचे भूतपूर्व अध्यक्ष आणि कार्यकारी अध्यक्ष होते. ही कंपनी वैद्यकीय उपकरणं बनवते. २००४ मध्ये त्याना 'गेल्या पंचवीस वर्षांतील, पंचवीस सर्वांत प्रभावशाली व्यावसायिकांपैकी एक' म्हणून PBS ने (US Public Broadcasting Sector अमेरिकेतील टेलिव्हिजन नेटवर्क) घोषित केलं. २००१ मध्ये 'एमबीए'ची पदवी घेणाऱ्या वर्गाला सांगितलं की जेव्हा त्यांना त्यांची 'एमबीए'ची पदवी मिळाली, त्या वेळी त्यांच्यासमोर दोन ध्येयं होती- एक समाजासाठी भरीव कामगिरी करणाऱ्या एखाद्या कंपनीचे मूल्याधिष्ठित नेतृत्व करायचं आणि दुसरं, इतर व्यावसायिक नेत्यांवर या मूल्याधिष्ठित नेतृत्वाचे संस्कार करायचे. ज्या वेळी त्यांच्या मनात ही स्वयंविश्वासाची भावना जागली, त्या वेळचं वर्णन त्यांनी केलं आहे :

> *ज्या क्षणी या गोष्टीचं आत्मभान मला आलं, ती नेमकी वेळ होती १९८८ मध्ये हिवाळ्याच्या सुरुवातीला. मी मिनिआपोलिस मिनेसोटा येथील लेक ऑफ आइल्सच्या बाजूनं गाडी चालवत घरी जात होतो. अचानक माझं आरशात लक्ष गेलं आणि मला आरशात एक दुःखी माणूस*

दिसला. बाह्यतः माझं सर्व उत्तम चाललं होतं. पेनी आणि माझ्या लग्नाला वीस वर्षं झाली होती. आमची मुलं जेफ आणि जोन शाळेत उत्तम कामगिरी करत होती आणि आम्ही १९७० पासून ट्विन सिटीचे रहिवासी होतो. हनीवेल कंपनीचा पुढचा सीईओ म्हणून माझी निवड होऊ घातली होती. पण आरशातल्या त्या एका विशिष्ट क्षणी मला जाणीव झाली की मी इतरांवर छाप पाडण्याचा प्रयत्न करून सीईओ होण्यासाठी अथक प्रयत्न करत होतो; परंतु या प्रयत्नांत मी माझी दिशा मात्र हरवून बसलो होतो. माझा आतला नैतिक दिशादर्शक हरवत चालला होता आणि मूल्याधिष्ठित नेतृत्वाचं तत्त्व माझ्या हातून निसटून चाललं होतं. माझ्या कामाबद्दलच्या माझ्या भावना पूर्वी इतक्या तीव्र राहिल्या नव्हत्या आणि माझं स्वतःबद्दलचं समाधानही कमी झालं होतं. मी घरी पोहोचलो आणि पेनीला सर्वकाही सांगितलं. मी केलेल्या स्वतःच्या काटेकोर मूल्यमापनाशी तीही सहमत झाली. तिनं मला मी नुकताच नाकारलेला मेडट्रॉनिकमध्ये अध्यक्ष होण्याचा प्रस्ताव स्वीकारावा असं सुचवलं. काही महिन्यांनंतर मी जेव्हा पहिल्यांदा मेडट्रॉनिकच्या दारातून आत प्रवेश केला, मला वाटलं की मी आता मुक्कामाला पोहोचलो आहे. अशा जागी मुक्कामाला- जिथं मी मूल्याधिष्ठित नेतृत्वाचा प्रयोग करू शकेन, मेडट्रॉनिकच्या असामान्य लोकांबरोबर काम करून लक्षावधी लोकांच्या आरोग्यपूर्ण आणि संपन्न आयुष्य जगण्यासाठी भरीव योगदान देऊ शकेन.

जॉर्ज आणि मेडट्रॉनिकनं त्यांच्या कामातून आणि वैद्यकीय उपकरणं आणि तंत्रांच्या माध्यमातून लोकांच्या आयुष्यातच केवळ बदल घडवला नाही, तर कंपनीलासुद्धा अभूतपूर्व असा आर्थिक फायदा झाला. जॉर्ज यांच्या नेतृत्वाखाली मेडट्रॉनिकचं बाजारातील भांडवल १.१ अब्ज डॉलर्सवरून ६० अब्ज डॉलर्सवर जाऊन पोहोचलं. बाजारमूल्यांमध्ये सरासरी वार्षिक ३५ टक्के इतकी धक्कादायक वाढ झाली.

नंतर त्यांच्या दुसऱ्या ध्येयापर्यंत पोहोचण्याकरता जॉर्ज मेडट्रॉनिकमधून निवृत्त झाल्यानंतर त्यांनी हार्वर्ड बिझनेस स्कूलमध्ये नेतृत्वाविषयी शिकवायला सुरुवात केली. ते आता कार्नेजी एन्डॉमेन्ट फॉर इन्टरनॅशनल पीस आणि वर्ल्ड इकॉनॉमिक फोरम या दोन्ही संस्थांसकट इतर अनेक संस्थांच्या संचालक मंडळाचे सदस्य म्हणून काम पाहतात. त्यांनी अनेक प्रचंड खप असलेली आणि स्वतःचं स्थान निर्माण करणारी व्यावसायिक पुस्तकं लिहिली आहेत. 'ऑथेंटिक लीडरशिप' आणि 'ट्रू नॉर्थ'ही त्यांपैकीच दोन. विपुलतेनं लिहिणारा एक वैचारिक नेता म्हणून त्यांची

ओळख आहे. त्यांनी अनेक लेख आणि ब्लॉग पोस्ट लिहिल्या आहेत, ज्यांतून उच्च प्रतीची नेतृत्वाविषयीची तत्त्वं मिळतात.

जॉर्ज यांचा विश्वास निर्माण करणारा प्रभाव त्यांच्या नुकत्याच 'एमबीए' झालेल्या विद्यार्थ्यांना उद्देशून मारलेल्या शेऱ्यातून जाणवतो :

आपण हे शिकलो आहोत की, 'रॉक स्टार' सीईओ- जे त्यांच्या व्यक्तिमत्त्वाची मोहिनी पडल्यामुळे, त्यांच्या स्टाइलसाठी किंवा त्यांच्या प्रतिमेमुळे निवडले जातात, आणि विशेषतः जे संस्थेबाहेरून निवडले जातात, ते अयोग्य ठरतात. आजचे नेते हे त्यांचं चारित्र्य, सामर्थ्य आणि सचोटी बघून निवडले जातात. ८० टक्के वेळा ते संस्थेतूनच निवडले जातात. हे नवीन नेते उत्तम कामगिरी करून दाखवण्याकरता छोट्या भागधारकांना महत्त्व देण्याऐवजी मूल्याधिष्ठित असण्यावर किंवा ग्राहककेंद्री असण्यावर भर देत आहेत.

जगाला नफा-तोट्याच्या पलीकडचे नेतृत्व द्या

काही वर्षांपूर्वी पीटर ड्रकर, 'आधुनिक व्यवस्थापन शास्त्राचे जन्मदाते' यांना युनायटेड स्टेट्समधील त्यांच्या मते सर्वोत्कृष्ट नेता कोण असे विचारले गेले. एका क्षणात त्यांनी उत्तर दिले, ''फ्रान्सेस हॅसेलबीन.'' त्या काळात हॅसेलबीन या यूएसमधील गर्ल स्काउटच्या कार्यकारी अधिकारी होत्या. प्रश्न विचारणाऱ्या पत्रकाराने त्यांना विचारले की ते ना नफा क्षेत्रातील सर्वोत्कृष्ट नेत्याबद्दल उल्लेख करत आहेत का? त्यावर त्यांचे उत्तर असे होते ''फ्रान्सेस हॅसलबीन अमेरिकेतील कोणतीही कंपनी चालवू शकतील.''

हॅसेलबीननी गर्ल स्काउटचं कार्यकारी अधिकारी हे पद त्या काळात स्वीकारलं, जेव्हा ६० आणि ७० च्या दशकात झालेल्या सामाजिक बदलांबरोबर संस्था अजूनही झगडत होती. आणि जी गर्ल स्काउट संघटना एके काळी मुलींसाठी आणि महिलांसाठी असणारी जगातील सर्वांत मोठी संघटना होती, तरी आता मात्र तिचं महत्त्व कमी होऊ लागलं होतं. सलग आठ वर्षं तिच्या सभासदांची संख्या कमी कमी होऊ लागली होती. परंतु हॅसलबीननी संस्थेला परत एकदा चित्रात आणण्याचं आव्हान स्वीकारलं आणि 'एका महान चळवळीचा संपूर्ण कायापालट' करण्याचं नेतृत्व स्वीकारलं. त्याचा संपूर्ण अभ्यासक्रम सुधारून आणि त्याची छोटी पुस्तिका

(handbook) परत नव्यानं अशा प्रकारे तयार केली की, जी कोणी ती उघडून बघेल, मग ती नवाजो (रेड इंडियन) वस्तीवर राहणारी मुलगी असो किंवा न्यू इंग्लंड राज्यामधील टुमदार घरातील निळ्या डोळ्यांची मुलगी असो, तिला त्यात तिचंच चित्र दिसून येईल. १९९० मध्ये जेव्हा त्या निवृत्त झाल्या, तेव्हा संघटनेच्या आजपर्यंतच्या इतिहासातील सर्वांत जास्त सभासदसंख्या होती. आणि अल्पसंख्य सभासदसंख्या तिप्पट झाली होती. या सर्व बदलांमागची सूत्रधार म्हणून त्यांच्या भूमिकेबद्दल बोलताना त्यांनी आम्हाला सांगितलं, ''त्यांनी माझ्यावर विश्वास ठेवला आणि मी त्यांच्यावर. विश्वास हा केवळ एक शब्द न उरता, आपल्या प्रत्येक कृतीतून दिसून येतो, तेव्हा आपण आपल्या मूल्यांप्रमाणे जगत असतो. आपले लोक आपल्या वागण्यावर लक्ष ठेवून असतात आणि जेव्हा त्यांना कळतं की ते आपल्यावर विश्वास ठेवू शकतात, तेव्हा असंख्य शक्यता निर्माण होतात.''

हॅसलबीन नंतर पीटर एफ. ड्रकर फाउंडेशन फॉर नॉन प्रॉफिट मॅनेजमेंट (आता लीडर टु लीडर इन्स्टिटट्यूट) याच्या पहिल्या अध्यक्ष झाल्या आणि सध्या त्या तिथं अध्यक्ष आणि कार्यकारी अधिकारी म्हणून काम करत आहेत. १९९६ मध्ये युनायटेड स्टेट्समधील सर्वोच्च नागरी सन्मान 'द प्रेसिडेन्शियल मेडल ऑफ फ्रीडम'नं त्यांना सन्मानित केलं गेलं. हा सन्मान त्यांना 'स्त्रिया, स्वयंसेवकत्व, विविधता आणि संधी या क्षेत्रांत अग्रेसर' असण्याबद्दल मिळाला. त्यांची आणखीन दोन वेळा (Presidential Commission) वर नेमणूक झाली. त्यांना अनेक पुरस्कारांनी सन्मानित केलं गेलं. त्यांनी नेतृत्वावरील दोन पुस्तकांचं सहलेखन केलं आहे आणि २७ पुस्तकांचं सहसंपादन केलं आहे. त्यांना थोड्या थोडक्या नाहीत तर वीस मानद पदव्या दिल्या गेल्या आहेत.

विश्वास निर्माण करण्याचं महत्त्व आणि त्याची स्वतःपासून सुरुवात, या दोन गोष्टींशी असणारी हॅसलबीन याची बांधिलकी त्यांच्या केवळ आयुष्यातच नाही, तर त्यांच्या लिखाणातूनही प्रतीत होते. त्यांनी सहसंपादित केलेल्या आणि त्यांच्या लीडर टु लीडर या संस्थेनं प्रसारित केलेल्या पुस्तकात पुढील गोष्टींचा अंगीकार केला आहे.

गेली अनेक वर्षे अमेरिकन उद्योगांप्रती जो विश्वास आणि आदर होता तो आपण परत कसा मिळवू शकू? आणि स्वतःच उद्योग नियंत्रण करण्याचं जे स्वातंत्र्य होतं, ते कसे मिळवता येईल? सध्याची जी संकेतांप्रमाणे काम करण्याची पद्धत आहे किंवा सीईओंनी वर्षाकाठी काही निवेदनं (मेमो) देण्याची पद्धत आहे, ती पुरेशी नाही. ही इतकी वर्षे चालत आलेली खुली व्यावसायिक पद्धत टिकवून ठेवण्याकरता जी नैतिक क्रांती

व्हावी लागते, ती त्यासाठी पुरेशी नाही. नवीन सुधारणांची, जबाबदारीची सुरुवात ही बोर्डरूममध्ये किंवा कार्यकारी अधिकाऱ्यांच्या कार्यालयात व्हायला हवी.

उच्च विश्वास असणारे नातेसंबंध, संस्था यांमधून निर्माण होणाऱ्या समृद्धी, उत्साह आणि आनंद यांची त्यांना असणारी जाणीव त्यांच्या जगण्यामधून आणि त्यांच्या शब्दांमधून जाणवते. ती फक्त त्यांच्या उत्साहातून किंवा त्या जेव्हा त्यांच्या कामातील आनंदाबद्दल बोलत असताना जी चमक येते त्यातूनच केवळ दिसत नाही, तर त्या इतर नेत्यांना जो सल्ला देतात, त्यातूनही दिसून येते.

पुढीलपैकी कोणता नेता असेल जो आपल्या कर्मचाऱ्यांमध्ये विश्वास निर्माण करेल आणि त्यांच्यामध्ये असणाऱ्या ऊर्जेला आणि सर्जनशीलतेला मुक्त वाव देईल? तो, जो निरुत्साही, आत्मविश्वास नसलेल्या कर्मचाऱ्यांचा नेता आहे असा, की असा नेता जो एखादे ध्येय, तत्त्व आणि मूल्य यांच्या आधाराने कर्मचाऱ्यांच्यात विश्वास जागवील.

ज्यांच्या कामात विश्वास, सभ्यता आणि चांगले वर्तन अधोरेखित झालेले दिसून येते, अशा एखाद्या गटाच्या कामगिरीची तुलना आपण दुसऱ्या एखाद्या गटाच्या कामगिरीशी, जिथे अविश्वास, अनादर आणि जाणीवशून्यता प्रकर्षाने दिसून येते त्यांच्याशी करून बघू या. काय निष्पन्न होईल? या दोन्हीत तुलना होऊच शकत नाही. उत्साह, प्रेरणा, आदर आणि कौतुक हेच प्रत्येक वेळी जिंकतात. निरुत्साही- ज्यांना कसलीही प्रेरणा नाही किंवा कौतुकाचे दोन शब्द मिळत नाहीत- ते आजच्या अति स्पर्धात्मक युगात टिकाव धरू शकत नाहीत.

आपण ज्यांच्यावर विश्वास टाकतो, त्यांच्याबरोबर असण्याइतका दुसरा कोणताच आनंद नाही

जॉर्ज मॅक्डोनाल्ड

मुलांसाठी विश्वासू पालक व्हा

७ मे २०१० या दिवशी सुप्रसिद्ध शेफ एमेरील लगास्से हा टीव्ही कार्यक्रम निर्माण करणाऱ्या एका गटाला पेनसिल्वेनिया राज्यातील इरीमधील सेन्ट विन्सेंट आरोग्य सेवा केंद्रात घेऊन गेला. तिथं पोहोचल्यावर त्यानं तिथल्या कर्मचाऱ्यांसाठी आणि विशेषतः अल्माझ गेब्रेमेधीन नावाच्या एका छोट्याशा इथियोपियन सफाई कर्मचारीसाठी एक अत्यंत धक्कादायक अशी घोषणा केली. त्यांच्याकडे आलेल्या हजारो नामांकनांमधून 'गुड मॉर्निंग अमेरिका' या कार्यक्रमात तिची त्या वर्षातील विशेष स्त्री (Woman of the year) म्हणून निवड झाली होती. मातृदिनाच्या दिवशी तिला बिछान्यात आयता नाश्ता मिळणार होता. जिथं ती काम करत असे त्या प्रसूती विभागातील पारिचारिकांनी तिचं नामांकन केलं होतं. तिला एवढा मोठा धक्का बसला होता आणि ती इतकी लाजत होती की ती मान वर करून एमेरीकडे आणि कॅमेऱ्याकडे पाहू पण शकत नव्हती.

तिची कहाणी जेव्हा उलगडली गेली तेव्हा प्रेक्षकांना कळलं की गेब्रेमेधीननं आपलं बालपण सुदानमध्ये निर्वासित म्हणून घालवलं होतं. पंधरा वर्षांची असताना तिचं ठरवून लग्न करून देण्यात आलं. लवकरच ती पाच मुलांची आई झाली. आणि जेव्हा १९९३ मध्ये या कुटुंबानं पेनसिल्वेनियामध्ये स्थलांतर केलं, तेव्हा तिच्या नवऱ्यानं तिला सोडून दिलं. एका नवीन देशात तिची पाच मुलं आणि एक लहान भाचा यांच्याबरोबर ती एकटीच होती. सरकारी मदतीवर न जगण्याचा दृढनिश्चय करून गेब्रेमेधीननं तीन सफाईची कामं घेतली. दिवसाला ती सोळा-सोळा तास काम करू लागली आणि ही जगण्याची कसरत करत होती त्याबद्दल तिच्याबद्दल तिची मुलं म्हणतात,

'तिनं आम्हाला लोकांचा आदर करायला शिकवलं.'
'तिनं आम्हाला कष्ट करायला शिकवलं.'
'तिनं आम्हाला निरपेक्ष प्रेम करायला शिकवलं.'
'तिनं आम्हाला दान करायला शिकवलं.'
'तिनं आम्हाला न हरता आपलं स्वप्न पूर्ण करायला शिकवलं.'

त्याचा परिणाम म्हणून तिच्या पाचही मुलांनी शाळेचं शिक्षण पहिल्या क्रमांकानं पूर्ण केलं आणि शिष्यवृत्ती मिळवून ती पेन स्टेट विश्वविद्यालयात गेली. २००५ मध्ये तिला आणि तिच्या मुलांना अमेरिकेचं नागरिकत्व मिळालं. जगभरातील अनेक लोकांप्रमाणे तिच्या त्यागातून आणि प्रेमातून अल्माझ गेब्रेमेधीननं तिच्या मुलांना जिच्यावर ते विश्वास ठेवू शकतील अशी आई दिली.

ग्राहक विश्वास मिळवण्यासाठी 'स्वतःपासून सुरुवात करा'

'स्वतःपासून सुरुवात करणे' ही स्वतःवर, आपल्या संस्थांवर आणि ग्राहकांमध्ये विश्वास निर्माण करण्याची एक पायाभूत कृती आहे. ॲपलचं उदाहरण घ्या. नवनवीन कल्पनांचा पाठपुरावा करणारी जगातील ही एक मोठी कंपनी. कॉम्प्युटर्स आणि सॉफ्टवेअर यांच्यापासून सुरुवात करून गेल्या दशकाच्या काळात ॲपलनं आपली उपयुक्तता सर्व वयाच्या ग्राहकांना, उद्योगांना आणि संस्थांना सिद्ध केली आहे. आज ती सर्वांत जास्त बाजारी भांडवल असणाऱ्या जगातल्या दोन मोठ्या कंपन्यांपैकी एक आहे आणि निरनिराळ्या जागतिक ब्रॅण्ड्सचं परीक्षण करणाऱ्या परीक्षकाकडून तिला पहिल्या क्रमांकाच्या ब्रॅण्डचा किताब मिळाला आहे.

ॲपलला जगातील सर्वांत जास्त कौतुकास्पद कंपनी म्हणून मानांकन मिळाल्यानंतर फॉर्च्यून मासिकानं तिच्याविषयी म्हटलं :

ॲपलचे इतके कौतुक कशामुळे आहे? त्याचे एकमेव उत्तर म्हणजे तिचे उत्पादन. ही ती कंपनी आहे जिने आपल्या जगण्याची दिशाच बदलून टाकली. अगदी संगीत विकत घेण्यापासून ते निरनिराळ्या गोष्टी करण्यापर्यंत अगदी आपल्या आजूबाजूच्या जगात कसे वावरावे इथपर्यंत. त्यांची नावीन्याची ओढ आणि तीव्र ग्राहकनिष्ठा यामुळे व्यवसायाच्या अगदी तरच्या थरांमधून त्यांना आदर प्राप्त झाला आहे.

'बीएमडब्ल्यू'चे कार्यकारी अधिकारी नॉर्बर्ट रिथोफर म्हणतात,

आयपॅडची घोषणा होण्यापूर्वी जणू सगळ्या जगाने आपला श्वास रोखून धरला होता. (उत्कंठा शिगेला पोहोचली होती) याला म्हणतात उत्कृष्ट ब्रॅण्ड व्यवस्थापन.

उच्च दर्जाच्या नावीन्यपूर्ण वस्तूंची उत्पादनं जी आपल्या डौलदार रचनेसाठी प्रसिद्ध आहेत, ('वेड्यासारखी छान' हे शब्द कंपनीने आपल्या उत्पादनांविषयी वापरले आहेत) त्याच्याबरोबरच ॲपल आपल्या ग्राहकांना उत्कृष्ट ग्राहकसेवा उपलब्ध करून देते. त्याच्या 'जिनियस बार'च्या माध्यमातून कंपनीतले 'बुद्धिमान' तज्ज्ञ थेट ग्राहकांशी संपर्क करतात, त्यांच्या प्रश्नांना उत्तरं देतात आणि त्यांच्या शंकांचं निरसन करण्याचा प्रयत्न करतात. परत हे सर्व अगदी विनामूल्य. त्याखेरीज कंपनी आपल्या दुकानांमधून विक्रेत्यांसाठी प्रशिक्षण आयोजित करते आणि दुकानांमध्ये

नेहमीच जास्त मनुष्यबळ उपलब्ध करून देते जेणेकरून ग्राहकांना सेवा मिळायला उशीर होणार नाही. दुकानाची रचना शक्यतोवर अशी केलेली असते की, ग्राहकांना उत्पादनांचे नमुने सहज बघता यावेत. परिणामी ॲपलचे प्रत्यक्ष दुकानातून विक्रीचे प्रमाण हे इतर कोणापेक्षाही जास्त आहे. जर प्रत्येक स्क्वेअर फुटामागे किती विक्री होते असा हिशेब काढला, तर ॲपलच्या दुकानांमध्ये एका स्क्वेअर फुटामागे ४३२३ डॉलर्स इतकी वार्षिक विक्री होते. त्या तुलनेत यूएसमधील मॉलची सरासरी विक्री एका स्क्वेअर फुटामागे ३८६ डॉलर्स एवढी असते. जरी कंपनी दुकानांमधला नक्की आकडा उघड करत नसली तरी कमीत कमी एका विश्लेषकाचा असा अंदाज आहे की, न्यू यॉर्क सिटीच्या फिफ्थ ॲव्हेन्यूवरील ॲपलच्या दुकानातील एका स्क्वेअर फुटामागची विक्री वार्षिक ३५,००० डॉलर्स एवढी असावी.

ॲपलच्या या सर्व नावीन्यपूर्ण प्रयोगांचा सगळ्यात महत्त्वाचा फायदा म्हणजे त्यांच्या ग्राहकांचा प्रचंड विश्वास. जेव्हा जेव्हा ॲपल एखाद्या जुन्या उत्पादनाच्या वरचढ असं नवीन उत्पादन बाजारात दाखल करते, तेव्हा ग्राहकांच्या मनात पुष्कळ उत्सुकता/ उत्कंठा असते, कारण त्यांना माहीत आहे की जेव्हा ॲपल काहीतरी नवीन वस्तू आणते तेव्हा त्यांना विश्वास असतो की ते काही तरी वेगळं असेल. जसं स्टीव्ह जॉब्जना म्हणायला आवडेल तसं ''मस्त! (Pretty Cool)'' जॉब्ज म्हणतात, ''ॲपलमधील एक महत्त्वाची गोष्ट ही की आम्ही अशी उत्पादनं बनवतो जी आम्हाला खरोखर उत्साहित करतात.''

आणखी एक लक्षणीय उदाहरण म्हणजे ग्रेट ऑरमॉन्ड स्ट्रीट हॉस्पिटल हे लंडनमधील मुलांचं हॉस्पिटल. डॉ. मार्टिन इलियट जे कार्डिओरेस्पिरेटरी युनिटचे (हृदय-श्वसन विकार विभागाचे) संचालक आहेत, त्यांनी आम्हाला हृदय शस्त्रक्रियेनंतर होणारे बालमृत्यू कमी करण्याच्या अनुभवांविषयी सांगितलं. अभ्यासातून त्यांच्या असं लक्षात आलं की, सगळ्यात महत्त्वाची वेळ असते ती म्हणजे रुग्णाला शस्त्रक्रिया विभागातून अतिदक्षता विभागात सोपवण्याची. इलियट म्हणतात,

तुम्हाला बाळाला अनेक उपकरणांपासून सोडवून, अजिबात वेळ न दवडता दुसऱ्या टीमकडे सोपवावं लागतं. कुठलाही विलंब न करता त्या बाळाची माहिती शस्त्रक्रिया करणाऱ्या अतिशय दमलेल्या टीमकडून दुसऱ्या टीमकडे हस्तांतरित करावी लागते. तुमच्याकडे जगातली सर्वोत्कृष्ट शस्त्रक्रिया करणारी टीम असू शकते आणि जगातील सर्वोत्कृष्ट अतिदक्षता घेणारी टीम असू शकते, जी बाळाची काळजी घेण्यास सज्ज आहे. पण तुम्ही एका विभागातून बाळाला दुसऱ्या विभागात हलवत असताना त्या दोन मिनिटांच्या कालावधीत होत्याचं नव्हतं होऊ शकतं.

एका रात्री इलियट आणि त्यांचे सहकारी ऑपरेशन कक्षाजवळच्या विश्रांतीच्या खोलीत बसले होते. टीव्हीवर त्या वेळी 'फॉर्म्युला वन' रेसिंगची दृश्य टीव्हीवर दाखवत होते. जेव्हा फेरारीची टीम मधल्या थांब्यावर आली तेव्हा इलियटनं पाहिलं की कसे त्यांचे तज्ज्ञ एकमेकांबरोबर सहकार्यानं काम करत होते. एकमेकांवरच्या दृढ विश्वासानं आणि सहकार्यानं केलेलं काम इतकं परिणामकारक होतं की त्यांनी टायर बदलणं, गाडीत इंधन भरणं, चालकाबरोबर माहितीची देवाण-घेवाण या सगळ्या क्रिया करून केवळ ६.८ सेकंदांत त्यांची गाडी परत धावू लागली. इलियट म्हणाले,

> *त्या मधल्या थांब्यात जे काही नाट्य घडत होते त्याचे साम्य मला हॉस्पिटलमधील क्रियांशी दिसत होते; पण त्यात थोडासा फरक होता. जेव्हा एखादा रुग्ण शस्त्रक्रिया कक्षातून बाहेर पडून अतिदक्षता विभागाकडे येत असे, त्या वेळी आम्ही सगळे त्याच्या बिछान्याभोवती गोळा होऊन पटापट बोलायला सुरुवात करत असू आणि नकळतपणे एकमेकांच्या कामात अडथळा आणत असू. पण फॉर्म्युला वनचे त्या थांब्यावर काम करणारे सहकारी मात्र स्पष्टपणे एकमेकांच्या विश्वासाने काम करत होते. त्यातल्या प्रत्येकाला आपले काम माहीत होते आणि ते शांतपणे ते पूर्ण करून बाजूला होत होते, या विश्वासाने की त्यांचा पुढचा सहकारी आपले काम नीट करेल.*

इलियट यांनी त्यांच्या सहकाऱ्यांना इटलीला घेऊन जाऊन फेरारीच्या टीमला भेटण्याची व्यवस्था केली आणि त्या भेटीत ते जे काही शिकले, ते उपयोगात आणण्याचा परिणाम म्हणून, मुलांना शस्त्रक्रिया विभागातून अतिदक्षता विभागात आणतानाचा वेग आणि त्या वेळी आवश्यक माहितीचा ओघ यांच्यात, त्या ग्रेट ऑरमॉन्ड स्ट्रीट हॉस्पिटलमध्ये आश्चर्यकारक सुधारणा झाली. रुग्णांचे हस्तांतर करताना होणाऱ्या चुका ४२ टक्क्यांनी कमी झाल्या. एका विभागातून दुसऱ्या विभागाला माहिती पुरवत असताना अनवधानानं काही विसरणं, याचं प्रमाणही ४९ टक्क्यांनी कमी झालं. जेव्हा आम्ही इलियटना या अनुभवातून मिळालेल्या सर्वांत मोठ्या धड्याबद्दल विचारलं, तेव्हा ते म्हणाले, "मला असं वाटतं की विश्वास अत्यावश्यक आहे. मला हा विश्वास बाळगायला हवा की बाकी लोक त्यांचं काम व्यवस्थित करतील आणि त्यांच्या मार्गातून बाजूला होऊनच मी तो विश्वास त्यांच्यापर्यंत दर्शवू शकतो."

कॉस्टको ही एक अशी कंपनी आहे, जिच्यावर तिच्या ग्राहकांचा विश्वास आहे.

नऊ देशांमध्ये विस्तार असणारी ही कंपनी जगातील नवव्या क्रमांकाची सर्वांत मोठी किरकोळ विक्री करणारी (retailer) कंपनी आहे. कार्यकारी अधिकारी जिम सिनेगल यांच्या मते कॉस्टकोच्या इतक्या वर्षांच्या यशाची गुरुकिल्ली म्हणजे कंपनीनं आपल्या सदस्यांमध्ये निर्माण केलेला विश्वास आणि कर्मचाऱ्यांमध्ये निर्माण झालेले बंध. सिनेगलच्या शब्दात सांगायचं तर, "आमच्या सदस्यांचा आमच्यावर विश्वास आहे म्हणूनच आम्हीही त्यांच्या अपेक्षांना पुरून उरण्याचे निरनिराळे मार्ग शोधत असतो. आणि आमच्या कर्मचाऱ्यांचं म्हणाल तर... माझा दृष्टिकोन असा आहे की जर तुमच्याकडे चांगले लोक असतील आणि तुम्ही त्यांना चांगला पगार आणि काम करण्याची संधी दिलीत, तर तुमच्या व्यवसायात चांगल्या गोष्टी घडतील."

कॉस्टकोच्या ४४ दशलक्ष सदस्यांसाठी मालाच्या कमी किमतीच्या बाबतीत सिनेगल अतिशय काटेकोर आहे. न्यू यॉर्क टाइम्सच्या एका लेखानुसार :

> *कॉस्टको अन्नपदार्थ विक्री विभागाचे वरिष्ठ उपाध्यक्ष टिम रोज यांनी एक आठवण सांगितला- एकदा कॉफी बियांच्या किमती कमी झाल्यामुळे जी रक्कम वाचली ती स्टारबक्सनं (कॉफी विक्रेत्या कंपनीची साखळी) कॉस्टकोपर्यंत पोहोचवली नाही आणि जरी स्टारबक्सचे अध्यक्ष हॉवर्ड शुल्झ हे जिम सिनेगलचे मित्र होते तरीही किंमत कमी झाली नाही तर स्टारबक्सची कॉफी कॉस्टकोच्या दुकानातून विकली जाणार नाही अशी स्पष्ट सूचना सिनेगल यांनी दिली.*
>
> *स्टारबक्स नमली.*
>
> *हॉवर्ड म्हणाले, "तुम्ही स्वतःला कोण समजता? किमतीवर लक्ष ठेवणारे पोलीस?" सिनेगल यांनी त्यावर जोरात 'हो' म्हणून सांगितलेलं टिम रोज यांना आठवतं.*

सिनेगल आपल्या कर्मचाऱ्यांना जास्तीत जास्त पगार आणि शक्य तेवढे जास्त फायदे मिळवून देण्याच्या बाबतीतही काटेकोर आहेत. काही टीकाकार ज्यांच्या मते कॉस्टको भागधारक असण्यापेक्षा त्यांचा ग्राहक किंवा कर्मचारी असणं जास्त फायद्याचं आहे, त्यांना उत्तर देताना सिनेगल यांनी म्हटलं आहे, "वॉल स्ट्रीटवर असा व्यवसाय सुरू असतो, जिथं सर्वांना पैसा मिळवण्याची घाई असते आणि मी हे कुठल्याही भावनेच्या आहारी जाऊन बोलत नाही. पण आम्ही हा दृष्टिकोन स्वीकारू शकत नाही. आम्हाला असा व्यवसाय उभा करायचा आहे जो आजपासून पन्नास ते साठ वर्षांनीदेखील इथं पाय रोवून असेल." (२००५ ते २०१० या पाच वर्षांच्या कालावधीत जेव्हा कॉस्टकोच्या बाजारातील समभागांची

किंमत दुपटीनं वाढली आणि कंपनीची कर्मचारी उलाढाल किरकोळ उद्योग क्षेत्रात (retailing Industry) सर्वांत कमी आहे.) सिनेगल विश्वास निर्माण करण्यासाठी स्वतःपासून सुरुवात करतात. त्यांच्या नावाचा जो बिल्ला ते लावतात त्यावर केवळ जिम एवढंच म्हटलं आहे. फोनवर ते स्वतः उत्तरं देतात आणि स्वतःचं नाव त्यांच्या कॉर्पोरेट संकेतस्थळावर कार्यकारी अधिकाऱ्यांच्या यादीत आद्याक्षरांप्रमाणे लावतात, ज्यामुळे ते जवळ जवळ शेवटी असतं. ज्या मोजक्या कार्यकारी अधिकाऱ्यांचं वॉरन बफे यांनी कौतुक केलं आहे, त्यांपैकी सिनेगल एक आहेत. बफेंचे पार्टनर चार्ली मुंगेर यांना बर्कशायरखेरीज दुसरी आवडती कंपनी कोणती असं विचारलं असता ते म्हणाले, "कॉस्टको ही जगातील एक अतिशय कौतुकास्पद अशी भांडवलशाही संस्था आहे. आणि त्याचे सीईओ जिम सिनेगल हे एक या जगातील सर्वांत प्रशंसापात्र रिटेलर आहेत."

कर्मचाऱ्यांमध्ये विश्वास निर्माण करण्याकरता स्वतःपासून सुरुवात करा

कॉस्टको आणि इतर संस्थांवरून आपल्याला दिसून येतं की, 'स्वतःपासून सुरुवात' कर्मचारी आणि ग्राहक यांच्यामध्ये विश्वास निर्माण करणारी मूलभूत कृती आहे. कर्मचारी विश्वासाची व्याख्या करताना रिट्झ कार्लटनच्या एका मॅनेजरनं त्याची मांडणी पुढील प्रकारे केली :

सगळ्याची सुरुवात होते की, 'माझा तुझ्यावर विश्वास आहे का? मला विश्वास वाटतो का, की तुम्ही असं कामाचं ठिकाण आणि तिथलं वातावरण निर्माण कराल की जिथं मला आपलंसं वाटेल आणि मला हा विश्वास वाटेल की माझ्यामुळे इतरांना फरक पडतो? मला इतका विश्वास वाटतो आहे का, की मी सत्याची कास धरू शकेन, एका खुल्या नेतृत्वपद्धतीचा अंगीकार करू शकेन. असं होईल का की मला समजून घेण्यासाठी वेळ काढशील आणि मला अलिप्त होण्यापासून नुसतं रोखणारच नाही, तर माझ्या क्षमता कसाला लावशील, कारण संघाच्या ताकदीमुळे आपली व्यक्तिगत न्यूनता कमी व्हायला मदत होते.' आपण नेतृत्व कितीही गुंतागुंतीचं आहे असं म्हटलं तरी शेवटी या गोष्टीपर्यंत येऊन थांबतं की, आपल्याला आपल्या सहकाऱ्यांचा विश्वास मिळतो आहे, की ते फक्त आपल्या अधिकारांपुढे मान तुकवतायत.

SAS चंच उदाहरण घ्या. जगातील सर्वांत मोठा खासगी सॉफ्टवेअर व्यवसाय ज्यांच्या Systems जगातील जवळ जवळ प्रत्येक व्यवसायामध्ये वापरले जातात. (त्यांचे) कार्यकारी अधिकारी जिम गुडनाइट म्हणतात, ''माझी मुख्य संपत्ती रोज संध्याकाळी घरी जाते. ती परत येईल याची काळजी घेणं हे माझं काम.'' आणि याच गोष्टीला अग्रक्रम देऊन कंपनीतील प्रत्येक कर्मचाऱ्याच्या समृद्धी, उत्साह आणि आनंद यांच्यासाठी कंपनीतील नेतृत्व झटत असतं. कंपनीच्या कार्यालयात एक उत्तम व्यायामशाळा आणि आरोग्य सेवा केंद्र आहे, मुलांसाठी पाळणाघरं, वाहनतळ आणि उपाहारगृह या गोष्टी वरिष्ठ अधिकाऱ्यांपासून ते कामगारांपर्यंत सर्वांना सारख्याच स्वरूपात उपलब्ध आहेत. ते मोकळ्या आणि खुल्या संवादावर भर देतात आणि कर्मचाऱ्यांच्या योगदानाचं आणि नावीन्यपूर्ण सूचनांचं कौतुकानं स्वागत करतात.

याचा परिणाम म्हणजे, त्यांचा कर्मचारी उलाढालीचा वेग हा औद्योगिक सरासरीपेक्षा खूपच कमी आहे. (औद्योगिक सरासरी २२ टक्क्यांच्या तुलनेत नगण्य - २ टक्के). नोकरीसाठी अर्ज करणाऱ्यांची संख्या जास्त (२०१० मध्ये भरती झालेल्या १५६ जागांसाठी २६,४३२ अर्ज) आणि आपल्या ३४ वर्षांच्या कार्यकाळात SAS ला प्रत्येक वर्षी आर्थिक फायदाच झाला आहे. जागतिक आर्थिक पेचप्रसंगाच्या काळात जेव्हा सगळीकडल्या तंत्रज्ञान कंपन्या कर्मचारीकपात करत होत्या, त्यावेळी गुडनाइट यांनी आपल्या कर्मचाऱ्यांना स्पष्टपणे सांगितलं, ''आपल्याकडे कर्मचारीकपात होणार नाही. कर्मचारीकपात करण्यापेक्षा थोडा कमी नफा मिळवून काम करणं मला पत्करेल.'' कंपनीच्या ३४ वर्षांच्या इतिहासात एकदाही कर्मचारीकपात झालेली नाही.

इतर अनेक कंपन्यांनी SAS च्या कार्यपद्धतीचं अनुकरण करण्याचा अयशस्वी प्रयत्न केला. २०१० सालच्या 'काम करण्यासाठी सर्वोत्तम जागा' या विषयीच्या अहवालात नमूद केलं आहे.

SAS चे वैशिष्ट्य हे आहे की, लोकांच्या (कर्मचाऱ्यांच्या) बाबतीत दर्जाच्या बाबतीत आणि सेवेच्या बाबतीत जे काही 'बोलले' जाते त्यांना तशाच कृतींचा आधार असतो. ते नुसते पोकळ शब्द नसतात आणि म्हणूनच कर्मचाऱ्यांना त्यांच्या वरिष्ठांबद्दल विश्वास वाटतो. त्यांना आपल्या संस्थेच्या दीर्घ काळच्या यशाची खात्री वाटते आणि म्हणूनच ते आपल्या कामाच्या गुणवत्तेवर लक्ष एकाग्र करू शकतात. त्यांना माहीत असते की त्यांना योग्य वागणूक मिळेल, त्यांच्या व्यावसायिक कौशल्यात सुधारणा होईल, नवीन काही शिकण्याची संधी मिळेल आणि त्यांच्या व्यक्तिगत आयुष्यातही आधार मिळेल. कर्मचाऱ्यांना हे माहीत असते की SAS च्या यशात त्यांचा सिंहाचा वाटा आहे. ते त्यांच्या कल्पना, त्यांची सर्जनशीलता

यांचा मोकळेपणानं वापर करतात आणि आपल्या कामाच्या, सहकाऱ्यांच्या आणि संस्थेचा जाणीवपूर्वक विचार करतात.

कर्मचाऱ्यांना याही गोष्टीचा अभिमान आहे की कंपनीच्या विशेष सामाजिक उपक्रमांमध्ये (CSR0 Corporate Social Responsibilities) हातभार लावून ते सामाजिक बदलांमध्येही सक्रिय आहेत. SAS चे Sustainability Software हा त्याचाच एक भाग आहे.

असेच एक परिघाबाहेरचे उदाहरण म्हणजे मेयो क्लिनिक. एका 'ना नफा' तत्त्वावर चालणारी वैद्यकीय सेवा आणि संशोधन संस्था जी असाध्य रोगांवर उपचार करते. १९८९ मध्ये स्थापन झालेल्या मेयो क्लिनिकमध्ये अत्यंत वैशिष्ट्यपूर्ण असं उच्च विश्वासाचं वातावरण त्यांच्या स्थापनेच्या काळापासून रुजलेलं दिसून येतं. विश्वासपूर्ण असण्याबरोबरच इथलं वातावरण रुग्णकेंद्री, (मदतीला) तत्पर असं आहे. त्याचबरोबर संशोधनामुळे आणि अद्ययावत वैद्यकीय ज्ञानामुळे सतत सुधारणा होत असते. त्याचबरोबर आरोग्य सेवेतील नवनवीन तंत्रज्ञानाचा योग्य उपयोग करून आपल्या व्यवसायात ते अग्रेसर राहिले आहेत.

या पद्धतीचं वातावरण हे सर्व कमचाऱ्यांना आपल्या कार्यात मनापासून सामावून घेण्याची गुरुकिल्ली आहे. मेयो क्लिनिकचं तत्त्वज्ञान हे आहे की, कोणत्याही रुग्णावर उपचार करत असताना, त्याची काळजी घेत असताना टीमनं एकत्र काम करणं महत्त्वाचं असतं. प्रत्येक छोट्या-मोठ्या कामाचं स्वतंत्र महत्त्व असतं. जेव्हा बर्कशायर हॅथवेचे चार्ली मुंगेर यांनी २००७ मध्ये विधी महाविद्यालयाच्या उद्घाटनाच्या भाषणात म्हटले आहे, "कुठलीही संस्कृती ही जेव्हा एकमेकांवर योग्य विश्वास टाकायला लागते, तेव्हा ती शिखराला पोहोचते. मेयो क्लिनिकच्या शस्त्रक्रिया विभागात या पद्धतीनं काम चालतं."

या कर्मचाऱ्यांवरच्या विश्वासामुळेच मेयो क्लिनिक आज सलग आठ वर्षं फॉर्च्यून मासिकाच्या 'काम करण्यासाठी योग्य कंपनीच्या' यादीत समाविष्ट आहे. २०१० मध्ये युनायटेड स्टेट्समधील दुसऱ्या क्रमांकाचं उत्कृष्ट हॉस्पिटल म्हणून सलग बाविसाव्या वर्षी मेयो क्लिनिकचं नाव होतं. हॅरिस इन्टरॅक्टिव्ह इक्विट्रेंड या अभ्यासगटानं निरनिराळ्या वर्गांतील हजारो ब्रॅण्ड्समधील विश्वासाची पातळी मोजणाऱ्या अभ्यासात मेयो क्लिनिक 'ना नफा'तत्त्वावर चालणाऱ्या ब्रॅण्डच्या गटात तिसऱ्या क्रमांकावर होते. कर्मचाऱ्यांमध्ये विश्वास जागवण्याबरोबरच अशा प्रकारच्या विश्वासार्हतेमुळे आपोआप देणग्यांचाही ओघ आपल्याकडे वळतो.*

---

*तुमच्या आस्थापनेतील सध्याची विश्वासाची पातळी मोजण्यास उपयुक्त असा निःशुल्क 'विश्वास आलेख' मिळवण्यासाठी आजच SmartTrustBook.com या संकेतस्थळाला भेट द्या.

> *जर तुमच्याकडे असा कर्मचारी वर्ग असेल की ज्यांना एकमेकांबरोबर काम करणं आवडत असेल, त्यांचा एकमेकांवर आणि व्यवस्थापनावर विश्वास असेल. ते ज्या संस्थेत काम करतात त्याचा त्यांना अभिमान असेल, तर ते नक्कीच उत्कृष्ट काम करून दाखवतील. नाही तर तुम्ही कितीही व्याख्यानं अथवा प्रशिक्षण द्या; परंतु जोपर्यंत ते ज्यांच्यासाठी काम करतात त्यांच्यावर विश्वास नसेल किंवा त्यांचा अभिमान नसेल. त्यांना एकमेकांबद्दल आणि व्यवस्थापनाबद्दल विश्वास नसेल तर त्यांचा काहीही उपयोग होणार नाही.*
>
> *युनायटेड एअरलाइन्सचे सीईओ, जेफ स्मिसेक (Smisek)*

गुंतवणूकदारांमध्ये विश्वास निर्माण करण्याकरता स्वतःपासून सुरुवात करा!

न्यू यॉर्कमधील गुंतवणूकसंबंधी रिटेनहाउस रँकिंग या कंपनीच्या प्रवर्तक लॉरा रिटेनहाउस यांनी आम्हाला सांगितलं की, ज्या कंपनीचे सीईओ आपल्या गुंतवणूकदारांशी स्पष्टपणे बोलतात, त्यांच्यावर गुंतवणूकदार जास्त विश्वास टाकतात आणि त्यांना जास्त चांगले परिणाम मिळतात. या फर्मच्या पाहणीनुसार ज्या कंपन्यांच्या सीईओंनी भागधारकांपुढे मांडलेल्या वार्षिक पत्रात जर कंपनीची उद्दिष्टं, तत्त्वं आणि त्याचबरोबर त्यांच्या कामाचा अहवाल, त्यांच्या पुढच्या अडचणी हे सगळं स्पष्टपणे मांडलेलं असतं, त्यांच्या आणि ज्या कंपन्यांच्या पत्रामध्ये हे सर्व स्पष्ट नसेल त्यांच्यातील फरक स्पष्टपणे दिसून येतो. रिटेनहाउस म्हणतात, "जर ते पत्र सरधोपट, नुसती वरवरची बडबड असेल, किचकट भाषेत असेल तर मग दुसरीकडे गुंतवणूक केलेली बरी, जर एक केवळ वाचक म्हणून तुम्हाला जर त्या सीईओंना काय म्हणायचं आहे हे कळत नसेल, तर मग कर्मचाऱ्यांना तरी ते कळत असेल का याचा विचारच करायला हवा."

Do a fog check. If the fog is so thick you have to listen for the foghorn, its probably time to move on"

रिटेनहाउसच्या सीईओ Candor Survey मध्ये, गेल्या दहा वर्षांपैकी नऊ वर्षांमध्ये ज्या सर्वांत वरच्या क्रमांकाच्या कंपन्या आहेत, त्यांची पत्रं विश्वासनिर्मिती करणाऱ्या गुणांनी म्हणजे खुलेपणा आणि जबाबदारी यांनी ओतप्रोत आहेत. आणि

त्यांनी तळागाळातल्या कंपन्यांपेक्षा सरासरी १८ टक्के जास्त गुंतवणूक परतावा देऊन उत्तम कामगिरी केलेली दिसून येते. २०१० मध्ये वरच्या चतुर्थकात असणाऱ्या (Top quartile) कंपन्यांनी निम्न चतुर्थकांत (Botton quartile) असणाऱ्या कंपन्यांपेक्षा ३१ टक्के अधिक सरस कामगिरी केली.

'स्वतःपासून सुरुवात' राष्ट्रांमधील उपयुक्तता

एखादा देश त्याच्या नागरिकांसाठी किंवा जगासाठी एक विश्वासार्ह देश असणं, याचं महत्त्व आता काही जणांच्या कदाचित लक्षात येणार नाही; परंतु त्याचा प्रचंड परिणाम होतो. हा परिणाम त्या राष्ट्राच्या संदर्भात इतर राष्ट्रांनी, उद्योगांनी किंवा पर्यटकांनी घेतलेल्या आर्थिक आणि राजकीय निर्णयात दिसून येतो. एवढंच नव्हे, तर तो त्या राष्ट्राच्या नागरिकांच्या समृद्धी, उत्साह आणि आनंद यामध्येही दिसून येतो.

डेन्मार्कचं उदाहरण घ्या. डेन्मार्कच्या नागरिकांचा विश्वासावर भरवसा आहे हे फारच सौम्य विधान आहे. त्यांचा जगाकडे बघण्याचा दृष्टिकोन हा विश्वासाच्या पायावर आधारित आहे. २०११ च्या corruption perception index (देशातील भ्रष्टाचाराची पातळी मोजणारा आलेख) अनुसार डेन्मार्क, न्यूझीलंड आणि सिंगापूर बरोबर सर्वांत कमी भष्टाचार असणारा देश म्हणून बरोबरीच्या स्थानांवर आहे आणि हा आलेख मांडायला सुरुवात केल्यापासून प्रत्येक वर्षी पहिल्या दहा देशांमध्ये स्थान टिकवून आहे. या आणि इतर ठिकाणाच्या मानांकनामुळे जी विश्वासार्हता जाणवते, त्यामुळे डॅनिश नागरिकांना एकमेकांवर आणि इतर समाजावर विश्वास टाकणं सहज शक्य होतं. २००८ च्या OECD (Organization for economic cooperation Development) या सर्व्हेनुसार डेन्मार्कच्या ८८.८ टक्के नागरिकांनी इतरांवर सहज विश्वास दर्शवला. जगातील इतर राष्ट्रांच्या तुलनेत हे प्रमाण सर्वांत जास्त आहे.

डेन्मार्कबाबत वैशिष्ट्य हे की, विश्वासामुळे होणारे समृद्धी, उत्साह आणि आनंद यांचे आविष्कार त्यांच्या समाजात विपुलतेनं दिसून येतात. फक्त ५.५ दशलक्ष लोकसंख्येचा हा देश जगातल्या सर्वांत जास्त उत्पादनक्षमता असणाऱ्या देशांपैकी एक आहे.

स्वित्झर्लंडमध्ये वसलेली जगातील एक अग्रमानांकित Business School, IMD ही दर वर्षी World Competitiveness Scoreboard प्रसिद्ध करते. त्यातही डेन्मार्क सतत यादीच्या अग्रस्थानी असतो. या देशाचा GDP (Gross Domestic

Product) खूप जास्त असून, जगात त्यांचा पाचवा क्रमांक लागतो. २०१० मध्ये प्रसिद्ध झालेल्या Legeturn प्रॉस्पॅरिटी इंडेक्समध्ये डेन्मार्क दुसऱ्या क्रमांकावर होता. ऊर्जेच्या बाबतीत मोजमाप करायचं झालं तर डेन्मार्क अगदी वरच्या स्थानावर असलेला दिसून येतो. IMDनं 'कर्मचाऱ्यांमध्ये उच्च प्रेरणा' या निकषांवर डेन्मार्कला सगळ्यात वरचं स्थान दिलं आहे आणि आनंदाच्या बाबतीत डेन्मार्क वेगळा उठून दिसतो. Gallup World Poll मध्ये डेन्मार्कला जगातला सगळ्यात आनंदी देश म्हणून मान्यता मिळालेली आहे आणि इतरही काही पाहण्यांमध्ये आणि अभ्यासांमध्ये त्याला जवळ जवळ वरचं स्थान दिलं गेलं आहे.

Competitiveness - Ability of a firm or a nation to offer products & services that meet the quality standards of the local world markets at the competitive prices and provide adequate returns on the resources employed or consumed producing them.

डेन्मार्कमध्ये विश्वासाची पातळी इतकी उच्च असण्यामागे ऐतिहासिक, सांस्कृतिक, जनसांख्यिकीय, राजकीय, पर्यावरणविषयक आणि वर्तनावर आधारित अशी अनेक कारणं दिसून येतात आणि दोन्ही संदर्भात- म्हणजेच इतरांवर विश्वास ठेवण्यात आणि विश्वासार्हतेत डेन्मार्कचं स्थान अव्वल आहे.

संधी की आव्हान

एक व्यक्ती म्हणून, एक नेता किंवा कंपनी म्हणून स्वतःची विश्वासार्हता टिकवून ठेवणं, हे आजच्या जगात एक सततचं आव्हान ठरू शकतं. काही जण जे एका परिस्थितीत मिळवू शकतात, ते दुसऱ्या परिस्थितीत गमावू शकतात. इतर काही जण जे आपल्या उल्लेखनीय वागण्यानं एका टप्प्यावर मिळवू शकतात, ते स्वतःच्याच वर्तनानं गमावण्याची वेळ येते.

१९८२ मध्ये सायनाईडचा अंश असलेलं टायलेनॉल पोटात गेल्यामुळे सात जणांचा मृत्यू झाला. तेव्हाचं 'जॉन्सन अॅन्ड जॉन्सन' कंपनीचं वर्तन हे खरोखर नमूद करण्यासारखंच आहे. कंपनीनं झालेल्या प्रकारची संपूर्ण जबाबदारी घेतली आणि त्याचबरोबर आपल्या ग्राहकांना ताबडतोब सूचना देऊन १०० दशलक्ष किमतीचं टायलेनॉल बाजारातून माघारी आणवलं. त्याचबरोबर लक्षावधी डॉलर्सच्या अगोदर विकल्या गेलेल्या कॅप्सूल्स बदलून देण्याची तयारी दर्शवली आणि खबरदारीचा उपाय म्हणून सर्व टायलेनॉलच्या गोळ्यांवर 'टॅम्परप्रूफ सील' बसवलं. परंतु २००८ मध्ये मात्र जेव्हा कंपनीच्या मॅक्निल शाखेनं तयार केलेल्या 'मॉट्रिन' या

गोळया ज्या चुकीच्या पद्धतीनं विरघळत होत्या आणि ज्यातल्या परिणामकारकतेबद्दल काही शंका होत्या, त्या समस्येवर मात्र याच जॉन्सन कंपनीनं पूर्णपणे वेगळी प्रतिक्रिया दिली. 'यूएसए टुडे' यामध्ये आलेल्या एका अग्रलेखात म्हटल्याप्रमाणे 'अधिकारी आपल्याच पुस्तकातील धडा वाचायचा विसरले.' याबाबतची जाहीर घोषणा करून ते परत मागवण्याऐवजी कंपनीच्या नेतृत्वानं ही समस्या लपवून ठेवण्याचा प्रयत्न केला. त्यांनी एक कंत्राटदार नेमून कामगारांना गुपचूप खराब माल विकत घ्यायला सांगितला. २०१० मध्ये जेव्हा आणखी गंभीर समस्या निर्माण झाली आणि मुलांच्या आणि नवजात शिशूंच्या द्रव औषधांच्या १३० दशलक्ष बाटल्या बाजारातून परत मागवण्याची वेळ आली, तेव्हाच्या तपासात हे मॉट्रीन प्रकरणसुद्धा उघडकीला आलं. Oversight and Government Reforms च्या House Committee समोरच्या आपल्या निवेदनात जॉन्सन ॲन्ड जॉन्सन कंपनीचे कार्यकारी अधिकारी विलियम वेल्डन म्हणतात :

> *मला कळतंय की आम्ही जनतेचा विश्वासघात केला आहे. आम्ही आमची गुणवत्ता राखली नाही आणि त्याचा परिणाम म्हणून आमची महत्त्वाची औषधं मुलांपर्यंत पोहोचू शकत नाहीत. आता आमच्या लक्षात येतंय की आमच्यात अजून सुधारणा करायला हवी. आम्ही लोकांचा 'जॉन्सन ॲन्ड जॉन्सन' कंपनीवरचा गमावलेला विश्वास परत मिळवण्याकरता अथक प्रयत्न करू आणि अशा प्रकारची घटना परत घडू नये यासाठी सदैव जागरूक राहू.*

दुसरं एक उदाहरण म्हणजे टोयोटा. त्यांच्या दर्जा आणि गुणवत्तेच्या भक्कम पार्श्वभूमीमुळे हॅरिस इन्टरॅक्टिव्ह इक्विट्रेंड या अभ्यासगटाने केलेल्या मोटारगाड्यांच्या निर्मात्यांच्या अभ्यास पाहणीत त्यांचा क्रमांक पहिला होता. परंतु ही पाहणी टोयोटाने आपल्या २.३ दशलक्ष गाड्या बाजारातून परत मागवण्याच्या थोडी आधी झाली होती. टोयोटानं एवढ्या मोठ्या प्रमाणात आपल्या गाड्या परत मागवण्याचं कारण म्हणजे त्यांच्या ॲक्सिलरेटरच्या पेडलमध्ये असलेला दोष. यामुळे गाड्यांचा वेग आपोआप नकळत वाढत होता. याच समस्येमुळे त्यांनी आपल्या अजून ४.२ दशलक्ष गाड्या परत बोलावल्या होत्या.

फेब्रुवारी २०१० मधील वृत्तपत्रांना दिलेल्या बातमीनुसार हॅरिस इन्टरॅक्टिव्हनं नमूद केलं आहे, 'ज्या कंपनीवर बारकाईनं लक्ष ठेवायला हवं ती म्हणजे टोयोटा ही कंपनी सध्या अभूतपूर्व अशा आपल्या मालाच्या सुरक्षिततेच्या प्रश्नांमध्ये (Product Safety) आणि ग्राहकांच्या विश्वासाशी निगडित प्रश्नांमध्ये अडकली

आहे. इक्विट्रेंडची पाहणी टोयोटाच्या या मोठ्या प्रमाणातील गाड्या परत घेण्याच्या प्रसंगांच्या थोड्या आधी झाल्यामुळे त्या आधारावर आपण त्यांच्या (Equity) मध्ये होणाऱ्या बदलाचे मोजमाप करू शकू.'

पुढल्याच महिन्यात त्यात असं म्हटलं होतं, 'आम्ही वाहनांच्या निरनिराळ्या ब्रँड्सवरील विश्वासाच्या पातळीवर बारकाईनं लक्ष ठेवणार आहोत. व्यक्तिगत सुरक्षा आणि मालाचा दर्जा याच्याशी त्याचा जवळचा संबंध आहे. आताच्या या समस्येमुळे हे सिद्ध झालं आहे की, विश्वासाचा पाया ढासळायला अजिबात वेळ लागत नाही.'

जानेवारी २०११ मध्ये जागतिक अर्थपरिषद (World Economic Forum) च्या डावोस, स्वित्झर्लंड येथील सभेत बोलत असताना टोयोटाचे कार्यकारी अधिकारी आणि त्याच्या संस्थापकांचे नातू अकियो टोयोदा यांनी झालेल्या घटनेची संपूर्ण जबाबदारी स्वीकारून ग्राहकांना झालेल्या त्रासाबद्दल त्यांची माफी मागितली. ते म्हणाले, "मला मनापासून वाईट वाटतंय. आम्ही आमच्या ग्राहकांचा प्रामुख्यानं विचार करतो आणि त्यांच्या सुरक्षिततेची हमी देतो. लोकांनी आमच्यावर विश्वास ठेवावा, असं मला वाटतं."

विश्वास निर्माण करण्यापेक्षा गमावलेला विश्वास निर्माण करणं जास्त कठीण असतं. पण टोयोटा आणि जॉन्सन ॲन्ड जॉन्सन या दोन्ही कंपन्यांच्या बाबतीत म्हणायचं झालं तर, गेली अनेक वर्षं किंवा दशकं आपल्या वागणुकीमुळे त्यांनी लोकांच्या मनात विश्वास निर्माण केला. त्यामुळेच त्यांच्या ग्राहकांच्या, भागीदारांच्या आणि जनतेच्या संबंधात जणू 'विश्वासाची खाती' निर्माण झाली आणि आपल्या वर्तनामुळे त्यांना ज्या समस्या निर्माण झाल्या होत्या, त्यातून ते याच विश्वासाच्या खात्यांच्या आधारानं बाहेर पडू शकले.

विश्वास परत मिळण्यातील हे एक महत्त्वाचं सूत्र आहे. *तुमच्या वागण्यातून ज्या समस्या निर्माण झाल्या असतील त्यांचं तुम्ही चर्चेनं निराकरण करू शकत नाही. तुम्हाला तुमच्या वर्तनानंच त्या सुधाराव्या लागतात.*

एक व्यक्ती- ज्यानं हे सूत्र अमलात आणलं, तो म्हणजे फ्रँक अबग्नेल ज्युनियर. तो सोळा वर्षांचा असताना त्याच्या आई-वडिलांचा घटस्फोट झाल्यानंतर तो घरातून पळून गेला आणि आजपर्यंतचा सर्वांत कुविख्यात भामटा म्हणून ओळखला जाऊ लागला. एकविसाव्या वर्षी त्याला अटक झाली तोपर्यंत त्यानं आपण एक कुशल वैमानिक असल्याचं भासवलं. पॅन अमेरिकन वर्ल्ड एअरवेज या विमान कंपनीच्या अंदाजानुसार त्यानं २६ देशांमध्ये जवळ जवळ २५० विमान फेऱ्यांमधून लक्षावधी मैलांचा प्रवास 'Deadheading' पद्धतीनं (म्हणजे आपण कर्मचारी असल्याचं भासवून फुकट प्रवासाची सवलत मिळविणं) फुकटात केला.

जवळ जवळ वर्षभर त्यानं तो डॉक्टर असल्याचं भासवलं आणि जॉर्जियाच्या एका हॉस्पिटलमध्ये बदली निवासी बालरोगतज्ज्ञ म्हणून काम केलं. एकोणिसाव्या वर्षी हार्वर्ड युनिव्हर्सिटीचं कायद्याचं नकली प्रमाणपत्र बनवून ल्युझियाना राज्याच्या ॲटर्नी जनरलच्या (प्रमुख कायदा अधिकारी) कार्यालयात काम करू लागला आणि त्याच्या या पाच वर्षांच्या गुन्हेगारीच्या काळात त्यानं अंदाजे अडीच दशलक्ष डॉलर्सचे बनावट चेक जगभरात फिरवले.

परंतु १९६९ मध्ये तो पकडला जाऊन त्याला अटक झाल्यावर आणि फ्रान्स, स्वीडन आणि युनायटेड स्टेट्स इथल्या तुरुंगांतून शिक्षा भोगून झाल्यावर अबग्नेलनं स्वतःचं आयुष्य पूर्णपणे बदलून टाकलं आणि अत्यंत आश्चर्यकारकरीत्या लोकांच्या मनात स्वतःबद्दल विश्वास निर्माण करण्यात तो यशस्वी झाला. Federal अधिकाऱ्यांना निरनिराळ्या गुन्ह्यांची माहिती देणं आणि आठवड्यातून एकदा हजेरी देणं, या अटींवर त्याची तुरुंगातून लवकर सुटका करण्यात आली. त्यानं निरनिराळ्या बँकांमध्ये सुरक्षा सल्लागार म्हणून काम करण्याची तयारी दर्शवली. सुरुवातीला जरी त्याच्याबद्दल संशय असला तरी त्याच्या घोटाळे शोधून उघडकीला आणण्याची क्षमता आणि त्याचं प्रामाणिकपणे केलेलं काम यामुळे त्यांना त्याच्या विश्वासार्हतेचा नव्यानं विचार करावासा वाटू लागला. त्यामुळे त्यांना त्याच्याबद्दल आणि त्यानं नंतर स्थापन केलेल्या कंपनीबद्दल- म्हणजेच अबग्नेल ॲन्ड असोसिएट्सवर विश्वास वाटू लागला. अबग्नेलची कंपनी फसवणूक कशी टाळावी याविषयी सल्ले देते. आज अबग्नेल अत्यंत विश्वासू सुरक्षा सल्लागार, FBI चे सल्लागार आणि व्याख्याते म्हणून ओळखले जातात. ते एक चांगले पती आणि तीन मुलांचे वडील असून, त्यांनी कायदेशीर मार्गानं कोट्यवधी संपत्ती जमवली आहे. त्यांच्या या सर्व कृत्यांची कहाणी त्यांच्या 'कॅच मी एफ यू कॅन' या पुस्तकात आणि त्याच नावाच्या चित्रपटात आणि २०११ मध्ये त्यावर आधारित नाटकात वर्णन केली आहे. आपल्या भूतकाळाविषयी ते म्हणतात :

आपण सर्व मोठे होतो. कदाचित शहाणेही होतो. वयामुळे शहाणपणा येतो आणि आपल्या मुलांमुळे आपलं आयुष्यच बदलून जातं. माझा भूतकाळ हा अनैतिक आणि बेकायदा होता. ती एक अशी गोष्ट आहे ज्याची मला लाज वाटते. पण मला या गोष्टीचा अभिमान आहे की मी माझं आयुष्य पूर्णपणे बदलून टाकलं आणि गेल्या २५ वर्षांत मी सरकारला, माझ्या ग्राहकांना, असंख्य उद्योगधंद्यांना आणि उपभोक्त्यांना त्यांच्या समस्यांमधून, सभ्यतेचा बुरखा पांघरलेल्या गुन्ह्यांमधून आणि फसवणुकीपासून वाचवायला मदत करू शकलो.

एक कंपनी, जिनं विश्वासाच्या पुनरुज्जीवनाला स्वतःपासून सुरुवात केली ती म्हणजे नाईकी (Nike) ॲथलेटिक शूज (खेळताना घालायचे बूट) आणि कपड्यांचा पुरवठा करणारी जगातील सगळ्यात आघाडीची कंपनी आणि क्रीडा साहित्याची मोठी उत्पादक. १९९० च्या दशकात नाईकीवर सडकून टीका झाली होती. नाईकीच्या परदेशी भागीदारांचे जे कारखाने होते, तिथल्या व्यवस्था योग्य नव्हत्या आणि त्यामुळे त्यांना सामाजिक जबाबदारीचं पुरेसं भान नाही, अशी टीका त्यांच्यावर झाली होती. सुरुवातीला जरी सावध पवित्रा घेतला तरी नंतर मात्र कंपनीनं या वादाला सामोरं जायचं ठरवलं. अध्यक्ष पॉल नाईट यांनी सुरुवातीच्या टाळाटाळीबद्दल माफी मागितली. त्यांनी त्याला "सुरुवातीची अस्थिर प्रतिक्रिया, एक अशी चूक ज्याला आम्ही जबाबदार आहोत," असं म्हटलं. परंतु केवळ या शब्दांपुरतं मर्यादित न राहता, नाईकीनं त्यावर कृती केली, आपल्या वर्तनामध्ये बदल केला. कंपनीनं आपला दर्जा उंचावण्याचे प्रयत्न सुरू केले, इतरांच्या अपेक्षा पूर्ण करण्यावर भर दिला आणि पारदर्शकता वाढवली. या उपायांनी केवळ नाईकीत सुधारणा झाली नाही, तर त्यांनी पूर्ण उद्योग विश्वामध्ये बदल घडून आणला. आज Corporate Social Responsibility मध्ये (उद्योग विश्वाची सामाजिक जबाबदारी) नाईकीचं नाव आदरानं घेतलं जातं. Corporate Responsibility Magzine च्या २०११ च्या १०० उत्कृष्ट कॉर्पोरेट नागरिक या यादीत नाईकीचं नाव दहाव्या स्थानावर आहे. त्यांच्या वागणुकीतून नाईकीनं आपल्यावरचा विश्वास अतिशय उच्च स्थानावर नेऊन पोहोचवला.

काही परिस्थितीमध्ये या विश्वासाच्या पुनरुज्जीवनाची संधी कधी मिळतच नाही. ती वाट बंद झालेली असते. पण बहुतेक वेळा विश्वास परत मिळवणं शक्य असतं. परंतु ही सोपी गोष्ट नाही आणि केवळ शब्दांतून साध्य होत नाही. जरी आपला हेतू इतरांपर्यंत पोहोचवण्यासाठी शब्द उपयोगी पडत असले तरीही, विश्वास परत मिळवण्यासाठी मात्र सातत्यानं विश्वासपूर्ण वर्तन आवश्यक आहे.

विश्वासाच्या घटिका

जवळ जवळ रोजच आपल्याला ज्याला आपण 'विश्वासाच्या घटिका' म्हणू शकू अशा प्रसंगांना सामोरं जावं लागतं. हे असे प्रसंग असतात, ज्यामध्ये आपल्या वागणुकीनं आपण विश्वास निर्माण करू शकतो किंवा देऊ शकतो किंवा संपवूही शकतो. आपण या प्रसंगाना कसे सामोरे जातो, मग ते छोटे असोत वा मोठे, त्यावर त्याचा परिणाम ठरतो आणि कधीकधी तर तो आपल्या कल्पनेपलीकडे

असतो.

अशीच एक अविस्मरणीय घटना मार्क झुकेरबर्गच्या आयुष्यात घडली. त्यानं जेव्हा फेसबुक या सोशल नेटवर्किंग साइटची २००४ मध्ये सुरुवात केली (तेव्हा त्याचं नाव The facebook असं होतं) त्या वेळी त्याला पैशांची आत्यंतिक गरज होती. त्याचं वॉशिंग्टन पोस्ट कंपनीचे सीईओ आणि अध्यक्ष डोनाल्ड ग्रॅहम यांच्याशी बोलणं झालं होतं. त्यानंतर काही आठवड्यांनंतर ॲक्सेल पार्टनर्स या (Venture Capital firm) नं त्यांना ४ दशलक्ष डॉलर्स अधिक देण्याची तयारी दर्शवून अधिक चांगला प्रस्ताव मांडला. त्या वेळी अक्सेलच्या एका सहसंचालकांबरोबर जेवण घेत असताना झुकेरबर्ग मध्येच थांबला. सहसंचालक त्या वेळी हा व्यवहार पूर्ण करण्याच्या तयारीत होते. तो प्रसाधनगृहात जाण्याच्या निमित्तानं उठला आणि बराच वेळ परत आलाच नाही. The Facebook इफेक्ट या आपल्या पुस्तकात डेव्हिड कर्कपॅट्रिक लिहितात,

कोहलर (झुकेरबर्गच्या सुरुवातीच्या अधिकाऱ्यांपैकी एक) सर्व काही ठीक आहे ना हे पाहायला उठला. त्यानं पाहिलं की पुरुषांच्या प्रसाधनगृहात झुकेरबर्ग मान खाली घालून रडत उभा होता. डोळ्यांतून अश्रू वाहत असताना तो म्हणत होता, ''हे चुकीचं आहे. मी हे करू शकत नाही. मी शब्द दिला आहे!'' कोहलर पुढे आठवून सांगतो, ''मी त्याला म्हटलं, तू एकदा डॉनला फोन करून का बघत नाहीस की त्याचं यावर काय मत आहे?'' झुकेरबर्ग थोड्या वेळानं शांत होऊन परत टेबलापाशी आला.

दुसऱ्या दिवशी सकाळी त्यानं ग्रॅहमला फोन केला. ''डॉन आपलं व्यवहाराचं बोलणं झालं त्यानंतर आपण एकमेकांशी बोललो नाही. त्यानंतर माझ्यापुढे इथल्या एका व्हेंचर कॅपिटल फर्मकडून जास्त चांगला प्रस्ताव आलेला आहे आणि त्यामुळे माझ्यापुढे नैतिक पेचप्रसंग निर्माण झाला आहे.'' झुकेरबर्गनं त्याला सांगितलं.

ग्रॅहम आधीच ब्रेयरशी बोलला होता. त्यामुळे तो नाराज झाला; पण त्याला आश्चर्य वाटलं नाही. परंतु तो प्रभावित झाला. ''वा! एका वीस वर्षांच्या मुलाकडून हे अनपेक्षित आहे. त्यानं मला हे सांगायला फोन केला नाही की तो दुसऱ्या व्यक्तीकडून पैसे घेतो आहे, तर त्याविषयी बोलायला केला आहे.'' ग्रॅहमला हे माहीत होतं की इतक्या छोट्या आणि नवीन कंपनीकरता त्यानं दिलेला प्रस्तावही खूप मोठा होता.

''मार्क तुला पैसे महत्त्वाचे आहेत का?'' ग्रॅहमनं विचारलं. झुकेरबर्ग म्हणाला, की अर्थातच ते महत्त्वाचे होते. कारण त्यामुळे द फेसबुक

तोट्यात जाण्यापासून वाचणार होतं आणि त्याला कर्ज काढावं लागलं नसतं.

वीस मिनिटांच्या चर्चेनंतर ग्रॅहम त्याला म्हणाला, "मी तुला तुझ्या नैतिक पेचातून मोकळं करतो. तू त्यांचे पैसे घे आणि तुझी कंपनी उभी कर. तुला माझ्या अनेकोत्तम शुभेच्छा!'' झुकेरबर्गच्या मनावरचं मोठं ओझं उतरलं आणि त्याच्या मनातलं ग्रॅहमबद्दलचं कौतुक आणि आदर एकदम वाढला.

झुकेरबर्ग नक्कीच अजून दूरचा पल्ला गाठेल. परंतु त्या विश्वासाच्या घटिकेनंतर जे काही झालं ते थक्क करणारं आहे. आज जगभरात ८०० दशलक्ष लोक फेसबुकचा वापर करतात आणि त्याच्यामुळे आपल्या जगाचं चित्रच बदलून गेलं आहे. त्याचा प्रभाव आपल्याला सर्वदूर दिसून येतो. अगदी तरुणांना त्यांच्या मित्रांच्या संपर्कात राहण्यापासून ते एखादी मोठी सामाजिक चळवळ सर्वदूर पोहोचवण्यापर्यंत. उदाहरणार्थ २०११ मधील इजिप्तमधील राज्यक्रांती. २०१० मध्ये झुकेरबर्गला टाइम्स मासिकातर्फे Person of the Year म्हणून घोषित करण्यात आलं. आज कंपनीची किंमत ८० अब्ज डॉलर्स इतकी असून, ती दिवसेंदिवस वाढतच आहे.

पण हे लक्षात घ्यायला हवं की झुकेरबर्गचं उदाहरण आणि जॉन्सन अॅण्ड जॉन्सन किंवा टोयोटासारख्या कंपन्यांची उदाहरणं हे स्पष्टपणे दर्शवतात की आपलं चारित्र्य, क्षमता आणि विश्वासार्हता टिकवून ठेवणं हे एक सातत्यानं आपल्यापुढे असणारं आव्हान आहे. ते स्वीकारणं आपल्याला अशक्य नाही आणि ते स्वीकारायलाच हवं. लोकांनी आपल्यावर विश्वास टाकण्यासाठी आपली विश्वासार्हता महत्त्वाची आहे आणि दुसऱ्याची विश्वासार्हता जोखण्याची आपली क्षमताही आपल्या डोळस विश्वास टाकण्याच्या अंदाजासाठी अतिशय महत्त्वाची ठरते.

आम्हाला आशा आहे की आम्ही आजच्या जगात घडणारी ही जी सकारात्मक उदाहरणं तुमच्यापुढे मांडतो आहोत, जी आपल्याला विश्वास निर्माण करण्याबाबत आणि विश्वास परत मिळवण्याबाबत सांगतात, त्यामुळे जगात विश्वास वाढायला मदतच होईल. या प्रकरणातील निरनिराळ्या लोकांच्या आणि कंपन्यांच्या गोष्टींवरून इतर काहीही बोध मिळाला तरी हे स्पष्ट होतं की, कुठल्याही गोष्टीची सुरुवात ही स्वतःपासूनच केली पाहिजे. आरशात पाहिल्यावर दिसणारं चित्र विश्वसनीय असायला हवं आणि इतरांपुढे अशी एक व्यक्ती, असं नेतृत्व, संस्था किंवा राष्ट्र ठेवता यायला हवं की ज्यावर ते विश्वास ठेवू शकतील.

प्रश्न

- तुम्ही लोकांना (तुमच्यासकट) एक विश्वासू व्यक्ती, एक पालक, कंपनी, एखादी धर्मादाय संस्था किंवा शासन व्यवस्था देण्यात कितपत यशस्वी झाला आहात?
- तुमचं चारित्र्य आणि क्षमता सुधारण्याकरता (किंवा तुमच्या टीमचं चारित्र्य आणि क्षमता सुधारण्याकरता) आणि लोकांनी तुमच्यावर विश्वास टाकावा यासाठी तुम्ही कोणती पावलं उचलाल?

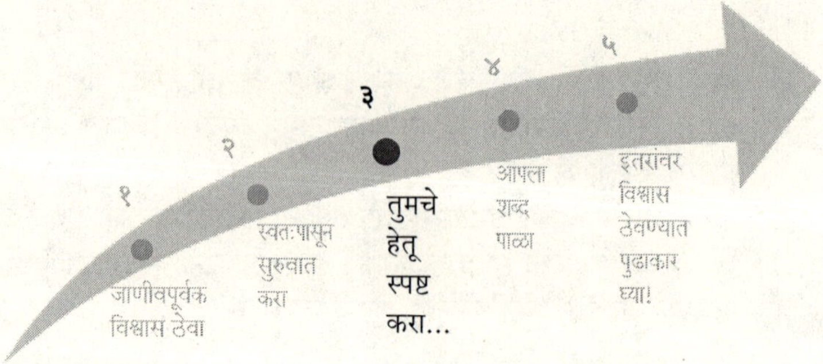

डोळस विश्वास कृती ३
तुमचे हेतू स्पष्ट करा... इतरांमध्ये सकारात्मक हेतू गृहीत धरा

तुमचा हेतू स्पष्ट करा आणि इतरांमधले चांगले हेतू गृहीत धरा
तुमचा हेतू गुणात्मकदृष्ट्या किती चांगला आहे?
थरगुड मार्शल

स्टीफन :

नुकताच बंगळूर या भारतातील शहरात फिरण्याचा एक आनंददायक अनुभव मी घेतला. मी जरी प्रत्यक्ष अपघात होताना पाहिला नाही तरी आता अपघात होईल की मग, अशा हृदयाचा ठोका चुकविणाऱ्या घटना पुष्कळ पाहिल्या. रस्त्यांवर चालकांना सुस्पष्ट मार्गदर्शक खुणा नव्हत्या. चालक वेड्यावाकड्या कशाही गाड्या चालवत होते. जरा कुठं जागा मिळाली की मध्ये घुसत होते. आपल्या गाडीच्या समोर नेमकं कधी कोण येईल याची कल्पनाही करता येत नव्हती. त्यामुळे कोणीतरी समोर नक्की येईल, हे गृहीत धरूनच गाडी चालवावी लागत होती.

हे सर्व लक्षात घेतलं तर स्थानिक चालकांचं कौशल्य वाखाणण्याजोगंच होतं आणि मला असं वाटतं की जर ते थोडी सावधगिरी बाळगून गाडी चालवत असते, तर ते कदाचित इतरांना धोकादायक ठरलं असतं, इतकं ते त्यांना अंगवळणी पडलं होतं. पण माझ्यासारख्या परक्या माणसाच्या नजरेला मात्र ती परिस्थिती संपूर्णपणे गोंधळाची होती. थोड्या वेळानं माझ्या असं लक्षात आलं की बहुतेक ड्रायव्हर हे समोरच्याला ओलांडून जाताना निदान हॉर्न तरी वाजवत होते. पण त्यामुळे काही माझ्या मनाला फार दिलासा मिळाला नाही. बहुतेक वेळ मी माझे डोळे मिटून, सीट बेल्ट घट्ट आवळून, आपण मरणार नाही या आशेवर बसलो होतो.

नंतर केव्हा तरी मी त्या अनुभवाची तुलना स्वित्झर्लंडमधील ड्रायव्हिंगच्या अनुभवाशी करून पाहिली, जिथं रस्ते आणि त्यावरील मार्गदर्शक खुणा अतिशय स्पष्ट आहेत आणि नियम काटेकोर आहेत. इतर अनेक गोष्टी पाळण्याबरोबरच तिथले चालक लेन बदलण्याआधी त्यांचे उघडझाप करणारे दिवे सुरू करतात (blinkers) ते हे स्वतःसाठी करत नसून इतर वाहनचालकांसाठी इशारा म्हणून करतात. त्यांना स्वतःला माहीतच असते की ते काय करणार आहेत. परंतु इतरांना आपला हेतू कळावा आणि त्याप्रमाणे आवश्यक त्या कृती करण्यासाठी त्यांनी सिद्ध व्हावं, यासाठी हा इशारा.

मी जेव्हा या दोन्ही अनुभवांची तुलना केली तेव्हा माझ्या असं लक्षात आलं की दोन्ही ठिकाणचे वाहनचालक आपला हेतू स्पष्ट करत होते. एकतर हॉर्न वाजवून किंवा दिव्यांच्या माध्यमातून फक्त स्वित्झर्लंडमधील चालकांचा हेतू बंगळूरमधील चालकांच्या तुलनेत माझ्या लवकर लक्षात आला आणि जास्त स्पष्ट होता.

नीट विचार केला तर, 'तुमचा हेतू स्पष्ट करणं' म्हणजे खऱ्या अर्थानं तुमचं वागणं इतरांना स्पष्ट करणं होय. आपण हॉर्न वाजवावा किंवा दिवे उघडझाप करून इशारा द्यावा, तसंच ते आहे. तुम्ही काय करू इच्छिता हे लोकांना सांगण्यासारखंच ते आहे आणि योग्य प्रकारे केल्यास आपण लोकांपर्यंत हेही पोहोचवू शकतो की आपण ते 'का' करतो आहोत.

याचे दोन भाग आहेत. पहिला भाग- 'तुमचा हेतू स्पष्ट करा' हा आहे. हा उद्देश आणि निश्चय या दोन गोष्टींवर आधारित आहे. याच्या 'विरोधी' गोष्ट म्हणजे तुम्ही तुमचा हेतू स्पष्ट करत नाही, कारण तुम्हाला वाटतं की तो पुरेसा

स्पष्ट आहे. तुमचा हेतू लपवून ठेवणं किंवा वेगळ्या स्वरूपात हेतू मांडणं, मनात वेगळाच हेतू धरून त्याप्रमाणे वागणे, गैरसमज करून देणं, खोट्या गोष्टी खऱ्या असतील असं भासवणं, किंवा खोटी आश्वासनं देणं, हे बनावट तत्त्वामध्ये (counterfeit) समाविष्ट आहे.

यातील दुसरा भाग (इतरांमधील सकारात्मक हेतू गृहीत धरा) हा विश्वास आणि योग्य सकारात्मक अपेक्षा या तत्त्वांवर आधारित आहे. याच्या विरुद्ध गोष्ट म्हणजे नकारात्मक हेतू गृहीत धरणं आणि बनावट तत्त्व (Counterfeit) म्हणजे सकारात्मक हेतूचे गोडवे गायचे आणि मनात मात्र संशय ठेवायचा. वरवर लोकांवर विश्वास आहे असं दाखवून त्यांच्या नकळत त्यांची चौकशी, तपासणी करायची.

आम्हाला सातत्यानं हे आढळून आलं आहे की, या ज्या दोन वर्तन पद्धती आहेत, हेतू स्पष्ट करणं आणि सकारात्मक हेतू गृहीत धरणं, या सर्वाधिक दुर्लक्षित पण त्याचबरोबर ज्याचा सर्वाधिक फायदा घेतला गेला आहे, अशा गोष्टी आहेत. अनेक व्यक्तींनी, संस्थांनी डोळस, योग्य विश्वास निर्माण करण्याकरता याचा उपयोग करून घेतलेला आहे. पण या कृती म्हणजे विश्वासाकडे नेणारा शॉर्टकट नाहीत तर त्या विलक्षण अशा वेगानं तुम्हाला विश्वासापर्यंत पोहोचवतात. आपण त्यांच्यावर एक नजर टाकू या.

हेतू स्पष्ट करण्याच्या दोन बाजू : काय आणि का?

परिणामकारकरीत्या हेतू स्पष्ट करण्याच्या दोन बाजू आहेत, त्या म्हणजे आपल्याला 'काय' करायचं आहे ते स्पष्ट करणं आणि आपल्याला ते 'का' करायचं आहे ते स्पष्ट करणं. दोन्ही बाजू महत्त्वाच्या आहेत. बहुतेक जण हे आपल्याला काय करायचं आहे हे सांगण्यात तरबेज असतात. (काटकसर करण्याकरता आपण अमुक गोष्टी करू शकतो) परंतु आपण ते का करणार आहोत हे मात्र ते सांगत नाहीत. उदा. आपल्या या कृतीमागचा आणि विचारामागचा हेतू अमुक अमुक आहे. जेव्हा आपण आपल्या कृतींच्या पाठचं कारण स्पष्ट करतो, तेव्हा इतर लोकांच्या आपल्या बोलण्याकडे आणि कृतींकडे पाहण्याच्या दृष्टिकोनात प्रचंड फरक पडतो.

सत्य हे आहे की, आपण स्वतःचं मूल्यमापन आपल्या हेतूंवरून करतो आणि इतरांचं त्यांच्या दृश्य वर्तनावरून. म्हणूनच जेव्हा लोक आपल्यावर अविश्वास दाखवतात तेव्हा बहुतेक वेळा त्यांनी आपल्या वागण्यावरून अंदाज बांधलेले असतात. आपण जेव्हा आपले हेतू स्पष्ट करतो - दोन्ही काय आणि का - तेव्हा आपण इतरांनी आपल्याबद्दल बांधलेल्या अंदाजावर चांगला प्रभाव पाडू शकतो

आणि त्यामुळे इतरांचा आपल्याबद्दल विश्वास वाटण्याची आणि वाढण्याची शक्यता वाढते.

चर्चेच्या वेळी आपले हेतू स्पष्ट करणं, हे अत्यंत परिणामकारक ठरतं. ज्या एका कंपनीबरोबर आम्ही काम करत होतो, त्यांच्या वरिष्ठ अधिकाऱ्यांनी आम्हाला त्यांचा एक अनुभव सांगितला. एका मोठ्या भागीदाराबरोबर महत्त्वपूर्ण चर्चा सुरू करताना आलेला हा अनुभव. ते याआधी पण या प्रक्रियेतून गेले होते आणि आधीची चर्चा अत्यंत व्यवहारीपणानं झाली होती. अगदी 'जशास तसे'च्या धर्तीवर, 'तुम्ही इतकं द्या, आम्ही इतकं देतो' अशा पद्धतीनं ते आपापसात करार तर करायचे; परंतु त्या संपूर्ण कालावधीत दोन्ही पक्षांना कधी ना कधी तरी कदाचित त्यांचंच नुकसान होतंय की काय, अशी शंका येत राहायची.

पण या वेळी मात्र आमच्या क्लायंट कंपनीनं स्वतःला आमच्या डोळस विश्वासाच्या प्रशिक्षणात अगदी बुडवून घेतलं होतं. त्यामुळे त्यांनी ते तपासून बघायचं ठरवलं. त्यांनी त्यांच्या भागीदाराला वेगळ्या प्रकारे चर्चा करण्याचा आपला हेतू अगदी स्पष्टपणे बोलून दाखवला. त्यांचा माहिती लपवून ठेवून समोरच्याला आपण जास्तीत जास्त किती वाकवू शकू यांचा अंदाज बांधण्याचा नेहमीचा खेळ न खेळता, त्यांनी जाणीवपूर्वक आपली उद्दिष्टं जाहीर केली आणि आपला सर्वोत्कृष्ट प्रस्ताव त्यांच्यासमोर मांडला. त्यांना कशाचं महत्त्व वाटत होतं ते त्यांनी समोरच्यांना सांगितलं, ते का महत्त्वाचं आहे, हेही सांगितलं आणि त्याचबरोबर त्यांना कशाचं महत्त्व वाटत नाही, हेसुद्धा सांगितलं. त्यांनी त्यांच्या भागीदारांना स्पष्ट सांगून टाकलं की जोपर्यंत दोन्ही पक्षांचा पुरेपूर फायदा होत नाही तोपर्यंत त्यांना हा व्यवहार करण्यात काडीचाही रस नाही. आणि एकदम उंचावर सुरुवात करून मध्ये कुठे तरी व्यवहार तोडण्यापेक्षा त्यांचा जो सर्वोत्कृष्ट प्रस्ताव होता तो त्यांनी समोर मांडला. आता त्यांच्या भागीदारापुढे निवडीचा पर्याय होता. एक तर हे जे स्पष्टीकरण होतं त्याचा अर्थ दुबळेपणा असा घेऊन त्या माहितीचा स्वतःकरता फायदा करून घ्यायचा किंवा त्या विश्वासाची परतफेड करायची आणि स्वतःचा हेतू स्पष्ट करायचा. त्यासाठी काय महत्त्वाचं आहे आणि काय नाही आणि का आहे, हे स्पष्ट करायचं. त्यांच्या भागीदारांनी दुसरा पर्याय निवडला आणि त्याचा परिणाम म्हणजे दोन्ही कंपन्यांनी झटपट निर्णय घेऊन एकमेकांवर पूर्ण विश्वास ठेवून अशा तऱ्हेनं व्यवहार पूर्ण केला की दोघांचंही पूर्ण समाधान झालं. हा परिणाम साध्य झाला; कारण दोन्ही पक्षांनी आपले हेतू खुले केले आणि अत्यंत पारदर्शकतेनं वागले.

या प्रकारच्या वागण्यात धोका नक्कीच आहे पण त्याचबरोबर त्यातून चांगल्या गोष्टी घडण्याचीही आशा आहे. फक्त या प्रकारच्या प्रसंगात जर कुठली गोष्ट

काम करत नसेल तर ती ही, की आपला हेतू स्पष्ट केल्याशिवायच चर्चेला सुरुवात करणं; म्हणजेच आपला वेगळ्या तऱ्हेनं चर्चा करण्याचा हेतू आहे हे न सांगता, तुम्ही जर सर्व गोष्टी उघड करायला लागलात तर नक्कीच समस्या उभ्या राहतील.

हेतू जाहीर केल्यामुळे विश्वास वाढतो

अनेक वर्षांपूर्वी शार्लट काउंटी पब्लिक स्कूलचे प्रशासक डू व्हिटेकर यांनी पुढील अनुभव आम्हाला सांगितला :

आमच्या शालेय विभागानं (School District) आम्ही आमच्या संघटनांबरोबर (Unions) चाललेल्या व्यवहारांमध्ये कशा प्रकारे बदल करावा हे ठरवलं होतं. परंतु येणाऱ्या वर्षाबद्दल काही बोलण्याअगोदरच आम्हाला चार्ली या चक्री वादळाचा तडाखा बसला. आम्हाला माहीत होतं की आम्हाला एका मोठ्या नैसर्गिक संकटाशी सामना करायचा होता. एकवीस शाळांपैकी आठ इमारती वापरण्याच्या पलीकडे गेल्या होत्या. मुलांना शाळा उरली नव्हती, शिक्षकांना काम उरलं नव्हतं आणि लोकांची घरंसुद्धा नेस्तनाबूत झाली होती. आमचे अधीक्षक (Superintendent) डॉ. डेव्ह गेलर यांनी एक बैठक बोलावली. विभागीय प्रशासकांबरोबरच (District Administrator) त्यांनी इतरांनाही त्या बैठकीला बोलावलं, त्यामध्ये दोन संघटनांच्या अध्यक्षांनाही आमंत्रण होतं. हे खरोखरीच एक धाडसी पाऊल होतं. त्यांनी घोषित केलं की आमचा अग्रक्रम हा लवकरात लवकर कर्मचाऱ्यांचा पगार देण्याला असणार होता, जरी त्यांना काम उरलं नसलं तरीही. त्यांनी असाही शब्द दिला की या संकटाच्या पार्श्वभूमीवरदेखील काही झालं तरी ते कर्मचारीकपात करणार नाहीत. या बैठकीनंतर डॉ. गेलर यांनी टीव्ही आणि रेडिओच्या ज्या वाहिन्या सुरू होत्या त्यावरून ही उद्घोषणा केली की त्यांच्या सर्व कर्मचाऱ्यांचा पगार मंगळवारी चुकता केला जाईल. संघटनांच्या (युनियन्स) आणि प्रशासकीय प्रतिनिधींनी एकत्रितपणे सर्व कर्मचाऱ्यांना पगार वाटले.

जेव्हा एकूण नुकसानीचा आढावा घेतला गेला तेव्हा हे स्पष्ट झालं की आमच्या सहा शाळा कदाचित पूर्णपणे बाद झाल्या होत्या. त्यांतील दोन दुरुस्त होण्यासारख्या होत्या. आम्ही युनियनबरोबर झालेल्या करारातील

काही भाग बाद केला. जे महत्त्वाचे बदल केले गेले त्यासाठी (Memorandum of Understanding) तयार केलं आणि ताबडतोब दोन सत्रांमध्ये काम सुरू करण्याचं ठरवलं आणि चक्री वादळानंतर केवळ दोन आठवड्यांतच मुलं शाळेत येऊ लागली. शिक्षक आणि प्रशासक कामाला लागले. तीन महिन्यांच्या आतच आम्ही दुरुस्त होऊ शकणाऱ्या इमारती परत वापरात आणल्या. तात्पुरते परिसर उभे केले आणि परत नेहमीसारखं काम सुरू केलं.

या सर्व गोष्टींचा परिणाम म्हणून शालेय विभागाबद्दल (School district) कर्मचाऱ्यांच्या मनात कमालीचा विश्वास निर्माण झाला. आमच्या या पुनर्वसनाच्या कार्यामुळे आम्ही लोकांच्या मनातही विश्वास निर्माण करू शकलो आणि जेव्हा कर्मचारी संघटनांबरोबर आर्थिक वाटाघाटी करण्याची वेळ आली तेव्हा आमच्या अधिकाऱ्यानं फक्त आकडे समोर मांडले आणि एवढंच म्हटलं, "आमच्याकडे हे उपलब्ध आहे आणि तीन वर्षांच्या अंमलबजावणीनंतर चित्र असं दिसेल." आणि त्या एका क्षणानंतर ज्या वाटाघाटी एरवी महिनोन्‌महिने चालल्या असत्या, त्या दोन तासांत आटोपल्या. त्यानंतर चित्र पालटलं. आता गुप्त सभा नाहीत, धमक्या नाहीत, स्क्रीनवर असणारी माहिती खरी की खोटी याची उलटतपासणी नाही. जी काही चर्चा झाली त्यामध्ये फक्त हे सगळं सुरू राहण्याकरता काय बारीकसारीक सुधारणा करायला हव्यात, त्याबद्दलच ठरवण्यात आलं.

मला वाटतं, आमची सगळ्यांचीच अशी समजूत होती की, आमच्या कर्मचाऱ्यांबरोबर आणि संघटनांमध्ये विश्वास निर्माण करणं ही एक बराच काळ चालणारी वेळखाऊ प्रक्रिया असेल. पण जेव्हा चक्री वादळाचा तडाखा बसला, तेव्हा सगळे बहाणे गळून पडले. आता 'मी एक प्रशासक आहे आणि तू एक शिक्षक' हे जाऊन 'मी ज्यो आहे, माझं घर जमीनदोस्त झालं आहे, आणि तुझ्या घराचं छप्पर कोसळलं आहे, एवढंच उरलं. आम्ही सगळे एक झालो. आम्ही म्हटलं, "आमच्या सगळ्यांपुढे एकच ध्यास आहे. हे आमचं काम आहे. हे आमच्या समाजासाठीचं आमचं योगदान आहे. आम्हाला मुलांचा विचार करायला हवा, आम्हाला पालकांचा विचार करायला हवा. जुनं सगळं विसरून जायला हवं." आणि आश्चर्याची गोष्टी ही की, दोन्ही बाजूंचे लोक ते खरोखरच विसरले.

व्हिटेकरनी जेव्हा हा अनुभव सांगितला तेव्हा सगळ्यांच्या एक गोष्ट लक्षात आली की शालेय प्रशिक्षकांच्या यशाचं प्राथमिक कारण संघटनांबरोबरच्या म्हणजे

तात्पुरत्या आणि नंतरच्या चर्चांमध्येही - डॉ. गेलर यांचे आपल्या हेतूंचे जाहीर प्रकटन. सुरुवातीलाच डॉ. गेलर यांनी स्पष्टपणे जाहीर केलं की त्यांचा अग्रक्रम सगळ्या शिक्षकांना पगार देण्याला होता. कोणालाही कामावरून कमी केलं जाणार नव्हतं आणि पगारातही कपात होणार नव्हती. त्यांनी हे फक्त मीटिंगमध्येच सांगितलं असं नाही, तर पुढे जाऊन त्यांनी रेडिओ आणि टीव्हीवरून हा उद्देश सर्व शिक्षक आणि लोकांपर्यंतही पोहोचवला. या घोषणेनं ताण कमी होऊन अत्यंत कठीण परिस्थितीतही लोकांच्या मनात आशा निर्माण झाली. त्यामुळे लोकांपर्यंत हाही संदेश गेला की, कोणीतरी त्यांची काळजी घेतंय आणि प्रशासकांच्या नंतरच्या कृतींनी हे दाखवून दिलं की शब्द देणारे आणि तो पाळणारे लोक हे विश्वासपात्र असतात. त्यातून उच्च विश्वासाचे बंध निर्माण होऊन झटपट करार पूर्ण झाला.

> *निदान मी तरी हेतुपूर्वक सुरुवात करतो -*
>
> *टॉमी फ्रॅन्क यूएस सेनाधिकारी*

शार्लट काउंटी शाळा विभागाच्या प्रशिक्षकांच्या अनुभवावरून आपल्याला हे स्पष्ट दिसून येतं की, आपला उद्देश स्पष्ट केल्यामुळे कशा प्रकारे विश्वास वाढतो. याचं दुसरं उदाहरण म्हणजे ज्या तऱ्हेनं इलिनॉईस राज्याच्या पथकर विभागानं आपला पथकर वसूल करण्यासाठी मुक्त पथकर पद्धत आणली (Open Road Tolling ORT) ७२९ दशलक्ष डॉलर्सची ही पद्धत बदलणं म्हणजे सोपं काम नव्हतं. एवढ्या मोठ्या प्रमाणावर याआधी ते कोणीच हातात घेतलं नव्हतं. एखाद्या उद्योगात या पद्धतीचा बदल करायला खरं तर दहा वर्षं लागली असती; परंतु सुरुवातीलाच त्या विभागाच्या प्रमुखांनी सांगून टाकलं, "आम्हाला हे वेगळ्या पद्धतीनं करायचं आहे आणि आम्हाला सर्वांचं सहकार्य हवं आहे. आम्हाला विश्वासाचं, भागीदारीचं एक नातं हवं आहे आणि या वेगवेगळ्या स्तरांमधल्या सदस्यांमध्ये आम्हाला एक वेगळी देवाणघेवाण व्हायला हवी आहे." त्यांनी वेगवेगळ्या पथकर कर्मचारी, इंजिनिअर, कंत्राटदार, आरेखनकार यांच्याबरोबर सहकार्याची भागीदारी करून ही संकल्पना वेगात साकार केली आणि या पद्धतीनं काम केल्यामुळे त्यांना एकाच वेळी २० प्रकल्प हाताळता आले. नवीन बांधकाम संकल्पना, पायाभूत सुविधा, (Plaza Geometry) नवीन गोष्टी अमलात आणून त्यांचा आढावा घेणं आणि केलेल्या कराराचं पालन या सगळ्या आघाड्यांवर ते एकाच वेळी लढत होते. सुरुवातीपासूनच विश्वासपूर्ण सहकार्य हा आदर्श घेऊन चालल्यामुळे ते नेहमीपेक्षा जास्त वेगानं प्रगती करू शकले आणि आपला प्रकल्प

त्यांनी अभूतपूर्वरीत्या अवघ्या २२ महिन्यांत पूर्ण केला. समाधानाची गोष्ट अशी की यामुळे १.३ दशलक्ष प्रवासी विस्कॉनसीन ते इंडियाना हा प्रवास कुठंही न थांबता करू शकतात.

कामगिरी गुणक

हेतू स्पष्ट करण्यामुळे तुमच्या कामगिरीत वेगवेगळ्या पद्धतीनं वृद्धी होते. त्यामुळे मनात आशा निर्माण होते. ही एक अस्सल खात्रीलायक आणि पारदर्शक गोष्ट असून, त्यामुळे लोक केवळ बौद्धिकच नव्हे; तर भावनिक बंधांनी जोडले जातात. आपल्याला या गोष्टीची खात्री पटायला मदत होते की, आपण हेतुपूर्वक आणि काही उद्दिष्टं समोर ठेवून काम करत आहोत. एकमेकांमधील देवाण-घेवाण वाढते. त्यामुळे आपली उद्दिष्टं साध्य होण्यास मदत होते. आपण हेतू स्पष्ट केल्यामुळे इतरांविषयीचा आदर दर्शवला जातो आणि त्यांनाही प्रक्रियेत सामील करून घेतलं जातं. लोक आपलं म्हणणं जास्त लक्षपूर्वक आणि सहानुभूतीपूर्वक ऐकून घेतात.

जेव्हा आपण आपले हेतू स्पष्ट करत नाही, तेव्हा आपण इतरांना तर्क करायला भाग पाडतो. गोंधळात टाकतो 'ती हे सगळं करून कुठं जाणार आहे?' 'तो नक्की काय करतो आहे?' हे अज्ञाताचं भयच एक तर संघर्ष घडवतं किंवा जे काही सांगितलं जात आहे ते मोकळ्या मनानं ऐकण्याची क्षमता घालवतं.

आपले हेतू स्वतःच्या संदर्भात स्पष्ट करण्याची आपली स्वतंत्र पद्धत आपण शोधली पाहिजे, जी आपल्या धोरणांचा आणि नेतृत्वाचा एक भाग असेल, आणि आपल्या कामाच्या बाबतीतील आपली मतं त्यातून स्पष्ट होतील.

> *आपल्या प्रयत्नांमागचे हेतू जाहीर करत असताना लोकांनी त्या संदर्भातील अनुरूप अशी शब्दयोजना वापरली पाहिजे. हा त्यांच्या योजना आणि नेतृत्वगुणांच्या विकासाचाच एक भाग आहे. आपल्या कामाविषयी आपण कशा पद्धतीनं बोलतो, ते खूप महत्त्वाचं आहे.*
>
> *पीटर सेन्ज द फिफ्थ डिसीप्लीन*

यातील सत्य परिस्थिती ही आहे की, जेव्हा लोकांचा एखाद्याच्या हेतूवर विश्वास असतो (किंवा किमान तो हेतू त्यांना समजतो) त्या वेळी त्यांनी दिलेली प्रतिक्रिया ही विश्वास नसतानाच्या प्रतिक्रियेपेक्षा वेगळी असते. मग आपण आपल्या उद्दिष्टावर विश्वास ठेवायला इतरांना कसं प्रवृत्त करायचं? तर हेतू जाहीर करून

त्याबद्दल पारदर्शकता ठेवून आणि लोकांपर्यंत हे पोहोचवून की आपला हेतू चांगला असून, त्यामागे कसलीही लपवाछपवी नाही.

अमेरिकेचे भूतपूर्व राष्ट्राध्यक्ष जॉन एफ. केनेडी यांनी २५ मे १९६१ रोजी आपलं उद्दिष्ट जाहीर केलं. ते म्हणाले, "मला वाटतं, या राष्ट्रानं आपलं उद्दिष्ट साध्य करण्याकरता कटिबद्ध व्हायला हवं. हे दशक संपण्याच्या आधी मानवानं चंद्रावर पाऊल टाकून पृथ्वीवर सुखरूप परत यायला हवं." हे होते 'काय' आणि मग त्यांनी सांगितले, 'का?' "आम्ही याच दशकात चांद्रमोहीम ठरवली ती सोपी आहे म्हणून नव्हे, तर ती अवघड आहे म्हणून. कारण हे उद्दिष्ट समोर ठेवल्यानंतर आपण आपली ताकद आणि कौशल्य पणाला लावू. कारण हे एक असं आव्हान आहे, जे स्वीकारायची आपली तयारी आहे आणि ते पुढे ढकलायची अजिबात इच्छा नाही. एवढंच नाही, तर हे आव्हान आम्हाला जिंकायचंच आहे."

अनेक जणांना केनेडींचं हे उद्दिष्ट विलक्षण आणि असाध्य वाटलं. परंतु दहा वर्षांच्या आतच नील आर्मस्ट्राँग आणि बझ आल्ड्रिन आपल्या अंतरीक्षयानातून बाहेर पडून पृथ्वीपासून लक्षावधी मैल दूर असलेल्या चंद्रावर उतरले. National Aeronautics And Space Administration च्या अनुसार, 'नासाच्या मानवाला अवकाशात पाठवण्याच्या प्रयत्नांना केनेडींच्या या भाषणानं मार्ग दाखवला.'

याचं अजून एक उदाहरण म्हणजे, ख्यातनाम बेसबॉल खेळाडू बेब रूथ याची या संदर्भात आठवण होते. १९३२ सालच्या जागतिक मालिकेत तिसऱ्या सामन्याच्या पाचव्या डावात जेव्हा त्याला बॅटिंग करायची होती, त्या वेळी मैदानाच्या मध्यावर असणाऱ्या ब्लिचर्सकडे(स्टेडियममध्ये वर छप्पर नसणाऱ्या बैठकांवर बसणारे प्रेक्षक) बॅट रोखून त्यानं आपला हेतू जाहीर केला आणि

प्रसारमाध्यमं आणि चाहत्यांसाठी आनंदाची गोष्टी ही होती, की पुढच्याच क्षणी त्यानं बॉल जो टोलवला तो ५०० फूट लांब असणाऱ्या रस्त्यावरील तात्पुरत्या बैठक व्यवस्थेत.

म्युरियल समर्स या १९९९ मध्ये एका अत्यंत खराब कामगिरी असणाऱ्या एका शाळेच्या मुख्याध्यापिका होत्या. ही शाळा उत्तर कॅरोलिना या राज्यातील वेक काउंटी पब्लिक स्कूलच्या संस्थांपैकी एक होती. त्यांनी नुकतंच आम्हाला स्वतःचा हेतू जाहीर केल्यावर झालेल्या परिणामांविषयी सांगितलं. शाळेचा मॅग्नेट* दर्जा टिकवून धरण्याचं आव्हान त्यांच्यासमोर होतं. त्यांना एका आठवड्यात इतर शाळांपेक्षा वेगळं असं नवीन शिक्षणाचं मॉडेल आत्मसात करायचं होतं आणि तेही कुठलाही जास्त खर्च किंवा शिक्षकांच्या मदतीशिवाय. हे आव्हान जरा जास्तच अवघड होतं कारण A. B. Combs या प्राथमिक शाळेत ५८ देशांतून आलेले आणि २७ भाषा बोलणारे विद्यार्थी होते. त्यांपैकी ६७ टक्के विद्यार्थी समाधानकारक काम करत होते, तर ४५ टक्के विद्यार्थ्यांना शासनाची आर्थिक मदत घ्यावी लागत होती.

एकूण परिस्थितीचा आढावा घेतल्यानंतर समर्स यांनी आपला हेतू जाहीर केला आणि तो होता A. B. Combs ही देशातील पहिली Leadership शाळा बनवण्याचा.

'प्रत्येक मुलामधील नेतृत्वगुण विकसित करण्याचा' समर्स आणि त्यांच्या कर्मचाऱ्यांच्या अथक प्रयत्नांमुळे शाळा लवकरच त्या विभागातील सर्वोत्कृष्ट कामगिरी करणारी शाळा ठरली आणि मॅग्नेट स्कूल of America नं त्या शाळेला २००६ मध्ये सर्वोत्कृष्ट मॅग्नेट स्कूल म्हणून मान्यता दिली. आता या शाळेतील ९७ टक्के विद्यार्थी उत्कृष्ट कामगिरी करत होते. शाळेत आणि घरी दोन्ही ठिकाणी नेतृत्वाच्या तत्त्वांचा स्पष्ट उच्चार आणि वापर करून मुलांनी सगळ्यांना आश्चर्यचकित केलं. आज A. B. Combs या शाळेचं उद्दिष्ट अजून विस्तारलं असून, आता ते 'प्रत्येक मुलाला जागतिक नेतृत्वाच्या दिशेनं घडवणं' असं आहे.

२०१० मध्ये वॉरन बफे आणि बिल आणि मेलिंडा गेट्स यांनी एकत्र येऊन शेकडो अब्जाधीशांना त्यांच्या आयुष्यात किंवा मृत्यूपश्चात त्यांची अर्धी तरी संपत्ती दान करण्याचं आवाहन केलं. त्यांच्या या प्रतिज्ञेच्या पहिल्या वर्षदिनी ६९ लोकांनी यात सामील होण्याचं ठरवलं. त्यांतील सर्वांत लहान होते हे फेसबुकचे संस्थापक डस्टिन मॉस्कोवित्झ आणि मार्क झुकेरबर्ग. दहा वर्षांपूर्वी CNN चे संस्थापक टेड

---

*मॅग्नेट स्कूल - अशी शाळा जी विशेष अभ्यासक्रम राबवून शाळेच्या आखून दिलेल्या भौगोलिक सीमांपलीकडील विद्यार्थ्यांना आकृष्ट करते.

टर्नर यांनीसुद्धा हेच काम करून इतरांनाही आवाहन केलं होतं. पण त्यांच्या आणि बफे आणि गेट्स यांच्या कामातील फरक हा होता की बफे आणि गेट्स यांनी लोकांना आपल्या हेतूंची औपचारिक घोषणा करायला लावून हे आव्हान एका वेगळ्या उंचीवर नेऊन ठेवलं आणि त्यामुळेच त्याचा जास्त खोलवर पोहोचणारा परिणाम झालेला दिसून आला.

आपल्याबरोबरच्या अब्जाधीशांना प्रतिज्ञा घ्यायला लावताना बफे म्हणाले :

मला वाटतं की मी माझे हेतू परत एकदा सांगून त्यामागची विचारधारा स्पष्ट करायला हवी.

पहिलं म्हणजे माझी प्रतिज्ञा. माझ्या संपत्तीपैकी ९९ टक्के भाग हा माझ्या जीवनकाळात किंवा मृत्यूपश्चात लोककल्याणाकरता वापरला जाईल.

माझ्या विलक्षण सुदैवानं मिळालेल्या संपत्तीविषयी माझ्या आणि माझ्या कुटुंबीयांच्या मनात अपराधभाव नसून, कृतज्ञताच आहे. आम्ही जर आम्हाला जे मिळालं आहे त्याच्या १ टक्क्यापेक्षा जास्त संपत्ती स्वतःकरता वापरली, तर आमच्या सुखासमाधानात फार काही वाढ होईल असं नाही. त्याउलट उरलेल्या ९९ टक्क्यांमुळे मात्र अनेकांच्या आयुष्यात आणि आरोग्यात प्रचंड फरक पडू शकतो आणि या सत्यामुळे माझा आणि माझ्या कुटुंबाचा मार्ग आखला गेला. आपल्या गरजेपुरतं ठेवून उरलेलं सर्व सामाजिक गरजांकरता वाटून टाकणं. माझ्या प्रतिज्ञेमुळे आमचा या मार्गावर प्रवास सुरू झाला.

अशा पद्धतीनं हेतू जाहीर केल्यामुळे त्यात लोकही सामील होऊन त्यांना विचारपूर्वक आपला वेळ, पैसा आणि ऊर्जा या बाबतीत कोणत्या व्यक्तीवर अथवा संस्थेवर विश्वास टाकावा, याचा निर्णय घेणं सोपं होतं.

हेतू जाहीर करणं : विश्वासाचा वेगवर्धक

आशा निर्माण करणं आणि आपल्या उद्दिष्टांपर्यंत आपल्याला पोहोचवण्याबरोबरच हेतू स्पष्ट केल्यानं आपल्या कामगिरीतही वृद्धी होते आणि विश्वास वाढायलाही मदत होते. एका ग्राहकोपयोगी वस्तूंचं उत्पादन करणाऱ्या कंपनीनं त्यांच्या कार्यसंस्कृतीत विश्वास वाढवण्याकरता त्यांची सर्व आर्थिक माहिती खुली करण्याचा हेतू जाहीर केला. त्यांनी सर्व कर्मचाऱ्यांना ही आर्थिक माहिती खुली केली आणि व्यवसायात

अधिक सुधारणा होण्याकरता त्यांची मदत मागितली. आता ही खासगी कंपनी असल्यानं त्यांना खरं तर हे सर्व करण्याची काहीच गरज नव्हती. परंतु त्यांना वाटलं की अशा प्रकारच्या पारदर्शकतेमुळे विश्वास निर्माण होईल, कर्मचाऱ्यांची गुंतवणूक वाढेल, कामगिरी सुधारेल आणि सर्वांसाठी अत्यंत लाभदायक असा कामाचा अनुभव मिळेल.

सुरुवातीला लोकांना कळेना, की हे नक्की काय चाललं आहे. त्यांनी हिशेबांच्या खरेपणाविषयी शंका घेतली. त्यांनी यामागील संभाव्य हेतू काय असतील याचे अंदाज बांधले. पण कंपनीचे प्रमुख अधिकारी आपल्या भूमिकेला घट्ट चिकटून राहिले. ते मोकळेपणानं, प्रामाणिकपणे आणि पारदर्शकतेनं आपले हेतू परत परत सांगत राहिले. त्यांनी लोकांना ते 'काय' करत आहेत आणि जे करत आहेत ते 'का' करत आहेत, हे स्पष्टपणे सांगितलं. काही महिन्यांमध्येच लोकांच्या लक्षात आलं की दाखवलेले आकडे खरे आहेत. त्यामागे कोणताही अंतःस्थ हेतू नव्हता. त्या प्रमुखांना खरोखरच लोकांना आपल्या कामात सामील करून घ्यायचं होतं. त्यांना आपल्या हितसंबंधात गुंतवून घ्यायचं होतं आणि कामात सुधारणा होण्याकरता त्यांच्या कल्पना हव्या होत्या. काही संस्थांच्या बाबतीत आर्थिक गोष्टी उघड करणं हा योग्य मार्ग नसेलही कदाचित; परंतु या कंपनीचा अनुभव असा की या खुलेपणामुळे आणि पारदर्शकतेमुळे इतर कुठल्याही उपायांपेक्षा विश्वास वेगानं आणि जास्त चांगल्या पद्धतीनं वाढला.

> *विश्वास निर्माण करण्याचा उत्तम मार्ग म्हणजे आपण काय करतो आहोत ते लोकांपर्यंत स्पष्टपणे पोहोचवणे, हे आम्ही शिकलो आहोत.*
>
> *एली लिलीचे अध्यक्ष आणि सीईओ जॉन लेक्लिस*

आपण जेव्हा हेतू लपवून ठेवतो तेव्हा...

जेव्हा लोक स्वतंत्रपणे काम करत असतात, तेव्हा बहुतेकांना इतरांचे हेतू आणि उद्देश माहिती असायला हवे असतात. यावर उत्तम उपाय म्हणजे हेतू स्पष्टपणे सांगून टाकणं. असं केल्यामुळे जाणीव वाढते अणि मनातील शंका कमी होते.

जेव्हा आपण काय करणार आहोत हे लोकांना सांगत नाही, तेव्हा त्याची त्यांना जाणीवही नसते आणि ते त्या गोष्टीकडे लक्षही देत नाहीत आणि म्हणूनच कदाचित आपलं वर्तन हे विश्वासाच्या वचनाची पूर्तता आहे किंवा आपण (किंवा आपली टीम किंवा संस्था) विश्वासपात्र आहोत याचा पुरावा आहे, हे त्यांच्या

लक्षातच येत नाही. त्याखेरीज विश्वसनीयता पारखण्याचं आणि योग्य निर्णय घेण्याचं अजून एक साधन हेतू स्पष्ट न केल्यामुळे आपण गमावत असतो. हेतू जाहीर करून तो पूर्ण न करणं, यापेक्षा हेतू जाहीर न करता काम मात्र पूर्ण करणं, हे केव्हाही उत्तम. परंतु आपण जर हेतू स्पष्ट केला नाही तर कदाचित आपली प्रतिमा काही न करणारा किंवा कुठलंही आश्वासन अथवा उद्दिष्ट नसणारा, कोणतीही आशा किंवा काही किंमत न दाखवणारा, अशी होईल आणि त्यामुळे आजच्या बाजारपेठेत तुमच्याबद्दल विश्वास कमी होतो.

आणि आपण जेव्हा आपला हेतू जाहीर करत नाही, तेव्हा बहुतेक वेळा लोक पुढील दोनपैकी एक प्रतिक्रिया देतात : एक तर ते आपल्या हेतूंविषयी अंदाज बांधतात किंवा ते स्वतःचा हेतू आपल्या वागण्यावर लादतात आणि मोकळ्या दिसणाऱ्या जागा भरून काढण्याचा प्रयत्न करतात. दुर्दैवानं जिथं विश्वासाचं वातावरण नसतं, अशा ठिकाणी लोक बहुतेक वेळा चांगले अंदाज बांधण्यापेक्षा चुकीचेच अंदाज बांधतात. अविश्वासाच्या वातावरणात ते आपल्या मनातली भीती, शंका आणि काळज्या यांचा आशा, स्वप्न आणि इच्छांपेक्षा जास्त विचार करतात. लोक आयुष्याच्या प्रत्येक पैलूविषयी अंदाज बांधत असतात, कुटुंबामध्ये व्यक्तिगत संबंधांमध्ये, कंपनी, टीम, शासनाबाबत सगळ्या बाबतीत तर्क करत असतात. परिणामी त्यांचे अंदाज आणि तर्क दोन्ही चुकीच्या माहितीवर आधारित असतात आणि त्यामुळे विश्वासाला हानी पोहोचते.

> *ज्या क्षणी एखाद्याच्या हेतूंबद्दल मनात शंका उद्भवते, त्या क्षणापासून त्याच्या प्रत्येक कृती संशयास्पद वाटू लागतात.*
>
> *महात्मा गांधी*

काही वर्षांपूर्वीची गोष्ट आहे. सीएनएन या वृत्तवाहिनीच्या एका अनुवादकानं इराणचे राष्ट्राध्यक्ष महमूद अहमदीनेजाद यांच्या भाषणातील एका महत्त्वाच्या शब्दाचा चुकीचा अनुवाद केला, 'आण्विक तंत्रज्ञान' विकसित करण्याऐवजी राष्ट्राध्यक्ष अहमदीनेजाद हे 'आण्विक शस्त्र' विकसित करण्याविषयी बोलले असं वृत्तांकन केलं गेलं. आणि इराणच्या आण्विक धोरणाच्या संबंधात आधीच तापलेल्या राजकीय वातावरणात त्याची भर पडली आणि सीएनएनची ताबडतोब इराणबाहेर हकालपट्टी झाली. 'केहान' या वृत्तपत्राचे प्रमुख संपादक हुसेन शरियतमदारी म्हणाले, ''लोकांच्या मतावर राष्ट्राध्यक्षांच्या भाषणाचा प्रभाव पडू नये म्हणून जाणूनबुजून केलेली ही चूक होती, ''अर्थात जाहीर माफीनाम्यानंतर सीएनएनला

परत इराणमध्ये प्रवेश मिळाला. परंतु या गोष्टीवरून आपल्या लक्षात येतं की कसं अविश्वासाच्या वातावरणात जेव्हा हेतू स्पष्ट होत नाही, तेव्हा त्या घटनेशी द्वेषभावनेचा त्वरित संबंध जोडला जातो.

एका दुर्लक्षित हेतूशी चुकून संबंध जोडला गेल्यामुळे अशाच एका आंतरराष्ट्रीय वादाची ठिणगी पडली. मे १९९७ मध्ये डेन्मार्कच्या एका महिलेला अटक करण्यात आली. तिचा गुन्हा काय होता तर आपल्या १४ महिन्यांच्या मुलीला बाबागाडीत (Strooer) बसवून तिनं ती न्यू यॉर्कमधल्या एका रेस्टॉरन्टच्या खिडकीखाली उभी केली आणि ती महिला त्या रेस्टॉरन्टमध्ये काही पेय घेण्याकरता म्हणून गेली. दुसऱ्या एका ग्राहकानं केलेल्या तक्रारीवरून पोलीस रेस्टॉन्टमध्ये शिरले आणि त्या महिलेला बेड्या घालून अटक केली आणि तिच्यावर गुन्हेगारी खटला दाखल केला. मुलीला सुरक्षित पालक परिवारगृहात (Foster care) दाखल केले. तब्बल ४ दिवसांनंतर त्या आईला आपल्या मुलीला भेटण्याची परवानगी मिळाली- तेही देखरेखीखाली. काही दिवसांनंतर न्यायाधीशांनी तिला सांगितलं की, ती जर 'सहा महिने व्यवस्थित वागताना आढळली तरच' तिच्यावरचा खटला मागे घेण्यात येईल. परंतु यामुळे ती महिला आणि डेन्मार्कमधील अनेक लाक संतप्त झाले. नंतर असं आढळून आलं की, डेन्मार्कमधल्या उच्च विश्वासपूर्ण वातावरणात पालक जेवताना किंवा खरेदी करत असताना मुलांना दुकानाबाहेर ठेवणं ही नेहमीची गोष्ट आहे. डेन्मार्कमधील लोकांना मुलांना मोकळी हवा मिळणं हे महत्त्वाचं वाटतं. त्या स्त्रीनं असा प्रतिवाद केला की तिला खिडकीतून सर्व वेळ ती बाबागाडी दिसत होती आणि पूर्ण वेळ ती आपल्या मुलीवर लक्ष ठेवून होती.

आता यामागे पोलिसांचा हेतू काय होता, तर त्या बाळाचं संरक्षण करणं. ज्या ग्राहकानं पोलीसांना बोलावलं, त्यांचा हेतू काय तर त्या छोट्या मुलीची सुरक्षितता; आणि त्या आईचा हेतू काय होता, तर त्या रेस्टॉरन्टमधील गर्दीच्या, कोंदट वातावरणात मुलीला नेणं टाळावं. ही त्या वेळची डेन्मार्कमधील प्रचलित पद्धत होती. प्रत्येकाचाच हेतू चांगला होता; पण तो एकमेकांना न समजल्यामुळे प्रत्येकानं त्याचा चुकीच्या गोष्टींशी संबंध जोडला.

जेव्हा आपण हेतू जाहीर करत नाही, तेव्हा आपण आपल्या उद्दिष्टांबद्दल गैरसमज होण्याचा संभाव्य धोका पत्करत असतो. पण हेच जेव्हा आपण आपला हेतू जाहीर करतो त्या वेळी तेव्हा आपण अंदाजाने किंवा तर्काने हेतूंचे संबंध जोडण्याची जी गरज असते ती नाहीशी करतो. आपण लोकांना तर्क करायला लावत नाही, कारण जे काही आहे ते आपल्याकडून त्यांच्यापर्यंत स्पष्टपणे पोहोचते. जर आपल्या नात्यामध्ये विश्वास कमी असेल तर सुरुवातीला ते कदाचित आपल्यावर विश्वास ठेवणार नाहीत. ते कदाचित असंही म्हणतील, "आता यानं

हे नवीन काय काढलं?'' किंवा ''नक्की काय प्रकार आहे?'' किंवा ''ते नक्की काय करण्याचा प्रयत्न करत आहेत?'' पण उत्तम नेते अशा वेळी आपल्या जागेवर ठाम असतात. ते सच्चेपणानं, पारदर्शकतेनं प्रामाणिक प्रयत्न करतात आणि आपलं म्हणणं अशा प्रकारे मांडतात की, कोणाच्याही मनात शंका राहू नये. ते खुलेपणानं काम करतात, कारण त्यांच्याकडे लपवण्यासारखं काहीच नसतं. ते नुसतेच पारदर्शकतेनं वागत नाहीत, तर ते पादर्शकता खुलेपणानं स्वीकारतात. त्यांचं वर्तन हेच पारदर्शकतेचं उदाहरण असतं.

> *मी सतत अगदी दिवसाचे २४ तास आणि आठवड्याचे सातही दिवस या कंपनीबद्दल बोलत असतो, त्यात लपवण्यासारखं काहीच नाही. आमच्या या १३० वर्षांच्या जुन्या कंपनीत उच्च दर्जाच्या नेतृत्वाची परंपरा आणि प्रामाणिकपणाचं वातावरण आहे.*
>
> *GE चे अध्यक्ष आणि सीईओ जेफ्री इमेल्ट*

एखाद्या लहान मुलाला जशी 'पलंगाखाली लपलेल्या बागुलबुवाची' भीती वाटते- जो दिवा लावल्यावर गायब होतो, त्याचप्रमाणे लोकांच्या मनातली भीती असते. आपण काय करत आहोत आणि का करत आहोत याबद्दल त्यांना वाटणारी शंका ही आपण आपला हेतू जाहीर करतो आणि आपल्या उद्दिष्टांवर प्रकाशझोत टाकतो, त्याच क्षणी नाहीशी होते.

हेतू महत्त्वाचा आहे

> *माझ्या विभागात असे काही लोक आहेत ज्यांच्यावर माझा विश्वास नाही. असं का, या गोष्टीचा मी खूप विचार केला. ते उत्तम शिक्षक आणि समन्वयक आहेत, ते वेळेत काम करतात आणि जे करायला सांगितलं असेल ते काम व्यवस्थित करतात; परंतु तरीही माझा त्यांच्यावर विश्वास नाही, कारण ते नेहमी दुसऱ्याच्या आधी स्वतःची काळजी घेतात आणि वेळेला दुसऱ्याच्या जिवावरही स्वतःची काळजी घेतात. त्यांचे हेतू स्पष्ट आहेत. त्यांना स्वतःसाठी जे काही सर्वोत्तम असेल ते हवं असतं. जे स्वतःपेक्षा इतरांसाठी फायदेशीर असेल अशा कुठल्याही गोष्टीकरता कोणताही त्याग करण्यास ते तयार नसतात.*

त्यांचे हेतू स्वार्थी असतात आणि मला या गोष्टींवर विश्वास ठेवणं कठीण जातं की ते माझ्या कार्याचं योग्य तऱ्हेनं प्रतिनिधित्व करतील किंवा माझ्या टीमसाठी मला ज्या चांगल्या गोष्टी व्हायला हव्या आहेत त्याच त्यांनाही हव्या असतील किंवा ते माझ्यासाठी म्हणून काहीतरी करतील. मला या गोष्टीची खात्री वाटत नाही की, स्वतःखेरीज त्यांना इतरांच्या भल्याची काळजी असेल.

पॅम मॅक्गी
प्राध्यापक आणि सल्लागार

आपले हेतू जाहीर करण्यामुळे विश्वास वेगानं वाढतो आणि जर आपला हेतू जिव्हाळ्याचा आणि एकमेकांच्या फायद्याचा असेल तर अधिकच. तुम्हाला जर कोणाची फिकीर नसेल किंवा जर तुमचे काही स्वार्थी हेतू असतील, काही छुपे उद्देश असतील- जे उघडकीला आले तर ते तुमच्यासाठी लाजिरवाणं ठरू शकेल ('माझा हेतू जिंकणं हा आहे. तुझं जिंकणं किंवा हरणं याच्याशी मला काही कर्तव्य नाही') तर मग तुम्ही तुमचे हेतू जाहीर न केलेलेच बरे. तुम्ही जिंकण्यामध्ये काहीच चूक नाही आणि त्याविषयी कोणाला काही प्रश्नही असू नये; पण त्यांचं नुकसान करून तुम्ही जिंकू नये, एवढंच त्यांना वाटतं. त्याचबरोबर त्यांना एक व्यक्ती म्हणून किंवा एक ग्राहक म्हणून तुम्हाला त्यांचं महत्त्व वाटतं, त्यांच्या भल्याचं आणि त्यांच्या उद्दिष्टांचं तुम्हाला महत्त्व वाटतं, याची त्यांना खात्री हवी असते. एकमेकांबद्दलच्या जिव्हाळ्यातून मिळणाऱ्या प्रेरणेतून जो दृढविश्वास निर्माण होतो, तसा इतर कशातूनच होत नाही. याचं उदाहरण म्हणजे वैद्यकीय व्यवसायात विश्वासाच्या बाबतीत बऱ्याच वेळा डॉक्टरांपेक्षा परिचारिकांचा क्रमांक वरचा लागतो. दोघंही रुग्णसेवा करतात; पण परिचारिका जास्त काळजी घेतात, अशी रुग्णांची भावना असते. याखेरीज अग्निशमन दलातील जवानांचाही विश्वासाच्या बाबतीत वरचा क्रमांक लागतो. अत्यंत अल्प मोबदल्यात आपल्या प्राणाची बाजी लावून दुसऱ्यांच्या मदतीसाठी धावून जाणाऱ्या या जवानांच्या हेतूबद्दल कुणाच्याही मनात शंका नसते.

आपुलकीयुक्त हेतू हा एक प्रभावी कामगिरी वृद्धीकारक आहे. याचं उत्तम उदाहरण म्हणजे एरीक वीहनमेयर, माउंट एव्हरेस्टवर पोहोचणारी एकमेव अंध व्यक्ती. मे २००१ मध्ये त्यांनी एव्हरेस्टवर केलेली चढाई ही सगळ्यात यशस्वी चढाई मानायला हवी. कारण त्या दिवशी १९ जण शिखरावर पोहोचले. एका संघातले इतके जण एकदम एकाच दिवशी शिखरावर पोहोचण्याची ही दुर्मीळ

घटनाच म्हणायला हवी. एरिकनं नंतर आम्हाला सांगितलं, ''मोठमोठ्या भेगांनी भरलेलं बर्फाचं पठार एकमेकांबरोबर एकत्रितपणे ओलांडणं, ही विश्वासाची कसोटीच होती. गिर्यारोहण करत असताना बऱ्याच वेळा माझ्या सहकाऱ्यांचं जीवित माझ्या हातात आणि माझं त्यांच्या हातांत असतं.''

मायकेल ब्राऊन- ज्यानं या सर्व प्रवासाचं चित्रीकरण केलं, तो म्हणाला :

मला या मोहिमेतील सगळ्यात कुतूहलजनक वाटणारी गोष्ट ही आहे की या टीममधील सगळ्यांनी शिखरावर पोहोचण्याची स्वतःची गरज बाजूला ठेवली आणि ते सगळे एरिकचं ध्येय पूर्ण करण्यासाठी सज्ज झाले. जेव्हा हा चमू एकाच ध्येयाच्या पाठी लागला तेव्हा सगळे जण शिखरावर पोहोचू शकले. आम्ही आमच्या वैयक्तिक गरजा बाजूला ठेवू शकलो म्हणूनच एक संघ म्हणून एवढं मोठं यश मिळवू शकलो. एव्हरेस्टवर चढणाऱ्या प्रत्येक माणसाचं किंवा स्त्रीचं एकच स्वप्न असतं ते म्हणजे, 'मला शिखरावर पोहोचायचं आहे.' प्रत्येकाला शिखरावर पोहोचायचं असतं. आणि त्यामुळे इतरांना प्रोत्साहन किंवा आधार दिला जात नाही आणि संघाच्या यशालाही महत्त्व दिलं जात नाही, 'मला माझ्या ध्येयापर्यंत पोहोचता येईल की नाही,' याचीच प्रत्येकाला काळजी असते. आमच्या संघाचं उद्दिष्ट यापेक्षा मोठं होतं. आम्हाला एरिकच्या पाठीमागे उभं राहून तो शिखरावर पोहोचून सुखरूप कसा परत येईल, हे पाहायचं होतं. परिणामी संघातील सर्व जण शिखरावर पोहोचू शकले.

ग्रेग :

काही वर्षांपूर्वी मी ६ दिवस चालणाऱ्या एका नेतृत्वविषयक अभ्यासक्रमात सामील झालो होतो. पहिल्याच दिवशी सकाळी आम्ही धावायला गेलो. आम्हाला दिल्या गेलेल्या सूचना अगदी साध्या होत्या. 'पूर्ण एक मैल पळा. वेळ लावून पळा आणि तुम्हाला किती वेळ लागतो त्याची नोंद करा.' हे बोलायला सोपे होतं. आमच्यापैकी बहुतेक जणांची पळण्याची शारीरिक तयारी नव्हती; परंतु एकमेकांच्या बरोबरीनं आम्ही आमचं काम पूर्ण करण्याचा प्रयत्न केला.

दुसऱ्या दिवशीच्या सूचना त्याच होत्या. फक्त त्यात एक छोटासा बदल होता. 'आज आपण धावताना इतरांनाही प्रोत्साहन द्यायचं.' आणि

आश्चर्याची गोष्ट अशी की, आदल्या दिवशीच्या तीव्र वेदना असूनसुद्धा आज आम्हाला कमी वेळ लागला. स्वतःचा विचार न करता इतरांच्या गरजांवर लक्ष केंद्रित केल्यामुळे कमी श्रमांत आम्हाला जास्त काम करता आलं.

इतरांप्रति असणारा जिव्हाळ्याचा हेतू आणि त्यातून निर्माण होणारे त्याचे परिणाम आपल्याला ग्लॅक्सो स्मिथक्लाइन यासारख्या यशस्वी फार्मास्युटिकल कंपनीच्या कृतीमधून साकार झालेले दिसतात. या कंपनीनं अशी प्रतिज्ञा केली की समृद्ध देशांमध्ये त्यांनी आपल्या औषधांच्या जेवढ्या किमती ठेवल्या होत्या, त्यापेक्षा पंचवीस टक्के कमी किमती त्यांनी गरीब देशांमध्ये ठेवल्या. त्यांनी असंही ठरवलं की, झालेल्या नफ्यापैकी पाचवा हिस्सा ते गरीब देशांमध्ये त्यांची आरोग्य सेवा सुधारण्यासाठी दान करतील. त्यांनी आपल्याकडील माहिती आणि मलेरियावरील औषधं इतर संशोधकांकरिता खुली केली. एका फार्मास्युटिकल कंपनीकरता असा हेतू जाहीर करणं, ही एक विलक्षण गोष्ट होती. त्यांचं उद्दिष्ट काय होतं, तर अर्थातच स्वतःचा व्यवसाय वाढवणं. पण तेवढ्यावरच न थांबता, त्यांना काहीतरी चांगलं घडवून आणायचं होतं. त्यांचे कार्याध्यक्ष अँड्र्यू विटी यांनी सांगितलं-

मला GSK (Glaxo Smithkline) अतिशय यशस्वी व्हायला हवी आहे; पण आफ्रिकेच्या लोकांना सोडून देऊन नाही. कुठल्याही एखाद्या छोट्याशा गावातल्या हॉस्पिटलमध्ये आपल्याला मलेरियाच्या तापानं फणफणलेल्या स्त्रिया आणि मुलं आढळून येतील. त्यांची शून्यात लागलेली नजर पाहून तुम्ही विचारात पडता, की इतर मुलांची कोण काळजी घेत असेल? नुकसान किती होतं आहे, हे स्पष्टच दिसत आहे.

जॉन मॅक्के, होल फूड मार्केट या कंपनीचे सीईओ, यांनी २००६ मध्ये आपल्या कर्मचाऱ्यांना उद्देशून लिहिलेल्या पत्रात असाच आपुलकीनं भरलेला आणि विश्वास निर्माण करणारा आपला हेतू स्पष्ट केला होता. त्यांनी लिहिलं,

होल फूड मार्केटच्या प्रचंड यशानं मला कल्पनेच्या बाहेर पैसा मिळवून दिला. आज माझ्याकडे माझ्या आर्थिक स्थैर्यासाठी आणि वैयक्तिक सुखसमाधानासाठी आवश्यकतेपेक्षा जास्त पैसा उपलब्ध आहे. आज मी ५३ वर्षांचा आहे आणि अशा स्थानावर आहे की, मला पैशांसाठी काम

करण्याची गरज उरलेली नाही, त्यामुळे आता फक्त माझ्या आनंदासाठी आणि माझ्या हृदयात असणाऱ्या सेवेच्या हाकेला ओ देण्यासाठी मी यापुढे काम करणार आहे. १जानेवारी २००७ पासून माझा पगार मी फक्त एक डॉलर इतकाच घेणार असून, कुठल्याही प्रकारच्या रोख सवलती घेणार नाही. भविष्यात जी काही Stock option माझ्या वाट्याला येणार असतील, ती आपल्या दोन्ही कंपन्यांचा पाया मजबूत करण्यासाठी वापरली जावीत, हा यामागचा संचालक मंडळाचा हेतू आहे.

अजून ज्या एका महत्त्वाच्या बाबतीत तुमच्याशी बोलायचं आहे, ती म्हणजे माझ्या भविष्यात कुठल्याही प्रकारचा मोबदला न घेण्याच्या निर्णयाच्या पार्श्वभूमीवर संचालक मंडळानं असा निर्णय घेतला आहे की, 'होल फूड मार्केट' वार्षिक १,००,००० डॉलर्स एका नवीन Global Team Member Emergency Fund मध्ये जमा करतील. हे पैसे कंपनीतील कुठल्याही कर्मचाऱ्यासाठी त्याच्या गरजेनुसार दिले जातील. यांतील पहिले १,००,००० डॉलर्स १ जानेवारी २००७ रोजी जमा केले जातील आणि त्यानंतर ते गरजेनुसार उपलब्ध असतील.

तुमचाच
जॉन मॅक्के

होल फूड मार्केटचा हेतू हा त्यांच्या निवेदनाच्या शीर्षकातच जाहीर झाला आहे. शीर्षक आहे, 'स्वातंत्र्याचा जाहीरनामा'. हफिंग्टन पोस्ट या वृत्तपत्रात 'एका विश्वसनीय संस्थेची निर्मिती' या शीर्षकाच्या एका लेखात मॅक्के म्हणतात, ''या कार्याच्या पूर्ततेसाठी आस्था असायला हवी. शेवटी प्रेम आणि आपुलकीच्या आधारावर बेतलेलं आस्थापूर्ण वातावरण असल्याशिवाय आपण उच्च विश्वास निर्माण करू शकत नाही.'' त्यांनी नंतर या विषयावर विचारमंथन होण्याकरता अनेक सूचना केल्या. त्यांतील काही पुढीलप्रमाणे आहेत.

नेतृत्व हे खरं प्रेम आणि आपुलकी या दोन गोष्टींनी परिपूर्ण असायला हवं.

तुम्ही प्रेमाचा आव आणू शकत नाही. जर तुमच्या नेतृत्वातून तुमच्या कृतीतून ते प्रेम आणि आपुलकी दिसत नसेल, तर त्या वातावरणातही प्रेम आणि आपुलकी निर्माण होणार नाही. गांधींनी म्हटल्याप्रमाणे, ''आपल्याला जगात जो बदल अपेक्षित आहे, तो बदल आपणच असायला हवं.''

आपल्या नेतृत्वाशी संबंधित सर्व निर्णयांमधून आपण प्रेम आणि

आपुलकीवर भर दिला पाहिजे. आपण केवळ क्षमताच वाढवल्या पाहिजेत असं नाही, तर प्रेम आणि आपुलकी यातही वाढ केली पाहिजे. आपल्या संस्थेला दोन्हींची गरज आहे आणि आपल्याला असं नेतृत्व निर्माण करायचं आहे, जे दोन्ही गुणांनी परिपूर्ण असेल.

'डिलिव्हरिंग हॅप्पीनेस' या आपल्या पुस्तकात झॅपोसचे CEO टोनी श्ये यांनी आपल्या कंपनीचा जिव्हाळ्यानं भरलेला हेतू स्पष्ट केला आहे. जगामध्ये आनंद पसरवणं हा झॅपोसचा हेतू आहे, ''कंपनीचा ग्राहकांना खूश ठेवण्याचा हेतू त्यांच्या 'विनामोबदला घरपोच सेवा' आणि '३६५ दिवसांत केव्हाही परत करा,' या दोन धोरणांमधून स्पष्ट होतो. त्यांच्या ग्राहक सेवा प्रतिनिधींना ग्राहकांचं समाधान होण्यासाठी आवश्यक तो वेळ देण्याच्या सूचना आणि त्यांच्या समाधानी ग्राहकांच्या त्यांच्या संकेतस्थळावरील प्रतिक्रिया या सगळ्यातूनही हा हेतू साकार होताना दिसतो. त्यांचा कर्मचाऱ्यांना आनंदी ठेवण्याचा हेतू हा त्यांच्या उच्च विश्वासपूर्ण, सक्षम अशा 'विलक्षण आनंदी वातावरणातून' दिसून येतो, जिथं 'कर्मचाऱ्यांना फुकट जेवण, औषधं आणि एक पूर्ण वेळ मार्गदर्शक' उपलब्ध असतो. 'थोडी मजा आणि थोडा विक्षिप्तपणासुद्धा' कामात येऊ दे, असा त्यांचा सिद्धान्त आहे.''

श्येंनी आपली पुस्तकं लिहिण्यामागची जाणीवदेखील स्पष्ट केली आहे.

हे पुस्तक लिहिण्यामागचं कारण म्हणजे- मला या आनंदाच्या चळवळीत भर घालायची आहे, ज्यामुळे हे जग अधिक सुंदर व्हायला मदत होईल.

मला आशा वाटते की, या पुस्तकामुळे अनेक प्रस्थापित उद्योगधंदे नव्या पद्धतींचा वेध घेतील तर अनेक व्यावसायिकांना समाधानाचा गाभा असणारे नवीन उद्योगधंदे सुरू करण्याची प्रेरणा मिळेल. मी शिकलेले धडे आणि झॅपोसमध्ये काम करताना आम्ही मिळून गिरवलेले धडे, यांचा त्यांना नक्कीच फायदा होईल. मला अशीही आशा वाटते की, या आनंदाच्या शास्त्रातील संशोधनातून बाहेर येणारे निष्कर्ष वापरून अनेक व्यावसायिक आपले व्यवसाय सुधारण्याचा प्रयत्न करतील आणि त्यांच्या ग्राहकांना आणि कर्मचाऱ्यांना आनंदी करतील.

मला असंही वाटतं की यामुळे केवळ तुम्हीच सुखी होणार नाही, तर यामुळे तुम्ही इतरांनाही सुखी करू शकाल.

जर सर्वांचं उद्दिष्ट आनंद आणि समाधान हेच असेल आणि जर आपण जगाला बदलू शकलो, जर प्रत्येक उद्योग याच संदर्भात आणि चौकटीत विचार करू लागले, तर ही किती विलक्षण गोष्ट असेल!

श्येंचं विशेष उल्लेखनीय असं आपल्या हेतूंचं प्रकटीकरण हे २००८ च्या हिवाळ्यात जो जागतिक आर्थिक पेचप्रसंगाचा तडाखा बसला, त्याच्या परिणामस्वरूप म्हणून झालं. त्या आर्थिक मंदीच्या तडाख्यामुळे झॅपोसला आपल्या कर्मचारी वर्गापैकी ८ टक्के लोकांना कमी करावं लागलं आणि हा निर्णय 'घुमवून फिरवून' सांगण्याऐवजी श्येंनी अत्यंत खुलेपणानं आणि पारदर्शकतेनं स्वतःचा हेतू जाहीर केला आणि त्यामागची विचारधाराही स्पष्ट केली. 'काय'च्या मागे असणारा 'का?' म्हणजेच ज्यामुळे हा निर्णय घ्यावा लागला, तेही स्पष्ट केलं. आपल्या कर्मचाऱ्यांना लिहिलेल्या पत्रातून (जे लोकांकरता त्याच्या ब्लॉगवर प्रसिद्ध केलं गेलं) त्यांनी त्यांना मनापासून वाटलेला खेद आणि प्रामाणिक जिव्हाळा लोकांपर्यंत पोहोचवण्याचा प्रयत्न केला. त्याचबरोबर ज्या कर्मचाऱ्यांना झॅपोस सोडून जावं लागलं, त्यांना एरवी मिळाली असती त्यापेक्षा जास्त नुकसानभरपाई दिली गेली, ज्यात दोन महिन्यांचा पगार, (एरवी तो दोन आठवड्यांचा मिळाला असता) त्याखेरीज नुकसानभरपाईची रक्कम आणि सहा महिन्यांपर्यंत COBRA च्या विमा हप्त्यांची भरपाई दिली. (COBRA वैद्यकीय विमा योजना) एवढंच नाही, तर या निर्णयापर्यंत येऊन पोहोचताना महत्त्वपूर्ण ठरलेल्या झॅपोसच्या एका भागीदाराबरोबरच्या चर्चेची माहिती असणारे एक यूआरएल (URL) सुद्धा त्यांनी उघडपणे सांगितले. दुसऱ्या एका URL मध्ये या आलेल्या परिस्थितीशी कसा सामना करायचा याचीही चर्चा केली. सरतेशेवटी श्ये म्हणतात,

> *मला माहीत आहे, आज अनेकांचे डोळे ओले झाले, सोडून जावं लागलेल्यांचे आणि मागे राहिलेल्यांचेसुद्धा. आपल्याकडचं एक कुटुंब असल्यासारखं वातावरण लक्षात घेता, आपल्याकडली ही कर्मचारीकपात आपल्याला इतरांपेक्षा जड जाईल, यात शंका नाही.*
>
> *हा काळ सगळ्यांसाठीच कठीण आहे आणि मला कल्पना आहे की ही ई-मेल वाचल्यावर अनेकांच्या मनात प्रश्न निर्माण होतील. तुम्हाला जर तुमच्या विशिष्ट कामाबद्दल किंवा विभागाबद्दल काही प्रश्न असतील तर तुम्ही तुमच्या विभाग व्यवस्थापकांशी (Department Manager) चर्चा करा आणि त्याखेरीज इतर काही शंका असतील, काही सांगायचं असेल अथवा काही विचार व्यक्त करायचे असतील तर खुशाल मला ई-मेल करा.*

श्येंच्या या पत्राला जो प्रचंड प्रतिसाद मिळाला, त्यामध्ये केवळ सहानुभूती आणि खेद अंतर्भूत नव्हता, तर झॅपोसच्या या निर्णयाप्रती त्याच्या कर्मचाऱ्यांनी,

आणि ग्राहकांनी अतिशय समजूतदारपणा दाखवला, तसेच प्रचंड आदर आणि आधार दिला.

नीट विचार केल्यावर हे लक्षात येतं की ज्या काही थोड्या गोष्टींची आपण खात्री देऊ शकतो, त्यांतील एक म्हणजे आपला हेतू. नेतेपदावरील व्यक्ती आपल्या विशिष्ट कामगिरीची खात्री देऊ शकणार नाही किंवा बाजारपेठ स्थिर राहील वा बँका बुडणार नाहीत, याची हमी देऊ शकत नाही. भविष्यात ज्यामुळे आपल्याला आपल्या कंपनीची रचनाच बदलून टाकावी लागेल, असं एखादं नवीन उत्पादन किंवा सेवा घेऊन कोणीतरी येणार नाही, याचा तरी काय भरवसा? पण हे नेते एका गोष्टीची खात्री देऊ शकतील ती म्हणजे जिव्हाळा. कंपनीविषयी, लोकांविषयी, उद्योगधंद्यांविषयी आणि जगाविषयी वाटणारा कळवळा आणि त्यांना या गोष्टीचा भरवसा देणं शक्य आहे की, हा मनातला कळवळा ते कृतीत आणि वागण्यात आणतील ज्यामुळे संबंधित सर्वांच्या आयुष्यात समृद्धी, उत्साह आणि आनंद निर्माण होईल. हा हेतू जाहीर केल्यामुळे अर्थातच विश्वास निर्माण होईल.

> *तुम्ही सीईओ असा किंवा एखादा विक्रेता, स्वयंसेवी कार्यकर्ता असा, नाही तर एखाद्या लघुउद्योगाचे मालक; तुमच्या श्रोत्यांचा जर तुमच्यावर विश्वास नसेल, तर ते कधीच तुमच्याशी नातं जोडू शकणार नाहीत किंवा तुमचा प्रस्ताव स्वीकारणार नाहीत आणि तुमच्या कार्यात सामीलही होणार नाहीत. परंतु जर का त्यांना तुमच्या हेतूंबद्दल आदर असेल आणि तुमच्याबद्दल सहानुभूती असेल, तरच त्यांना तो विश्वास जाणवेल.*
>
> *सोनी एन्टरटेन्मेन्टचे भूतपूर्व सीईओ पीटर गबर*

निष्कर्ष

या सर्वांचं निष्पन्न काय तर- चांगल्या आणि वाईट दोन्ही काळांत- ज्या हेतूमुळे विश्वास निर्माण व्हायला मदत होते, ते हेतू आपुलकीचे आणि जिव्हाळ्याचे असतात. विश्वासाला हानी पोहोचवणारा हेतू म्हणजे स्वार्थी हेतू होय. परस्पर फायदा हे तत्त्व विश्वासाच्या वाढीला पोषक असतं, तर विश्वास नष्ट करणारं तत्त्व म्हणजे 'कोणत्याही मार्गानं जिंका' आणि जिव्हाळा व तत्त्व या दोन्हींची कसोटी म्हणजे पारदर्शकता. जर तुमचे खरे हेतू जगासमोर आले तर जगाला काय वाटेल, तुम्हाला काय वाटेल; आणि लोकांचा तुमच्यावर असणाऱ्या विश्वासावर या गोष्टीचा काय परिणाम होईल?

कदाचित एक वेळ अशीही येईल की, ज्या वेळी आपल्या फायद्याचे हेतूसुद्धा मोकळेपणनं आणि पारदर्शकपणानं सांगून टाकणं, हे अजिबात काहीच न सांगण्यापेक्षा चांगलं असेल. त्याचं साधं कारण म्हणजे पारदर्शकता आणि सच्चेपणा यामुळे विश्वास निर्माण होतो. जरी लोकांना तुमचे हेतू किंवा दृष्टिकोन पटले नाहीत तरीही तुम्ही तुमच्या उद्देशांवर ठाम आहात, ही गोष्ट काही वेळा लोकांच्या मनात तुमच्याबद्दल विश्वास निर्माण करते. त्याचं कारण म्हणजे लोकांना त्यामागचं सत्य माहिती असतं. आणि हेही ठाऊक असतं की त्यांची फसवणूक होत नाही. नुकतंच एका 'ब्लॉगर'नं त्याच्याशी मतभेद असणाऱ्या दुसऱ्या 'ब्लॉगरला' लिहिलं, 'तुझ्या काहीही न लपवण्याच्या निर्णयामुळेच तू विश्वासपात्र ठरतोस.' आता हे मान्य करायलाच हवं की स्वतःच्या फायद्याचा हेतू असणाऱ्या माणसाला 'विश्वासपात्र' म्हणणं जरा अतिच चांगुलपणाचं आहे. पण अनेक जण त्याही गोष्टीशी सहमत होतील की पारदर्शकता निर्माण करणारं वर्तन हे लोकांच्या आपल्यावरील विश्वासावर प्रचंड परिणाम करते. स्वतःच्या फायद्याच्या हेतूचं एक गमतीशीर उदाहरण मेक्सिकोमधील काबो सान लुकास इथल्या 'गिगलिंग मर्लिन' या रेस्टॉरन्टबाहेरील पाटीवर दिसून येतं. 'जर आमच्याकडील खाद्यपदार्थ, पेय आणि सेवा ही जर तुमच्या दर्जाची नसतील, तर तुमचा दर्जा खाली आणा.'

> *एखादा लबाडीचा हेतू, कितीही झाकून ठेवला तरी शेवटी उघडकीला येतोच.*
>
> *टायटस लिवीयस - प्राचीन रोमन इतिहासकार*

साधारणपणे आपला हेतू जाहीर करण्याचा योग्य मार्ग असा असू शकेल : जर तुम्हाला खात्री वाटत असेल की, तुमचा हेतू जाहीर करण्यामुळे विश्वसनीयता वाढेल; तर मग तो खुशाल जाहीर करा. आणि जर तुम्हाला तसं वाटत नसेल आणि तरीही तुम्हाला विश्वास निर्माण करण्याची इच्छा असेल, तर तुम्ही आपल्या हेतूमध्ये बदल करा आणि मग ते जाहीर करा. आणि हा बदल आपण कशा पद्धतीनं करावा? तर आपण स्वतःच आपल्या हेतूंची सत्यता तपासून पाहावी; आपल्या हेतूंची वैधता तपासून पाहावी आणि आपले खरे हेतू नक्की काय आहेत याचीसुद्धा खात्री करून घ्यावी. याचा एक मार्ग म्हणजे जपानी व्यावसायिक ताईची ओहनो यानं '५ का' ची टोयोटासाठी तयार केलेली प्रक्रिया. ओहनोच्या म्हणण्याप्रमाणे जेव्हा आपण 'का' हा प्रश्न विचारतो आणि आलेल्या उत्तरालासुद्धा 'का' हा प्रश्न विचारतो, त्या वेळी 'आपल्या प्रश्नाचं स्वरूप आणि त्याचं उत्तर अशा दोन्ही गोष्टी

स्पष्ट होतात.' यामागची कल्पना अशी आहे की, आपण या प्रत्येक 'का' नंतर प्रश्नाच्या गाभ्यापर्यंत जाऊन पोहोचतो आणि मग आपल्याला एक तर आपल्या हेतूंमध्ये बदल करता येतात किंवा ते जाहीर करता येतात.

जेव्हा आपण आपले विश्वसनीय हेतू स्पष्टपणे आणि मोकळेपणानं जाहीर करतो आणि त्याप्रमाणे वागतो (हा आपल्या प्रकरणाचा विषय आहे) तेव्हा लोक आपल्यावर विश्वास ठेवायला उद्युक्त होतात. यामागचं सूत्र असं आहे की आपण जास्त आश्वासनं देऊन ती न पाळणं टाळावं. त्यामुळे विश्वास कमी होतो आणि आपलं म्हणणं इतरांपर्यंत स्पष्टपणे पोहोचवावं. थोडक्यात, आपले हेतू स्पष्टपणे मांडावेत, ज्यामुळे गैरसमज टळतील. आपले हेतू स्पष्टपणे मांडल्यामुळे आपण आपली विश्वसनीयता पारखून घेणाऱ्या लोकांना त्यांचे निर्णय घेताना मदत करत असतो.

ध्येय, उद्दिष्ट आणि नैतिक मूल्य यातून हेतुदर्शन

वेगवेगळ्या संस्थांमधील, कंपन्यांमधील एनजीओ आणि शासनाच्या (Agencies) मधील नेतेपदावरील व्यक्ती ज्या पद्धतीनं आपला हेतू जाहीर करतात, त्यांतील एक परिणामकारक पद्धत म्हणजे त्यांच्या कार्यातून, त्यांच्या ध्येयातून आणि मूल्यात्मक निवेदनातून हेतू जाहीर करणे. अशा पद्धतीचे निवेदन तयार करत असताना लोकांना माहितीवर आधारित अंदाज बांधण्यासाठी एक पाया मिळतो. त्यांच्या मनात आशा, ध्येय आणि अशा शक्यता निर्माण होतात ज्या याआधी त्यांच्यासाठी अस्तित्वात नव्हत्या आणि जेव्हा अशा निवेदनांना सुसंगत कृतींचा, वर्तनाचा आधार मिळतो तेव्हाच विश्वास वृद्धिंगत होतो.

अनेक संस्था आता आपले हेतू आपल्या ग्राहकांना, भागधारकांना स्पष्ट करून सांगत आहेत, तर इतर अनेक जण आपल्या भागीदारांपर्यंत आणि त्याहीपेक्षा जास्त म्हणजे समाजापर्यंत आपले हेतू पोहोचवण्याचा प्रयत्न करत आहेत. परंतु तरीही असे अनेक जण आहेत की, जे आपल्याच माणसांना आपले हेतू सांगू शकत नाहीत. आता या नेत्यांच्या असं लक्षात येऊ लागलं आहे की आज जो 'सर्व हितसंबंधीयांवर' भर दिला जातो आहे, तोसुद्धा प्रभावीपणे हेतू स्पष्ट करण्यातील एक महत्त्वाचा घटक आहे.

पेप्सिको कंपनी आपल्या सर्व हितसंबंधीयांना आपला हेतू स्पष्ट करणाऱ्या कंपनीचं एक उत्तम उदाहरण आहे. उत्तर अमेरिकेतील सर्वांत मोठी खाद्य पदार्थ व खाद्य-पेयांचा व्यवसाय असणारी ही कंपनी जगातील या व्यवसायातील दुसऱ्या

क्रमांकाची कंपनी आहे आणि त्याच्या कार्यकारी अध्यक्षा इंद्रा नुयी यांच्या नेतृत्वाखाली ही कंपनी कात टाकते आहे. तिच्याकडे पाहण्याचा लोकांचा 'जंकफूड' बनवणारी कंपनी हा दृष्टिकोन बदलून आता तो आपल्या ग्राहकांना निरनिराळे पर्याय उपलब्ध करून देणारी आणि त्यातही आरोग्यपूर्ण पदार्थांचा समावेश असणारी कंपनी, असा होतो आहे. सध्या त्यांच्या एकूण उत्पन्नापैकी दहा बिलियन डॉलर्स हे त्यांच्या 'तुमच्यासाठी उत्तम' (Good for You) या श्रेणीतून येत आहेत आणि २०२० पर्यंत ते ३० अब्ज डॉलर्सपर्यंत पोहोचावे यासाठी पेप्सिको प्रयत्न करत आहे. पेप्सिकोचा नवीन मंत्र आहे 'हेतुपूर्वक कामगिरी' (Performance with Purpose) - त्याउलट काही संस्थांचा मात्र 'काहीही करून उत्तम कामगिरी' हा मंत्र असतो.

पेप्सिकोचा वचननामा

पेप्सिकोमध्ये, 'हेतुपूर्वक कामगिरी' याचा अर्थ लोकांच्या आणि आपल्या मातृग्रहाच्या आरोग्यपूर्ण भविष्याकरता गुंतवणूक करून शाश्वत वृद्धीची निर्मिती करणं.

खाद्य पदार्थ अणि खाद्य-पेयांच्या व्यवसायातील जागतिक दर्जाची कंपनी म्हणून आज आमची ओळख आहे. आमचे ब्रँड दर्जेदार असून, घराघरांपर्यंत जाऊन पोहोचले आहेत. क्वेकर ओट्स, ट्रॉपिकाना, गॅटोरेड, फ्रिटो-ले आणि पेप्सिकोला ही त्यांतील काही नावं आहेत. या पार्श्वभूमीवर उपभोग्य आणि आनंददायी पदार्थांची मालिका निर्माण करण्यासाठी आम्ही कटिबद्ध आहोत. ऊर्जा, पाणी अणि वेष्टणांचा वापर कमी करण्याकरता नावीन्यपूर्ण पद्धती आम्ही शोधून काढू आणि आमच्या सहकाऱ्यांकरता उत्तम वातावरण निर्माण करू. त्याखेरीज ज्या स्थानिक विभागात आम्ही काम करता, त्यांचा आदर राखून तिथं गुंतवणूक करून आधार देऊ. स्थानिक लोकांसाठी रोजगार निर्माण करू. तिथल्या स्थानिक चवींना रुचणारे पदार्थ तयार करू. तिथल्या स्थानिक शेतकऱ्यांशी, शासनाशी आणि समाजाशी भागीदारी करू; कारण सर्व लोकांचं आणि पृथ्वीचं सुरक्षित भविष्य म्हणजेच पेप्सिकोचं यशस्वी भविष्य असेल, हे आमचं वचन आहे.

याखेरीज २००९ च्या वार्षिक अहवालामध्ये पेप्सिकोनं आपल्या सर्व हितसंबंधीयांना एक तपशीलवार वचन देऊन आपला हेतू स्पष्ट केला आहे.

- **गुंतवणूकदारांसाठी : उत्तम कामगिरी** - 'उत्तम टिकाऊ आर्थिक कामगिरी देण्यासाठी प्रयत्न करू', या वचनाबरोबरच ज्याचं मूल्यमापन शक्य आहे अशा उद्दिष्टांची यादी दिली आहे, जी उत्पन्नवाढ, बाजारातील समभाग आणि नफा यांच्याशी संबंधित आहे.
- **जगातील लोकांकरता मानवी चिरंतनता : -** 'आरोग्यदायी व आनंददायी खाद्य पदार्थ आणि पेयांची मालिका सादर करून लोकांना आरोग्यपूर्ण जीवन जगण्यासाठी उद्युक्त करणं' या वचनाबरोबर जी यादी आहे ती या व्यवसायासाठी आदर्श अशी पोषणमूल्य राखण्याची उद्दिष्ट आहेत. (एका चटपटीत पदार्थ बनवणाऱ्या कंपनीसाठी ही दुर्मीळ गोष्ट आहे).
- **आपण राहत असलेल्या मातृग्रहासाठी : पर्यावरणरक्षण-** 'जगाचे चांगले नागरिक होण्याचे वचन दिले आहे, तसेच पृथ्वीच्या नैसर्गिक साधनसंपत्तीचे रक्षण करण्याचे व आपल्या कार्यात जमीन, ऊर्जा, पाणी आणि वेष्टण साहित्याचा (Packaging) प्रभावी उपयोग करू' या वचनाबरोबरच मूल्यमापन करण्याजोगी आणि नेमक्या कालावधीत पूर्ण होणारी उद्दिष्टं व जबाबदाऱ्यांची यादी दिली आहे. त्यामध्ये विकसनशील देशांमध्ये सुरक्षित पाण्याची हमी, टनावारी कचऱ्याची निर्मिती टाळणं आणि ओझोनच्या थराला धोका पोहोचवणारे वायू निर्माण होणार नाहीत याची काळजी घेणं (Reducing Compa nies Carbon footprint and green house gas emissions) या गोष्टींचा समावेश आहे.
- **पेप्सिकोच्या सहकाऱ्यांना : बौद्धिक संपदा रक्षण -**
'आमच्या सहकाऱ्यांना यशस्वी होण्याकरता आणि कंपनीच्या उत्कर्षाकरता आवश्यक असणारी कौशल्यं विकसित करण्याकरता मदत करू. ज्या समाजात आम्ही काम करतो तिथं रोजगारनिर्मिती करू.' या वचनामध्येच एक विशिष्ट ध्येय आणि बांधिलकीही अंतर्भूत आहे, ज्यामुळे कंपनीला एक आधारभूत आणि स्फूर्तिदायी वातावरण निर्माण करता येईल. कौशल्य आणि क्षमता विकसित करणाऱ्या संधी निर्माण करता येतील आणि ते काम करत असलेल्या समाजाचं जीवनमान सुधारण्यात त्यांना आपला वाटा उचलता येईल.

नुयींनी कार्यभार स्वीकारल्यापासून पेप्सिकोनं केवळ आर्थिक दृष्ट्याच चांगली कामगिरी केली असं नाही, तर हॅरिस इंटरॅक्टिव्हच्या Reputation Quotient* मध्ये आणि १०० Best Corporate citizens List मध्येसुद्धा ते वरच्या स्थानावर पोहोचले आहेत. त्याखेरीज Fortune मासिकानं गेली सलग पाच वर्षं इंद्रा नुयी यांचं व्यवसायातील पहिल्या क्रमांकाची सामर्थ्यवान स्त्री म्हणून नामांकन केलं आहे, तर फोर्ब्स मासिकानं त्यांना जगातील चौथ्या क्रमांकाची सर्वांत सामर्थ्यवान स्त्री म्हणून २०११ मध्ये घोषित केलं.

अजून एक कंपनी जी आपल्या सर्व हितसंबंधीयांपर्यंत आपले हेतू पोहोचवते ती म्हणजे, प्रॉक्टर ॲण्ड गॅम्बल. १७५ वर्षं जुनी असलेल्या या जागतिक दर्जाच्या कंपनीचे ५० हून अधिक यशस्वी ब्रँड घरगुती, व्यक्तिगत आणि लहान मुलांसाठी उपयुक्त या स्वरूपात उपलब्ध आहेत. कंपनीचे PVP (Purpose, Value and Principals) म्हणजे हेतू, मूल्य आणि तत्त्व हे केवळ बोलाची कढी नाही; त्यातून आपल्याला कळतं की एखादा व्यवसाय कशा प्रकारे केला जातो आणि लोक अशा प्रकारे वागतात (त्यांनी कशा प्रकारे वागायला हवं?) जर एखाद्या कर्मचाऱ्याची कामगिरी चांगली असेल; परंतु त्याच्या वागण्याचा PVP शी ताळमेळ नसेल तर ती एक मोठी चूक मानली जाते. अशा अनेक संस्था आहेत, ज्या नुसत्या याबद्दल बोलतात पण P&G साठी या तीनही गोष्टी महत्त्वपूर्ण आहेत. भूतपूर्व सीईओ ए. जी. लॅफले यांनी म्हटल्याप्रमाणे, ''आम्हाला व्यवसायातून जे साध्य करायचं आहे त्याला आम्ही खूप महत्त्व देतो हे खरं आहे; परंतु तेवढंच महत्त्व आम्ही ते कशा प्रकारे साध्य केलं, यालाही देतो.''

P&G अशा प्रकारची उत्पादनं पुरवण्याचा आपला हेतू जाहीर करतात ज्यामुळे 'जगातील ग्राहकांची आणि येणाऱ्या पिढ्यांची आयुष्य बदलून जातील.' हा जाहीरनामा म्हणजे केवळ P&G च्या कामामागची प्रेरणा नाही, तर त्यांच्या एकूणच वृद्धीच्या धोरणातलं एक मार्गदर्शक तत्त्व आहे. यालाच आताचे सीईओ बॉब मॅकडोनाल्ड 'हेतुप्रेरित वाढ' (purpose inspired growth) असं म्हणतात. P&G आपला उद्देश कसा पूर्ण करतात याचं एक उत्तम उदाहरण पाहू या. कंपनीनं एक पाणी शुद्ध करण्याची पावडर बाजारात आणली. परंतु जेव्हा तिचा पाहिजे तेवढा खप झाला नाही, तेव्हा कंपनीनं त्याचा वेगळ्या पद्धतीनं वापर करण्याचं ठरवलं. त्यांनी तीच पावडर वापरून लहान मुलांसाठी पिण्याचं शुद्ध पाणी पुरवण्याचा

---

*Reputation Quotient यामध्ये ज्या प्रसिद्ध कंपन्यांची कीर्ती कशी आहे, लोकांना त्याबद्दल काय वाटते याचे मोजमाप केले जाते.

प्रकल्प तयार केला. एक असा नफाविरहित कार्यक्रम ज्याचा फायदा विकसनशील देशातील अशुद्ध पाण्यामुळे मृत्युमुखी पडणाऱ्या लक्षावधी मुलांना झाला. P&G ची PUR पावडर आणि पाण्याचे फिल्टर अशुद्ध पाण्याला चट्कन शुद्ध पाण्यात बदलतात. २००४ पासून जवळ जवळ ४ अब्ज लिटर पिण्याचे शुद्ध पाणी त्यांनी गरजू लोकांना पुरवले आहे. कंपनीनं आपला हेतू अत्यंत धीटपणे जाहीर केला आहे. '२०२० पर्यंत दर वर्षी २ अब्ज लीटर शुद्ध पाण्याचा पुरवठा करून दर तासाला किमान एका मुलाचा जीव वाचवायचा' P&G नं जो हेतू जाहीर केला होता की 'जगातील उपभोक्त्यांचं वर्तमान आणि येणाऱ्या पिढ्यांचं भविष्य सुधारणं याचं यापेक्षा चांगलं उदाहरण आणखी कुठं मिळू शकेल?'

साउथवेस्ट एअरलाइन्सनंसुद्धा आपल्या विविध हितसंबंधीयांसमोर आपला हेतू जाहीर केला. आपल्या कर्मचाऱ्यांसमोर तर ते विशेषत्वानं हेतू स्पष्ट करतात. त्यांचे सहसंस्थापक हर्ब केलेहर ज्या पद्धतीनं त्यांच्या औद्योगिक श्रेणीत प्रथम स्थान कर्मचाऱ्यांना देतात, ग्राहकांना दुसरं, आणि भागधारकांना त्यानंतरचं शेवटचं स्थान देतात, त्यावरूनच हे स्पष्ट होतं; आणि असं असूनही इतर कुठल्याही विमान कंपनीपेक्षा जास्त अशी सरळ ३८ वर्षं त्यानी आपल्या भागधारकांना नफा मिळवून दिला आहे. केलेहर म्हणतात –

> *हे जणू काही एखाद्या व्यवसाय प्रशिक्षण संस्थेतील अथवा विश्लेषकांच्या गटासमोरील एखादे कोडे आहे असे वाटते. जेव्हा मी एखाद्या प्रशिक्षण संस्थेत किंवा विश्लेषकांच्या गटासमोर बोलत असतो, त्या वेळी लोक मला विचारतात, 'आधी काय यायला हवं' तुमचे कर्मचारी, तुमचे ग्राहक की तुमचे भागधारक? आणि तुम्हाला माहितीच आहे, गेली अनेक वर्षे मी हे सांगतो आहे......की यात काहीच कोडं नाही. तुम्ही जर तुमच्या कर्मचाऱ्यांना व्यवस्थित वागवलंत तर ते आनंदी राहतात; एवढंच नाही तर त्यांना तुमच्या कार्याचा अभिमान वाटतो आणि आपलं काम ते आदरपूर्वक करतात. हाच दृष्टिकोन ते तुमच्या ग्राहकांसमोरही साकार करतात आणि मग तुमचे ग्राहक आपोआप तुमच्याकडे परतून येतात. व्यवसाय म्हणजे तरी आणखी काय असतं? तुमचे ग्राहक परत तुमच्याकडेच आल्यामुळे भागधारकांना आनंद होतो.*

साउथवेस्ट एअरलाइन्सनं नुकतंच आपल्या ध्येयामध्ये कर्मचाऱ्यांसाठीचा हेतू जाहीर करण्याबरोबरच 'आपल्या समाजाप्रती, आपल्या मातृगृहासाठी आणि आपल्या हितसंबंधीयांसाठीचा' हेतूसुद्धा सामील करून घेतला आहे. कर्मचाऱ्यांसाठी जो हेतू

जाहीर केला आह, त्यात असं अपेक्षित आहे की, आपलं काम करताना त्यांना आनंदाचा अनुभव यावा आणि त्याचबरोबर त्यांनी आपल्या ग्राहकांसाठीदेखील एक मजेदार आणि आनंदी अनुभव निर्माण करावा. त्यांच्या कार्यपद्धतीमध्ये जो मजेचा, आनंदाचा दृष्टिकोन आहे (FUN LOVING Attitude) तोच त्यांनी त्यांच्या ग्राहकांपर्यंत पोहोचवावा. त्यांचे सध्याचे सीईओ गॅरी कली म्हणतात- "आमच्या यशाचे संपूर्ण श्रेय आमच्या कर्मचाऱ्यांना जाते."

आपला हेतू स्पष्टपणे आपल्या सर्व हितसंबंधीयांना जाहीर करून पेप्सिको, P&G आणि साउथवेस्टसारख्या कंपन्या लोकांना याबाबतचा एक संदर्भ, एक दृष्टी देतात, ज्यामुळे त्यांना कोणती उत्पादनं किंवा सेवा आवश्यक आहेत किंवा त्यांना कुठं काम करायला आवडेल किंवा त्यांना आपले पैसे कुठं गुंतवावेसे वाटतात, हे समजेल.

विश्वासाची निर्मिती हेच ध्येय

विश्वासाची निर्मिती हे स्पष्ट ध्येय ठेवून जर आपण आपला हेतू स्पष्ट केला, तर ती सगळ्यात प्रभावी गोष्ट ठरते, हे आता मोठ्या संस्थांच्या आणि नेत्यांच्या लक्षात आहे. ते जे काम करत आहेत त्यातून आपोआप उद्भवणारी एक गोष्ट किंवा नैसर्गिकपणे निर्माण होणारी गोष्ट, असा विश्वासाबद्दलचा दृष्टिकोन त्यांना अपेक्षित नाही. ज्याप्रमाणे त्यांच्या उत्पादनांचा खप किंवा नफ्याचं प्रमाण हे त्यांचं लक्ष्य असतं, त्याचप्रमाणे विश्वासाची निर्मिती हे ठरवून साध्य केलेलं लक्ष्य आहे. ते एक विश्वसनीय टीम किंवा विश्वसनीय कार्यपद्धती निर्माण करण्याचं उद्दिष्ट बोलून दाखवतात आणि प्रयत्नपूर्वक ती निर्माण करतात. त्या कामात ते सगळ्यांना सामील करून घेतात. हे करताना आपण किती यशस्वी झालो आहोत, त्याचा अंदाज घेत राहतात. म्हणजेच वेगळ्या शब्दांत मांडायचं, तर ते जाणीवपूर्वक विश्वास वाढवतात.

विश्वासनिर्मितीचं ध्येय ठेवून काम करण्याचं नेमकं ठिकाण म्हणजे चर्चा, वाटाघाटी आणि विक्री विभाग. दोन्ही प्रकारांत प्रभावी दृष्टिकोन हा दोन मुख्य परिणाम साध्य करणारा असला पाहिजे. १) दोन्ही पक्षांसाठी फायदेशीर व्यवहार झाला पाहिजे, २) विश्वासपूर्ण नातेसंबंध निर्माण झाले पाहिजेत. यामध्ये जर व्यवहार पार पडला; पण विश्वास नसेल तर त्या व्यवहाराचं मूल्य कमी होऊ शकतं. खरं म्हणजे विश्वासाच्या अभावामुळे तो व्यवहार पूर्णत्वाला जाण्यामध्ये अडथळे येऊ शकतात आणि भविष्यातील व्यवहार आणि चर्चांमध्ये अडचणी

येण्याची शक्यता निर्माण होते. पण जर का आपण व्यवहारात विश्वासाचाही अंतर्भाव करू शकलो, तर तो व्यवहार पूर्ण करण्याची त्याचप्रमाणे काही बदल करायचे असल्यास त्यावर आणि भविष्यातील योजनांवर वाटाघाटी करण्याची आपली क्षमता वाढते. २०११ मध्ये कोका कोला फिलिपिन्सच्या अध्यक्षांनी आम्हाला सांगितलं की विलक्षण अशा विश्वासाच्या नात्यामुळे त्यांच्या सर्वांत मोठ्या ग्राहकाशी म्हणजेच मॅकडोनल्डशी असलेला त्यांचा व्यवहार केवळ एका हस्तांदोलनावर टिकून आहे.

जिथं अंदाज बांधणं अत्यंत अवघड आहे, अशा या वाहवणाऱ्या, सतत बदलत्या जगात विश्वासपूर्ण व्यवहार पार पडणं अत्यंत महत्त्वाचं आहे. उदाहरणार्थ जेव्हा आपण कोणाकडून तरी आपलं काम करवून घेत असतो (Outsourcing) त्या वेळी दीर्घ काळ चालणाऱ्या गोष्टींमध्ये पुढे भविष्यात येऊ शकणारे अडथळे आणि लक्षात घ्याव्या लागणाऱ्या तपशिलांचा अंदाज करणं अधिकाधिक कठीण होत चाललं आहे. विशेषतः कॉम्प्युटर क्लाउडिंगसारख्या नव्या विघातक तंत्रज्ञानाच्या संदर्भात हे जास्त प्रकर्षानं दिसून येतं. म्हणूनच अगदी काटेकोर करारापेक्षासुद्धा ज्यामुळे लोकांना बदलत्या समस्यांना उभयपक्षी फायदेशीर पद्धतीनं तोंड देणं सोपं जातं, त्या विश्वासाच्या नात्याची जास्त गरज आहे. एका अभ्यासातून आलेला निष्कर्ष असं दर्शवतो की, जे आउटसोर्सिंगचे व्यवहार (मोबदला देऊन काम करवून घेणं) विश्वासाच्या नात्यावर आधारित असतात, ते केवळ करारांवर आधारित व्यवहारांपेक्षा ४० टक्के जास्त यशस्वी होतात.

डग कोनान्ट हे कॅम्पबेल सूप कंपनीचे कार्याध्यक्ष आहेत. त्यांनी विश्वास निर्माण करण्याचा आपला हेतू जाणीवपूर्वक जाहीर करून आपल्या कर्मचाऱ्यांबरोबर जागतिक दर्जाची गुंतवणूक निर्माण केली आहे. या प्रक्रियेमध्ये त्यांनी आपल्या कंपनीची प्रतिमाच बदलून टाकली आहे. यामुळे बाजारातील त्यांची पत वाढली आणि... हे साध्य करत असताना जागतिक खाद्य पदार्थ उद्योगातील उच्च पातळीवर असणाऱ्या भागधारकांना त्यांनी त्याचा फायदा मिळवून दिला आहे.

कोनन्टनं आम्हाला सांगितलं की, कर्मचारी, ग्राहक, पुरवठा करणारे Suppliers आणि गुंतवणूकदार यांच्याशी असलेल्या पूर्वीच्या आणि नवीन अशा दोन्ही नात्यांमध्ये ते वारंवार आपल्या उद्देशांचा उच्चार करतात. त्याला ते 'Declare yourself' (स्वतःचे उद्देश जाहीर करा) असं म्हणतात. त्यांच्याच शब्दात सांगायचं तर, विश्वासाचं नातं निर्माण करणं, हे माझ्यासाठी खूप महत्त्वाचं आहे. हा माझा निःसंदिग्ध हेतू आहे, कारण जेव्हा आपण एकमेकांवर विश्वास ठेवू शकतो, त्या वेळी सगळ्याच गोष्टी उभयपक्षी चांगल्या होतात. म्हणूनच मला असं वाटतं की जसा तुम्हाला माझ्यावर विश्वास टाकता यायला हवा, त्याचप्रमाणे मलासुद्धा

तुमच्यावर विश्वास ठेवायचा आहे आणि याची सुरुवात मी माझ्यापासून करतो.''

कोनन्ट यानंतर आपल्या वागण्याकडे लोकांचं लक्ष वेधून घेतात. म्हणजेच ते लोकांना हे दर्शवून देतात की, नक्की कोणत्या गोष्टीची अपेक्षा करावी.

> *काही गोष्टी तुम्ही माझ्याबद्दल गृहीत धरायला हरकत नाही. म्हणजे मी जर तुम्हाला काही सांगत असेन, तर मी ते सत्य सांगतो आहे, हे तुम्ही गृहीत धरा. मी जे आहे ते स्पष्ट सांगेन. लपवाछपवी करणार नाही. जर माझ्यापुढे काही विषय असेल तर तो उघड आणि पारदर्शक असेल. त्यात काही छुप्या गोष्टी नसतील. मी जर तुम्हाला काही शब्द दिला तर मी तो नक्कीच पाळीन; नाही तर मी मुळात तुम्हाला शब्दच देणार नाही. तुम्ही या पद्धतीच्या वर्तनाची माझ्याकडून अपेक्षा करू शकता. तुम्ही हे लक्षात घ्यायला हवे की मी अशा पद्धतीचे वर्तन करेन की तुम्हाला माझ्याबद्दल विश्वास वाटेल आणि मला आशा वाटते की त्या बदल्यात तुम्हीसुद्धा माझ्याशी अशाच तऱ्हेने वागाल. कारण मला असे एक विश्वसनीय नाते निर्माण करायचे आहे, ज्यामुळे आपल्या दोघांचाही फायदा होईल.*

कोनन्ट पुढे आपले हेतू अजून स्पष्ट करतात आणि आपले शब्द खरे करतात. आता अशी कल्पना करा की, या नात्याच्या एका बाजूला डग कोनन्ट आहेत आणि दुसऱ्या बाजूला तुम्ही सहकाऱ्याच्या, ग्राहकाच्या किंवा गुंतवणूकदाराच्या रूपानं आहात. तुम्हाला ज्याच्यामागून जावंसं वाटेल, असा नेता त्यांच्यात दिसतो आहे का? ते असा नेता आहेत ना ज्यांच्याशी तुम्हाला व्यवसाय करावासा वाटेल? कोनन्टच्या या दृष्टिकोनाचा परिणाम कॅम्पबेलच्या जागतिक दर्जाच्या सहकारी गुंतवणुकीतून आणि त्यांच्या भागधारकांना, जागतिक खाद्य पदार्थ व्यवसायात मिळणाऱ्या नफ्याच्या तुलनेत जे सर्वांत जास्त उत्पन्न मिळतं, त्यातून स्पष्ट दिसून येतो.

आणखी एक सीईओ- ज्यांनी विश्वास निर्माण करण्याचा आपला हेतू बोलून दाखवला आहे, ते म्हणजे डिलॉईट एनएलपीचे बॅरी साल्झबर्ग. आताच्या डिजिटल युगात जेव्हा अफवा आणि ऐकीव माहिती ब्लॉगवरून आणि ट्विटरवरून सत्य म्हणून वणव्यासारखी पसरते, अशा परिस्थितीत विश्वासाची निर्मिती करण्याचं आव्हान स्वीकारताना साल्झबर्ग म्हणतात, ''आताच्या या कठीण काळात जेव्हा कामगारकपातीच्या बातम्या सतत डोळ्यांसमोर आणि कर्मचाऱ्यांच्या मनात असतात तेव्हाच्या इतका धोका 'सत्याला' कधीच नव्हता. अशा वेळी नेत्यांनी कर्मचाऱ्यांपर्यंत सत्य पोहोचवण्याचे आपले प्रयत्न वाढवायलाच हवेत. मोकळेपणा, दया, आशा आणि प्रामाणिकपणा यांची सांगड घालायला हवी. या आव्हानाला तोंड देण्याकरता

साल्झबर्गनी कंपनीच्या (थेट संवाद) या कार्यक्रमासाठी आपला पुष्कळ वेळ खर्च केला आहे. अनेक क्षेत्रीय कार्यालयांना भेटी देऊन, ज्यात 'कुठलाही प्रश्न कक्षेच्या बाहेरचा मानला जात नाही,' अशा बैठकांना हजेरी लावली आहे. साल्झबर्ग यांच्या म्हणण्यानुसार,

> *जुने, नवे, कोणीही येऊ शकतात. आपल्या संस्थेतल्या कोणालाही ही चर्चा ऐकता येईल. आणि ही सत्र आणि जादा माहिती संकेतस्थळावर २४ तास उपलब्ध आहे.*
>
> *संकेतस्थळांवरून (online) केलेली सर्वेक्षणं आणि ई-मेल यावरून मोकळ्या उत्तरांना किंवा कर्मचाऱ्यांना थेट प्रतिसाद देऊ शकण्याच्या संधीला आणि अधिकाऱ्यांच्या खुलेपणाला आणि आवश्यक असेल तेव्हा उपलब्ध असण्याला मिळणारा प्रतिसाद किती सकारात्मक आहे, हे लक्षात येतं.*

विश्वासाचं महत्त्व सांगताना साल्झबर्ग म्हणतात :

> *विश्वास हा कोणत्याही व्यवसायाचा प्राणवायू आहे. जेव्हा त्याचा पुरवठा कमी असतो, तेव्हा त्याचा परिणाम हा कर्मचारी आणि ग्राहक या दोघांवरही एखाद्या विमानातील हवेचा दाब कमी झाल्यावर व्हावा तसा होतो. आणि आजच्या ट्विटर युगातल्या संसर्गजन्य परिस्थितीत त्याचा धोका सर्वात जास्त आहे.*
>
> *आणि आजही हे पाहून मी भारावून जातो की, आजच्या या कधीही न थांबणाऱ्या उच्च तंत्रज्ञानाच्या युगात विश्वास आणि पारदर्शकता साध्या साध्या गोष्टीतून निर्माण होते : जसं की, एखाद्या नेत्यानं सर्वांसमोर ठामपणे उभं राहून लोकांचं म्हणणं ऐकून घेणं आणि कुठलीही रंगरंगोटी न करता निखळ सत्य त्यांच्यापुढे मांडणं.*

हेतू जाहीर करण्याचे इतर मार्ग

हेतू जाहीर करण्याच्या इतर मार्गांमध्ये प्रतिज्ञा, औपचारिक निवेदन, संविधान आणि शपथ यांचा समावेश होतो. MBA ची प्रतिज्ञा ही हार्वर्ड बिझनेस स्कूल या

संस्थेच्या स्नातकांनी २००९ मध्ये तयार कलेली एक ऐच्छिक प्रतिज्ञा आहे. व्यावसायिक नेतृत्वामध्ये उत्तरदायित्व आणि विश्वास निर्माण करण्यासाठी ही तयार केली गेली. आज तीनशेपेक्षा जास्त व्यावसायिक प्रशिक्षण संस्थांनी ही उचलून धरली असून, MBA ची पदवी मिळवणाऱ्या हजारो विद्यार्थ्यांनी त्यावर सही केली आहे.

या MBA प्रतिज्ञेच्या अगोदर तीन वर्षं 'थंडरबर्ड इंटरनॅशनल बिझनेस स्कूल' या संस्थेनं एक प्रतिज्ञा तयार केली (Oath of Honor) ज्यात म्हटलं आहे, ''थंडरबर्ड आणि जगाचा नागरिक म्हणून मी शपथ घेतो/ घेते : मी सचोटीनं आणि प्रामाणिकपणे वागण्याचा प्रयत्न करीन, मी इतरांचे हक्क आणि सन्मानाची जपणूक करीन, आणि मी जगात शाश्वत समृद्धी निर्माण करण्याचा प्रयत्न करीन. भ्रष्टाचार आणि शोषणाच्या सर्व प्रकारांना मी विरोध करीन आणि माझ्या कृतींची जबाबदारी माझी असेल. या तत्त्वांचं पालन करत असताना मला आशा वाटते की, मला कीर्ती आणि मानसिक शांतता मिळेल. या तत्त्वांचा मी शपथपूर्वक उच्चार करत आहे.

त्याचप्रमाणे कोलंबिया बिझनेस स्कूल या संस्थेनंही थोडक्यात पण स्पष्टपणे आपल्या तत्त्वांबद्दलची प्रतिज्ञा उच्चारली आहे : 'कोलंबिया बिझनेस स्कूल या संस्थेशी संबंधित सदस्य म्हणून मी सत्य, सचोटी आणि आदर या तत्त्वांशी एकनिष्ठ राहीन. मी खोटेपणानं वागणार नाही, फसवणार नाही किंवा जे असे वागतात त्यांचं वागणं चालवून घेणार नाही.'

अनेक वैद्यकीय महाविद्यालयातले विद्यार्थी हिप्पोक्रॅटिक शपथ घेतात; ज्यामुळे त्यांना वैद्यकीय व्यवसाय नैतिकतेनं करण्याचा आपला हेतू सार्वजनिकरीत्या जाहीर करता येतो. ऑलिम्पिक सामन्यांच्या उद्घाटन सोहळ्यात सगळ्या खेळाडूंचा एक प्रतिनिधी खेळाडू आणि सगळ्या पंचांचा एक प्रतिनिधी पंच असे मिळून प्रतिज्ञा करतात. खेळाडूंसाठी ही एक नियमबद्ध आणि उत्तेजक द्रव्यविरहित सहभागाची बांधिलकी असते, तर पंचांसाठी ती नि:पक्षपातीपणा आणि ऑलिम्पिकच्या नियमांप्रती आदर याविषयीची बांधिलकी असते. खेळाडू आणि पंच हे दोघंही यजमान देशाचे असतात आणि ऑलिम्पक ध्वजाचं एक टोक धरून ते ही प्रतिज्ञा करतात.

हेतूंचं प्रकटीकरण हे अनेक माध्यमांतून दिसून येतं जसं की, राजकीय, सैन्य दलातील किंवा काही धार्मिक नेत्यांनी घेतलेली शपथ. काही लोक लोकसेवेच्या क्षेत्रात प्रवेश करतात तेव्हा, आणि काही वेळा राजकीय व्यासपीठावरून किंवा राष्ट्रांच्या राज्यघटनांमधून याचा प्रत्यय येतो. व्यक्तिगत हेतू निवेदन, विवाहाच्या वेळी घेतलेल्या शपथा आणि कौटुंबिक ध्येयाचं उच्चारण यांतूनही हेतूंचं प्रकटीकरण प्रभावीपणे झालेलं दिसून येतं किंवा अशा एखाद्या परिस्थितीमध्ये दिसतं, जेव्हा कोणीतरी स्पष्टपणे आपला हेतू, उद्देश आणि वर्तन इतरांपर्यंत पोहोचवतात.

जसा आपण एखादा हेतू नात्यांच्या, कार्यालयाच्या किंवा आपल्या भूमिकेच्या संदर्भात जाहीर करतो, त्याचप्रमाणे तो एखाद्या विशिष्ट घटनेच्या किंवा परिस्थितीच्या संदर्भातही कधी कधी जाहीर करता येतो. याचं उदाहरण म्हणजे 'सेनाधिकाऱ्याचे ध्येय'. १८०६ मध्ये नेपोलियननं केलेल्या दारुण पराभवानंतर प्रशियाच्या लोकांनी हे प्रथम तयार केलं आणि १९८० च्या दशकात अमेरिकन सैन्यानं ते अंगीकारलं. हा एक परिणामलक्षी जाहीरनामा असून, त्यात एखाद्या विशिष्ट कामगिरीचा हेतू जाहीर केला आहे, ज्यामुळे एखाद्या दुय्यम अधिकाऱ्याला झट्‌कन आपल्या समोरच्या कामगिरीची कल्पना येईल आणि ती पूर्ण करत असताना त्यात त्याचा किंवा तिचा कसा सहभाग असणार आहे, हेही कळेल. परंतु त्याचबरोबर त्याला नियोजन आणि अंमलबजावणी करताना लवचीकता मिळेल, ज्यामुळे त्यांच्या तुकडीला येणाऱ्या सर्वच समस्यांवर योग्य तोडगा काढणं शक्य होईल. मग त्या समस्या शत्रूच्या आकस्मिक हल्ल्याच्या असोत किंवा कठीण/ खराब हवामान किंवा भूप्रदेशाच्या असोत.

जनरल गॉर्डन सुलीवान हे अमेरिकेतील सैन्य दलाचे निवृत्त सैन्यप्रमुख आहेत; ते म्हणतात :

> *तुम्ही तुमचे निर्णय घेताना जेव्हा ते प्रत्येकाबरोबर तपासून बघता, तेव्हा त्यातून मिळणारा फायदा कमी होतो. प्रत्यक्ष लढाईच्या वेळी आपल्या आजूबाजूला काय चालले आहे, शत्रूचे स्थान, त्याच्या शस्त्रास्त्रांची माहिती आणि लक्ष्य या सगळ्याचे अचूक भान रणभूमीवर प्रत्यक्ष लढणाऱ्या सैनिकाला असते. एकदा का आपल्या अधिकाऱ्याला नक्की काय अपेक्षित आहे हे कळले, की निर्णय घेण्याचा अधिकार अगदी खालच्या पातळीपर्यंत पोहोचला पाहिजे, ज्यामुळे आघाडीवर लढणाऱ्या या सैनिकांना समोर येणाऱ्या प्रत्येक संधी टिपता येतील.*

वेस्ट पॉइंटचे कर्नल थॉमस कोल्डित्झ सेनाधिकाऱ्याच्या ध्येयाचा अजून एक महत्त्वाचा कायदा निदर्शनास आणतात. ते म्हणतात, ''सेनाधिकारी म्हणून मी प्रत्येक विशिष्ट कामाचं नाव घेत बसलो तर पुष्कळ वेळ जाईल; परंतु ज्या क्षणी लोकांना माझा हेतू कळेल, त्या क्षणी ते त्या प्रश्नाचं उत्तर शोधायला लागतील.'' आणि अशा प्रकारच्या गुंतवणुकीचे परिणाम आपण या प्रकरणात आधी सांगितलेल्या उदाहरणांमधून, जसं की राष्ट्राध्यक्ष जॉन एफ केनेडींचं 'चांद्रमानवा'वरील भाषण आणि म्युरियल समर्स यांनी A.B. Combs या शाळेचं केलेलं परिवर्तन यामधून पाहिलं आहे.

इतरांमधील सकारात्मक हेतू गृहीत धरा.

लोक जसे आपल्याला अपेक्षित असतात तसेच आहेत असे गृहीत धरून त्यांच्याशी वागा; म्हणजे जसे बनण्याची त्यांची क्षमता आहे तसे बनण्यात तुम्ही त्यांना मदत कराल

गोथे

अजूनपर्यंत या प्रकरणात आपण या गोष्टीवर लक्ष केंद्रित केलं की हेतू जाहीर केल्यामुळे विश्वास निर्माण करता येतो. आता आपण नाण्याची दुसरी बाजू तपासून पाहू की इतरांमध्ये सकारात्मक हेतू गृहीत धरल्यामुळेसुद्धा कशाप्रकारे विश्वास निर्माण करता येतो. ज्याप्रमाणे आपल्याविषयीच्या चुकीच्या कल्पना इतरांनी मनात ठेवू नयेत असं आपल्याला वाटतं, तसंच आपण इतरांबद्दल चुकीच्या कल्पना बाळगलेल्या त्यांनाही रुचत नाहीत. त्यानं विश्वासाला हानी पोहोचते. विशेषतः जर हेतू स्पष्ट नसेल तर एखाद्या व्यक्तीबरोबर वागण्याचा उत्तम मार्ग म्हणजे त्यांच्यातील सकारात्मक हेतू गृहीत धरणं.

जेव्हा पेप्सिकोच्या CEO इंद्रा नुयी यांना विचारलं, ''तुम्हाला मिळालेला आजपर्यंतचा सर्वोत्तम सल्ला कोणता?'' तेव्हा त्यांनी उत्तर दिलं,

'माझे वडील म्हणजे एक विलक्षण व्यक्तिमत्त्व होतं. त्यांच्याकडून मी सकारात्मक हेतू गृहीत धरायला शिकले. कोणी काही म्हटलं किंवा केलं तरी त्यामागचा चांगला हेतू गृहीत धरा. तुमचा त्या व्यक्तीकडे किंवा प्रश्नाकडे पाहण्याचा दृष्टिकोन एवढा बदलून जाईल की तुम्ही आश्चर्यचकित व्हाल. तुम्ही जेव्हा नकारात्मक विचार कराल, तेव्हा तुम्हाला राग येईल. पण तो राग काढून टाकून चांगला विचार कराल तर चकित व्हाल. तुम्ही भावनिकदृष्ट्या स्थिर व्हाल, कारण तुम्ही विचारपूर्वक प्रतिक्रिया द्याल. तुम्ही बचावाचा पवित्रा घेणार नाही, तुम्ही आरडाओरडा करणार नाही. तुम्ही समजून घेण्याचा आणि ऐकण्याचा प्रयत्न कराल; कारण तुमच्या आतल्या गाभ्यामध्ये तुम्ही विचार करत असाल. 'असंही असेल की ते मला काय सांगत आहेत ते कदाचित मला समजत नसेल' म्हणूनच 'चांगला हेतू गृहीत धर' हा माझ्यासाठी मोलाचा सल्ला होता.

प्रभावशाली नेते हे नेहमी सकारात्मक हेतू गृहीत धरतात. तो विश्वासाचाच एक भाग आहे. आपली विश्वास ठेवण्याची जी एक नैसर्गिक प्रवृत्ती असते त्यातून याचा जन्म होतो आणि एरवी कदाचित आपल्याला ज्या दिसल्याही नसत्या अशा शक्यतांचं जग आपल्यासाठी त्यामुळे खुलं होतं. सकारात्मक हेतू गृहीत धरणं म्हणजे विश्लेषणाचा भाग गाळून टाकणं असं नाही, तर फक्त सुरुवात तिथपासून करायची नाही.

मुहम्मद युनूसनी हाच सकारात्मक दृष्टिकोन बाळगला होता, जेव्हा त्यांनी या गोष्टीवर विश्वास ठेवला की बांगलादेशाच्या गरीब लोकांना कर्ज हवं होतं ते स्वतःला गरिबीतून बाहेर काढायला. आणि याही गोष्टीवर विश्वास ठेवला की त्यांना प्रामाणिकपणे स्वतःचं कर्ज जबाबदारीनं वेळेत परत करायचं होतं. जेव्हा ते ती परत करू शकले नाहीत, तेव्हा ते निरुपयोगी आहेत, लबाड आहेत असा विचार न करता त्यांनी असं गृहीत धरलं की काहीतरी सबळ कारण असल्याशिवाय ते कर्जफेड करायला चुकणार नाहीत आणि त्यांना शक्य झाल्या झाल्या ते कर्जफेड करतील. युनूस यांच्या सकारात्मक दृष्टिकोनामुळे त्यानी या खुज्या वृत्तीच्या पलीकडे जाऊन एक असा आदर्श घालून दिला, ज्यानं जगच बदलून गेलं. पिएर ओमिद्यार यांच्या याच समजुतीमुळे की 'बहुतेक लोक चांगले असतात' eBay नी लोकांच्या व्यवहाराची पद्धतच बदलून टाकली आणि गुगलच्या कर्मचाऱ्यांच्या चांगल्या हेतूवरच्या विश्वासामुळे '२० टक्के वेळ' आणि इतर अनेक संकल्पना कृतीत आल्या आणि कंपनीला अनेक नफा मिळवून देणारी उत्पादनं निर्माण झाली. चांगले हेतू गृहीत धरल्यामुळे उच्च विश्वासाच्या नेत्यांचं, सर्जनशील भागीदारीचं आणि कामाच्या लवचीक वेळा, दूरध्वनी, फॅक्स, संगणक इत्यादींचा वापर करून घरून काम करणं यांसारख्या कामगिरीवर्धक पद्धतींचे मार्ग खुले होतात.

चांगला हेतू गृहीत धरण्यात अर्थातच जोखीमही आहे. कधी कोणाचे अंतस्थ हेतूही असू शकतात. ते तुम्हाला फसवू शकतात. ते तुमच्याशी मग्रुरीनं वागू शकतात किंवा तुम्हाला दुर्बलसुद्धा करू शकतात. तुमच्या कल्पना चोरून त्या स्वतःच्या म्हणून खपवू शकतात आणि म्हणूनच हे पुस्तक 'डोळस विश्वासा'बद्दल आहे. तुमचा विश्वास ठेवण्याचा नैसर्गिक कल आणि प्रभावी विश्लेषण यांचा सुयोग्य मेळ घालून कशावर आणि कोणावर विश्वास ठेवावा, याची योग्य निवड करण्याबद्दल हे पुस्तक आहे. परंतु एक गोष्ट ध्यानात घ्या की, जे काही थोडे चुकीचे वागणारे लोक असतात, त्यांच्या कृतीला जी प्रसारमाध्यमांकडून प्रसिद्धी मिळते किंवा लोकांच्या मनात त्या गोष्टीला जे स्थान मिळतं ती काही प्रातिनिधिक घटना नाही. अजून एक गोष्ट लक्षात घ्या, ती म्हणजे चांगला हेतू गृहीत धरण्यात जोखीम आहेच; परंतु त्याहीपेक्षा जास्त धोका हा वाईट हेतू गृहीत धरण्यात आहे.

कारण तसं केल्यामुळे तुम्ही स्वतःला असंख्य सर्जनशील शक्यतांपासून, निर्मितीपासून आणि उच्च विश्वासपूर्ण नात्यांत अंतर्भूत असणाऱ्या समृद्धी, ऊर्जा आणि आनंदापासून वंचित ठेवता.

चांगला हेतू गृहीत धरण्याची ही घटनाच मुळी नात्यांचे अनुबंध बदलून टाकते. त्यामुळे विश्वासाच्या देवाणघेवाणीला चालना मिळते. विश्वासदर्शक वागणुकीच्या दिशेनं ती आपल्याला घेऊन जाते. त्याचमुळे शंका आणि अविश्वास यांच्या दुष्टचक्राऐवजी विश्वास आणि भरवसा यांचं एक गुणात्मक चक्र सुरू होतं.

पेप्सिकोच्या सीईओ इंद्रा नुयी यांनी आम्हाला सांगितलं, ''माझ्या उत्कृष्ट अशा कार्यकारी व्यवस्थापन गटाचे (Executive management Team) एकूण १३ सदस्य आहेत आणि त्यांच्याबद्दलची चांगली गोष्ट ही आहे की, त्या प्रत्येकाला मी यशस्वी व्हायला हवी आहे.'' ही काही एखाद्या अविश्वासपूर्ण वातावरण असणाऱ्या संस्थेत घडणारी गोष्ट नाही, जिथं अधिकारी सतत इतर महत्त्वाकांक्षी सहकाऱ्यांबद्दल- ज्यांची नजर सीईओच्या खुर्चीवर असते, त्यांच्यावर- संशय घेत असतात. पण नुयी मात्र सकारात्मक दृष्टिकोन स्वीकारून आपल्या सहकाऱ्यांवर विश्वास टाकतात. त्यामुळे त्यांनाही त्यांच्याकडून विश्वासच परत मिळतो. एक विश्वासदर्शक कृती जी नुयींच्या सकारात्मक हेतू गृहीत धरण्यातून साकार होते ती म्हणजे- त्यांनी त्यांच्या कर्मचाऱ्यांच्या आई-वडिलांना लिहिलेली पत्रं. त्या म्हणतात, ''या पालकांना त्यांच्या मुलांनी शाळा सोडल्यापासून कधी मुलांचं प्रगतिपुस्तक बघायलाच मिळालं नाही आणि आता त्यांची ही मुलं चाळिशीत आणि पन्नाशीत आहेत. या पालकांना कळायला हवं की त्यांची मुलं आयुष्यात किती उत्तम गोष्टी करत आहेत. या पत्रांमध्ये मी त्यांच्यातील चांगल्या गोष्टींचा उल्लेख करते. ते माझ्याबरोबर का आहेत, हे मी त्यांना सांगते आणि पालक म्हणून अशा गुणी मुलांना वाढवल्याबद्दल, ज्यांच्यामुळे आमच्या कंपनीवर आणि माझ्यावर इतका चांगला परिणाम झाला, त्याबद्दल मी त्यांची किती ऋणी आहे, हेदेखील सांगते.'' आणि हे प्रगतीचं चक्र असंच वाढतं जेव्हा नुयी आपल्या सहकाऱ्यांना त्यांचे अहवाल अशाच पद्धतीनं लिहायला सांगतात.

इथून सुरुवात करू या

जेव्हा एखाद्या संस्थेतील एका विभागातील लोक दुसऱ्या विभागातील लोकांबरोबर संपर्कात येतात तेव्हा बहुधा दोघंही नकारात्मक दृष्टिकोनानंच सुरुवात करतात. ''याच्या मनात नक्की काय लपलेलं असेल? तुझा खरा हेतू काय आहे? मला

वाटतं की तू जास्त वाटा मिळवायचा प्रयत्न करतो आहेस. तुम्ही स्वतःला तुमच्या टीमला, अशा जागी आणू पाहताय ज्यामुळे तुम्हाला जास्त फायदा होईल आणि आम्हाला कमी.'' पण जरा विचार करा, जेव्हा तुम्ही परस्परावलंबी गटात अशा लोकांबरोबर काम करताय ज्यांची नेमणूक त्याच कंपनीनं केली ज्यानी तुमची केली. मग अशा वेळी एकमेकांबद्दल सकारात्मक दृष्टिकोन बाळगणं, हीच चांगली सुरुवात असेल की नाही? असा विचार करा की त्यांच्याकडेही तशाच क्षमता आणि चारित्र्य आहे, जसं तुमच्याकडे आहे आणि तुम्ही दोघंही यासाठी काम करत आहात की कंपनी यशस्वी होईल आणि सगळ्यांनाच लाभ होईल.

> *आमचा एकमेकांच्या योग्यतेवर आणि हेतूंवर भरवसा आहे.*
>
> *P&G चे हेतू, मूल्यं आणि तत्त्व यामधून.*

काही लोक या दृष्टिकोनाला भाबडेपणा म्हणतील. पण आमचं निरीक्षण असं सांगतं की उत्तम नेते, उत्तम टीम, उत्तम कंपनी इथूनच सुरुवात करतात आणि हे करत असताना ते त्याच प्रकारचं वर्तन करतात, जसं त्यांना अपेक्षित असतं. जे नकारात्मक भूमिका स्वीकारतात, त्यांना अंततः ज्याची भीती वाटते तीच गोष्ट निर्माण होते. समृद्धी, ऊर्जा आणि आनंद निर्माण करण्याची संधी ते नष्ट करतात आणि नंतर बुडीत खाती जातात.

एखाद्या गोष्टीचं विश्लेषण करत असताना आपल्या असं लक्षात येतं की कोणाच्या तरी विश्वासार्हतेचा अभाव किंवा त्यातली धोक्याची पातळी यामुळे चांगला हेतू गृहीत न धरणं किंवा सावधगिरीचा पवित्राच हुशारीचा ठरतो. परंतु सर्वसाधारण नियम असा की, आपल्या सहकाऱ्यांमध्ये, टीममध्ये, संस्थांमध्ये, भागीदारांमध्ये, जोडीदारामध्ये, मुलांमध्ये आणि इतरांमध्येही चांगला हेतू गृहीत धरणं, हीच चांगली आणि समृद्धीदायक, उत्साहदायक आणि आनंददायी सुरुवात आहे.

प्रश्न

- तुमच्या लहानपणी किंवा मोठ्या वयात असा अनुभव आला आहे का की तुमचा हेतू नीट कळलाच नाही? तेव्हा तुम्हाला काय वाटलं? जर तो हेतू नीट कळला असता तर परिस्थितीत काय फरक पडला असता?

- तुम्ही कधी दुसऱ्यांचा हेतू वाईट आहे असं गृहीत धरलं आहे का? तुमची समजूत चुकीची होती, हे लक्षात आल्यामुळे तुम्हाला कधी धक्का बसला आहे का?
- जेव्हा लोक इतरांबद्दल चांगला हेतू गृहीत धरतात, तेव्हा त्यांच्याबरोबर काम करण्याचा अनुभव कसा असतो? आणि जेव्हा ते तो तसा गृहीत धरत नाहीत तेव्हाचा तुमचा अनुभव कसा आहे?
- जर तुम्हाला तुमच्या हेतूंबद्दल समाधान वाटत नसेल तर तुम्ही ते कसे बदलू शकाल? ते बदलण्याची किंमत योग्य आहे का? किंवा ते न बदलण्याची किंमत योग्य आहे का?

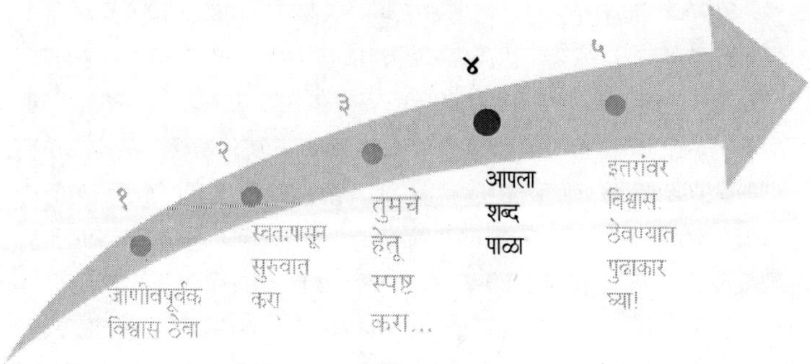

डोळस विश्वास कृती ४
आपला शब्द पाळा

तुम्ही जे काही करण्याचा शब्द दिला आहे ते पार पाडा. तुमची विश्वासार्हता सिद्ध व्हायला काही काळ जावा लागतो आणि ती तुमच्या शब्दांच्या आणि कृतींच्या इतिहासाच्या पायावर उभी असते.
मारिया रझुमिक झेक - *हाँगकाँग आणि शांघाय हॉटेल्सच्या क्षेत्रीय उपाध्यक्ष*

शब्द आणि कृती जेव्हा हातात हात घालून येतात तेव्हा शक्ती सिद्ध होते.
German Politial Theorist Hannah Arendt

जर तुम्ही तुमचे शब्द खरे केले नाहीत तर तुमचा हेतू जाहीर करण्याच्या कृतीचा- जी विश्वास निर्माण होण्याच्या प्रक्रियेत कितीही महत्त्वाची असली तरीही - काही उपयोग होणार नाही. उलट ती तुमच्यावरच उलटेल. म्हणजेच जर तुम्ही बोलल्याप्रमाणे कृती केली नाहीत, तर तुमची विश्वासार्हता कमी होईल.

नुकत्याच आमच्या युरोपमधील एका तंत्रज्ञान कंपनीच्या सीईओंशी झालेल्या संभाषणात त्यांनी आम्हाला एक मर्म उलगडून दाखवले. त्यांनी म्हटले–

आमचा व्यवसाय १८० देशांमधून पसरला आहे आणि ५० हून अधिक देशांचे नागरिक आमच्याकडे काम करतात आणि जरी प्रत्येकाचा योग्य तीच गोष्ट करण्याच्या मूल्यावर विश्वास असला तरी 'योग्य म्हणजे नक्की काय, यावर सर्वांचे एकमत होईलच असे नाही, कारण योग्य आणि अयोग्य याबद्दलची त्यांची समजूत ही त्यांच्या संस्कृती अणि वातावरणातून / परिस्थितीवरून ठरते. मग त्या प्रत्येकाचे मूल्यमापन करताना आमच्या उपयोगी पडणारा निकष म्हणजे- ते जे बोलतात त्याप्रमाणे वागतात का? ही एक अशी वर्तनपद्धती आहे की जी सर्व संस्कृतींमध्ये सर्व विचारधारांमध्ये आणि सर्व देशांमध्ये ग्राह्य धरली जाते. हीच एक गोष्ट अशी आहे, ज्यामुळे आम्हाला कळतं की ते विश्वासार्ह आहेत की नाहीत. आमच्या कर्मचाऱ्यांच्या आणि कंपनीच्या कामगिरीचं जागतिक अपेक्षांच्या संदर्भात मूल्यमापन करण्याचा हा एक उत्तम मार्ग आहे.

त्या अधिकाऱ्यानं सांगितलेली गोष्ट आमच्या अनुभवाशी मिळतीजुळती होती. हीच गोष्ट आम्हाला जगभरातील जवळ जवळ प्रत्येक राष्ट्रात, संस्कृतीत, धर्मात आणि समृद्ध जीवनाच्या तत्त्वज्ञानात आढळून आली आहे. 'तुमचे शब्द खरे करा' हे एक महत्त्वाचं मूल्य आणि इतरांशी असलेल्या संबंधांमध्ये विश्वासवृद्धी करणाऱ्या वर्तनाचं ते एक लक्षण आहे.

जगात कुठे काय

इस्लाम :	'तुमची वचनं आणि जबाबदारी पूर्ण करा'
ज्युडाईझम :	'(मनुष्य) त्याच्या मुखातून बाहेर पडणारी प्रत्येक गोष्ट खरी करेल.'
ख्रिश्चन धर्म :	'बोलणारा प्रत्येक जण माझ्यापर्यंत पोहोचेल असे नाही... पण कृती करणारा मात्र पोहोचेल...
हिंदू धर्म :	'मी बोलतो तसेच करतो, माझे शब्द कृतीतून साकार करतो'
बौद्ध धर्म :	'तुम्ही उच्चारलेल्या असंख्य पवित्र शब्दांचा उपयोग काय, जर तुम्ही तशी कृती करत नसाल?'
कनफ्युशियन धर्म :	'श्रेष्ठ मनुष्य शब्द कमी वापरतो आणि कृती जास्त करतो.'

मानवता धर्म :	(Humanism) 'स्वतःचा शब्द पाळणे, वचन पूर्ण करणे, करार पाळणे... यांचे औचित्य आधी सांभाळले पाहिजे.
ग्रीक तत्त्वज्ञान :	'पहिल्यांदा ठरवा... तुम्ही कोण होणार आहात; अणि मग त्यासाठी जे करावे लागेल ते करा'
अरेबियन म्हण :	'वचन म्हणजे ढग; पूर्तता म्हणजे पाऊस'

जागतिक दर्जा

विश्वास निर्माण करण्याच्या प्रक्रियेतील 'आपला शब्द पाळणे' हे एक जागतिक मानक झाले आहे आणि त्यामुळेच तुमच्या कृतींचे मूल्यमापन करणारा तो एक महत्त्वाचा मापदंड ठरला आहे. त्यामुळे आंतरराष्ट्रीय आणि सांस्कृतिक भागीदारी आणि सहकार्य यांतही सुधारणा झाली आहे आणि कर्मचाऱ्यांच्या समाधानामधील तो एक महत्त्वाचा घटक आहे. Great Place to work for Institute मधील अनिता बोराटे आणि जोयोती बॅनर्जी यांनी त्यांच्या भारतातील काम करण्यायोग्य सर्वोत्कृष्ट कंपन्यांच्या २०१० मध्ये केलेल्या अभ्यासात हा घटक महत्त्वाचा मानला आहे.

काम करण्यासाठी उत्तम वातावरण असणाऱ्या जागा इतरांपेक्षा वेगळ्या ठरतात. त्यांची व्यवस्थापनाची विश्वसनीयता अत्युच्च पातळीला असते. कर्मचाऱ्यांना अशा प्रकारच्या व्यवस्थापनासाठी काम करायला आवडते जे विश्वसनीय आहे आणि आपली बांधिलकी पाळतात. या पाहणीच्या अहवालात असं आढळलं आहे की, 'व्यवस्थापनाचे शब्द आणि कृती यांच्यात सुसंगती असण्याच्या' कसोटीवर वरचढ ठरलेल्या कंपन्यांचे गुण खाली असणाऱ्यांपेक्षा ९२ टक्क्यांनी जास्त आहेत. तर 'व्यवस्थापनानं आपला शब्द पाळण्याच्या' कसोटीवर ९० टक्क्यंनी जास्त आहे.

'तुम्ही जे बोलता ते करून दाखवा' हे सचोटी आणि सुसंगती या तत्त्वांवर आधारित आहे. याची विरोधी गोष्ट असेल ती म्हणजे जे बोलत आहात ते 'न' करणं. आणि बनावट गोष्टीमध्ये (Counterfeits) एखादी गोष्ट वाढवून सांगणं आणि त्याची पूर्तता न करणं, जबाबदारी निभावण्यात बेफिकीर असणं, कमी दर्जाच्या कामासाठी कारणं देणं, आशादायक गोष्टी सांगणं; पण प्रत्यक्षात त्या करायच्या टाळणं आणि परिणामांवर भर देण्याऐवजी कामांवर भर देणं, या

प्रकारच्या गोष्टींचा समावेश होतो.

> *आम्ही जे बोलतो ते करून दाखवतो.*
>
> *लेव्ही स्ट्रॉस आणि कंपनी (वर्तणुकीचे नियम)*

अत्यंत प्रभावशाली नेते आणि संस्था यांना डोळस विश्वासाच्या कृतीच्या महत्त्वाची जाणीव असते. लोकांचा स्वतःचा शब्द पाळण्याचा आलेख त्यांना वेगात कामं करण्यासाठी उद्युक्त करतो, जी एरवी त्यांना तशा पद्धतीनं करायला जमली नसती किंवा कदाचित जमलीच नसती. जेव्हा आम्ही मॅकलेन कंपनीच्या सीईओंना विचारलं की, त्यांची २३ अब्ज डॉलर्स किमतीची खाद्यपुरवठा कंपनी केवळ एका हस्तांदोलनाच्या बदल्यात मिळवण्याचं धाडस वॉरन बफेंना कसं झालं; आणि तेही एका महिन्याच्या आत आणि कुठल्याही औपचारिक मेहनतीशिवाय! रोझियन यांनी सांगितलं :

बफेंना माझ्या नावलौकिकाबद्दल माहिती होती आणि तो लौकिक अगदी साधा होता. चांगला असो किंवा वाईट- मी माझा शब्द पाळतो. कंपनीतल्या सगळ्या लोकांना हे माहीत आहे, की आम्ही जे बोलतो आहोत, ते एक कंपनी म्हणून आम्ही प्रत्यक्षात आणू; मग ते चांगलं असो वा वाईट. त्याची जी काही किंमत मोजावी लागेल ती आम्ही मोजू आणि हीच आमची ख्याती आहे... हा व्यवहार पक्का झाल्यानंतर तो साजरा करण्याकरता आम्ही एकत्र जेवायला गेलो. तेव्हा जेवताना बफे आमच्याबद्दल म्हणाले, "हे चांगले लोक आहेत, आणि माझा त्यांच्यावर विश्वास आहे आणि या प्रवासात आमचे नाते दृढ होत जाईल." आणि खरंच ते झालं आहे.

जॉन मॅक्केचं निरीक्षण

होल फूड मार्केटचा सहसंस्थापक आणि सीईओ म्हणून मी सतत सर्वांच्या नजरेसमोर असतो... मला माहिती आहे की मी केलेल्या प्रत्येक गोष्टीमधून आणि बोललेल्या प्रत्येक शब्दावरून माझे सहकारी मला जोखत असतात, अंदाज घेत असतात की ते माझ्यावर आणि कंपनीच्या ध्येयावर विश्वास ठेवू शकतात की नाही. मी सतत दृष्टीच्या टप्प्यात असल्यामुळे शब्द पाळणं महत्त्वाचं ठरतं.

कबूल केलेल्या गोष्टी करणं- बोललेला शब्द खरा करणं, यामुळे पट्कन विश्वास निर्माण होतो आणि जेव्हा परिस्थिती अवघड असते तेव्हा तर हे जास्त प्रत्ययाला येतं.

Its Not What You Say…It's What You Do या पुस्तकात व्यवस्थापन सल्लागार लॉरेन्स हॉटन आपल्याला त्या अनुभवाबद्दल सांगतात, जेव्हा लेव्हल ३ कम्युनिकेशन्स स्मअमस ३ Level 3 Communications या एका मोठ्या इंटरनेट सर्व्हिस प्रोव्हायडरनं अत्यंत कठीण परिस्थितीतही आपला शब्द पाळला. १९९८ मध्ये लेव्हल ३ ला आजपर्यंतच्या इतिहासात सर्वांत जास्त भांडवल घेऊन सुरुवात झालेली कंपनी, असं संबोधलं जात असे. त्यांनी अशा उद्योगात १४ अब्ज डॉलर्स उभे केले; नंतर ७५७ अब्ज डॉलर्सची गुंतवणूक १९९६ ते २००० या काळात आपल्याकडे खेचून घेतली. पण नंतर तंत्रज्ञानाचा फुगा फुटला. बाजार कोसळला आणि अनेक ऑप्टिक फायबर कम्युनिकेशन कंपन्यांचं दिवाळं वाजलं आणि त्यांनी दिवाळखोरी जाहीर केली. लेव्हल ३ करताही हे करणं सोपं होतं; परंतु कंपनीच्या नेतृत्वाची धुरा सांभाळणाऱ्या लोकांनी ठरवलं की त्यांची त्यांच्या हितसंबंधीयांप्रती काही जबाबदारी आहे. सीईओ जेम्स क्रोवेंनी सांगितलं, "आमच्यावर एक जबाबदारी होती. आम्ही आमच्या गुंतवणूकदारांचं, ग्राहकांचं, आमच्या कर्मचाऱ्यांचं काही देणं लागतो. तुम्ही जे कबूल केलं आहे ते पार पाडलंच पाहिजे." आणि त्यांनी ते केलं; आणि जरी त्यांची बाजारातील पत पूर्वस्थितीला आली नाही तरीही लेव्हल ३ नं आपला शब्द पाळला. परिणामी, आज लेव्हल ३ ही वरच्या स्तरातील जगातील फक्त सहा कंपन्यांपैकी एक आहे. त्यांचं आय.पी. ट्रान्झिट नेटवर्क हे उत्तर अमेरिका आणि युरोपमधील सर्वांत मोठं नेटवर्क आहे आणि उत्पन्न ३.५ बिलियन डॉलर्सपेक्षा जास्त आहे.

ही गोष्ट सांगितल्यावर हॉटन म्हणाले, "बांधिलकी, जबाबदारी घेणं म्हणजेच दुसऱ्या पक्षाला आपल्याला कधीही 'समजून घेण्यास' न सांगणं. सर्व व्यवस्थापकांनी पुढे होऊन म्हणायला हवं, "दमदारपणानं आणि दृढनिश्चयानं पाठपुरावा करणं, ही माझी जबाबदारी आहे. दिलेल्या सर्व शपथांवर माझं नाव असेल."

कठीण काळातही दिलेला शब्द पाळल्यामुळे भारतीय वंशाच्या स्पॅन कन्स्ट्रक्शन मदेरा या कॅलिफोर्नियामधील कंपनीचे मालक फिरोझ 'किंग' हुसेन यांना खूप मोठा फरक पडला. काही वर्षांपूर्वी कॉस्टको होलसेल या मोठ्या ग्राहकाच्या संदर्भात त्यांच्या विश्वासाची कसोटी लागली होती. कॉस्टकोचं गोदाम बांधत असताना काही अनपेक्षित विलंबामुळे जी तारीख दिली होती त्याआधी ते पूर्ण होऊ शकेल की नाही अशी परिस्थिती होती. हुसेन यांचं एक व्यक्तिगत तत्त्व होतं की ते आपल्या सहकाऱ्यांना रविवारी कामाला लावत नसत; परंतु तरीही त्यांनी कॉस्टकोच्या

बांधकाम निरीक्षकांना आश्वासन दिलं की ते दिलेला शब्द पाळतील. त्यासाठी जास्त कामगार आणून आणि जास्त वेळ काम करून ठरलेल्या वेळेत काम पूर्ण करून देतील. त्यांच्या या पवित्र्यामुळे कॉस्टकोच्या अधिकाऱ्यांना काळजी वाटायला लागली; कारण रविवारीसुद्धा काम केल्याशिवाय काम पूर्ण होणार नाही, हे त्यांना दिसत होतं. पण हुसेन आपल्या म्हणण्यापासून ढळले नाहीत. त्यांची खात्री आणि आत्मविश्वास पाहून कॉस्टकोच्या अधिकाऱ्यांनी त्यांच्यावर विश्वास ठेवण्याचा निर्णय घेतला आणि स्पॅननं आपलं उद्दिष्ट वेळेत पूर्ण केलं. हुसेन यांच्या शब्दांत सांगायचं झालं तर, "त्या वेळी माझा तो उद्देश नव्हता; पण त्या दिवसानंतर कॉस्टकोच्या व्यवस्थापनाकडून मिळणारा आदर आणि विश्वास नक्कीच वाढला. आम्ही रविवारी काम केलं नाही; पण आम्ही आमचं काम वेळेत पूर्ण केलं. त्यांना कळलं की आम्ही आमची बांधिलकी पूर्ण करताना आमच्या तत्त्वांचा बळी देत नाही."

आपले शब्द खरे करून हुसेन यांनी जो भरवसा आणि विश्वासार्हता निर्माण केली त्याचा परिणाम म्हणून त्यांना कॉस्टकोच्या ५९ दशलक्ष स्क्वेअर फूट इतक्या बांधकामाचं कंत्राट मिळालं. उत्तर अमेरिका, आशिया, युरोप आणि ऑस्ट्रेलियामध्ये पुढील २० वर्षांत त्यानी ही बांधकामं पूर्ण केली.

> *स्वतःचा शब्द पाळणं या एकाच आदेशाप्रमाणे मी जगते. मी एखाद्या गोष्टीची जबाबदारी पत्करली आणि नंतर त्याचा पश्चात्ताप झाला, हे इतक्या वेळा असं झालं आहे की मी मोजदाद करू शकत नाही. पण तरीही ती गोष्ट मी पूर्ण करत आले. कारण माघार घेणं, हा पर्यायच माझ्यासाठी नाही. जर एखादी गोष्ट मी करण्याचं कबूल केलं असेल, तर फक्त एकच गोष्ट ती करण्यापासून मला रोखू शकेल आणि ती म्हणजे मला जागचं हलतासुद्धा न येण्याइतकं आजारपण.*
>
> *ओप्रा विनफ्रे*

शब्द आणि कृती यांच्या संयोगाची ताकद

डोळस विश्वासाची कृती ३ आणि कृती ४ ही अतिशय समर्थ अशी वर्तन जोडी आहे. ते म्हणजे एका पाठोपाठ येणाऱ्या धक्क्यांसारखे आहेत. तुम्ही तुमचा हेतू जाहीर करा आणि मग तो पूर्णत्वाला न्या. हा एक असा संयोग आहे, ज्याच्यामध्ये अविश्वास आणि संशय नष्ट करण्याची प्रचंड क्षमता आहे.

या दुहेरी कृतींचं सामर्थ्य जोखण्याचा सर्वांत सोपा मार्ग म्हणजे त्याच्या चार शक्यतांचा विचार. शब्द आणि कृती यांचा चार प्रकारे मेळ होऊ शकतो. जेव्हा तुम्ही प्रत्येक शक्यतेचा विचार करत असता तेव्हा ध्यानात ठेवा 'शब्द' म्हणजे हेतूंचा उच्चार आणि 'कृती' म्हणजे त्यावरील क्रिया. 'शब्द' म्हणजे बोलणं, 'कृती' म्हणजे त्याप्रमाणे वागणं. 'शब्द' म्हण्जे वचन; कृती म्हणजे पूर्तता. आमचे सहकारी रॉजर मेरिल यांच्या शब्दांत सांगायचं तर, ''जबाबदारी घेण्यानं (शब्द) आशा निर्माण होते, तर ती पूर्ण केल्यामुळे (कृती) विश्वास वाढतो.'' जेव्हा तुम्ही पुढे वाचाल, तेव्हा या गोष्टीचा विचार करा की, तुमच्यावर विश्वास ठेवावा की ठेवू नये याबाबतच्या एखाद्याच्या मूल्यमापनावर यातील एखाद्या शक्यतेचा कसा परिणाम होईल किंवा दुसऱ्यावर विश्वास ठेवावा की नाही, याबाबतच्या तुमच्या मूल्यमापनावर त्याचा काय परिणाम होईल?

पर्याय पहिला बोलण्याचा/ कृतीचा अभाव

Option 1 : Low Say / Low Do - Underpromise and underdeliver

या पर्यायामध्ये माणसं जास्त बोलत नाहीत आणि जास्त कृतीही करत नाहीत. त्यामुळे फार आशाही नाही आणि विश्वासही नाही. या गटामध्ये असे कर्मचारी येतात जे मागे मागे राहतात आणि कामं टाळायचा प्रयत्न करतात किंवा गिळालीच काही कामं तर ती अशा पद्धतीनं करतात की, परत कोणी त्यांना कामं सांगायला धजावत नाहीत. हे मनानं निवृत्त कर्मचारी असतात, जे असून नसल्यासारखे असतात, जे नोकरीत टिकून राहण्याकरता आवश्यक असेल तेवढंच करतात. त्यांचं असं काही वैशिष्ट्य नसतं, त्यांच्याकडे काही आश्वासन नसतं, त्यांना काही स्थान नसतं आणि त्यांच्याबद्दल काही अपेक्षाही नसतात. त्यांच्या वागण्यामुळे सावकाश आपला त्यांच्यावरचा विश्वास कमी होत जातो.

पर्याय २ - जास्त बोलणं/ कमी कृती

Option 2 High Say / Low Do - Overpromise & Underdeliver

हा पर्याय असा आहे, ज्यात लोक सर्व प्रकारची आश्वासनं देतात; पण पूर्ण करत नाहीत. ते आपला शब्द पाळत नाहीत. ते सुसंगतपणे वागत नाहीत; त्यांच्या

कृती आणि शब्द यांच्यात मेळ असत नाही. त्यांना ज्या गोष्टी महत्त्वाच्या आहेत असं ते सांगतात, त्याप्रमाणे ते कृती करत नाहीत. टेक्सासमध्ये म्हणतात त्याप्रमाणे 'All hat, No cattle' (म्हणजे दिखावाच जास्त) असे ते असतात. विचार करून पाहिलं तर पहिल्या पर्यायात विश्वास निर्माण होईल असं काहीच नाही; पण तरीही या दुसऱ्या पर्यायापेक्षा ते पुष्कळ बरे, असंच म्हणायला हवं, ज्यामध्ये आश्वासनांमुळे जी काही आशा निर्माण झालेली असते, ती उपेक्षेत बदलते.

अति आश्वासनं आणि त्यांची अपूर्तता यांचं उत्तम उदाहरण म्हणजे राजकीय नेते- जे निवडून येण्याकरता भारंभार आश्वासनं देतात, पण सत्तेमध्ये आल्यावर ते पूर्ण करत नाहीत. २०११ मध्ये जी.एफ.के. या जर्मनीच्या सर्वांत मोठ्या बाजारपेठ संशोधन संस्थेनं प्रसिद्ध केलेल्या विश्वास आलेखात (Trust Index) राजकारण हे सर्वांत कमी विश्वसनीय असून, इतर २० व्यवसायांच्या तुलनेत सर्वांत खालच्या स्थानावर आहे. एकूण १९ राष्ट्रांमध्ये हे सर्वेक्षण केलं गेलं. याचं दुसरं उदाहरण म्हणजे अशा संस्था- ज्यांची ध्येयं आणि उद्दिष्टं केवळ दिखाव्यासाठी उरलेली असतात. आपण हे समजू शकतो की काही कंपन्या अशाही असतात ज्यांची ठरवलेली ध्येयं आणि उद्दिष्टं अजून पूर्ण झालेली नाहीत; परंतु ती पूर्ण होण्यासाठी ते अथक प्रयत्न करत आहेत. त्यांचे प्रामाणिक प्रयत्न निश्चितच विश्वास निर्माण करतात. परंतु एखादं ध्येय ठरवायचं आणि नंतर त्याकडे दुर्लक्ष करायचं, हे नुसतं धोकादायकच नाही, तर त्यामुळे विश्वाससुद्धा नष्ट होतो. मग त्यापेक्षा आपण हेतू जाहीर करून तो पूर्ण न करणं, यापेक्षा हेतू जाहीरच न करणं चांगलं. तसंच एखाद्या कंपनीकरता आपली ध्येयं आणि उद्दिष्टं जाहीर करून नंतर त्याकडे दुर्लक्ष करण्यापेक्षा ते न ठरवणंच योग्य.

नेते स्वतःच्या विश्वासार्हतेमुळे विश्वासाची जोपासना करू शकतात. "मी सांगतो तसं वागा, मी वागते तसं नको." हा मंत्र जसा इतरत्र चालत नाही, तसा उद्योगधंद्यांमध्येही चालत नाही. उद्दिष्ट, ज्यामध्ये

सचोटी, खुलेपणा आणि न्याय यांचं आश्वासन असतं (जसं एन्रॉनमध्ये होतं) त्याला नेत्यांच्या भ्रष्टाचारी आणि अप्रामाणिक कृतींमुळे काहीच अर्थ उरत नाही.

काझुओ इचिजो आणि इकुजिरो नोनाका
-व्यवसाय लेखक (Business Author)

पर्याय ३ रा - कमी बोलणे / जास्त कृती, कमी आश्वासनं.
Option 3 Low Say / High do - Underpromise & Overdeliver

या पर्यायामध्ये लोक जास्त बोलत नाहीत; पण ते कृती मात्र करतात. हा खरं म्हणजे एक चांगला पर्याय आहे, कारण त्यामुळे विश्वास निर्माण होईल; पुढे दिलेल्या चौथ्या पर्यायात जेवढ्या लवकर विश्वास निर्माण होईल, तेवढा कदाचित या पर्यायात होणार नाही. कारण इतरांना नक्की काय घडतं आहे, याची कल्पना नसते आणि आधी सांगितलं नसल्यामुळे बऱ्याच वेळा केलेली कामगिरी ही सांगितलेल्या गोष्टीची पूर्तता आहे, हे लक्षातच येत नाही. त्याखेरीज कमी प्रमाणातील आश्वासनं एकूण सगळ्या गोष्टींच्या भाऊगर्दीत चट्कन लक्षातही येत नाहीत किंवा त्यांचा फारसा प्रभावही पडत नाही. कदाचित सातत्यानं केलेल्या वचनपूर्तीमुळे भविष्यात काही आशा निर्माण होऊ शकतील; परंतु ज्या व्यक्ती किंवा संस्थांनी आपला हेतू जाहीर करून त्याची सुयोग्य पूर्तता केल्यामुळे जी आशा निर्माण होते, त्याच्या जवळपासही या प्रकारचे लोक येत नाहीत. परत एकदा, कमी आश्वासनं देऊन जास्त कृती करणं, हे त्याउलट करण्यापेक्षा केव्हाही चांगलं. पण हे दोन्ही पर्याय आपल्याला चौथ्या पर्यायात मिळणारे उच्च विश्वासाचे परिणाम देऊ शकत नाहीत.

व्यवसायातील एक जुना आणि घासून गुळगुळीत झालेला विचार आहे; चलाख कंपन्या या कमी बोलतात आणि जास्त परिणाम देतात, पण बाजाराच्या या भाऊगर्दीत कमी बोलणं, हा विस्मृतीत जाण्याचा मार्ग आहे.

रिक बरेरा, व्यावसायिक लेखक

पर्याय ४था - सुयोग्य आश्वासन/ सुयोग्य कृती

Option - 4 : High Say / High Do - Promise & Deliver / Over Deliver

या पर्यायात लोक जे उद्दिष्ट जाहीर करतात, ते पूर्ण करून दाखवतात. ते दिलेला शब्द पाळतात. ते आपल्या हेतूची सूचना देतात (ज्यामुळे आशा निर्माण होते.) आणि नंतर ते त्याप्रमाणे वागतात, त्यामुळे विश्वास निर्माण होतो. इथं तुम्हाला ती कंपनी सापडते, जी तुम्हाला सांगते की त्यांचं उत्पादन ते तुमच्यापर्यंत महिन्याच्या १५ तारखेला पोहोचवतील आणि १५ तारखेलाच पोहोचवते किंवा (HR Director) जे संचालक मंडळाच्या बैठकीपर्यंत कर्मचारी विकास योजनांचा आढावा घेण्याचा शब्द देतात आणि खरोखरच बैठकीला पूर्ण अभ्यास करून हातात नवीन प्रस्ताव घेऊन येतात किंवा आपला जोडीदार, भागीदार, सहकारी किंवा मित्र ज्यानं आपल्याला ६.३० वाजता भेटण्याचं कबूल केलं, ठीक साडेसहाला किंवा त्याआधी काही मिनिटं हजर झाले. किंवा पालक ज्यांनी आपल्या मुलाला शनिवारी बागेत न्यायचं कबूल केलं होतं- इतर अनेक गोष्टी उद्भवल्या तरीही मुलाला दिलेला शब्द पाळून शनिवारी बागेत घेऊन गेले.

'वचन देऊन त्याची पूर्तता करा' यामध्ये शब्द आणि कृती यांची ताकद एकत्र येते आणि इतर कशापेक्षाही जास्त वेगानं विश्वास निर्माण होतो. याचं कारण म्हणजे लोकांना तुम्ही काय करणार याचा अंदाज येतो आणि आशा निर्माण होते. आणि ते पूर्ण झाल्याचं लक्षात आल्यावर तेही तुमचं यश साजरं करतात. जेव्हा केव्हा हेतू जाहीर करत असताना तुमच्या शब्दांत स्पष्टपणे आणि जिव्हाळ्यानं 'काय'च्याबरोबर 'का'चंही स्पष्टीकरण येतं, तेव्हा तुमच्या चारित्र्याबद्दल आणि क्षमतेबद्दल विश्वास निर्माण होतो.

शब्द आणि कृती यांचा मेळ असणाऱ्या संस्थेचं उदाहरण म्हणजे 'विप्रो'. 'बिझनेस वीक'या नियतकालिकाच्या मते त्यांची कार्यपद्धती 'कल्पनेच्या बाहेरचं काहीतरी देऊ करायचं, अतिशय उच्च दर्जाचं पण अत्यंत कमी किमतीला आणि मग त्याची पूर्तता करायची.' अजून एक लक्षणीय उदाहरण म्हणजे ॲपल! जेव्हा स्टीव्ह जॉब्ज यांनी आपलं वैशिष्ट्यपूर्ण वाक्य उच्चारलं, "आणि अजून एक गोष्ट ...." त्या वेळची प्रतिक्रिया आठवून पाहा, (Apple World Wide Developers Conference) ॲपलच्या प्रागतिक विकसकांच्या परिषदेत किंवा मॅकवर्ल्डमध्ये चालू असलेलं सादरीकरणाच्या (Presentation) शेवटी त्यांनी हे वाक्य म्हटलं तेव्हा ते नक्कीच नवीन उत्पादनांचा इशारा देत होते. ॲपलच्या प्रत्येक उत्पादनाच्या

उद्घाटनाच्या आधी प्रचंड कुतूहल आणि उत्कंठा निर्माण होते आणि ॲपलही तेवढ्याच ताकदीनं नवीन उत्पादनं दाखल करते.

अशी इतरही उदाहरणं आहेत, बीएमडब्ल्यू हे जर्मनीतील गाड्या, मोटारसायकल आणि इंजिनांचे उत्पादक आहेत. त्यांनी आपल्या 'Ultimate Driving Machine' या उक्तीमुळे (tagline) उत्कंठा आणि आशा निर्माण केली आणि नंतर खरोखरच 'Ultimate Driving Machine' समोर ठेवलं. रित्झ कार्लटन हॉटेलनं जाहीर केलं की "आम्ही सभ्य स्त्रिया आणि सद्गृहस्थ असून, सभ्य स्त्रिया आणि सद्गृहस्थांना सेवा देतो." अणि ते त्याचा पाठपुरावा करतात, ज्यात त्यांनी दोन विशेष अशा सेवा कबूल केल्या आहेत आणि १२ विशिष्ट सेवामूल्यं ज्यामुळे त्यांच्या कर्मचाऱ्यांना त्यांच्या ग्राहकांच्या अपेक्षा पूर्ण करणं शक्य होतं. व्हिसा (कार्ड) आपल्याला सांगतं, 'जिथं तुम्हाला असावंसं वाटतं तिथं', आणि खरोखरच ते जगात सर्वांत जास्त वापरलं जाणारं क्रेडिट कार्ड आहे. म्हणजेच शब्द/ कृती यांचा संयोग मोठ्या प्रमाणात विश्वास निर्माण करतो आणि बाजारातही समृद्धी, ऊर्जा आणि आनंद निर्माण करतो. आपल्याला फक्त पुढे होऊन आपल्या व्यक्तिगत आयुष्यातही हा अनुभव घेऊन बघायचा आहे.

ग्रेग :

गेल्या काही वर्षांच्या कालावधीत माझे आई-वडील दोघंही मृत्यू पावले आणि त्यांनी आपले फोनिक्समधील घर माझ्या आणि माझ्या भावाच्या नावावर करून ठेवलं. त्या घराचं काय करायचं हा आमच्यासाठी एक भावनिक प्रश्न होता. अनेक महिने या निर्णयाची टाळाटाळ केल्यानंतर शेवटी आम्ही त्यात लक्ष घालण्याचं ठरवलं. मग आम्ही निरनिराळ्या शक्यतांवर विचार करायला सुरुवात केली. आम्ही दोघंही त्या राज्यातसुद्धा राहत नसताना ते घर सांभाळून तसंच ठेवणं, ही काही व्यवहार्य गोष्ट नव्हती. इतर अनेक कारणांमुळे ते भाड्यानं द्यायलाही आम्ही राजी नव्हतो. शेवटी आम्ही ते विकण्याचं ठरवलं. पण त्या वेळी अरिझोनामधील जागांचे भाव गडगडलेले होते. गेल्या तीस वर्षांतील सगळ्यात कमी पातळी त्या वेळी होती. आम्हाला काळजी पडली होती की हे घर आता कसं विकलं जाणार.

सुरुवातीला आम्हाला वाटलं की आपलं आपणच हे विकून टाकू म्हणजे मधली दलाली वाचेल. पण माझ्या बायकोनं– ॲनीनं– लगेचच

मला सांगितलं की ही काही फार चांगली कल्पना नाही. तिनं असं सुचवलं की आम्ही आमच्या एका ओळखीच्यांना गाठावं ज्यांची आमच्या कुटुंबाशी मैत्री होती. त्या मायलेकी या घर, जमीन, खरेदी-विक्रीच्या व्यवसायात कार्यरत होत्या. त्यांना हे काम द्यावं असं तिनं सुचवलं. माझ्यासाठी हे काम सोडणं कठीण होतं. जरी माझा जोन आणि लीनवर विश्वास होता तरीही त्यांनी जेव्हा सांगितलं की त्या हे घर महिन्याच्या आत विकून दाखवतील; तेव्हा मात्र मला हसूच आलं. पण शेवटी मात्र त्यांनी सिद्ध करून दाखवलं की, त्या विश्वासाला पात्र असून मीच त्यांना कमी लेखत होतो.

'तुम्ही जे करून दाखवणार आहात ते स्पष्ट करा.' जॉन आणि लीननं माझा अवघड प्रश्न चुटकीसरशी सोडवून क्षमता म्हणजे काय हे मला दाखवून दिलं. माझं काम हातात घेतल्याच्या काही तासांच्या आत एका धर्मादाय संस्थेचे लोक येऊन उरलेले सामान घेऊन गेले; एक रंगारी येऊन त्याने मला आपला प्रस्ताव दिला; गालिचाची कामं करणारा माणूस जमिनीची मापं घेत होता आणि बागेची आखणी करणारा माणूस अंगणाचा आढावा घेत होता. एका आठवड्यात नवीन गालिचे घातले गेले. घराला रंग काढून झाला. जोन आणि लीन यांनी स्वयंपाकघर आणि बाथरूम यांच्यातील काही छोट्या वस्तू, छोटी शोभेची झाडं आणून ते सुशोभित केलं आणि घर दाखवण्यासाठी सज्ज केलं. केवळ नऊ दिवसांत हे सर्व काम पूर्ण होऊन त्यावर 'विक्रीसाठी' ही पाटी झळकली.

पण ही गोष्ट इथं संपत नाही. मी तुम्हाला सांगितलं आहे की हा फिनिक्सच्या इतिहासातील जमीन खरेदी-विक्रीच्या संदर्भात अत्यंत मंदीचा काळ होता. पण एका आठवड्यात, केवळ एका आठवड्यात जोन आणि लीनला घराबद्दल एक सोडून दोन प्रस्ताव आले. त्यांची आपापसात चढाओढ झाली आणि जी शेवटची किंमत आली, त्यामध्ये आम्ही घराच्या सजावटीसाठी गुंतवलेली रक्कम कितीतरी पटींनी वसूल झाली. या मायलेकींनी आमचं घर नोंदलेल्या किमतीपेक्षा कितीतरी जास्त किमतीत, केवळ सात दिवसांत विकून दाखवलं. माझ्या आयुष्यातील उच्च विश्वासाच्या अनुभवांची जी यादी आहे त्यांत हा अनुभव वरच्या स्थानावर आहे. माझ्यासाठी ही एक अत्यानंदाची गोष्ट आहे.

तुम्ही तुमचा शब्द पाळू शकला नाहीत तर?

तुम्ही जर तुमच्या वचनाची पूर्तता करू शकला नाहीत तर काय होईल? समजा काही अडचणी उद्‌भवल्या, परिस्थिती बदलली आणि आता तुम्ही बोलल्याप्रमाणे वागणं अगदी अशक्यच आहे, अशा वेळी तुम्ही काय कराल?

त्याचं उत्तर आहे की, कराराबरोबरच असं विश्वासाचं नातं निर्माण करा ज्यात आजच्या बदलल्या जगाचं प्रतिबिंब असेल. आपण सहाव्या प्रकरणात म्हटल्याप्रमाणे बदलत्या तंत्रज्ञानामुळे (दोन्ही घातक आणि चांगल्या) आउटसोर्सिंगचे करार आता पूर्वीपेक्षा वेगळ्या पद्धतीनं करायला हवेत. पूर्वी अपेक्षित कामाच्या स्वरूपाबद्दल ८० ते ९० टक्के , तसंच पुढल्या पाच वर्षांच्या किमतीच्या अंदाजाबाबत खात्री होती; परंतु आता मात्र सहा महिन्यांचीही खात्री देता येत नाही. जेव्हा आपण विश्वासाचं नातं निर्माण करतो, तेव्हा जरी आपण आपला शब्द पाळू शकलो नाही, तरीही आपलं नाव बदनाम होत नाही. विश्वासाच्या अभावी किंवा कमी विश्वासामुळे नवीन आव्हानांकडे अविश्वासाच्या आणि संशयाच्या नजरेनं पाहिलं जातं आणि त्यावरचे उपाय निर्माण होणं तर दूरच, ते नजरेच्या टप्प्यातदेखील येत नाहीत.

दुसरा उपाय म्हणजे- तुम्ही जे काही कबूल करत आहात त्याचा पूर्ण विचार करा. लक्षात घ्या की, एखादा नेता विशिष्ट कामगिरीची हमी देऊ शकत नाही किंवा बाजाराची परिस्थिती बदलणारच नाही, किंवा कोणीतरी असं एखादं नवीन तंत्रज्ञान घेऊन येणार नाही, ज्यामुळे कंपनीला नव्यानं सुरुवात करावी लागेल, याचीही खात्री देऊ शकत नाही. पण असं असलं तरीही हेतू जाहीर करणं, हे डोळस विश्वासासाठी अत्यावश्यक आहे. म्हणूनच आपलं लक्ष्य, प्रयत्न, भावना आणि आपण काय साध्य करणार आहोत, या सगळ्या गोष्टींच्या संदर्भात विचारपूर्वक आणि शहापणपणानं आपण आपले हेतू स्पष्ट करायला हवेत. गॅलप यांचा अभ्यास असं दाखवतो की, विश्वास हा चांगल्या भागीदारीचा पायाभूत घटक आहे; कारण त्यामुळे दोन्ही पक्षांना आपापल्या जबाबदाऱ्यांवर लक्ष केंद्रित करता येतं. तसंच या गोष्टीची खात्री असते की दुसरा पक्ष स्वतःच्या जबाबदाऱ्या पूर्ण करेल.

आपण किती जबाबदाऱ्या उचलणार आहोत, त्याचंही भान आपल्याला ठेवायला हवं. आपण जर समजा सोळा जबाबदाऱ्या उचलल्या आणि प्रत्यक्षात मात्र चारच पूर्ण केल्या, तर त्या चारांचं आपल्याला कौतुक असेल; परंतु बाकीच्यांचं लक्ष मात्र त्या न केलेल्या बारा गोष्टींवर असेल. चारच गोष्टी कबूल केल्या आणि चारही गोष्टी पूर्ण केल्या, तर विश्वास लवकर पटतो.

आमचे सहकारी ॲलन फाईन यांनी आम्हाला अजून एक चांगली कल्पना सुचवली. त्याला ते 'Say Do Co' म्हणजेच, 'शब्द कृती संवाद' असं म्हणतात.

तुम्ही काय करणार ते स्पष्ट करा, जे सांगाल ते कृतीत आणा आणि जर ते जमत नसेल तर संवाद साधा. जेव्हा तुम्हाला कबूल केलेली एखादी गोष्ट पूर्ण करता येत नाही, तेव्हा जर तुम्ही झट्कन आणि पारदर्शकपणे संवाद साधलात तर तुम्ही नुसत्या समोरच्याच्या अपेक्षा बदलत नाहीत, तर त्या समस्येवर काहीतरी तोडगा काढायलाही मदत करत असता.

You Already Know How To Be Great या आपल्या पुस्तकात ॲलन म्हणतात :

> *'SayDoCo' अर्थात 'शब्द-कृती-संवाद' हा संस्थांचा जीवनरस आहे. तो निर्णयप्रक्रिया (निर्णय घेण्याचा वेग आणि अचूकता) अणि पूर्तता यांची गुरुकिल्ली आहे. लोक जेव्हा शब्द-कृती-संवाद' अमलात आणतात, तेव्हा सक्षमता, मानसिक गुंतवणूक, विश्वास आणि उत्तरदायित्व या गोष्टी त्यातून आपोआप विकसित होतात किंवा वाढतात. जेव्हा ते त्या पद्धतीनं वागत नाहीत त्या वेळी उत्कृष्ट कामगिरीसाठी आवश्यक असणारे हे घटक नाहीसे तरी होतात किंवा कमी कमी होत जातात.*

तात्पर्य काय, तर विश्वासाची नाती जोडा; ज्या पेलू शकाल असा विश्वास वाटतो त्याच जबाबदाऱ्या उचला. स्पष्टपणानं आणि मोकळेपणानं संवाद साधा आणि कबूल केलेली गोष्ट करणं अगदीच अशक्य झालं असेल, तर नव्यानं योजना आखा, चर्चा करा आणि पर्यायी व्यवस्था निर्माण करा. त्यामुळे वरिष्ठांचा, सहकाऱ्यांचा, ग्राहकांचा, भागीदाराचा, मुलांचा किंवा मित्रांचाही विश्वास टिकून राहण्यास मदत होते.

नावलौकिक आणि दर्जा

तुमच्या शब्दाबरहुकूम कृती करणं, हे तुमच्या किंवा तुमच्या संस्थेच्या यशात भर घालतं, कारण ती एक लौकिक वाढवणारी गोष्ट आहे. त्यामुळे तुमचा व्यक्तिगत आणि तुमच्या संस्थेचा ब्रॅण्ड (नाममुद्रा किंवा व्यापारी चिन्ह) घडतो.

आजच्या लौकिकावर आधारित अर्थव्यवहारात जेवढं दिसून येतं, तेवढं ब्रॅण्डचं महत्त्व कधीच नव्हतं. इथं तुम्ही सांगितल्याप्रमाणे एखादी गोष्ट करणं अथवा न करणं यामुळे तुमचा लौकिक घडतो किंवा बिघडतो. एखाद्या विश्वासू ब्रॅण्डमुळे डोळस विश्वासाच्या निर्णयप्रक्रियेत नक्कीच फरक पडतो.

एखाद्या कंपनीचा ब्रॅण्ड हा व्यक्तीच्या नावलौकिकासारखा असतो. तुम्ही जेव्हा अवघड गोष्टी उत्कृष्टपणे करता, तेव्हा तुमचं नाव होतं.

जेफ बेझोस - अमेझॉन.कॉमचे संस्थापक आणि सीईओ

या जाळ्यासारख्या जोडल्या गेलेल्या जगाचा खुलेपणा आणि पारदर्शकता लोकांना आपल्या कृतींची जबाबदारी घेण्यास भाग पाडतात. त्यामुळे परत जबाबदारीनं वागणं भाग पडतं. तंत्रज्ञान तज्ज्ञ टॉम हेयेज यांनी म्हटलं आहे,

या जागतिक स्तरावर जोडलेल्या अर्थव्यवहारात (Global Network Economy) जिथं रोज अब्जावधी अनामिक व्यवहार घडत असतात, तिथं विश्वासच सर्व काही असतो आणि विश्वासाला लागणारी प्रत्येक ठेच ही विश्वासाची कसोटी ठरते.

कोणीही मध्यस्थ, दलाल किंवा एखादी शासनमान्य संस्थाही त्यांच्यामध्ये नसताना तीन अब्ज लोक एकमेकांकडून थेटपणे खरेदी-विक्री करतात, हे एक धक्कादायक सत्य आहे.

खरेदीदार आणि विक्रेते यांनी मिळवलेला आपापला लौकिकच त्यांची ओळख आणि त्यांच्यामधील बंध आहे.

नुकत्याच झालेल्या एका एडलमन ट्रस्ट बॅरोमीटर पाहणीत (ज्यात विश्वासाची पातळी मोजली जाते) सहभागी झालेल्या सदस्यांना जेव्हा विचारण्यात आलं, ''तुम्ही जेव्हा चांगल्या आणि जबाबदार कंपन्या ठरवता, त्या वेळी तुम्ही पुढीलपैकी कोणत्या निकषाला महत्त्व देता?'' तेव्हा ९१ टक्के सदस्यांनी 'या कंपनीचा मला विश्वास वाटतो' या निकषाला सर्वांत जास्त गुण दिले.

तर मग विश्वासू ब्रॅण्ड कसा निर्माण होतो? ब्रॅण्डमधील तज्ज्ञ दोन महत्त्वाच्या घटकांचा निर्देश करतात, जे 'शब्द' आणि 'कृती'च्या जोडवर्तनाचं प्रतिनिधित्व करतात, एक, ब्रॅण्डचं आश्वासन (किंवा हेतूंचं प्रकटीकरण- ज्यामुळे आशा निर्माण होते) दुसरं, आश्वासनाची पूर्तता (जे सांगितलं असेल ते पूर्ण करणं) एक कंपनी जिनं या जोडवर्तनाच्या मदतीनं प्रचंड नावलौकिक मिळवला ती म्हणजे फेडएक्स (FedEx) एक जागतिक दर्जाची कंपनी जी पुरवठा साखळी, वाहतूक व्यवसाय आणि माहिती सेवा यांची एक विस्तृत मालिका आपल्यापुढे मांडते. १९७१ मध्ये फ्रेडरिक स्मिथ यानं ही कंपनी सुरू केली तेव्हा ती एक फक्त वाहतूक कंपनी होती. त्या वेळेस अमेरिकेत एका रात्रीत माल पोहोचवणं ही

संकल्पना राष्ट्रीय पातळीवर प्रचलित नव्हती. परंतु दूरसंदेशवहन क्षेत्रातील आणि बँकिंग उद्योगातील काही संकल्पनांचा नमुना वाहतूक उद्योगात वेगळ्या नावीन्यपूर्ण रीतीनं वापरून स्मिथनं अमेरिकेत कुठंही अक्षरशः एका रात्रीत घरपोच सेवा ही नवीन पद्धत सुरू केली. त्यातूनच त्यांची tagline - ध्येयवाक्य जन्माला आलं 'जेव्हा तुम्हाला एका रात्रीत खात्रीने काही पोहोचवायचे असेल' स्मिथच्या म्हणण्याप्रमाणे:

> *आम्हाला वाटलं की आम्ही माल पोहोचवण्याचा व्यवसाय करतो आहोत. पण खरं म्हणजे आम्ही मनःशांती मिळवून देतो आहोत. जेव्हा आमच्या ही गोष्ट लक्षात आली, तेव्हा आम्ही जास्त जोमानं आमच्या ध्येयाच्या पाठी लागलो. आम्ही आमच्या प्रत्येक ड्रायव्हरला हातात मावेल एवढा संगणक आणि संदेश पाठवण्याचं यंत्र दिलं. आम्ही आमच्या ग्राहकांना त्यांच्या संगणकावरून वस्तूंच्या प्रवासाची नोंद ठेवण्याची सुविधा उपलब्ध करून दिली.*

फेडएक्सनं आपल्या ध्येयवाक्याला कृतींची जोड दिली. त्यांनी जे करण्याची खात्री दिली ते करून दाखवलं. त्यांनी सातत्यानं परिणाम मिळवून दाखवले. आपल्या विश्वसनीयतेचा नावलौकिक त्यांनी मिळवला आणि त्यामुळे जागतिक स्तरावरील एक अतिशय विश्वासू कंपनी म्हणून त्यांची ओळख आहे. फॉर्च्यून नियतकालिकाच्या जगातील सर्वांत कौतुकपात्र कंपन्यांच्या यादीत फेडएक्सचं स्थान पहिल्या दहा क्रमांकांत आहे.

तुम्ही जर हॅरिस इंटरॅक्टिव्हच्या विख्यात निर्देशांक (Reputation Quotient) आणि फॉर्च्यून नियतकालिकाच्या जगातील सर्वांत कौतुकपात्र कंपनीच्या याद्या पाहिल्यात, तर तुम्हाला अशा अनेक कंपन्या दिसतील ज्यांनी आपल्या ब्रॅण्डचं स्पष्ट आश्वासन आणि पूर्तता यामुळे प्रचंड नावलौकिक मिळवला आहे. यामध्ये गुगल (जे आपल्या 'एका क्लिकमध्ये जगातील माहितीचा राजमार्ग खुला होईल' हे आश्वासन इतक्या उत्तम तऱ्हेनं पूर्ण करतात आणि त्यांना जाहिरातही करावी लागत नाही), अमेझॉन.कॉम (ज्यांनी जगातील सर्वांत मोठे पुस्तकविक्रेते इथपासून सुरुवात करून ते जगातील सर्वांत मोठे किरकोळ विक्रेते (Retailer) इथपर्यंत मजल मारली. हे करत असताना त्यांनी आपलं लक्ष सर्वांत जास्त ग्राहककेंद्री असण्यावर केंद्रित केलं होतं) आणि कोकाकोला (जे अभिमानानं सांगतात की जरी ध्येयवाक्य आली आणि गेली, ब्रॅण्डचं आश्वासन तसंच आहे- ते म्हणजे आशावादाची आणि उत्कर्षाची प्रेरणा).

जवळजवळ प्रत्येक उद्योगामध्ये, विश्वासू ब्रॅण्डच सर्वांत जास्त फायदेशीर ठरतो.

सेथ गोदिन - लेखक आणि मार्केटिंग गुरू

जोॲकिम / क्लिवेस (Joachim Klewes) आणि रॉबर्ट रेशनॉईक (Wreschinoik) या दोघांचं संशोधन दर्शवतं की कंपन्यांना स्वतःच्या नावलौकिकाचा महत्त्वाचा असा स्पर्धात्मक फायदा वेगवेगळ्या क्षेत्रात मिळतो. मग त्यात ग्राहक आणि कर्मचाऱ्यांची निष्ठा असेल किंवा शेअर बाजारातील कामगिरी असेल किंवा सुयोग्य आणि हुशार व्यक्तींना आणि गुंतवणूकदारांना आकर्षून घेणं असेल. रेशनॉईक यांच्या म्हणण्याप्रमाणे, "नुकत्याच झालेल्या हॉर्वर्ड बिझनेस मॅनेजरच्या अभ्यासाप्रमाणे लौकिक हा पाच सर्वांत महत्त्वाच्या अप्रत्यक्ष, अस्पर्श अशा औद्योगिक मालमत्तांपैकी (Corporate Assets) एक आहे आणि उरलेल्या चार आहेत त्या म्हणजे ग्राहकांचा संतोष, कर्मचाऱ्यांचं समाधान, ब्रॅण्ड आणि कार्यसंस्कृती (Corporate Culture) आणि या पाचही गोष्टींचं स्थान हे कोणत्याही पेटन्ट आणि परवान्यांच्या वरचं आहे.

त्याखेरीज २००९ मध्ये Concerto Marketing Group ला असं आढळून आलं की ८३ टक्के लोक ज्यांचा एखाद्या ब्रॅण्डवर विश्वास असतो, तो ते इतरांनासुद्धा सुचवतात. तर ५० टक्के लोक त्याच ब्रॅण्डच्या वस्तूंसाठी अधिक किंमत मोजायला तयार असतात. या वैशिष्ट्यपूर्ण गोष्टीला दुजोरा दिला आहे तो UCLAचे (युनिव्हर्सिटी ऑफ कॅलिफोर्निया) – माजी प्राध्यापक पीटर कोलॉक यांच्या अभ्यासानं. त्यांनी ई-बेसारख्या बोली लावून व्यवहार पार पाडणाऱ्या महाजाल बाजारपेठांवर (इन्टरनेट मार्केट) होणारा लौकिकाचा परिणाम यावर संशोधन केलं आहे. ते असंही निरीक्षण नोंदवतात की, कमी प्रमाणात फसवणूक आणि जास्त प्रमाणात समाधानकारकपणे पूर्ण झालेल्या व्यवहाराचे अनुभव यांच्या जोडीला, ग्राहक एखाद्या वस्तूसाठी जी किंमत मोजायला तयार असतात, त्यावर चांगल्या लौकिकाचाही परिणाम होतो. ते म्हणतात :

हा जो नावलौकिक आहे, त्यामुळे खरं तर माहितीही मिळते आणि विश्वासू पद्धतीनं वागण्याची प्रेरणाही मिळते. जेव्हा एखाद्या व्यवहारात बऱ्याच प्रमाणात जोखीम असते, तेव्हा ग्राहक, विश्वासू समजल्या जाणाऱ्या विक्रेत्याकडून मिळणाऱ्या वस्तूसाठी जास्त किंमत भरायलाही तयार असतात. ई-बेवर या लौकिकाच्या केलेल्या संख्यात्मक अभ्यासातून या गोष्टीची

साक्ष पटते. निदान किमती वस्तूंच्या बाबतीत तरी हे आढळून येतं की, विक्रेत्यांच्या प्रसिद्धीचा खात्रीशीर आणि संख्यात्मक परिणाम तशाच प्रकारच्या वस्तूंच्या ग्राहकांनी मोजलेल्या किमतीवर होतो.

याची साक्ष आपल्याला या गोष्टीनं पटते की जे सर्वांत खात्रीचे ब्रॅण्ड असतात (मर्सिडीझ, रोलेक्स, सोनी, मॅक्किनसे) त्यांच्या वस्तू बाजारात जास्त किमतीला विकल्या जातात. नफाविरहित (Non profit) क्षेत्रातसुद्धा विश्वास सर्वश्रेष्ठ ठरतो, जिथं कार्य पूर्ण होण्याकरता जे आर्थिक पाठबळ लागतं हे तुमच्या प्रतिष्ठेवर अवलंबून असतं & 'No Margin, No mission'

गरिबी आणि अन्याय यांवर उपाय शोधायचा प्रयत्न करणाऱ्या पंधरा संस्थांची एक आंतरराष्ट्रीय संघटना OX-FAM च्या सीईओ बार्बरा स्टॉकिंग म्हणतात, "तुमच्याबद्दल विश्वास वाटण्याकरता, तुमची व्यक्तिगत सचोटी दिसून यायला हवी. म्हणजे मला केवळ प्रामाणिकपणाच अपेक्षित नाही, तर तुम्ही जसे आहात असं म्हणताय, तसेच आहात आणि जे कराल असं म्हणताय, ते कराल."

> *'ना नफा' तत्त्वावर चालणाऱ्या संस्थांवर (Non profits) लोक जो विश्वास ठेवतात, तो त्यांच्या टिकाऊ आणि सक्षम ब्रॅण्ड म्हणून असलेल्या यशाकरता अत्यंत महत्त्वाचा आहे. जे आपली आश्वासनं पाळतात आणि ध्येय गाठतात, ते काळाच्या कसोटीवर खरे उतरतात.*
>
> *'हॅरिस इंटरॲक्टिव्ह'चे वरिष्ठ उपाध्यक्ष - जस्टीन ग्रीव्ह्ज*

तात्पर्य, एखाद्या कंपनीची विश्वसनीय हेतू जाहीर करण्याची आणि नंतर त्याची पूर्तता आणि त्यापेक्षाही काही अधिक देण्याची क्षमता आणि कंपनीची ख्याती किंवा ब्रॅण्ड हे त्यांच्या हितसंबंधीयांच्या समृद्धी, उत्साह, आनंद या त्रिसूत्रीकरता अत्यंत महत्त्वाचे असतात आणि म्हणूनच बहुतेक प्रभावी नेते आणि कंपन्या हे आपल्या हेतू स्पष्ट करण्यातून आशेची निर्मिती आणि आपला शब्द पाळल्यामुळे किंवा त्याहूनही काही जास्त केल्यामुळे होणारी विश्वासाची निर्मिती हे आव्हान अत्यंत गंभीरपणे स्वीकारतात.

शहराचा किंवा देशाचा लौकिक आणि ब्रॅण्ड

खऱ्या अर्थानं, एखाद्या शहराचा किंवा देशाचा नावलौकिक किंवा ब्रॅण्ड हादेखील त्यांच्या समृद्धीच्या, उत्साहाच्या आणि आनंदाच्या पातळीवर परिणाम करत असतो. ज्या शहराची चांगली ख्याती असते, त्यांच्याकडे चांगले लोक- ज्याला समाजशास्त्रज्ञ रिचर्ड फलोरिडा सर्जनशील वर्ग असे संबोधतात, ते आकृष्ट होताना दिसतात असे लोक- सामूहिक क्षमतेवर आधारित असे समाज निर्माण करतात, जसे कॅलिफोर्नियाच्या सिलिकॉन व्हॅलीमधील उच्च तंत्रज्ञानाशी निगडित समाजगट किंवा बँकिंग व्यवसाय आणि तंत्रज्ञानाशी निगडित असे सिंगापूरमधील समाजगट (Communities) एखाद्या देशाला कुठल्या प्रकारचा 'विश्वासाचा कर' किंवा विश्वासाचा लाभांश भरावा लागेल हे त्या देशाच्या ख्यातीवर ठरते. स्वीडन किंवा जर्मनीमध्ये मुख्यालय असणाऱ्या कंपनीला अर्थातच उच्च विश्वासाचा लाभांश मिळतो, तर रशियामध्ये मुख्यालय असणाऱ्या कंपनीला अर्थातच 'अविश्वासाचा कर' भरावा लागतो.

आपल्या नागरिकांच्या उत्कर्षासाठी आणि समृद्धीसाठी पोषक वातावरण निर्माण करण्याचा हेतू जाहीर करणं, आणि नंतर हेतूच्या पूर्ततेसाठी आवश्यक ते कायदे आणि कृती करणं, हे राष्ट्राच्या ब्रॅण्डनिर्मितीच्या प्रयत्नांचा एक भाग आहे. २०१० मध्ये 'न्यूजवीक' या नियतकालिकानं शेकडो देशांमधील राष्ट्रीय स्वास्थ्याच्या, शिक्षण, आरोग्य, जीवनमान, आर्थिक चढाओढ आणि राजकीय वातावरण या पाच अंगांमधील वृत्त (metrics) संकलित केलो. त्यांना ज्या प्रश्नाचं उत्तर मिळवायचं होतं तो म्हणजे, 'जर तुम्ही आज जन्माला आला असतात तर कोणत्या देशात तुम्हाला आरोग्यपूर्ण, सुरक्षित आणि समृद्धी आणि उत्कर्षाकडे नेणारं आयुष्य जगण्याची संधी मिळेल?' अर्थात काही प्रतिक्रिया अशा होत्या की उत्तर देणाऱ्यांना काय महत्त्वाचे आहे किंवा त्यांच्या निष्ठा कुठे आहेत, हे त्यांच्या प्रतिक्रियेतून स्पष्टपणे दिसून येतं. पण सर्वसाधारण जे गुणांकन दिलं गेलं त्याप्रमाणे पहिल्या पाच क्रमांकाचे देश आहेत- १-फिनलॅन्ड, २-स्वित्झर्लंड, ३-स्वीडन, ४-ऑस्ट्रेलिया, ५-लक्झेमबर्ग अणि या यादीत अमेरिका अकराव्या क्रमांकावर आहे. वॉरन बफेंनी म्हटले आहे, ''माझ्या बाबतीत घडलेली चांगली घटना म्हणजे मी योग्य वेळी योग्य देशात (अमेरिका) जन्माला आलो. स्पष्टच आहे की इतर देशांनीसुद्धा आता आपल्या नागरिकांसाठी संधी आणि पर्याय निर्माण करण्यास सुरुवात केली आहे ज्यामुळे अशाच प्रकारच्या विश्वासाची निर्मिती होते.

तुमचा वैयक्तिक लौकिक/ ब्रॅण्ड

लौकिक किंवा प्रसिद्धी या घटकांची विश्वासनिर्मितीत महत्त्वाची भूमिका दिसून येते. मग तो विश्वास नेत्यांबद्दल, व्यवस्थापकांबद्दल, जोडीदाराबद्दल, भागीदारांबद्दल, पालकांबद्दल किंवा मित्रांबद्दल असेल. पुढील गोष्टींचा कशा प्रकारे लौकिक होईल त्याचा विचार करू या.

- एखादा वरिष्ठ अधिकारी जो एक तासासाठी आपल्या सहकाऱ्यांची बैठक ठरवतो आणि वेळ संपली तरी बोलत राहतो.
- असा व्यवस्थापक जो आपले अहवाल वेळेत द्यायचे कबूल करूनही देत नाही.
- पालक जे आपल्या तीन वर्षांच्या मुलाला सांगतात, "ठीक आहे आता तू दिवसभर टीव्ही पाहायचा नाहीस." पण तरीही पाहू देतात कारण त्यांच्यासाठी ते सोईस्कर असतं.
- एखादा किशोरवयीन मुलगा जो सतत स्वतःची खोली साफ करण्याचं किंवा एखादं काम करण्याचं किंवा शेजाऱ्यांकडे एखादी गोष्ट नेऊन देण्याचं कबूल करतो आणि 'विसरतो.'

एक व्यक्ती म्हणून स्वतःचा शब्द न पाळणं यामुळे तुम्ही लोकांना 'अविश्वसनीय' वाटू लागता आणि म्हणूनच यशस्वी लोक आपला हेतू स्पष्ट करून तो खरा करण्यासाठी जिवापाड कष्ट करतात. मग ते कुठल्याही भूमिकेतून असू देत.

> *Be impeccable with your word.* *शब्दाला चुकू नका.*
>
> *The Four Agreements* *चे लेखक - डॉन मिग्युएल रुईझ*

स्टीफन :

एकदा आमच्या मुलानं– स्टीफननं– आम्हाला कबूल केलेली गोष्ट पूर्ण केली नाही, त्या वेळी मला आणि माझी पत्नी जेरीला, आम्हाला जाणवलं की पालक म्हणून आपला शब्द पाळणं किती महत्त्वाचं आहे (आणि किती कठीण आहे).

त्याला जेव्हा ड्रायव्हिंगचा परवाना मिळाला, त्याच्या सुरक्षिततेसाठी

आणि आमच्या मानसिक स्वास्थ्यासाठी आम्ही एक एकपानी करार तयार केला. त्यानं जे नियम पाळावेत अशी आमची अपेक्षा होती, जसं की 'वाहन काळजीपूर्वक चालव', 'सीटबेल्ट लाव', 'नियम पाळ' इ. ते आम्ही त्यात नमूद केलं. आम्ही असंही म्हटलं की त्याला मिळालेली ही सुविधा राखण्यासाठी त्याला काही घरगुती जबाबदाऱ्याही उचलाव्या लागतील. तसंच अभ्यासातही चांगली श्रेणी मिळवावी लागेल. एक महिन्याच्या आतच एका मध्यरात्रीच्या आसपास आम्हाला पोलिसांकडून फोन आला. त्यांनी आमच्या मुलाला वेगानं गाडी चालवताना पकडलं होतं. मुलगा दारू पिऊन गाडी चालवत होता असं नाही, तर स्टीफन आणि त्याच्या मित्रांना- त्यांच्या फुटबॉल टीमला- त्यांची निवड न झाल्यामुळे निराश वाटत होतं आणि म्हणून ते जरा जास्तच वेगानं चक्कर मारायला गेले.

आम्ही जेव्हा सगळ्या परिस्थितीचा विचार केला, तेव्हा आम्हाला त्याच्याबद्दल वाईट वाटलं. आम्हाला कळेना की एवढा मोठा दंड तो कसा भरणार. आम्हाला याही गोष्टीची काळजी वाटत होती की आता त्याचं नाव बदनाम तर होईलच; शिवाय त्याचे त्याच्या मित्रांशी आणि आमच्याशी असणारे संबंध बिघडतील. त्याबरोबरच या गोष्टीचे परिणाम जे झाले असते ते आम्हालासुद्धा गैरसोयीचे होते, कारण वाहन चालवता येत असल्यानं तो स्वतः कुठंही जाऊ-येऊ शकत होता. आणि आमची काही कामंदेखील करत होता. परंतु शेवटी आमच्या लक्षात आलं की आम्हाला काही पर्याय नव्हता. जर का आम्ही आमच्या तत्त्वांवर कायम राहिलो नसतो, तर स्टीफनला यापुढे आमच्याबद्दल विश्वास वाटला असता का? आणि आमच्या इतर मुलांनी तरी कसा आमच्यावर विश्वास ठेवला असता? हे असं प्रकरण होतं ज्याचा प्रभाव फक्त स्टीफनवरच नाही तर आमच्या पूर्ण घरगुती वातावरणावर पडत होता.

त्यामुळे स्टीफननं दंड भरला. त्याला ५५५ डॉलर्स भरावे लागले. त्यात त्याच्या उन्हाळी नोकरीतील बचतीचे सर्व पैसे कामी आले. न्यायाधीशांनी त्याचा परवाना काढून घेतला नाही, पण काही काळाकरता आम्ही घेतला. जसं आम्ही आमच्या करारात ठरवले होतं. त्याला ते सर्व प्रकरण अतिशय कठीण गेलं. पण त्यातून तो एक आवश्यक धडा शिकला आणि आता तो एक आदर्श ड्रायव्हर आहे. खरं म्हणजे त्याच्या मित्रमंडळींमध्ये एक सुरक्षित ड्रायव्हर म्हणून त्याची ख्याती आहे. नंतर जेव्हा जेव्हा त्याच्या मित्रांना त्यांचे आई-वडील सांभाळून जाण्याविषयी सूचना देत असत, त्या

वेळी ते हसून सांगत, "काळजी करू नका. आम्ही कोव्हीबरोबर जातोय!" याचा अर्थ असा की ते जाताना वेगमर्यादा पाळतील, सीटबेल्ट लावतील आणि नियमही पाळतील.

Building Self-Trust

'हेतू जाहीर करा' आणि 'आपला शब्द पाळा' हे फक्त इतरांपुढे स्वतःचा लौकिक आणि विश्वास वाढवायचे मार्ग नाहीत, तर ते तुमच्या स्वतःकडे स्वतःचा लौकिक आणि विश्वास वेगानं वाढवा यासाठीही उपयुक्त आहेत.

> *मी इतरांना दिलेला शब्द कधीही मोडत नाही, त्याचं कारण त्यानें विश्वास तुटतो. विश्वासाशिवाय नातं नाही आणि हीच गोष्ट आपल्या स्वतःच्या स्वतःशी असणाऱ्या नात्यालाही लागू होते. स्वतःला दिलेला शब्द जेव्हा तुम्ही परत परत मोडता, त्या वेळी तुमचा तुमच्याच शब्दांवर विश्वास उरत नाही. उदाहरणार्थ जेव्हा तुम्ही स्वतःला सांगता, "मी रोज एक तास व्यायाम करणार आहे आणि परत कधीही वजन वाढवणारं अन्न खाणार नाही."*
>
> *ओप्रा विनफ्रे*

पाचव्या प्रकरणात आम्ही आमचा एक अनुभव तुमच्यापुढे मांडला, ज्यात एका माणसानं मधल्या वेळात येऊन तो का कोणावरही- म्हणजे त्याची कंपनी, त्याचे वरिष्ठ, त्याची जोडीदार यांच्यावरसुद्धा विश्वास ठेवू शकत नाही, याचं कारण सांगितलं. त्यानं सांगितलं की त्याची समस्या ही होती की, त्याचा स्वतःवरच विश्वास नव्हता आणि हा स्वयंविश्वासाचा अभावच त्याच्या इतरांबरोबरच्या वागण्यात आणि दृष्टिकोनात प्रतिबिंबित होत होता. जेव्हा त्यानं आम्हाला सल्ला विचारला तेव्हा आम्ही त्याला 'शब्द दे/ पाळ/ पुन्हा कर' हा मार्ग सुचवला. ज्यात त्यानं एक छोटी जबाबदारी उचलून ती पार पाडायची होती. नंतर हीच प्रक्रिया त्यानं तोपर्यंत सुरू ठेवायची, जोपर्यंत तो स्वतःच्या संदर्भातील महत्त्वाचा शब्द सातत्यानं पाळू शकेल. आमचा अनुभव असं सांगतो की, लोक स्वतःचा लौकिक आणि विश्वास वाढवण्याइतकं वेगानं दुसरं काहीच करू शकत नाहीत.

जेव्हा लोकांकडे पुरेसा आत्मविश्वास असतो, तेव्हा ते बऱ्याच प्रमाणात लोकांवर विश्वास टाकायला तयार होतात आणि त्यांना स्वतःच्या क्षमतांवरही जास्त विश्वास असतो.

ग्रेग :

माझ्या व्यावसायिक कारकिर्दीत सुरुवातीला मी (Resort Condominiums) विकण्याचे काम करत होतो. मुलाखतीच्या वेळी व्यवस्थापकानं मला माझे केस कापून यायला सांगितलं (जे त्या वेळी लांब होते), ज्यामुळे त्या रिसॉर्टमध्ये येणाऱ्या, गुंतवणूक करू शकतील अशा उच्चवर्गीय डॉक्टर्स, वकील अणि इतर अधिकारी वर्गामध्ये मी चांगल्या पद्धतीनं मिसळून जाऊ शकेन. मी त्यांच्यापुढे उलट विनावेतन काम करण्याचा प्रस्ताव मांडला. मला हे सिद्ध करायचे होतं की, एक लांब केस असणारा २७ वर्षांचा तरुणदेखील त्यांच्या संभाव्य ग्राहकांच्या नजरेत तेवढाच विश्वसनीय असू शकतो, जेवढे त्यांच्या विक्री विभागातील इतर १५ जण असतील. त्यांनी प्रस्ताव स्वीकारला. परिणामी माझ्यावर उत्तम कामगिरी करण्याच्या जबाबदारीचं प्रचंड दडपण आलं.

माझ्या दिसण्यापेक्षाही हे आव्हान अजून कठीण करणारी गोष्ट म्हणजे बऱ्याचशा अनुभवी विक्रेत्यांची ही सवय होती की ते भविष्यातील फायदे अंदाजानं (speculative) आणि अतिशयोक्ती करून सांगत असत. त्यामुळे समोरच्या व्यक्तीला गुंतवणूक करण्याच्या मोहात पाडणं सोपं होत असे. मी नुकतंच माझ्या आयुष्यातील एक मोठं वळण घेतलं होतं आणि स्वतःला शब्द दिला होता की मी माझा व्यवसाय प्रामाणिकपणेच करीन. मी विचारात पडलो की इतरांच्या विक्रीच्या डावपेचांशी मी कशी स्पर्धा करणार. पण तरीही अतिशयोक्ती न करण्याची व्यक्तिगत बांधिलकी मानून आणि विक्रीचे जे ग्राहकांना आणि त्यांच्या कुटुंबीयांना होणारे प्रत्यक्ष फायदे होते त्यावर लक्ष केंद्रित करून मी माझ्या कामात स्वतःला झोकून दिलं.

लवकरच माझ्या असं लक्षात आलं की, स्वतःला शब्द दिल्यामुळे आणि तो पाळल्यामुळे मला प्रचंड आत्मविश्वास आला होता. मला खात्री होती की ग्राहकांशी बोलत असताना मी सत्यच सांगत आहे. माझ्या मनात माझ्या समोर बसलेल्या ग्राहकाचं हितच आहे, ही गोष्ट ग्राहकांनाही जाणवत असे. अशा तऱ्हेनं मी लवकरच जेव्हा कंपनीचा आघाडीचा विक्रेता झालो , तेव्हा व्यवस्थापकांनाही आश्चर्य वाटल्याशिवाय राहिलं नाही. माझ्या ग्राहकांचा माझ्यावर विश्वास असल्यामुळे ते इतरांनाही माझा संदर्भ देत असत, ज्यामुळे इतर विक्रेत्यांच्या आणि माझ्या कामगिरीतील दरी अधिकच वाढली.

जेव्हा इतर विक्रेत्यांनी माझ्या कामगिरीचं रहस्य विचारलं, तेव्हा मी त्यांना सांगून टाकलं की, ज्या तीव्र तळमळीनं आपण सत्य सांगतो, त्या तीव्रतेनं आणि तळमळीनं आपण खोटं बोलू शकत नाही आणि हाच माझ्या भावी यशाचा पाया होता. त्यामुळे मला हा आत्मविश्वास आला की आपण आपल्या जागी ठाम राहूनसुद्धा आपल्याला हवं ते साध्य करू शकतो.

स्वतःला दिलेला शब्द पाळण्याचं महत्त्व ओळखून येल युनिव्हर्सिटीचे डीन कार्लन, बॅरी नेलबफ आणि इयान एयर्स यांनी एका विद्यार्थ्याला हाताशी धरून एक मोठं संकेतस्थळ निर्माण केलं आहे. त्याचं नाव आहे Stick K. ज्याला ते 'जबाबदारीचा करार' म्हणतात. त्याच्या मदतीनं ते स्वतःला दिलेला शब्द पाळायला लोकांना मदत करतात. ते लोकांना Stick K. च्या चार पायऱ्यांच्या विनाशुल्क प्रक्रियेत भाग घ्यायला प्रोत्साहित करतात.

- एक व्यक्तिगत ध्येय निश्चित करा (जसे की वजन कमी करणे).
- त्यावर काही रकमेची पैज लावा (ती रक्कम काणाला मिळणार हे ठरवा उदा. सर्वांत कमी मदत मिळणारी एखादी धर्मादाय संस्था).
- तुमच्या प्रगतीवर लक्ष ठेवणारा आणि त्याची नोंद ठेवणारा एक पंच ठरवा.
- तुमचे पाठीराखे कोण आहेत ते पाहा.

संकेतस्थळाच्या निर्मात्यांच्या अनुसार जेव्हा आपण एखादी रक्कम नियोजित करतो, तेव्हा लोकांना शब्द पाळायला प्रोत्साहन मिळतं. जेव्हा लोक आपली उद्दिष्टं पूर्ण करत नाहीत तेव्हा पैजेची रक्कम ठरवलेल्या व्यक्तीला किंवा धर्मादाय संस्थेला जाते आणि जेव्हा ते आपलं उद्दिष्ट पूर्ण करतात, तेव्हा त्यांचं वजन कमी झालेलं असतं... किंवा त्यांनी धूम्रपान सोडलेलं असतं किंवा काही महत्त्वपूर्ण ध्येय गाठलेलं असतं, ज्यामुळे त्यांच्या आयुष्याची प्रत सुधारते आणि या प्रक्रियेत त्यांचा आत्मविश्वास वाढतो.

स्वयंशिस्त आवश्यक असणारी एखादीही गोष्ट जेव्हा तुम्ही करता, तेव्हा प्रत्येक गोष्टीत स्वयंशिस्त आणणं तुमच्यासाठी 'सोपं' होऊन जातं.

रॉय बॉमिस्टर
फ्लोरिडा युनिव्हर्सिटीचे प्राध्यापक आणि लेखक

मार्शल गोल्डस्मिथ यांनी अशीच एक प्रक्रिया विकसित केली आहे, ज्यामुळे वरिष्ठ अधिकाऱ्यांना आपलं वर्तन सुधारायला मदत होते. ही प्रक्रिया त्यांच्यासाठी आहे, ज्यांना खुल्या मनानं समोरच्याचं म्हणणं ऐकून घेण्याची सवय लावून घ्यायची आहे. हे लोक जेव्हा आपलं वाक्य 'नाही', 'पण' किंवा 'पण तरीही' या शब्दांनी सुरू करतात, तेव्हा त्याला गोल्डस्मिथनी २० डॉलर्सचा दंड ठोठावला आहे. गेल्या काही वर्षांत त्यानी या प्रक्रियेद्वारा ३,००,००० डॉलर्सची रक्कम दंडाच्या स्वरूपात गोळा करून धर्मादाय संस्थांना दान केली आहे. नेमकेपणानं बोलायचं झालं तर त्यांच्या या मार्गानं अधिकाऱ्यांना बदलायला प्रेरणा मिळते, कारण स्पष्टच सांगायचं तर त्यांना पैसे घालवायला आवडत नाही. खरं तर त्यांच्या पगाराच्या मानानं ती अगदीच क्षुल्लक रक्कम असते, पण तरीही गोल्फच्या मैदानावरच्या एखाद्या पैजेसारखा त्याचा स्फूर्तिदाक परिणाम होतो आणि शेवटी हा मार्ग त्यांना आपलं वर्तन बदलण्याकरता प्रेरित करतो. त्यांचा प्रभाव आणि आत्मविश्वास वाढतो. गोल्डस्मिथ म्हणतो :

यशस्वी लोकांची जीवनांतर्गत आव्हानं शोधण्यात मी इतकी शक्ती वापरतो, त्याला एक कारण आहे. तुम्ही जेवढे वर चढता तेवढ्या तुमच्या समस्या या वर्तन समस्या असतात.

एखाद्या उद्योगाच्या वरच्या स्तरावरची प्रमुख माणसं तांत्रिकदृष्ट्या कुशल असतात; ते सगळे चलाख असतात. त्यांच्या कामातील तंत्राचं अद्ययावत ज्ञान त्यांना असतं....

आणि म्हणूनच, जेव्हा तुम्ही औद्योगिक शिडीच्या वरच्या स्तरावर जाता, तेव्हा वर्तनाशी संबंधित समस्या अतिशय महत्त्वाच्या ठरतात.

विश्वासाच्या पुनरुज्जीवनाचा द्रुतगती मार्ग

जेव्हा तुम्ही एखाद्या नवीन भूमिकेत शिरता उदा. एखाद्या संघाचा प्रमुख, मॅनेजर, सीईओ, सावत्र पालक किंवा जोडीदार तेव्हा कधीतरी तुम्ही अशा परिस्थितीत अडकता, तिथं आधीच 'विश्वासाचा कर' लागू झालेला असतो. त्याला आम्ही वारसाप्राप्त कर (Inheritence Tax) असं म्हणतो. गॉर्डन बेथुन यांच्या बाबतीतही हीच गोष्ट घडलेली दिसून येते. जेव्हा १९७४ मध्ये ते कॉन्टिनेन्टल एअरलाइन्समध्ये सामील झाले, त्या वेळी कॉन्टिनेन्टल आपल्या तिसऱ्या दिवाळखोरीच्या उंबरठ्यावर होती. दहा वर्षांत दहा नेते बदलून झाले होते, अंदाजपत्रकातील ताळेबंद जमत

नव्हता, आणि कुठल्याही कामगिरीदर्शक यादीमध्ये तिचा नंबर शेवटचा होता. ग्राहकांच्या तक्रारी, सामान गहाळ होणं आणि वेळेत केलेली कामगिरी याबतीतही तिचं स्थान शेवटचं होतं. गॉर्डन बेथुननी आपल्या From Worst to First या पुस्तकात त्या दिवसांचं वर्णन केलं आहे.

कॉन्टिनेन्टलचं वातावरण अनेक वर्षांच्या कर्मचारीकपात, पगारवाढ नाही, (Wage freezes) पगारकपात, न पाळलेली वचनं या सगळ्या गोष्टींमुळे निंदानालस्ती, अविश्वास, भीती आणि तिरस्कारांनी भरलं होतं. सौम्य शब्दांत सांगायचं तर लोक कामावर यायला नाखूश होते. ते ग्राहकांशी तिरसटपणे वागत होते. एकमेकांशी तिरसटपणे वागत होते आणि त्यांना आपल्या कंपनीची लाज वाटत होती.

काही महिन्यांत जेव्हा बेथुन यांची सीईओ म्हणून नेमणूक झाली, त्या वेळी त्यांनी कॉन्टिनेन्टलमध्ये, कर्मचाऱ्यांमध्ये आणि बाजारात विश्वास परत नव्यानं परत जागृत करण्याची एक नाट्यमय योजना आखली.

अनेक वर्षं तोट्यात चालणाऱ्या कंपनीचे कर्मचारी हे एक प्रकारे पीडित मुलांसारखे असतात आणि कुठल्याही नव्या संचालक मंडळानं स्वतःला दत्तक आई-वडिलांच्या जागी मानायचं असतं. कदाचित तुमचे हेतू सर्वोत्कृष्ट असतील. त्यांच्या आयुष्यात स्थिरता आणू शकणारे, त्यांना तीन वेळा जेवायला घालणारे, प्रेम देणारे, शिक्षण देणारे, सुखसोयी पुरवणारे असे आदर्श पालक कदाचित तुम्हीच असाल; पण सुरुवातीला तुम्हाला भेटताना मात्र त्यांच्या मनात तुमच्याबद्दल अविश्वासच असतो. त्यांचा मोठ्या माणसांचा अनुभव वाईट असतो, आणि केवळ तुम्ही मोठे आहात म्हणून तुम्ही त्यांच्या अविश्वासाचे आणि अनादराचे धनी झालेले असता. ते असेच समजतात की तुम्ही इतरांप्रमाणेच त्यांच्यावर ओरडणार, त्यांना मारणार आणि सर्व प्रकारचे त्रास देणार आणि असं वाटून घेणं योग्यच आहे. आपण हे समजू शकतो, मीही ते समजून घेतलं. मी हेही समजून घेतलं की मी इतरांपेक्षा वेगळा आहे हे त्यांना पटल्याशिवाय ते माझ्या कल्पनांप्रमाणे काम करणार नाहीत.

बेथुननी आपल्या सहकाऱ्यांना आपण इतरांपेक्षा वेगळे आहोत, यावर विश्वास ठेवण्याकरता सबळ कारण मिळवून दिलं. उदा. एकदा त्यांनी कंपनीच्या धोरणांची

नियमपुस्तिका, ज्यात नियमांचा कीस पाडला होता, त्यांचे गठ्ठे कंपनीच्या आवारात नेले आणि कर्मचाऱ्यांना त्याची होळी करायला लावली. त्यांनी कर्मचाऱ्यांना सांगितलं की यापुढे त्यांच्या समस्या सोडवण्याकरता कुठल्यातरी नियमांचा आधार न घेता त्यांनी कंपनीसाठी आणि ग्राहकांसाठी काय योग्य ठरेल याचा विचार करून त्या तारतम्यानं सोडवाव्यात. लवकरच कॉन्टिनेन्टलचा आपल्या अंदाजपत्रकाशी ताळमेळ जमायला लागला आणि पाठोपाठ विमानसेवा क्षेत्रातील दोन महत्त्वाच्या निकषांवर कंपनी पहिल्या क्रमांकावर आली ते म्हणजे- वेळ पाळणं आणि सामान हाताळणं. कॉन्टिनेन्टलची आपल्या कामगिरीतील अथक सुधारणा पाहून लोकांनाही ते सांगितल्याप्रमाणे करतील याचा विश्वास वाटू लागला.

बेथुन यांच्या नेतृत्वाच्या दहा वर्षांच्या काळात कॉन्टिनेन्टल तळागाळापासून (प्रत्येक कामगिरीचा आढावा घेणाऱ्या यादीमध्ये शेवटच्या स्थानावरून) शिखरापर्यंत पोहोचली, आणि जगातील इतर कोणत्याही विमानसेवा कंपनीपेक्षा जास्त वेळा ग्राहकांच्या समाधानाच्या निकषावर दिले जाणारे जे डी पॉवर्स पारितोषिक तिनं पटकावलं. कंपनीच्या समभागांची किंमत २ डॉलर्सपासून ५० डॉलर्सपर्यंत वधारली. बेथुन यांच्या सीईओ म्हणून कारकिर्दीच्या शेवटच्या वर्षी फॉर्च्यून नियतकालिकानं कॉन्टिनेन्टलला जगातील पहिल्या क्रमांकाची कौतुकपात्र कंपनी म्हणून नामांकन दिलं.

वारसाहक्कानं येणारे 'विश्वासकर' अस्तित्वात असण्याचं कारण म्हणजे तुमच्या आधी त्या जागेवर असणाऱ्या व्यक्तीनं आपल्या वागण्यामुळे विश्वासाला हानी पोहोचलेली असते. किंवा असंही असेल की कमी विश्वासू उद्योगामुळे किंवा कायद्याचं अति पालन केल्यामुळे, हा 'विश्वास कर' लादला गेला असेल आणि त्यामुळे वातावरण अविश्वासपूर्ण झालं असेल. या सर्वांमुळे तुमची सुरुवात तोट्यातून होते.

आणि कदाचित तो कर वारसाहक्कानं न येता स्वयंनिर्मितही असू शकेल. कदाचित तुम्हीच तुमच्या वागण्यामुळे तुमच्या टीममधला किंवा संस्थेतला किंवा नात्यामधला विश्वास नष्ट कला असेल, परिणामी तुम्हाला आणि इतरांना उच्च वातावरणातून मिळणाऱ्या समृद्धी, उत्साह आणि आनंद यांचा लाभ मिळत नाही.

दोन्ही गोष्टींमध्ये तुम्हाला हे माहिती असणं महत्त्वाचं आहे की, तुम्ही तुमचा शब्द पाळणं, हा स्वतःचा विश्वास वाढवण्याचा आणि इतरांचा विश्वास वाढवण्याचाच केवळ मार्ग नसून, जिथं विश्वास नष्ट किंवा कमी झाला आहे, तिथंही तो परत निर्माण करण्याचा जलद मार्ग आहे. आपल्या वागण्यामुळे ज्या समस्या निर्माण झाल्या असतील, त्या केवळ शब्दांनी दूर होत नाहीत. पण तुम्ही आपल्या कृतीनंच स्वतःच्या किंवा इतरांच्या वर्तणुकीमुळे निर्माण झालेल्या समस्या दूर करू शकता आणि ते करण्याचा उत्तम मार्ग म्हणजे आपण जे करणार म्हणून सांगितलं आहे, ते पूर्ण करा.

मी लोकांना त्यांच्या शब्दाने नाही, तर कृतीने पारखतो.

जॉर्ज बक्ले
'३ एम'चे चेअरमन आणि सीईओ

एक सीईओ ज्यांच्याशी आम्ही बोललो, त्यांनी २००० कर्मचारी असणारा एक व्यवसाय विकत घेतला होता. तीन वर्षांच्या काळातले ते त्या व्यवसायाचे चौथे मालक होते. कंपनीतलं वातावरण पूर्णतः अविश्वासाचं होतं, कारण आधीच्या तीन मालकांनी कधीही स्वतःचा शब्द पाळला नाही आणि ते जास्त काळ टिकलेही नाहीत. ही गोष्ट लक्षात आल्यावर नवीन मालकांनी लोकांचं म्हणणं ऐकून घेण्याकरता एक जाहीर सभा घ्यायचं ठरवलं. त्यांचं म्हणणं ऐकून आणि त्यातले मुख्य मुद्दे समजून घेऊन त्या संबंधात त्यांनी चौदा गोष्टी करायच्या ठरवल्या. लोक सभेतून बाहेर पडले ती मनात शंका घेऊनच. कारण त्यांना या सगळ्याचा शेवट कसा होणार, हे माहीत होतं.

परंतु दोन आठवड्यांनंतर त्यांनी परत बैठक भरवली आणि ज्या चौदा गोष्टी करण्याचं त्यांनी कबूल केलं होतं, त्याबद्दलचा अहवाल दिला. त्यांनी त्यातल्या बारा गोष्टी पूर्ण केल्या होत्या, ज्याचे तत्काळ महत्त्वपूर्ण परिणाम दिसून आले आणि उरलेल्या दोन गोष्टी वेळखाऊ असल्यामुळे त्यावर काम सुरू होतं. या बैठकीतून लोक बाहेर पडले ते एक नवीन आशा आणि विश्वास मनात घेऊन. या नवीन नेतृत्वावर विश्वास ठेवायला आता लोकांना फार वेळ लागला नाही. त्यांनी लोकांच्या मनात आपल्या वागण्यानं विश्वास रुजवला. त्यांनी आपला शब्द पाळला.

जेव्हा ग्राहकांच्या अपेक्षा तुडवल्या जातात, तेव्हा त्यांचा विश्वास जपण्याकरता पटकन उपाययोजना करणं महत्त्वाचं असतं. रित्झ-कार्लटन हॉटेल कंपनीच्या उपाध्यक्षा विवियन डुशल (Deuschl) म्हणतात :

सर्वांत स्वस्त उपाय तो असतो, जो पट्कन केला जातो; हे मी आता शिकले आहे. ग्राहकांची तक्रार जितकी जास्त वेळ रेंगाळते, तेवढी वाढते. जेव्हा एखादी तक्रार वरिष्ठ अधिकाऱ्यांपर्यंत पाहोचते तेव्हा ती एवढी मोठी झालेली असते. जी गोष्ट एखाद्या ग्राहकाला त्याने मागितलेली एखादी सवलत थोडी सुधारून देऊन थोडक्यात तक्रार निवारण होणार असते/काम होणार असते, ते वाढून त्याऐवजी एखाद्या आलिशान क्लबमध्ये एखादी रात्र किंवा तत्सम काहीतरी मोठी सवलत द्यावी लागते.

अलीकडेच काही काळापूर्वी बेल्जियममधील १०० जणांना आणि फ्रान्समधील अनेक लोकांना कोकाकोला प्यायल्यानंतर पोटदुखीचा त्रास सुरू झाला. या घटनेवरच्या कोकाकाला युरोपच्या प्रतिक्रियेवरून त्यांना पट्कन उपाय योजण्याचं महत्त्व किती पटलं आहे, ते दिसून येतं. ही घटना घडल्यावर कंपनीनं लगेच त्याची जबाबदारी उचलली, माफी मागितली आणि ज्यांना त्रास झाला त्यांचा वैद्यकीय खर्च उचलण्याची तयारी दर्शवली. खरं तर कोकच्या उत्पादनामुळेच हा त्रास उद्भवला, याचा कुठलाही स्पष्ट पुरावा नसताना कंपनीनं ५ युरोपीय देशांमधून आपला सगळा माल परत मागवला. एकूण १७ दशलक्ष केसेस परत आल्या. कोकच्या इतिहासातील एवढ्या प्रचंड प्रमाणावर माल परत मागवण्याची ही एकमेव घटना असेल. सीईओ डग्लस इवेस्टर यांनी जाहीरपणे सांगितलं की, त्यांच्या उत्पादनाच्या दर्जालाच त्यांच्याकडे सर्वोच्च प्राधान्य आहे. ते म्हणाले, "११३ वर्षांपासून आमचं यश हे आमच्या उपभोक्त्यांच्या आमच्या दर्जावरील विश्वासात दडलेलं आहे. तो विश्वास आमच्यासाठी एक पवित्र गोष्ट आहे." नंतर ही गोष्ट सिद्ध झाली की ती समस्या मुळात कोकाकोलाच्या वापरामुळे उद्भवलीच नव्हती, परंतु जलद कृती केल्यामुळे आणि आपल्या ब्रॅण्डच्या लौकिकला साजेशा वर्तनामुळे कंपनीनं ग्राहकांचा विश्वास गमावण्याच्या ऐवजी मिळवला.

विश्वास नव्यानं स्थापन करण्याचं अजून एक उदाहरण आम्ही आधी सांगितलेल्या स्टीफनच्या मुलाच्या गोष्टीवरून दिसून येते. आपल्या वागण्यामुळे जी समस्या निर्माण झाली, त्याच्यातून योग्य वर्तनानंच छोटा स्टीफन बाहेर पडला आणि हे करत असताना त्यानं आपल्या आई-वडिलांचा विश्वास केवळ परतच मिळवला नाही, तर त्यानं तो पूर्वीपेक्षा अजून उंचीवर नेऊन ठेवला.

> *विश्वास परत मिळवण्याकरता उद्योगधंद्यांना जनतेला सामील करून घेण्याचं/ गुंतवून घेण्याचं धोरण अंगीकारावं लागेल... आणि त्याचा मूळ गाभा दिलेला शब्द पाळण्याची कंपनीची बांधिलकी, हा आहे.*
>
> *एडलमन ट्रस्ट बॅरोमीटर, २००९*

वर्तनामागचं तत्त्व

आपण जे करणार असं कबूल केलेलं असतं, ते केल्यामुळे (आपला शब्द पाळल्यामुळे) विश्वास वाढण्यामागचं कारण म्हणजे आपली वागणूक विश्वास वाढवते (किंवा नष्ट करते). यामागचं सत्य असं आहे की, आपण स्वतःला आपल्या हेतूंवरून जोखतो; पण इतर लोक मात्र आपल्याला आपल्या कृतींवरून जोखतात. म्हणून जेव्हा आपली वागणूक आपल्या हेतूंशी सुसंगत असते, तेव्हा ते आश्वासनांचं आणि त्यांच्या पूर्ततेचं विश्वासदर्शक वर्तुळ पूर्ण होतं.

जरा व्यापक विचार करायचा झाला, तर आश्वासनांमुळे प्रत्यक्ष उच्चार न झालेल्या ज्या अपेक्षा निर्माण होतात, त्यांनासुद्धा ही गोष्ट लागू होते. तुमच्या ग्राहकांची तुमच्याकडून प्रामाणिकपणाची आणि तुम्ही त्यांना दर्जेदार माल किंवा सेवा वाजवी किमतीत पुरवाल, अशी अपेक्षा असते. तुमच्या हाताखालच्या लोकांना त्यांच्या कामाबद्दल तुम्ही खुले आणि पारदर्शक असण्याची अपेक्षा असते. तुमच्या जोडीदाराला तुमच्याकडून निष्ठेची अपेक्षा असते. तुमच्या मुलांना तुमच्याकडून निःपक्ष वागणुकीची अपेक्षा असते. जेव्हा तुमचं वागणं असं असतं की ज्याला तुम्ही प्रमाणिकपणा, मोकळेपणा, निःपक्षपातीपणा, निष्ठावान असं म्हणू शकणार नाही (जरी तुम्ही तसं वागण्याचं कबूल केलं नसेल तरीही) त्यामुळे विश्वासाला तडा जातो. आणि म्हणूनच प्रभावी नेते आणि व्यवस्थापक असं वातावरण निर्माण करतात जिथं अपेक्षा पूर्ण होतील. 'एलआरएन'चे सीईओ डोव सिडमनच्या शब्दांत सांगायचं, तर हे करत असताना ते एक स्पर्धात्मक वातावरण तयार करतात ज्यामुळे आपल्याला झट्कन समृद्धी, उत्साह आणि आनंदाकडे जाता येतं. The speed of Trust या पुस्तकात आम्ही तेरा वर्तनप्रकार नोंदले आहेत, जे जगभरातील अतिविश्वसनीय व्यक्तींच्या बाबतीत समान आहेत. पुढे काही वर्तनप्रकार दिलेले आहेत, जे आपला शब्द पाळण्याच्या संदर्भात योग्य ठरतात.

बारा उद्योगांतील विश्वासाची पातळीची तुलना करून 'वेब चॅटर' म्हणजे तुमच्या ब्रॅण्डबद्दलच्या नेटवरील गप्पा यांच्याबाबतचा अहवालाचा नमुना हवा असल्यास SmartTrustBook.com या संकेतस्थळाला भेट द्या.

काही विश्वासवर्धक वर्तनप्रकार

थेट बोला :

प्रमाणिकपणे सत्य सांगा. लोकांना कळू दे- तुम्ही कुठं आहात. साधी भाषा वापरा. आपलं म्हणणं स्पष्टपणे सांगा. तुमची सचोटी दिसू देत. लोकांना वापरू नका किंवा सत्याचा विपर्यास करू नका. सत्य फिरवून सांगू नका. खोटी समजूत करून देऊ नका.

पारदर्शकता निर्माण करा/ पारदर्शकतेची निर्मिती -

लोकांना पडताळून पाहता येईल अशा पद्धतीनं सत्य सांगा. खऱ्याची, अस्सलतेची कास धरा. तुमच्यात मोकळेपणा आणि खरेपणा असू दे. 'तुम्हाला जे दिसत आहे तेच मिळणार आहे' या तत्त्वानं चाला. मनात काही छुपे हेतू बाळगू नका. माहिती लपवू नका.

अपेक्षांचं स्पष्टीकरण :

तुमच्या अपेक्षा स्पष्टपणे उघड करा. त्यावर चर्चा करा. अपेक्षांचा अनादर करू नका/ अपेक्षाभंग करू नका. अपेक्षा स्पष्टच आहेत किंवा कोणाशी जोडलेल्या आहेत, असं गृहीत धरू नका.

जबाबदारी घ्या :

स्वतःला जबाबदार माना. इतरांना जबाबदार धरा. परिणामांची जबाबदारी घ्या. स्वतःच्या आणि इतरांच्या कामाबद्दल तुम्ही कसा संवाद साधाल, हे स्पष्ट करा. तुमच्यावर टाकलेली जबाबदारी टाळू नका किंवा त्यापासून मागे फिरू नका. इतरांना दोष देऊ नका किंवा परिस्थिती बिघडली तर बोटं दाखवू नका.

शब्द पाळा/ बांधिलकी जपा :

शब्द देताना काळजी घ्या आणि काय वाटेल ते झालं तरी ते पाळा. नाही तर संवाद साधा आणि शब्द पाळणं अगदीच अशक्य असलं तर परत चर्चा करा. शब्द देऊन तो पाळणं ही एक प्रतिष्ठेची बाब आहे. टाळलेल्या जबाबदारीची सारवासारव करू नका.

तुम्ही ज्या स्थानावर आत्ता आहात त्या स्थानावरील आधीच्या लोकांच्या उदा. गटनेता, व्यवस्थापक, सीईओ, जोडीदार, पालक किंवा समाजात अथवा उद्योगधंद्यामध्ये या प्रकारच्या भूमिकेत असणाऱ्या इतरांच्या शब्दांमुळे किंवा कृतींमुळे अशीच अपेक्षित आश्वासनं निर्माण होतात. या सगळ्या अलिखित अपेक्षा समोर आणून त्या स्पष्ट करून 'नक्की काय बोललं गेलं असेल' अशा प्रकारे त्यांचा आढावा घेऊन त्यांच्यावर योग्य ती कृती करायला हवी. असं केल्यानं विश्वासाच्या मार्गातील अडथळे दूर होऊन शब्द/ कृतीच्या चक्रात तुमची व्यक्तिगत सचोटी दिसून येते.

या अलिखित अपेक्षांच्या बाबतीत, कंपनीला नवीन तंत्रज्ञानाचा फायदा घेऊन इंटरनेटवर आपल्या ब्रॅन्डच्या बाबतीत काय म्हटलं जातं याचाही आढावा घेणं फायदेशीर ठरू शकेल. यामुळे उद्योगांची जाणीव वाढायला आणि जर लोकांच्यात काही गैरसमज असतील ज्यामुळे त्यांच्या शब्द/ कृती चक्राबद्दल लोकांच्या धारणेवर परिणाम होत असेल तर ते दूर करणं सोपं जातं.

ज्या पातळीपर्यंत लोकांच्या अपेक्षा पूर्ण होतात, तिथपर्यंत ते समाधानी असतात. आपल्याला जर हे समाधान वाढवायचं असेल आणि विश्वास निर्माण करायचा असेल, तर आपल्याला अपेक्षांवर योग्य ती कारवाई करायला हवी ज्यामुळे आपली जबाबदारी आणि लोकांच्या अपेक्षा या पातळीवर येतील आणि आपण आपला शब्द पाळू शकू.*

प्रश्न

- अशी एखादी वेळ आठवा, जेव्हा तुमचा एखाद्यावरचा विश्वास उडाला आणि तुम्ही नाराज झालात. तुमची ही प्रतिक्रिया त्यांनी आपला शब्द न पाळल्यामुळे होती का?
- जेव्हा तुम्ही आपला शब्द पाळता अथवा पाळत नाहीत तेव्हा त्याचा लोकांच्या तुमच्यावरील विश्वासावर कितपत परिणाम होतो?
- जेव्हा तुम्ही 'एक विश्वासू कंपनी' असे शब्द पाहता, तेव्हा तुमच्या मनात काय विचार येतो? तुम्हाला ते खरे वाटते का? का वाटते किंवा वाटत नाही?
- तुम्ही तुमचा शब्द पाळू शकाल याविषयीची तुम्हाला किती खात्री वाटते? त्यामुळे तुमच्या स्वतःच्या समृद्धी, उत्साह आणि आनंदाच्या पातळीवर काय परिणाम होतो? त्याचा तुमच्या इतरांवर विश्वास ठेवण्याच्या आणि त्यांच्याबरोबर काम करण्याच्या क्षमतेवर कितपत परिणाम होतो?

---

*जगातील अतिविश्वसनीय व्यक्तींमध्ये समान असणाऱ्या १३ वर्तनप्रकारांचा सारांश पाहण्यासाठी SmartTrustBook.com या संकेतस्थळाला भेट द्या.

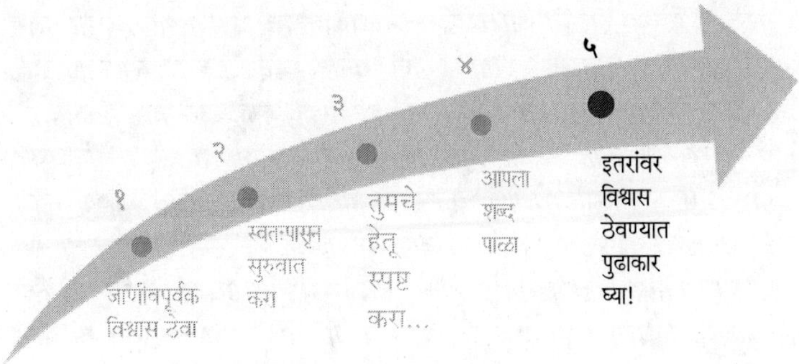

डोळस विश्वास कृती ५
इतरांवर विश्वास ठेवण्यात पुढाकार घ्या!

लोकांवर विश्वास टाका आणि ते तुमच्याशी प्रामाणिक राहतील,
त्यांना उत्तम वागणूक द्या, ते स्वतःला उत्कृष्ट सिद्ध करतील.
राल्फ वाल्डो इमर्सन

आजचे उद्योग बऱ्याच वेळा अतिव्यवस्थापन आणि क्षीण नेतृत्वाचे बळी असतात.
डॉक्टर स्टीफन कोव्ही

ग्रेग :

माझ्या वाढीच्या वयात मी अत्यंत व्रात्य होतो. बालगुन्हेगारच म्हणा ना! पण सुदैवानं अठराव्या वर्षी मी जरा सुधारलो. मी कॉलेजला जायला लागलो आणि स्थानिक किराणा मालाच्या दुकानात नोकरी मिळवून माझी फी भरू शकलो.

मला तिथं कामाला लागून काही महिनेच झाले असतील. एका दुपारी दुकानाच्या व्यवस्थापकानं- राल्फनं माझ्याकडे किल्ल्या दिल्या आणि मला दुकान बंद करण्याच्या वेळी कुलूप घालायला सांगितलं. मला धक्काच

बसला. माझ्या लक्षात आलं की किल्ल्या हातात असणं म्हणजे मी इतर कर्मचाऱ्यांवर देखरेख करणं आणि गल्ला बंद करून पैसे तिजोरीत ठेवेपर्यंत पैशाचे व्यवहार सांभाळणं, ही माझी जबाबदारी असणार होती.

सरळच आहे की या नोकरीसाठी अर्ज करताना मी माझ्या शंकास्पद पार्श्वभूमीबद्दल संदिग्धताच बाळगली होती. पण कदाचित माझ्या लांब अस्ताव्यस्त केसांवरून त्यांना अंदाज आला असेल. पण राल्फला मी त्या काळात किती अविश्वसनीय होतो, हे जर माहीत असतं, तर त्यानं त्या किल्ल्या कधीच माझ्याकडे दिल्या नसत्या. पण मला आठवतं की त्या पहिल्या धक्क्यातून सावरल्यावर जबाबदारीची एक अनोळखी भावना माझ्या मनात जागी झाली आणि त्या सज्जन माणसाबद्दल मनात कृतज्ञता आणि निष्ठा दाटून आली. आता मला त्याला धोका द्यायचा नव्हता; उलट मला काहीही करून त्याचा विश्वास सार्थ करायचा होता.

आज जेव्हा मी मागे वळून पाहतो तेव्हा मला जाणवतं की, राल्फनं त्या दिवशी माझ्यावर दाखवलेला विश्वास हा माझ्या आयुष्याला कलाटणी देणारा ठरला. माझ्या संपूर्ण कारकिर्दीवर प्रभाव टाकणारा एक मैलाचा दगड ठरला. इतरांवर विश्वास ठेवण्याची संधी शोधण्याची एक अनिवार इच्छा माझ्या मनाला झाली. आपण कोणालाही जेव्हा एखाद्या 'प्रसंगाला सामोरं जाण्याकरता' तयार करतो, त्या वेळी त्याला कसं त्या गोष्टीसाठी तयार नसल्यासारखं आणि त्याच वेळी महत्त्वाचं असल्यासारखं वाटतं, हे मी माझ्या स्वतःच्या अनुभवावरून सांगू शकतो. आणि त्याचमुळे मला अशी जोखीम पत्करण्याची आणि लोकांमधील चांगल्या गोष्टीची अपेक्षा करण्याची प्रेरणा मिळते. त्यामुळे मला इतरांमधील अव्यक्त क्षमता ओळखण्याची इच्छा होते. अशा क्षमता, ज्या त्यांनीही कधी ओळखल्या नसतील. जशा राल्फनं माझ्यात पाहिल्या.

आमच्या कामाच्या दरम्यान आम्ही अनेकदा जगभरातील उद्योगप्रमुखांना किंवा अधिकाऱ्यांना त्यांच्या आयुष्याबद्दल विचार करायला सांगतो. त्यांच्यावर कधी कोणी विश्वास टाकला किंवा त्यांच्या स्वतःपेक्षाही जास्त त्यांच्यावर कोणी भरवसा ठेवला असेल किंवा त्यांना संधी दिली असेल, ते आठवायला सांगतो. आम्ही हे केल्याबरोबर नेहमीच खोलीतील वातावरण बदलतं. लोक हळवे होतात आणि आपले अनुभव आठवून आणि अत्यंत कृतज्ञतेनं त्याचा आपल्या आयुष्यावर झालेला परिणाम आठवून प्रेरितही होतात. आम्ही जेव्हा त्यांना एकमेकांचे अनुभव

ऐकण्याची संधी देतो, त्यामुळेही त्यांना उत्तेजन मिळतं.

तुम्हीही आता एक मिनिट थांबून हीच गोष्ट करा. तुमच्यावर ज्यांनी विश्वास टाकला असेल त्यांचा विचार करा. ते कोण होते... त्या वेळी परिस्थिती काय होती... त्यानं तुमच्या आयुष्यात काय फरक पडला...

योग्य विश्वास टाकणारे व्यवस्थापक, पालक आणि नेते, मग ते कोणत्याही क्षेत्रातले असोत, दुसऱ्यांवर विश्वास टाकण्यात पुढाकार घेतात आणि हे करताना त्यांनी ज्यांच्यावर विश्वास टाकला असेल त्यांच्या क्षमता आणि आत्मविश्वास वाढवतात. ते मानवी क्षमता मुक्त करून कामगिरी सुधारतात. ते विश्वासाच्या दोन्ही दिशांच्या देवाणघेवाणीला उत्तेजन देतात. म्हणजे ज्यांनी आपल्यावर विश्वास टाकला त्यांना विश्वास परत देणं आणि तसाच विश्वास इतरांवर टाकणं, ज्यांचा त्यापासून फायदा होईल. ते उच्च विश्वासाचं वातावरण निर्माण करण्याचा प्रयत्न करतात, ज्यामुळे अजून समृद्धी, उत्साह आणि आनंद निर्माण होतो.

विश्वास ठेवण्याची डोळसपणानं केलेली कृती ही नेतृत्व आणि अधिकार बहाल करण्याच्या तत्त्वांवर आधारित आहे. त्यांच्या विरुद्ध तत्त्व आहे विश्वास न ठेवणं, दुसऱ्यांना ताब्यात ठेवण्याचा प्रयत्न करणं किंवा/ आणि प्रत्येक गोष्ट स्वतःच करण्याचा प्रयत्न करणं. नकली तत्त्वामध्ये 'खोटा विश्वास' दाखवणे (म्हणजे लोकांना जबाबदारी द्यायची पण अधिकार द्यायचे नाहीत) 'नकली विश्वास' (म्हणजे लोकांवर विश्वास आहे अशा पद्धतीने वागणे, पण त्यांच्या आसपास घोटाळत राहणे आणि त्यांच्यावर नजर ठेवणे). आपण नेतृत्व करतोय असं भासवत प्रत्यक्षात मात्र इतरांना ताब्यात ठेवणे.

ही कृती म्हणजे विश्वासाची निवड करण्यापेक्षा काही तरी जास्त आहे. ही कृती म्हणजे त्या विश्वासानं काम करण्याची निवड आहे. पुढलं पाऊल उचलून झेप घेण्याची निवड आहे. विश्वासाची निवड केल्यामुळे सर्व चांगले होईल, हा भरवसाच माणसाला उमेद आणि पुढचं पाऊल उचलण्याचा विश्वास देतो. पहिलं पाऊल उचलणं हे नेत्याचं काम आहे. खरंच विश्वास ठेवणं हेच नेतृत्वाचं सार आहे.

डोळसपणे विश्वास ठेवण्यातील शहाणपणा

डोळस विश्वास ठेवणं शहाणपणाचं आहे, त्यामागची ३ मूलभूत कारणं आहेत. १- त्याचे चांगले परिणाम दिसून येतात, २- त्यामुळे क्षमता वाढतात, ३-विश्वासाच्या देवाणघेवाणीतून परत विश्वास निर्माण होतो. आपण या तीनही कारणांचा सखोलपणे

अभ्यास करू.

१) डोळसपणे ठेवलेल्या विश्वासाचे चांगले परिणाम होतात. रॉयल कॅनडियन माउंटेड पोलिसांच्या रिचमंडच्या तुकडीनं सकारात्मक गुणांची तिकिटं देऊन विश्वासाची नाती निर्माण केली, ते उदाहरण तुम्हाला आठवत असेल. कोर्टाच्या प्रकरणांमध्ये आणि बालगुन्हेगारीच्या घटनांमध्ये ५० टक्क्यांनी घट, सराईत गुन्हेगारीत ५ टक्क्यांनी घट आणि खटले चालवण्याचा खर्च ९० टक्क्यांनी कमी आला. तुम्हाला 'बेस्टबाय.कॉम'नं आपल्या कर्मचाऱ्यांवर टाकलेल्या विश्वासाचं उदाहरण आठवत असेल. त्यांनी आपल्या कर्मचाऱ्यांना त्यांच्या सोयीच्या वेळेनुसार आणि सोयीच्या ठिकाणाहून काम करण्याची सवलत दिली. अट एकच, काम वेळेत पूर्ण व्हायला हवं. परिणामतः पहिल्या सहा आठवड्यांतच उत्पादनक्षमता ३५ टक्क्यांनी वाढली. 'बेस्टबाय'च्या मुख्यालयात (ROWE - Result Oriented Work Environment) परिणामलक्ष्यी कार्यपद्धती निर्माण केली आहे, जिथं तुमच्या कामगिरीचं मूल्यमापन परिणामांवर केलं जातं; प्रत्यक्षदर्शी वेळेवर नाही. Business Week या नियतकालिकाच्या मुखपृष्ठावर या कार्यसंस्कृतीचं वर्णन 'बिना बैठक, बिना वेळापत्रक (ही थट्टा नाही)' (No meetings, No schedule (No Joke) असं केलं होतं. ROWE हे डोळस विश्वासाचं उदाहरण असण्याचं कारण म्हणजे सुस्पष्ट अपेक्षा आणि जबाबदारीची जाणीव. आणि परिणाम : कर्मचारी उलाढालीत ५० टक्के घट, कुठल्याही अधिक मोबदल्याशिवाय कर्मचाऱ्यांची जास्त वेळ काम करण्याची तयारी आणि त्याचबरोबर आरोग्य आणि आनंद यात वाढ झालेली दिसून आली. डोळसपणे विश्वास ठेवल्यानं हे परिणाम कसे होतात? कारण विश्वासामुळे लोकांना उत्तेजन मिळतं. त्यामुळे त्यांच्यातील चांगल्या गोष्टींना चालना मिळते. त्यांना प्रेरणा मिळते. विश्वास ठेवणं ही एक सामर्थ्यशाली गोष्ट आहे, कारण मानवी प्रेरणेमागचा विश्वास हा एक चिरंतन आणि प्रभावी घटक आहे.

> *अविश्वासाचे फळ अविश्वास असते, विश्वासाचे फळ यश!*
>
> *लाओ त्झु*
> *ताओ ते चिंगचे लेखक*

२) डोळसपणे विश्वास टाकल्यामुळे क्षमता वाढतात. लोकांवर विश्वास टाकल्यामुळे त्या विश्वासाला पात्र ठरावं यासाठी ते प्रयत्न करतात. त्यांच्या चांगल्या गुणांना उत्तेजन मिळतं. त्यांच्या क्षमता विकसित होतात. जसं त्या दुकानातल्या मुनिमानं ग्रेगला किल्ल्या दिल्या आणि त्याच्यावर दुकान बंद करण्याची

जबाबदारी टाकली तेव्हा घडलं, त्याचप्रमाणे एकदा जबाबदारी आली की लोक ती पार पाडतात. ते काम करून अपेक्षा पूर्ण करतात आणि त्यांच्या कामगिरीचं फळ म्हणून विश्वास अजून वाढतो आणि उत्तरोत्तर वाढत जातो. त्याचा परिणाम म्हणजे वाढलेली क्षमता. फ्रिटो-ले चे सीईओ ॲल कॅरी यांनी सांगितल्याप्रमाणे, "तुम्ही जर लोकांवर विश्वास ठेवलात तर ते तुमच्या बाजूला झुकतात. त्याचे उत्तम गुण तुम्हाला जाणवतात. तुम्हाला त्यांच्या उत्तम कामगिरीचा अनुभव येतो. त्यांच्या सर्व चांगल्या क्षमता उपयोगात आणल्या जातात आणि जेव्हा ५०,००० लोक अशा पद्धतीनं काम करत असतील, तर ते काम किती चांगलं होईल, याचा अंदाज तुम्ही करू शकता."

> *एकमेकांवर पुनःपुन्हा विश्वास टाका. जेव्हा विश्वासाची पातळी उंचावते त्या वेळी लोक आपल्या सीमा ओलांडतात आणि आतापर्यंत अज्ञात असणाऱ्या अनेक क्षमता उजेडात येतात*
>
> *डेव्हिड आर्मीस्टीड*

३) विश्वासाच्या परतफेडीतून विश्वास जन्माला येतो. एक विलक्षण गोष्ट अशी की, विश्वास निर्माण करण्याचा महत्त्वाचा मार्ग म्हणजे विश्वास ठेवणं. आम्ही आधी उल्लेख केल्याप्रमाणे आपण जेव्हा इतरांवर विश्वास ठेवतो, तेव्हा त्यांचाही कल आपल्यावर विश्वास ठेवण्याकडे असतो. आपण जेव्हा खुलेपणानं विश्वास ठेवत नाही, तेव्हा तेही विश्वास राखून ठेवतात. निरनिराळ्या गटांमध्ये किंवा उद्योगांमध्ये विश्वास टाकण्याची परिस्थिती ही कर्मचाऱ्यांच्या गुंतवणुकीतून आणि त्यांच्या कंपनीला धरून राहण्यातून, ग्राहकांच्या वाढलेल्या निष्ठेतून आणि त्यांनी केलेल्या आपल्या प्रसिद्धीतून आणि इतर आर्थिक फायद्यांमधून दिसून येते. तिसऱ्या प्रकरणात आम्ही ज्याचा संदर्भ दिला होता, त्या पॉल झॅक अभ्यास पाहणीतून असं आढळून आलं आहे की, आपण जर जाणीवपूर्वक विश्वास सूचित केला, तर तोच विश्वास आपल्यापर्यंत परत येऊन जवळ जवळ तिप्पट आर्थिक फायदा झालेला दिसून येतो. जे नेते जाणीवपूर्वक विश्वास ठेवतात, त्यांच्या उद्योगांतील लोकही जाणीवपूर्वक त्यांच्यावर आणि त्यांच्या नेतृत्वावर विश्वास टाकायला तयार असतात. अशा तऱ्हेनं ही देवाणघेवाणीची प्रक्रिया एका गुणात्मक ऊर्ध्वगामी चक्राशी येऊन थांबते, ज्याची सुरुवात पहिल्याच विश्वास टाकण्यापासून (कधी तरी विश्वासाची झेप) होते.

योग्य आणि पूर्ण विश्वासाची परतफेड लोक विश्वासानंच करतात

अब्राहम लिंकन

नेते पुढाकार घेतात

एखाद्या टीममध्ये, उद्योगामध्ये, समाजात, कुटुंबात किंवा नात्यात कुणीतरी पहिलं पाऊल उचलावं लागतं. ते नेते करतात. ते पुढे होतात. विश्वास ठेवण्यात ते पुढाकार घेतात. खरं म्हणजे, एखाद्या नेत्याचं पहिलं काम असतं, ते म्हणजे विश्वासाला उत्तेजन देणं आणि दुसरं काम म्हणजे विश्वास ठेवणं. आणि ही गोष्ट जशी औपचारिक नेतृत्वाच्या भूमिकेत म्हणजे सीईओ, व्यवस्थापक किंवा गटनेता अशा भूमिकेत खरी असते, तशीच अनौपचारिक भूमिकेच्या बाबत म्हणजे कामातील सहकारी, लग्नाचा जोडीदार किंवा मैत्रीच्या बाबतीतही लागू असते.

आम्ही आधी उल्लेख केलेल्या प्रक्रियेत, जिथं नेत्यांना किंवा प्रमुखांना असा अनुभव आठवायला सांगितला जातो, जेव्हा कोणीतरी त्यांच्यावर विश्वास ठेवला. आम्ही त्यांना पुढे असं विचारलं, ''तुम्ही कधी इतरांवर विश्वास ठेवण्यात पुढाकार घेतला होता का?'' तेव्हा लोकांना लक्षात येतं की त्यांनी विश्वास ठेवण्याच्या गुणात्मक चक्र सुरू करण्याच्या आणि समृद्धी, उत्साह आणि आनंद निर्माण करण्याच्या किती तरी संधी त्यांनी गमावल्या आहेत. तुम्हाला यावरून कदाचित तुमचे अनुभव लक्षात येतील. अशी कुठली वेळ होती की जेव्हा तुम्ही कोणावर तरी विश्वास ठेवल्यामुळे त्यांच्या आयुष्यात फरक पडला? अशी कुठली वेळ होती का की त्या वेळी तुम्ही विश्वास टाकला नाहीत, पण आज तुम्हाला वाटतंय की ठेवायला हवा होता?

तात्पर्य असं की, जर आपण विश्वासाची प्रेरणा देत नसू, विश्वास ठेवत नसू, तर आपण नेतृत्व करत नसतो. आपण प्रशासन किंवा व्यवस्थापन करत असू; पण नेतृत्व नाही. आपण गोष्टी/ घटनांचं व्यवस्थापन करतो; पण माणसांचं नेतृत्व करतो आणि खऱ्या नेतृत्वाकरता विश्वास आवश्यक आहे. प्रसिद्ध नेतृत्व तज्ज्ञ वॉरन बफे म्हणतात, ''परस्पर विश्वासाशिवाय नेतृत्व हा एक विरोधाभास आहे.'' म्हणजेच विश्वास ठेवणं हे व्यवस्थापनाला नेतृत्वात बदलणारं निर्णायक कौशल्य आहे.

तुम्ही आदर दिलात तर आदर मिळेल आणि हीच गोष्ट निष्ठा, विश्वास आणि इतर गुणांच्या बाबतीतही जे लागू आहे, जे खरे महान नेते आपल्याला देत असतात... मला असंही वाटतं की खऱ्या नेत्यानं किंवा जो जबाबदार असतो त्यानंच ही प्रक्रिया सुरू करायची असते. तुमच्या कर्मचाऱ्यांनी तुमच्यावर विश्वास टाकावा, याची वाट पाहू नका; आधी तुम्ही विश्वास ठेवा.

जॉन वूडन
प्रसिद्ध UCLA बास्केटबॉल प्रशिक्षक

'ट्रुथ अबाऊट लीडरशिप' या पुस्तकात जेम्स कुझेस आणि बॅरी पोस्नर आपल्याला डॉन लिंडब्लॉमची गोष्ट सांगतात, ज्यांची नुकतीच अमेरिकन रेडक्रॉसच्या पूर्व वॉशिंग्टन विभागाच्या विभागीय व्यवस्थापक म्हणून नेमणूक झाली होती. आपण गेल मॅक्गवर्न या राष्ट्रीय रेडक्रॉसच्या नवनियुक्त अध्यक्षांवर विश्वास ठेवू शकू की नाही याबद्दल लिंडब्लॉम जरा साशंक होत्या. मॅक्गवर्नच्या इतर विभागीय अध्यक्षांशी ओळख करून देण्याच्या कार्यक्रमात जेव्हा कोणीतरी त्यांना थेट प्रश्न केला, "आम्ही तुमच्यावर विश्वास ठेवू शकतो का?" तेव्हा मॅक्गवर्न म्हणाल्या, "ते मी कसं सांगणार, पण मी तुम्हाला हे सांगू शकते की माझा तुमच्या प्रत्येकावर विश्वास आहे." लिंडब्लॉमनी कुझेस आणि पोस्नर यांना सांगितलं की जेव्हा तिला जाणवलं की मॅक्गवर्न पहिलं पाऊल उचलायला म्हणजेच विभागीय अध्यक्षांवर विश्वास ठेवण्याची जोखीम पत्करायला तयार आहे, तेव्हा तिचं मत बदललं.

विश्वास त्यालाच मिळतो ज्याची विश्वास ठेवण्याची तयारी असते.

गुस्ताव हीनमन
फेडरल रिपब्लिक ऑफ जर्मनीचे भूतपूर्व राष्ट्रपती

१९४८ मध्ये 3M या कंपनीचे तेव्हाचे अध्यक्ष विलियम मॅक्नाईट यांनी आपल्या उद्योगात विश्वास ठेवण्याची जोखीम पत्करायला उत्तेजन दिलं होतं. त्या वेळी त्यांचं हे तत्त्वज्ञान मूलभूत आणि अत्यंत पुरोगामी मानलं गेलं. थोडक्यात ते असं होतं की, त्यांच्या उद्योगाच्या वाढीसाठी, त्यांचा वेग नावीन्य आणि प्रभाव वाढावा यासाठी त्यांनी बंधनं शिथिल केली. मॅक्नाईट म्हणतात :

जसाजसा आमचा व्यवसाय वाढत आहे, तशी तशी जबाबदारी इतरांकडे वाटून देणं हे गरजेचं होत चाललं आहे. त्याचबरोबर कंपनीतील स्त्री-पुरुषांना त्यांचं कौशल्य वापरण्यासाठी उत्तेजन मिळायला हवं आणि यासाठी सहनशक्ती हवी. सर्व स्त्रिया आणि पुरुष ज्यांना आम्ही जबाबदारी आणि अधिकार सोपवतो आहोत, ते जर चांगले आणि लायक असतील तर त्यांना आपलं काम नक्कीच स्वतःच्या पद्धतीनं करायला आवडेल.

चुका होतील; पण जर एखादी व्यक्ती मूलतः योग्य असेल, तर ती ज्या चुका करेल त्या एवढ्या गंभीर असणार नाहीत, जेवढे अधिकार पदावर असणाऱ्या व्यक्तीला तिचं काम कसं करावं ही सांगण्याची व्यवस्थापनाची चूक असेल.

चुका झाल्यावर विघातक टीका करणारं व्यवस्थापन हे ऊर्मींचा नाश करतं आणि आपल्या व्यवसायात वृद्धी हवी असेल, तर आपल्याला आंतरिक ऊर्मी असणाऱ्या माणसांची गरज असते.

या तत्त्वांवर काम करत ३एम नं आपला व्यवसाय भरभराटीला आणला आहे. १९४८ मध्ये २० दशलक्ष डॉलर्सपेक्षा कमी असणारं त्यांचं उत्पन्न आज २०१० मध्ये २६.६ अब्ज डॉलर्सच्या घरात जाऊन पोहोचलं आहे आणि नावीन्यपूर्ण कल्पना राबवणारी कंपनी म्हणून तिची ओळख आहे. विद्यमान सीईओ जॉर्ज बकले या विश्वासावर आधारित तत्त्वज्ञानाची समर्पकता ओळखून म्हणतात, "कंपनी म्हणून आमचा प्रवास कुठं होत आहे हे आम्ही अेळखून आहोत, पण आम्ही कोण आहोत आणि कुठं चाललो आहोत, हेही आम्ही लक्षात ठेवलं पाहिजे."

Influences या पुस्तकात Vital Smart* मधील आमच्या मित्रांनी एका स्त्रीची गोष्ट सांगितली आहे. तिनं विश्वासाची एक अशी अलौकिक झेप घेतली की ज्यामुळे ज्यांच्यावर 'विश्वास ठेवण्यास अयोग्य' असा ठपका असणारे गुंड, वेश्या, चोर, खुनी अशा हजारो लोकांचं पुनर्वसन झालं. तुरुंगात टाकण्याऐवजी त्यांना Delancy Street Foundation सॅन फ्रॅन्सिस्को (गुन्हेगारांच्या पुनर्वसनासाठी 'ना नफा' तत्त्वावर काम करणारी संघटना) इथं काम करण्याचा पर्याय देण्यात आला. डॉ. मिमी सिलबर्ट यांनी त्यांच्या आयुष्याला कलाटणी दिली. तिथले नियम अतिशय कडक आहेत. तिथं संरक्षक बंधनं आहेत. 'तपासून विश्वास ठेवा' हे तत्त्व राबवलं जातं; पण त्याचे परिणाम आश्चर्यकारक आहेत.

---

*Vital Smart नेतृत्वासंदर्भात कॉर्पोरेट प्रशिक्षण देणारी संस्था.

डॉक्टर सिलबर्ट यांच्याकडे येणारे नवीन लोक बहुतेक वेळा गंभीर गुन्हे सिद्ध झालेले असतात. ते अनेक वर्षं बेघर असतात, काही अमली पदार्थांचे कट्टर व्यसनी असतात. पण डिलान्सीमध्ये आल्याच्या काही तासांतच ते एखाद्या रेस्टॉरन्टमध्ये किंवा वाहतूक कंपनीमध्ये किंवा गाड्या दुरुस्त करण्याच्या दुकानात किंवा डिलान्सीच्या अनेक कंपन्यांपैकी एखाद्या कंपनीत कामाला लागलेले असतात. एक डॉक्टर सिलबर्ट स्वतः सोडल्यास या गुन्हेगार आणि व्यसनी लोकांव्यतिरिक्त डिलान्सीमध्ये इतर कोणीही आढळणार नाही. मानसोपचार तज्ज्ञ नाहीत. व्यावसायिक कर्मचारी नाहीत. देणग्या नाहीत, अनुदान नाही, सुरक्षारक्षकही नाहीत. फक्त एक प्रभावी धोरण- ज्यामुळे गेल्या ३० वर्षांत १४,००० कर्मचाऱ्यांचं आयुष्य बदलून गेलं आहे. डिलान्सीमध्ये येणाऱ्यांपैकी नव्वद टक्के लोक परत कधीही व्यसनाकडे किंवा गुन्हेगारीकडे वळत नाहीत. त्याऐवजी ते पदव्या मिळवतात, व्यवसायाकडे वळतात आणि त्यांचं आयुष्य बदलून टाकतात ते कायमसाठी!

जेव्हा नेते विश्वासाचा मार्ग धरत नाहीत, तेव्हा लोक बहुतेक वेळा संशय आणि विश्वासाची दुष्टचक्रं निर्माण करतात. परिणामी ते अशा एका जगात अडकून पडतात, जिथं लोक एकमेकांवर विश्वास ठेवत नाहीत. जिथं व्यवस्थापन कर्मचाऱ्यांवर आणि कर्मचारी व्यवस्थापनावर विश्वास ठेवत नाहीत, जिथं कामगार संघटना व्यवस्थापनावर आणि व्यवस्थापन कामगार संघटनांवर विश्वास ठेवत नाही; जिथं सप्लायर आणि भागीदारांचा एकमेकांवर विश्वास नसतो; जिथं कंपनी ग्राहकांवर आणि ग्राहक कंपनीवर विश्वास ठेवत नाही; लग्नाचे जोडीदार एकमेकांवर अविश्वास दाखवतात आणि पालकांचा मुलांवर आणि मुलांचा पालकांवर विश्वास नसतो.

परंतु जेव्हा नेते विश्वासाचा पर्याय स्वीकारतात- मग तो एखाद्या नात्यात, टीममध्ये, संस्थेमध्ये किंवा देशात कुठंही असो, तेव्हा ही संशय आणि अविश्वासाची नकारात्मक चक्रं थांबवता येतात आणि भरभराटीची, आनंदाची आणि उत्साहाची दारं सगळ्या हितसंबंधीयांसाठी आपोआप उघडली जातात.

नेत्याकडून दिला जाणारा 'डोळस विश्वास'

आपण सुरुवातीलाच म्हटल्याप्रमाणे, विश्वास ठेवण्यात जोखीम आहे. त्यासाठी धैर्य लागतं, पण त्याहीपेक्षा मोठी जोखीम असते ती विश्वास न ठेवण्यात. मग आपण या निर्णयप्रक्रियेतून कसा मार्ग काढायचा? कसं ठरवायचं की विश्वास

ठेवावा की ठेवू नये आणि ठेवायचा असल्यास तो किती आणि कुठल्या परिस्थितीत ठेवावा?

डोळस विश्वासाचा जो साचा (मॅट्रिक्स) तिसऱ्या प्रकरणात आला आहे, तो लोकांना डोळसपणे विश्वास ठेवताना महत्त्वाचे असणारे २ घटक दर्शवतो : विश्वास ठेवण्याची नैसर्गिक प्रवृत्ती आणि संधी, जोखीम आणि विश्वासार्हता यांचं विश्लेषण. आम्ही म्हटल्याप्रमाणे या दोन्ही गोष्टींचा एकत्रित वापर आपल्याला योग्य अंदाज बांधायला मदत करतो.

आम्ही असंही म्हटलं होतं की, या दोन्ही घटकांमध्ये एकत्रित क्षमता निर्माण करणं, ही एक कला आहे. त्यासाठी इतरांमध्ये सकारात्मक हेतू गृहीत धरावे लागतात. (जर विरोधी विचार करायचं सबळ कारण नसेल तर) हेही लक्षात घ्यावं लागतं की जेव्हा आपण परिस्थिती तपासून पाहू, तेव्हा त्यामुळे विश्वास वाढेल की कमी होईल. जेव्हा आपला अंदाज आपल्याला एक सांगत असतो, त्या वेळी त्यांच्या विरोधात जाऊन विश्वासाची झेप घेण्यासाठी इच्छा आणि परिस्थितीचं मर्म ओळखावं लागतं.

इसाबेल ब्लँको या जॉर्जिया विभागाच्या कुटुंब आणि बालकल्याण विभागाच्या (फॅमिली अॅन्ड चिल्ड्रन सर्व्हिसेस) च्या भूतपूर्व उपसंचालक आहेत. स्वतःच्या

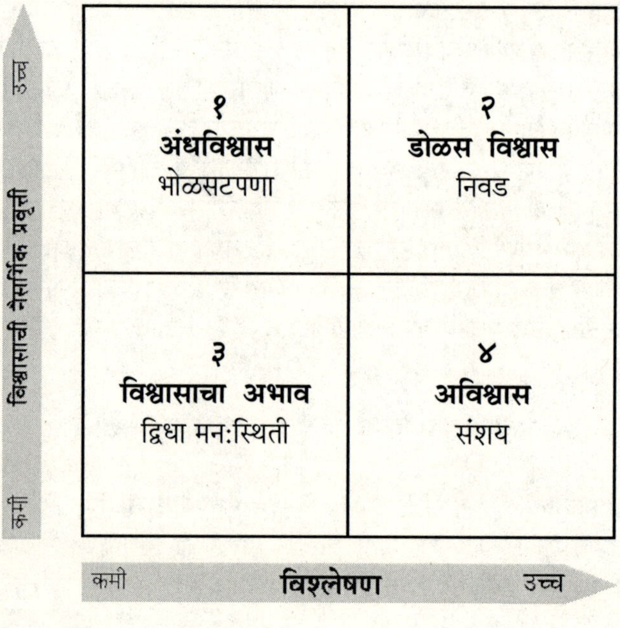

विभागातील संशयी यंत्रणेची आव्हानं पार करून आणि विश्वास देऊ करून त्या कशा हजारो मुलांच्या उपयोगी पडू शकल्या, त्याची विलक्षण गोष्ट त्यांनी आम्हाला सांगितली. ती सांगण्यापूर्वी त्यांनी थोडी प्रस्तावना जोडली. बालकल्याण विभागाच्या कोणत्याही समितीवर (एजन्सी) प्रचंड जबाबदारी असते; कारण तो मुलांच्या आयुष्याचा प्रश्न असतो. या जोखमीमुळे कोणत्याही कार्यकर्त्यावर किंवा त्या यंत्रणेतल्या नेत्यांवर योग्य निर्णय घेण्याचा प्रचंड दबाव असतो. जेव्हा एखादी घटना बालकल्याण विभागाकडे नोंदवली जाते, तेव्हा त्या कार्यकर्त्याला या गोष्टीचा निर्णय घ्यावा लागतो की, ती केस तपासासाठी पाठवायची की त्यात गुंतलेल्या हितसंबंधीयांबरोबर म्हणजे पालक, शिक्षक, प्रशासक, नातेवाईक यांच्याबरोबर परिस्थितीवर उपाय शोधण्याकरता थेट काम करायचं. मुलाला जिथं गैरवागणूक मिळते, तिथं राहू देण्याचे गंभीर दृश्य परिणाम लक्षात घेता, कोणत्याही राज्याचा अविश्वासू प्रशासनाचा कल हा चुकांना वाव न देणारी नियमबद्ध यंत्रणा उभी करण्याकडेच असतो.

ही पार्श्वभूमी सांगितल्यावर ब्लँको यांनी २००४ मध्ये त्यांची नेमणूक जॉर्जियाच्या विभागात झाली, तेव्हाची त्या यंत्रणेची अवस्था सांगितली :

> *त्यांनी जवळ जवळ घडू शकणाऱ्या प्रत्येक चुकीसाठी धोरणं तयार केली होती. त्यामुळे जो काही अंदाज बांधला जायचा, तो फक्त त्या धोरणांच्या अनुषंगानंच. त्यांनी त्यात बारकाईनं अभ्यास करून जास्त तपशीलवार मुद्द्यांची एक सुसज्ज पुस्तिकाच तयार केली होती, ज्यामुळे मानवी बुद्धीला कोणीही दोष देणार नाही.*
>
> *तुम्ही अविश्वासपूर्ण, धीम्या, किचकट प्रक्रिया आणि भीतीची कल्पना करू शकता. विश्वासाच्या अभावामुळे आम्ही कुठलेही तत्काळ निर्णय घेऊ शकत नव्हतो. धोका पत्करायला नको म्हणून आम्ही प्रत्येक गोष्ट तपास करण्याकरता सोपवायचो. परिणामी मी जेव्हा २००४ मध्ये कार्यभार स्वीकारला, त्या वेळेस ३७११ तपास प्रकरणं रेंगाळली होती, जी खरंतर नव्वद दिवसांपूर्वीच पूर्ण व्हायला हवी होती. याचाच अर्थ असा की, शहरी विभागातील काही कार्यकर्त्यांवर प्रत्येकी ३० ते ४० केसेसचा भार होता आणि कामाचा भार इतका जास्त असल्यामुळे, काही वेळा त्या कार्यकर्त्यांना मुलांची नावंदेखील माहीत नसत. त्यामुळे जर एखाद्या मुलाच्या मृत्यूची बातमी जर त्यांनी वृत्तपत्रात वाचली, तर त्यांना आपली फाइल काढून पाहावं लागत असे की हे त्यांच्या केसपैकी एखादं मूल तर नव्हे.*

ब्लँको हे ओळखून होत्या की ज्या कोणी ही प्रक्रिया तयार केली असेल त्यांचा हेतू चांगलाच होता. मुलांचं संरक्षण! परंतु दुर्दैवानं जी यंत्रणा मुलांना सुरक्षित ठेवण्याकरता निर्माण केली गेली, ती आपल्या दिरंगाईनं अधिकाधिक मुलांना धोक्यात आणत होती. त्याखेरीज या यंत्रणेमुळे कार्यकर्त्यांच्या कामातील गुंतवणुकीवर ताण येऊन त्यांना आपल्या व्यावसायिक निर्णयशक्तीविषयी खात्री वाटेनाशी झाली. ब्लँको म्हणाल्या :

जर तुमच्याकडे एवढे नियम आणि धोरणं असतील तर काय होईल? त्यामुळे तुम्ही तुमच्यासमोर असणाऱ्या निष्णात लोकांना हाच संदेश देत असता की, "आमचा तुमच्यावर विश्वास नाही." मग काय होतं? भावनिकदृष्ट्या ते त्यांच्या जबाबदारीपासून वेगळे होतात. आणि त्यांच्या निर्णयावर याचा थेट परिणाम दिसून येतो. या सर्व गोष्टी ज्या हेतूनं अस्तित्वात आल्य, त्या हेतूच्या विरुद्ध गोष्टींनाच या यंत्रणेमुळे उत्तेजन मिळत होतं. कार्यकर्त्यांना आता स्वतःचीच भीती वाटू लागली होती. म्हणजेच ही यंत्रणा केवळ विश्वासाचीच कसोटी पाहत नव्हती, तर कार्यकर्त्यांच्या आत्मविश्वासाचाच पेचप्रसंग निर्माण झाला होता आणि त्यामुळे तपासातल्या सूचना, संकेत लक्षात घेऊन त्याप्रमाणे निर्णय घेण्यात कार्यकर्ते कमी पडत होते.

ही मानवी अंतःप्रेरणा, ज्यामुळे आपण आपल्या सम्यक ज्ञानावर आणि अंदाजावर आधारित निर्णय घेऊ शकत, तेच बालकल्याणाचं मर्म आहे. पण या सर्व नियंत्रणामुळे, जोखीम निपटून काढण्याच्या विश्वासाच्या अभावामुळे बऱ्याच यंत्रणा असंख्य नियम अमलात आणून हेच सूचित करत असतात, की बालकल्याणाच्या बाबतीत निर्णय घेण्याचं जे कौशल्य आहे, त्याला काहीच महत्त्व नाही. पण मी तुम्हाला सांगते की ते अनमोल आहे.

विभागाच्या रूढीप्रमाणे कामाचा अनुशेष भरून काढण्याकरता अधिक कार्यकर्त्यांची नियुक्ती करायला हवी होती. पण एक तर त्यासाठी पुरेसा निधी नव्हता आणि ब्लँकोना खात्री होती की त्यामुळे समस्या सुटणार नाही.

खरी गोष्ट ही होती की, मला आणखीन कार्यकर्त्यांची गरज नव्हती. माझी गरज ही होती की माझ्याकडे असलेल्या कार्यकर्त्यांनी पूर्ण क्षमतेनं काम करणं; मग मी अजून कार्यकर्ते का नेमावेत आणि त्यांच्याकडून

त्यांच्या क्षमतेच्या फक्त २० टक्के काम करून घ्यावं. हा अपव्यय होता. आम्ही आमच्या कर्मचाऱ्यांच्या क्षमतेचा पुरेपूर वापरच करत नाही आहोत, हे जेव्हा आमच्या लक्षात आलं, तो एक साक्षात्काराचाच क्षण होता.

या समस्येवरचा ब्लँकोनी सुचवलेला उपाय हा होता की, आताच्या कार्यकर्त्यांवर त्यांची बुद्धी आणि निर्णयशक्ती वापरण्यासाठी विश्वास ठेवायचा. जोखीम पत्करण्यातील असहिष्णू प्रतिक्रिया पाहता, सर्व हितसंबंधीयांची पहिली प्रतिक्रिया भीतीची होती. ब्लँकोना सुरुवातीला पोलिसांना व समाजातील इतर हितसंबंधीयांना हे पटवून द्यावं लागलं की, कार्यकर्त्यांच्या निर्णय घेण्यावर विश्वास ठेवल्यानं जास्त मुलांचं कल्याण होऊ शकेल. आश्चर्याची गोष्टी अशी की, तोंड पोळलेल्या कार्यकर्त्यांना निर्णय घेण्यासाठी तयार करणं, ही सर्वांत कठीण गोष्ट होती. सरतेशेवटी तिला आपल्या गाडीत बसून १५९ काउंटीमधल्या कार्यकर्त्यांना प्रत्यक्ष भेटून हे काम करावं लागलं.

कालांतरानं मी कार्यकर्त्यांना पटवू शकले आणि त्यांनी स्वतःवर विश्वास ठेवण्याचं धैर्य दाखवलं. त्याचं कारण कदाचित हे होतं की, त्यांच्या कामात जे गैरव्यवहार प्रचलित होते, त्यावर त्यांचा अजिबात विश्वास नव्हता. कामातील अनुशेष जास्त होता आणि त्यांना माहीत होतं, ६० टक्के वेळा त्यातून काहीच निष्पन्न होत नव्हतं. ते तपास करत असत, लोकांची आयुष्यं विंचरून काढत असत आणि हाताला मात्र काही लागत नसे आणि काहीही उपाय न करता केस बंद करून टाकावी लागत असे. त्यांना माहीत होतं की ही यंत्रणा भग्न झालेली आहे. आता ते वेगळ्या दिशेनं विचार करण्याचं धैर्य दाखवायला तयार होते.

यंत्रणेचं स्वरूप बदलण्याच्या प्रयत्नांत दोन महत्त्वाच्या गोष्टी ब्लँकोच्या फायद्याच्या होत्या. एक म्हणजे त्यांचे वरिष्ठ अधिकारी कमिशनर बी. जे. वॉल्कर यांच्याशी असलेलं त्यांचं उच्च विश्वासाचं नातं. त्यांना ब्लँकोनी आपल्या या मोहिमेत सामील करून घेतलं. ब्लँको म्हणतात, जेव्हा केव्हा कोणीही वॉकरना सांगितलं, "तुमच्या या अधिकारी काय करत आहेत याची तुम्हाला कल्पना आहे? तुम्ही अशा रीतीनं मुलांना जिवे माराल!" त्यावर वॉकर म्हणत, "छे छे, ते डावपेच आहेत."

दुसरी गोष्ट म्हणजे त्यांनी केलेला डोळस विश्वासाचा वापर. ब्लँको म्हणतात,

माझं म्हणणं असं नव्हतं की आम्ही आमच्या कार्यकर्त्यांवर आंधळा विश्वास टाकावा. आम्ही अशी एक प्रक्रिया अमलात आणली ज्यामुळे आम्हाला जे साध्य करायचं होतं, त्याला आधार मिळाला. आम्ही घेतल्या गेलेल्या प्रत्येक निर्णयावर लक्ष ठेवून होतो. आमचे निर्णय किती प्रमाणात योग्य आहेत, याचं मूल्यमापन सतत सुरू होतं. आम्ही स्वतःहून स्वीकारलेली जबाबदारी ही शासनाला अपेक्षित असणाऱ्या जबाबदारीपेक्षा कित्येक पटींनी जास्त होती. एखाद्या निर्णयावर शिक्कामोर्तब करताना शासन सहा महिन्यांच्या कालावधीत घडलेल्या घटना विचारात घेते, फक्त सहा महिने. आम्ही म्हटलं, "नाही! नाही! नाही! पुढील प्रवासात केव्हाही ते मूल आम्हाला दिसलं तरी आम्ही त्याच्यावर लक्ष ठेवणार."

ब्लँकोनं आपल्या विश्वास ठेवण्याच्या प्रवृत्तीचा आणि परिस्थिती, जोखीम आणि विश्वासार्हता यांच्या प्रभावी विश्लेषणाचा मेळ घालून आपल्या सक्षम विचारशक्तीची प्रचिती दिली. तिच्या निश्चयाचं फळ मिळालं आणि तिच्या कार्यकर्त्यांवर तिनं टाकलेला डोळस विश्वास त्यांच्यामध्ये रुजला. या नव्या विश्वासाधारित मार्गावरून जास्तीचे लोक मदतीला न घेता केवळ सहा वर्षांच्या कालावधीत ३७११ केसेसचा अनुशेषाचा आकडा त्यांनी शून्यावर आणून ठेवला. त्याच कालावधीत खुल्या तपासाची कामं ७० टक्क्यांनी घटली. तर वेळेत काम पूर्ण करण्याचं प्रमाण ९७ टक्क्यांनी वाढलं. त्याखेरीज बालसुरक्षेचं प्रमाण ४५ टक्क्यांनी वाढलेलं दिसून आलं. डोळस विश्वासाचा आधार घेऊन ब्लँको आणि त्यांच्या सहकाऱ्यांनी केवळ आयुष्यंच वाचवली नाहीत, तर एक परिणामांची साखळी सुरू केली जिचा परिणाम जॉर्जियामध्ये येणाऱ्या कित्येक दशकांमध्ये टिकून राहिलेला दिसून येईल.

स्टीफन :

माझ्या सादरीकरणांमध्ये व्यक्तिगत पातळीवर मी ॲना हम्फ्रीज या मुलीची गोष्ट सांगतो. अनेक वर्षांपूर्वी मी जेव्हा तिसरी किंवा चौथीच्या लिट्ल लीग फुटबॉल संघाचा प्रशिक्षक होतो, तेव्हा ही एकटी मुलगी त्यात होती. तशी ती चांगली खेळाडू होती; पण इतर खेळाडूंकडे असणारा अनुभव आणि कौशल्य तिच्याकडे नव्हतं. मी सगळ्यांना समान संधी

देण्याचं ठरवलं होतं, पण जेव्हा आम्ही अंतिम फेरीत पोहोचलो, तेव्हा या निर्णयाचा कस लागण्याची वेळ आली. अनौपचारिक चॅम्पियनशिपसाठी आमचा मुकाबला दुसऱ्या एका 'अजेय' संघाशी होता. आमचा विरुद्ध संघ फक्त एका गुणानं आमच्या पाठीमागे होता आणि जिंकण्याकरता त्यांना फक्त दोन गुण मिळवायचे होते. आमच्या संघाचं जिंकण्याचं उद्दिष्ट पणाला लागल्यामुळे आता मला निर्णय घ्यायचा होता की, ॲनाला तिची संधी द्यायची की तिच्या जागी कुणी जास्त चांगला खेळाडू आणायचा.

त्या निर्णयाच्या घडीला, एका क्षणात मी ठरवलं की ॲनावर विश्वास ठेवून तिला संघात राहू द्यायचं. जेव्हा विरोधी संघ ॲनाच्या बाजूला धावला, तेव्हा आम्ही सगळ्यांनी श्वास रोखून धरले, पण तिनं ठरल्याप्रमाणे खेळी केली आणि समोरच्या खेळाडूला गोल करण्यापासून रोखलं. (संपूर्ण वर्षात ती ही खेळी फक्त दुसऱ्यांदा खेळली होती) आपण काय केलं हे लक्षात आल्यानंतरचा तिचा उत्साहानं ओथंबलेला चेहरा आणि इतर खेळाडूंकडून व प्रेक्षकांकडून झालेला कौतुकाचा वर्षाव झेलतानाचा तिच्या चेहऱ्यावरचा आनंद पाहिल्यावर माझ्या तिच्यावर विश्वास टाकण्याच्या निर्णयाचा मला अतिशय आनंद झाला.

जेव्हा मी हा प्रसंग सांगतो तेव्हा काही वेळा लोक माझ्याकडे येऊन म्हणतात, या अनुभवाला डोळस विश्वासाचं नाव देणं तुम्हाला सोयीचं आहे, कारण ते यशस्वी ठरलं आणि तसं झालं नसतं तर तुम्ही म्हणाला असता, "ठीक आहे, मी जरा अतिच विश्वास टाकला." ज्याला आपण डोळस विश्वासाचं नाव देतो, त्याबद्दल मी खरोखरच काही तरी सांगायला हवं. असे निर्णय घेणे म्हणजे आयुष्याच्या प्रवासात योग्य अंदाज बांधता येणं. कधी आपण अतिविश्वास ठेवतो, तर कधी अगदी कमी. परंतु जसे जसे आपण संबंधित गोष्टीतील संधी, जोखीम आणि विश्वासार्हता जोखण्यात सक्षम होत जातो, तसतसे आपले अंदाज आणि निर्णय सुस्पष्ट आणि सुयोग्य होत जातात.

मागे वळून पाहताना मला असं वाटतं की जरी ॲनानं आपली खेळी खेळली नसती आणि आम्ही हरलो असता, तरीही माझ्या मते तिला खेळू देणं हा डोळस विश्वासाचाच एक भाग ठरला असता. तो सामना

जिंकण्यापेक्षाही जास्त त्यात अजून काहीतरी होतं. जरी आम्ही हरलो असलो तरीही, संघातल्या सर्व खेळाडूंना आपण महत्त्वाचे असल्याची अनुभूती मिळाली असती आणि आमचा त्यांच्यावर विश्वास आहे आणि व्यक्ती म्हणून त्यांना आधार आहे, याची खात्री पटली असती. मला वाटतं त्यांना त्यांच्या कामगिरीबद्दल आणि संघाचा भाग असण्याच्या अनुभवामुळे समाधानच वाटलं असतं.

आज ॲना एका मोठ्या विश्वविद्यालयात शिकते आहे. ती एक अतिशय बुद्धिमान, सुंदर आणि आत्मविश्वासपूर्ण तरुण मुलगी असून ऑपेरामध्ये सोप्रॅनो (उच्च स्वरात गाणारी गायिका) म्हणून तिनं स्थानिक आणि राष्ट्रीय पातळीवर कार्यक्रम केले आहेत. साधारण वर्षभरापूर्वी तिची आई माझ्या कार्यालयात आली आणि म्हणाली, ''तुम्हाला हे दाखवायला आले. मी ॲनाच्या वस्तू आवरत होते तेव्हा तिनं चौथ्या इयत्तेत असताना लिहिलेली ही गोष्ट सापडली.'' ती त्या वर्षीच्या आमच्या फुटबॉल संघात घडलेली गोष्ट होती. आणि ॲनानं त्याला शीर्षक दिलं होतं, 'माझ्या आयुष्यातील सर्वांत आनंदाची गोष्ट' मला खात्रीनं असं वाटतं की मी तिच्यावर टाकलेल्या विश्वासाने तिच्या आयुष्यात चांगला फरक पडला.

डोळस विश्वासाचा हा पर्याय हा सर्व परिस्थितीमध्ये आणि सर्व माणसांकरता 'सब घोडे बारा टक्के' अशा सोप्या आणि एकाच पद्धतीनं नक्कीच लागू होणार नाही. उदाहरणार्थ वॉरन बफे यांनी एका २३ अब्ज डॉलर्सच्या कंपनीबरोबर कोणत्याही मेहनतीशिवाय केवळ एका हस्तांदोलनावर व्यवहार पक्का करणं, हे नुसतं उल्लेखनीयच नाही, तर ते डोळस विश्वासाचं उदाहरण आहे. ते अतिशय विश्वासार्ह आहेत. संभाव्य भागीदारांची विश्वासार्हता पारखण्याची त्यांची क्षमता वादातीत आहे. त्यांचं स्वतःचं असं एक स्थान आहे. आणि एखादा व्यवहार जरी फसला तरी त्यांना ते परवडण्यासारखं आहे. तात्पर्य काय, तर वॉरन बफेंना कोणीही फसवायला जाणार नाही. पण समजा आम्ही दोघांनी अशा पद्धतीनं व्यवहार करण्याचं ठरवलं तर काही त्याला डोळस विश्वास म्हणता येणार नाही. वॉरन बफेंपेक्षा वेगळं स्थान, कामगिरीचा वेगळा आलेख आणि जास्त धोक्याची शक्यता यामुळे आमचा विश्वासाचा नैसर्गिक कल आणि विश्लेषण यांचा मेळ आम्हाला डोळस विश्वासाचा वेगळाच मार्ग दाखवेल.

प्रत्येक परिस्थितीमध्ये डोळस विश्वासासाठी सारासार विचार आवश्यक असतो. तो एक बुद्धी आणि भावनेचा महत्त्वाचा संयोग आहे. विश्वासाची नैसर्गिक प्रवृत्ती

आणि विश्लेषण यांच्यातील अशी सामूहिक ताकद, जी त्यांच्या इतर घटकांपेक्षाही मोठी आहे. काही वेळा अशा असतात, जेव्हा आपण एखादी गोष्ट का करतोय हे इतरांच्या लक्षात येत नाही किंवा त्या गोष्टीला डोळस विश्वासाचं नाव का देत आहोत, हेही त्यांच्या लक्षात येत नाही. पण तरीही आपल्याला आयुष्यात असे काही अनुभव येतात जेव्हा आपल्याला कळतं की दुसऱ्यांवर विश्वास टाकून आपण त्यांच्या आयुष्यात महत्त्वाचा बदल घडवून दाखवला आहे, तेव्हा आपण आनंद आणि उत्साहानं भरून जातो.

सर्व पातळ्यांवर डोळस विश्वास!

या मुद्द्याचा विचार करत असताना, काही व्यक्तींनी आणि संस्थांनी ज्या पद्धतीनं विचारपूर्वक विश्वास ठेवण्याचा निर्णय घेतला आणि तो कसा यशस्वी ठरला, ते जाणून घेऊ. त्यांनी कशा पद्धतीनं त्यांची विश्वास ठेवण्याची प्रवृत्ती व संधी, जोखीम आणि विश्वासार्हतेचं विश्लेषण यांची सांगड घातली आणि असं केल्यानं ते कसे यशस्वी ठरले, विश्वास आणि तो ठेवण्याची प्रेरणा कशी वाढली हे लक्षात घ्या.

ग्राहकांवरील डोळस विश्वास

यशस्वी उद्योग संस्था आपल्या ग्राहकांवर डोळस विश्वास टाकण्यात पुढाकार घेतात. आम्ही याआधी तुमच्यासमोर जी उदाहरणं आणली, त्याखेरीज तुम्हाला हे इतर अनेक उद्योगांमध्ये साकार झालेलं दिसून येईल. कनेक्टिकट राज्यातील झेन सायकल्स हे अमेरिकेतील तिसऱ्या क्रमांकाचं मोठं दुचाकीचं दुकान आहे. झेन्स त्यांच्या ग्राहकांना कोणत्याही ओळखपत्राशिवाय किंवा तारणाशिवाय त्यांच्या दुचाकी चालवून पाहण्यासाठी बाहेर नेण्याची परवानगी देतात. जेव्हा ग्राहक आपला वाहन चालवण्याचा परवाना ठेवायला देऊ करतात, त्या वेळी त्यांना नम्रपणे नकार देण्यात येतो. यातून झेन्सकडून आपल्या ग्राहकांना मिळणारा संकेत असतो तो म्हणजे ''तुम्ही वाहन चालवण्याचा आनंद घ्या, आमचा तुमच्यावर विश्वास आहे.'' त्यांचे संस्थापक ख्रिस झेन म्हणतात, ''आमच्या नात्याची सुरुवात त्यांच्या अस्सलपणावर प्रश्नचिन्ह लावून का करावी? त्याऐवजी आम्ही त्यांच्यावर विश्वास ठेवतो.''

कंपनीचा हा विश्वासपूर्ण संकेत त्यांच्या कर्मचाऱ्यांना हे सुचवतो की या

कंपनीला नुसती मालाची विक्री करायची नसून, ग्राहकांचा विश्वास कमवायचा आहे. परिणाम : १९८१ मध्ये व्यवसाय सुरू केल्यापासून सरासरी २१ टक्के वार्षिक वृद्धी होऊन १३ दशलक्ष डॉलर्सची वार्षिक विक्री आणि दर वर्षी ५००० दुचाकींच्या विक्रीच्या तुलनेत जेमतेम ५ दुचाकींच्या चोरीमुळे नुकसान! झेन म्हणतात :

बहुतेक ग्राहकांना आम्ही त्यांच्यावर विश्वास ठेवतो हे पाहून धक्काच बसतो आणि त्यामुळेच त्यांचा आमच्यावरचा भरवसा वाढतो. ज्या क्षणी आम्ही आमच्या ग्राहकांकडे अविश्वासानं पाहू आणि त्यांना संभाव्य चोरांसारखं वागवू, त्या क्षणी आम्ही त्यांच्याबरोबर असणारं नातं आपोआपच धोक्यात आणू. आम्ही वर्षाला ५ दुचाकी चोरीतून गमावतो हे खरं, पण उरलल्या ४९९५ तर चालवून पाहून परत आणल्या जातात.

झेनचा हा ठाम विश्वास आहे की ग्राहकांना त्यांच्यावर विश्वास टाकलेला भावतो. त्या विश्वासाची परतफेड त्यांचे कायमचे ग्राहक होऊन आणि आपल्या कुटुंबाला किंवा मित्रांना झेन्सचं नाव सुचवून ते पुनःपुन्हा करतात. आणि म्हणूनच ५ दुचाकी चोरीला जाण्याचा धोका असला तरीही झेनची खात्री आहे की हा डोळस विश्वास आहे, कारण या उच्च विश्वासाच्या मार्गाशिवाय इतर कोणत्याही मार्गानं ते एवढी विक्री करू शकले नसते.

मग मला तुझा पीडीए आणि एक मोजासुद्धा लागेल.

ग्राहकांवर विश्वास टाकण्यात पुढाकार घेणारा आणखी एक उद्योग म्हणजे युनायटेड सर्व्हिसेस ऑटोमोबाईल असोसिएशन (United Services Automobile Association USAA) ही एक बँकिंग, आर्थिक गुंतवणूक आणि विमा सेवा देणारी फॉर्च्यून ५०० कंपनी आहे. जी अमेरिकन सैन्यातील लोकांना आणि त्यांच्या

कुटुंबांना केंद्रस्थानी ठेवून व्यवसाय करते. गेल्या अनेक वर्षांपासून आपल्या असामान्य ग्राहक सेवेच्या माध्यमातून त्यांनी ग्राहकांचा जो विश्वास मिळवला आहे, त्याची पातळी उल्लेखनीय आहे. गेल्या काही वर्षांत कंपनी वार्षिक 'नेट प्रमोटर इंडेक्स'मध्ये ग्राहकनिष्ठेच्या निकषांवर पहिल्या क्रमांकावर आहे आणि Bloomberg Businessweek's Customer Service Champs च्या यादीत पहिल्या अथवा दुसऱ्या क्रमांकावर आहे. कंपनीची ग्राहक टिकवून ठेवण्याची क्षमता ९७ टक्के एवढी असमान्य आहे. (विश्वास आणि मूल्यवर्धनाची सर्वांत महत्त्वाची कसोटी).

'यूएसएए'चा वेगळेपणा हा आहे की, ते मोठ्या-छोट्या सर्व ग्राहकांवर विश्वास ठेवतात. जिथं इतर वित्त संस्था स्वतःला फसवणुकीपासून वाचवण्याकरता अनेक किचकट आणि अवघड प्रक्रियांचा आधार घेतात, तिथं 'यूएसएए' आपल्या ग्राहकांना त्यांच्या चेकचे ई-मेलवरून फोटो काढून ते बँकेत जमा करण्याचं स्वातंत्र्य देऊन त्यांच्यावर विश्वास दर्शवतात. जेव्हा त्यांचे सभासद त्यांना सांगतात की, त्यांचं मूल १६ वर्षांचं झालं (Honor Student) आहे, तेव्हा त्यांना वाहनाच्या विम्यात आपोआप सवलत मिळते. 'यूएसएए' त्यांच्याकडे मुलाचं प्रगतिपुस्तक किंवा शाळेच्या मुख्याध्यापकांचं पत्र मागत नाही. नुकत्याच निवृत्त झालेल्या उपाध्यक्षांच्या शब्दांत सांगायचे झालं तर 'यूएसएए' चे सभासद म्हणून जोपर्यंत तुम्ही विरुद्ध वर्तन करत नाही, तोपर्यंत आम्ही तुमच्या बोलण्यावर विश्वास ठेवतो. हा विश्वासाचा भाग आहे. आम्ही सभासदांवर विश्वास ठेवतो आणि ते आमच्यावर.''

कारग्लास ही मोटारीच्या पुढची काच दुरुस्त करणारी बेल्जियममधील कंपनी ही विश्वास पुढे करून चालणाऱ्या कंपनीचं अजून एक उदाहरण आहे. ॲन्टवर्पमध्ये झालेल्या डोळस विश्वासाबद्दलच्या कार्यशाळेत कारग्लासच्या एका कर्मचाऱ्यानं केवळ विश्वासाच्या आधारानं कंपनीनं ग्राहकांच्या तक्रारी कशा मिटवल्या, याची एक हकिगत सभासदांना सांगितली. कारग्लासला असा संशय होता की, काही ग्राहक कंपनीवर खोटा आरोप करत होते की, त्यांच्या दुरुस्ती तंत्रज्ञानामुळे त्यांच्या गाडीच्या काचेचं नुकसान झालं, जे प्रत्यक्षात कोणत्या तरी अपघातात झालं असावं. त्याचा काचेच्या दुरुस्तीशी खरंतर काहीच संबंध नव्हता. पण प्रत्येक तक्रारीसाठी महत्त्वाचा वेळ आणि प्रशासकीय किंमतही मोजावीच लागते. कारग्लासच्या तक्रार विभागाचा पसारा वाढत चालला होता. कंपनीचे प्रमुख खर्च कसा कमी करावा, याचा विचार करत असताना सरतेशेवटी त्यांनी ग्राहकांनाच विश्वासात घेण्याचं ठरवलं. ज्यांच्या तक्रारी असतील त्यांना विनाशुल्क दुरुस्ती करून देण्याचं त्यांनी ठरवलं; (खरं म्हणजे त्यांना शंका होती की ग्राहक त्यांना फसवत आहेत) परिणामी कारग्लासचा तक्रार विभागाचा पसारा आक्रसून दोन माणसांवर येऊन ठेपला आणि प्रशासकीय खर्चही कमी झाले. त्याशिवाय, फायदा घेणाऱ्या लोकांची

संख्याही कमी झाली आणि ज्यांनी आधी त्यांचा फायदा घेतला होता ते आता त्यांचे नियमित ग्राहक झाले आणि कंपनीचा प्रचार करू लागले.

आमच्या प्रवासाच्या दरम्यान आम्हाला अनेक वेळा अशी रेस्टॉरन्ट आढळली आहेत जी 'जेवणाच्या योग्यतेप्रमाणे किंमत ठरवून द्या' या तत्त्वाप्रमाणे चालतात. इथं रेस्टॉरन्टचे मालक लोकांना स्वतःच अन्न/ सेवा यांचं मूल्यमापन करून त्याची किंमत ठरवण्याचं स्वातंत्र्य देतात. काही वेळा किंमत सुचवलेली असते तर कधी नसते. याचा परिणाम म्हणजे काही ग्राहक काहीच न देता जातात, तर बरेचसे काहीतरी देतात; तर काही जण नेहमीच्या किमतीपेक्षा कितीतरी अधिक किंमत देऊन जातात. त्याचं कारण म्हणजे त्यांच्यावर टाकलेल्या विश्वासाचं त्यांना अप्रूप वाटत असतं. जरी तपशील वेगळे असले तरीही बहुतेक रेस्टॉरन्टचा अनुभव जवळ जवळ सारखाच असतो, तर काही वेळा नेहमीच्या पारंपरिक पद्धतीनं मिळालं असतं त्यापेक्षा जास्तच उत्पन्न मिळतं. उदाहरणार्थ फ्रँकफर्टमधील किश् पर्शियन रेस्टॉरन्ट. या पद्धतीनं हॉटेल सुरू करून त्यांनी आपलं उत्पन्न ५४ टक्क्यांनी वाढवलं. जेव्हा हे कसं शक्य झालं असं विचारलं, तेव्हा मालक पौर्य फेली म्हणाले, ''मूलतः लोक प्रामाणिक असतात. बहुतेक लोकांना जसं फसवलं गेलेलं आवडत नाही त्याचप्रमाणे त्यांना इतरांना फसवायलाही आवडत नाही. जरी एरवी तेवढेच पैसे मोजावे लागले असते, तरीही ती किंमत त्यांनी स्वतःच ठरवलेली असल्यामुळे त्यांना ते आपल्याला स्वस्तात मिळालं असं वाटतं.'' त्यात भर म्हणून या पद्धतीनं जास्त ग्राहक आकृष्ट होतात आणि टिकून राहतात.

काही बाबतींमध्ये नफा मिळवण्यापेक्षा उत्साह आणि आनंद निर्माण करण्याकडे जास्त लक्ष केंद्रित केलेलं असतं. अशीच गोष्ट ऑनेस्टी कॉफी शॉप या फिलिपिन्समधील बतान बेटावरील दुकानात घडली. स्थानिक बातमीनुसार :

> *हे छोटंसं दुकान अलिंग एलेना नावाच्या एका निवृत्त शिक्षिकेनं सुरू केलं होतं, ज्यात तिनं गावकऱ्यांसाठी आणि प्रवाशांसाठी खाद्य पदार्थ उपलब्ध करून दिले होते. जे कोणी दुकानात येतील त्यांनी हवं ते खाऊन-पिऊन झाल्यावर त्यांना योग्य वाटेल ती किंमत टोपलीत टाकावी. जरी पदार्थांवर किमतीचे टॅग लावले असले तरी दुकानात कर्मचारी नसतात. काही लोक पैसे ठेवतात तर काही ठेवत नाहीत. पण अलिंग एलेनाला त्यामुळे फरक पडत नाही. लोकांची सद्सद्विवेकबुद्धी आणि प्रामाणिकपणा जागृत करून जबाबदारीची जाणीव करून द्यायची आणि हेच धडे जीवनाच्या इतर अंगांमध्ये गिरवायला उत्तेजन द्यायचं, हाच तिचा नफा.*

युनायटेड स्टेट्समधील पनेरा ब्रेड यांची 'जेवणाच्या योग्यतेप्रमाणे पैसे द्या' याचीच एक सामाजिक आवृत्ती आहे. Panera cares community cafes (पनेराची सामाजिक भावनेनं चालवलेली उपाहारगृहं) ही सामाजिक उपाहारगृहाचं काम करतात. (जिथं किंमत लिहिलेली नसते किंवा हिशेबांची वही नसते), ही स्वयंपूर्ण असतात; कारण ती इतरांच्या देणग्यांमधून चालतात. त्यांचं तत्त्व आहे 'तुम्हाला ज्याची गरज असेल ते घ्या आणि तुमचा योग्य वाटा ठेवा.'

बतान इथल्या ऑनेस्टी कॉफी शॉपच्या भिंतीवरील वाक्य -

आम्ही व्यक्तिशः तुम्हाला सेवा देऊ शकत नाही. तुम्हाला जे खावंसं वाटेल ते घ्या.
आणि त्याची किंमत करा. सुट्या पैशांकरता कृपया परत या.
अप्रामाणिक लोकांकरता हे फारच छोटंसं दुकान आहे.
परमेश्वरच माझा सुरक्षा अधिकारी आहे.

कर्मचाऱ्यांना विश्वास द्या!

ग्राहकांबरोबरच यशस्वी उद्योगधंदे आपल्या कर्मचाऱ्यांवरही विश्वास ठेवण्यात अग्रेसर असतात. 'The Power of We' या पुस्तकात लोएस या तारांकित हॉटेल साखळीचे अध्यक्ष आणि जॅक ॲडलर यांनी आपला संचालक मंडळासमोरच्या पहिल्यावहिल्या सादरीकरणाचा अनुभव सांगितला आहे. त्या वेळी हॉटेलचे सीईओ लॅरी टिश हेसुद्धा सहभागी होते.

मी त्यांना हॉटेल व्यवसायातील फायद्याबद्दल काही गोष्टी तपशिलानं सांगितल्या आणि आम्ही थोडं पुढल्या योजनांबद्दल बोललो. मग लॅरी टिश आपल्या टेबलाजवळील मुख्य स्थानावरून उठले आणि म्हणाले, "ठीक आहे, तुम्ही तुमचे सर्वोत्तम प्रयत्न करा." आणि खोलीतून निघून गेले. मीटिंग संपली.

मी गोंधळलो... मला याहून थोडं तपशीलवार बोलणं अपेक्षित होतं. मग मी बॉब हॉसमन- जे त्या वेळी माझे वरिष्ठ होते, त्यांच्याकडे गेलो आणि म्हणालो, "लॅरी टिश यांनी मला माझे सर्वोत्तम प्रयत्न करायला सांगितलं, त्याचा अर्थ काय?"

बॉब हसले आणि म्हणाले, "म्हणजे त्यांचा तुझ्यावर विश्वास आहे आणि तू सारासार विचारशक्तीचा वापर कर."

या पद्धतीनं आम्ही हॉटेल चालवतो. आम्ही लोकांवर विश्वास ठेवतो आणि त्यांना त्यांची सारासार विचारशक्ती वापरायला सांगतो. ते वापरतात... आणि त्याचे परिणाम हे सिद्ध करतात की ही पद्धत उपयुक्त आहे.

या परिणामांमध्ये ही गोष्ट अंतर्भूत आहे की, लोवेस हॉटेलच्या सोळापैकी पाच हॉटेल्स ही २०११ च्या यू.एस. न्यूज अॅण्ड वर्ल्ड रिपोर्ट यांच्या अमेरिकेतील सर्वोत्कृष्ट हॉटेल्सच्या यादीत समाविष्ट आहेत.

द चब ग्रुप ऑफ इन्शुरन्स कंपनी, जे घर आणि अपघातविषयक विम्यातील एक मोठं नाव आहे- तेही कर्मचाऱ्यांवर सोयीच्या वेळात काम करण्याचा विश्वास टाकण्याचे फायदे ओळखून आहेत. सुरुवातीला सीईओ जॉन फिनीगन हे या प्रकाराबद्दल साशंक होते. त्यांनी फायनान्शियल टाइम्स या वृत्तपत्राला सांगितलं, "खरं सांगायचं तर, हे सोयीच्या वेळात काम करण्याचे जे फायदे माझ्यापुढे मांडले गेले, त्याकडे मी जरा शंकेनंच पाहत होतो. जसा बहुतेक सीईओनी विचार केला असता त्याप्रमाणे मीपण त्याला कर्मचाऱ्यांच्या फायद्याची एक महागडी योजना समजत होतो. मला माहीत नव्हतं की त्याच वेळी आपण आपली उत्पादकता त्याच पातळीवर राखू शकू किंवा वाढवू शकू."

चबसाठी हा मार्ग आश्चर्यकारकपणे फायदेशीर ठरला आहे, अगदी या आर्थिक मंदीच्या काळातसुद्धा! वरिष्ठ उपाध्यक्ष आणि चबच्या शिकागो विभागाचे प्रमुख रोलँडो आरामा आणि त्यांच्या कर्मचाऱ्यांपैकी १२० लोकांनी लवचीक वेळांची निवड केली आहे. त्यांच्या अहवालानुसार, २४ तासांत ग्राहकांना भेटी घेण्यामध्ये ८२ टक्क्यांवरून ९१ टक्क्यांपर्यंत वाढ झाली आहे आणि अर्जदारांना वेळेवर फायदे मिळवून देण्यात ९० ते १०० टक्के सुधारणा झाली आहे. फिनिगन या गोष्टीची तुलना टोयोटाच्या उत्पादन प्रक्रियेशी करतात. ते म्हणतात, "हे लोकांना त्यांच्या कामाविषयी जास्त जबाबदार करण्यासारखं आहे." आयबीएम, ब्रिटिश टेलिकॉम, आणि एटी अॅन्ड टी यासारख्या कंपन्या आपल्या कर्मचाऱ्यांना संपर्क माध्यमांवरून काम करायला उत्तेजन देऊन असाच विश्वास टाकतात. त्याचा परिणाम म्हणजे ऑफिसच्या जागेचा खर्च कमी आणि उत्पादनक्षमतेत ३० टक्क्यांपर्यंत वाढ होते; अर्थातच या निर्णयाला आपण डोळस विश्वास म्हणू शकता; कारण सुस्पष्ट अपेक्षा आणि तेवढीच स्पष्ट असलेली जबाबदारीची जाणीव.

> *कंपन्यांनी कर्मचाऱ्यांच्या घरून काम करण्यावर विश्वास ठेवायला हवा. प्रवासात जेवढा वेळ जातो तो सर्जनाकडे वळवता येईल.*
>
> *वर्जिन ग्रुपचे सीईओ रिचर्ड ब्रॅन्सन*

रित्झ कार्लटनमध्ये कर्मचाऱ्यांवरच्या विश्वासाचं पुष्टीकरण आपल्याला ग्राहकांनी दिलेल्या उत्तम सेवेसाठीच्या पावतीवरून, तसंच त्याचा जो परिणाम दिसून येतो त्यावरून मिळते. रित्झ कार्लटन हॉटेल कंपनीचे अध्यक्ष सायमन कूपर एका सहकाऱ्याची गोष्ट सांगतात. तो एका हॉटेलमधल्या अतिथीची हरवलेली अंगठी शोधत होता. जेव्हा त्याला ती सापडेना तेव्हा त्यानं धुण्यासाठी आलेले कपडे तपासले. तरीही मिळाली नाही तेव्हा त्यानं वॉशिंग मशिन खोललं आणि शेवटी पाणी जाण्याच्या पाइपमध्ये त्याला ती अंगठी सापडली. कूपर मान्य करतात की ते जेव्हा असले किस्से ऐकतात, तेव्हा त्यांच्या लक्षात येतं, की त्यांनी स्वतःसुद्धा इतके प्रयत्न कधी केले नसतील. या कल्पनेपलीकडल्या ग्राहक सेवेचे परिणाम म्हणजे प्रचंड अतिथी गुंतवणूक. रित्झ कार्लटन कंपनीचा स्वतःबद्दलचा अभ्यास असं सांगतो की, ज्या अतिथींची रित्झ कार्लटन आणि त्यांच्या कर्मचाऱ्यांबरोबर प्रत्यक्ष मानसिक गुंतवणूक असते, ते मध्यम प्रतीची गुंतवणूक असणाऱ्या अतिथींपेक्षा २३ टक्के जास्त पैसे खर्च करायला तयार असतात. आणि कर्मचाऱ्यांच्या प्रयत्नांमुळे ही प्रत्यक्ष मानसिक गुंतवणूक जेव्हा संपूर्ण कंपनीत ४ टक्क्यांनी जरी वाढली, तरी रित्झ कार्लटनचं उत्पन्न ४० दशलक्ष डॉलर्सनं वाढलं.

डोळस विश्वास ठेवल्यानं प्रॉक्टर अॅन्ड गॅम्बलच्या कर्मचाऱ्यांना कसा फरक पडला ते पाहा.

काही वर्षांपूर्वी जेव्हा प्रॉक्टर अॅन्ड गॅम्बल ओव्हरसीज काम करत असलेल्या विभागातील राजकीय परिस्थिती अचानक अस्थिर आणि धोकादायक झाली. काळजीत पडलेल्या विभागीय व्यवस्थापकानं जेव्हा मुख्य कार्यालयात 'आता त्यांनी कशी पावलं उचलवीत' हे विचारण्यासाठी फोन केला, तेव्हा त्यांना उत्तर मिळालं, "आमचा तुमच्यावर विश्वास आहे. तुम्ही प्रत्यक्ष तिथं आहात. तुम्ही परिस्थिती पाहून निर्णय घ्या. आम्ही तुमच्या पाठीशी असू." व्यवस्थापकानं सर्व कर्मचाऱ्यांना आणि त्यांच्या कुटुंबीयांना कंपनीच्या खर्चानं दुसऱ्या देशात हलवण्याचं ठरवलं. जेव्हा आमचे काही सहकारी त्यांच्यापैकी काही कर्मचाऱ्यांबरोबर नुकतंच काम करत होते, तेव्हा त्यांनी बघितलं की त्या वेळी त्यांच्या व्यवस्थापकानं त्यांची आणि त्यांच्या कुटुंबीयांची कशी काळजी घेतली, याची आजही ते लोक आठवण काढत होते. विभागीय व्यवस्थापकावरच्या त्याला योग्य वाटेल तो निर्णय घेऊ देण्याच्या विश्वासामुळे आज कंपनीबद्दलच्या अनेक आख्यायिका तयार झाल्या आणि त्याचबरोबर कर्मचाऱ्यांमध्ये प्रचंड निष्ठा आणि बांधिलकी निर्माण झाली.

> *पी अॅन्ड जी सारख्या अत्यंत गुंतागुंतीच्या जागतिक दर्जाच्या कंपनीला प्रत्येक परिस्थितीत एकच नियम संच मार्गदर्शन करू शकणार नाही आणि म्हणूनच आपला प्रत्येक कर्मचारी आपल्या कामात सारासार विचारबुद्धीचा वापर करेल, यावर पी अॅन्ड जी भरवसा ठेवते.*
>
> *ए. जी. लाफले*
> *प्रॉक्टर अॅन्ड गॅम्बलचे भूतपूर्व अध्यक्ष आणि सीईओ*

फार व्यापकपणे उद्योग संस्थांच्या पुढे उभा राहिलेला प्रश्न म्हणजे कर्मचाऱ्यांना कामाच्या ठिकाणी Social Networking Tools & Sites वापरू द्यायच्या की नाहीत? रॉबर्ट हाफ टेक्नॉलॉजीने* २०१० मध्ये घेतलेल्या १४०० सीआयओचा सर्व्हे घेतला त्यात फक्त १० टक्के कंपन्यांनी आपल्या कर्मचाऱ्यांना त्याचा वापर करण्याची परवानगी दिली होती, तर ५४ टक्के उद्योग संस्थांनी फेसबुक आणि ट्विटरसारख्या सोशल साइट वापरण्यास पूर्णपणे मनाई (ब्लॉक) केली होती, असं आढळून आलं. त्यामागचं मूळ कारण होतं अविश्वास. संस्थांना अशी काळजी वाटत होती की कर्मचारी वेळ फुकट घालवतील किंवा त्यांची सर्जनशीलता कमी होईल. ते गोपनीय माहिती बाहेर फोडतील किंवा कंपनीला बाहेरच्या जगात नावं

---

*रॉबर्ट हाफ टेक्नॉलॉजी ही आयटी क्षेत्रात नोकऱ्या पुरवणारी एक कंपनी.

ठेवतील. (खरं म्हणजे हे Social Network शिवायपण करू शकले असते) या सर्व गोष्टी गृहीत धरूनही मोठ्या उद्योगांचा दृष्टिकोन आता बदलत चालला आहे. ही नवीन गोष्ट ते कर्मचाऱ्यांवर विश्वास दर्शविण्याची एक संधी म्हणून गृहीत धरत आहेत. यात सुस्पष्ट अपेक्षा आणि त्यांची जबाबदारी अंतर्भूत आहे आणि भरवसा आहे की जो विश्वास ते कर्मचाऱ्यांना देत आहेत, तोच त्यांच्याकडून परत मिळेल. The Economist या नियतकालिकात आलेल्या Social Networking वरील विशेष अहवालात म्हटलं आहे. :

> *कंपन्यांना वाटतं त्यापेक्षा कर्मचारी जास्त विश्वासू असतात. जर तुम्ही तुमच्या कर्मचाऱ्यांवर विश्वास ठेवू शकत नसाल तर तुम्ही एक तर चुकीच्या लोकांची नेमणूक केली आहे किंवा तुम्ही त्यांना योग्य प्रशिक्षण दिलेलं नाही. तसं पाहायला गेल्यास कर्मचाऱ्यांना सोशल नेटवर्क वापरू देण्यानं नुकसान होण्यापेक्षा फायदा होण्याचीच शक्यता अधिक असते.*

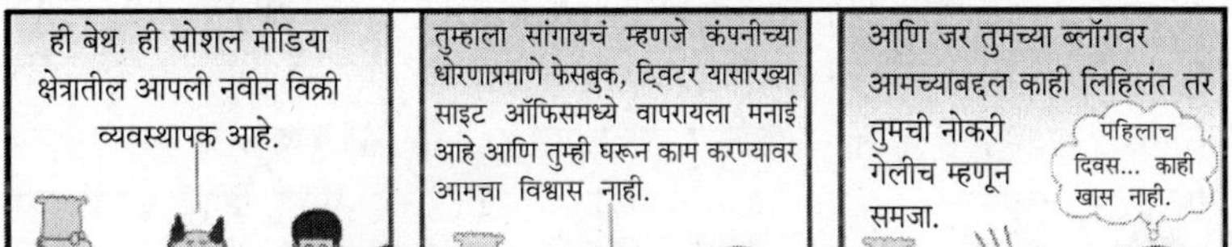

डोळस विश्वास : भागीदारांवर

यशस्वी कंपन्यांच्या भागीदारांमध्येही पूर्ण विश्वास असतो. अल कॅरी हे फ्रिटो-ले या कंपनीचे सीईओ आहेत. त्यांनी आम्हाला डलास मधील फ्रिटो-लेच्या मुख्यालयाजवळील एका हॉटेलमध्ये ते एकदा मीटिंगला गेले होते, त्या घटनेबद्दल सांगितलं. तिथं गेल्यावर त्यांना आढळून आलं की, त्याच हॉटेलमध्ये फ्रिटो-लेचीच दुसरी बैठक त्याच वेळी सुरू आहे. उत्सुकतेनं ते बैठकीच्या खोलीत डोकावले आणि त्यांना आश्चर्याचा धक्काच बसला. त्यांच्या कार्यकारी टीमचे सदस्य त्यांनी त्यांच्या अंतर्गत व्यवस्थेत राबवलेल्या डोळस विश्वासाच्या संकल्पना आणि वर्तनक्रिया त्यांच्या

वॉलमार्ट, क्रोगर, टार्गेट आणि इतर वितरक भागीदारांना विशद करून सांगत होते.

कॅरींनी आम्हाला सांगितलं की, त्या बाहेरच्या हितसंबंधी भागीदारांबरोबर केलेली ही विश्वासाची चर्चा अत्यंत फलदायी ठरली. त्याच वर्षीनंतर जेव्हा अनपेक्षित आर्थिक अडचणींमुळे जेव्हा कंपनीला आपल्या किरकोळ किमतीमध्ये बदल करावे लागले, तेव्हा ही गोष्ट कामाला आली. आधीच्या जवळ जवळ वीस वर्षांमध्ये किमतीमधील बदल करण्याची प्रक्रिया ही अत्यंत वेळखाऊ, कमीत कमी सोळा आठवडे चालायची; पण आता अंतर्गत आणि बाह्य विश्वासांच्या नव्या पातळ्यांमुळे हीच प्रक्रिया पाच आठवड्यांतच आटोपली.

यूपीएस ही कंपनी भागीदारांवरील विश्वासाचं एक उत्तम उदाहरण आहे. ही केवळ एक माल पोहोचवणारी कंपनी नाही, तर त्यांची अनेक कंपन्यांबरोबर सप्लाय चेनची भागीदारी आहे. ज्यामुळे त्या त्या कंपन्यांना यूपीएससारख्या जागतिक दर्जाच्या कंपनीच्या व्याप्तीमुळे, दर्जामुळे आणि कार्यक्षमतेमुळे फायदा होतो. ९०च्या दशकाच्या उत्तरार्धात कंपनीनं 'Synchronized Commerce Solutions' (एकत्रित व्यापारी सेवा) या नावाखाली नवीन व्यापारी सेवा सुरू केल्या. यूपीएसच्या जाहिरातीत म्हटल्याप्रमाणे त्यांच्या मागणी-पुरवठा साखळी सेवा विशेषतः लहान उद्योगांपुढील अडचणी दूर करतात. अर्थातच मोठ्या कंपन्यादेखील त्यांच्या सेवा घेतातच. यूपीएस हे जुन्या पद्धतीच्या पुरवठादार (Supplier) ग्राहक या समन्वयाच्या नात्यावर आधारलेले नसून, हा एक नवीन भागीदारीचा नमुना आहे. तो विश्वास आणि सहकार्यावर आधारित आहे. भूतपूर्व यूपीएस सीईओ मायकेल एस्क्यू म्हणाले :

> *हे आता विक्रेता-ग्राहक असं नातं उरलेलं नाही. आम्ही तुमच्या फोनला उत्तरं देतो, तुमच्या ग्राहकांशी बोलतो. आम्ही तुमच्या मालावर लक्ष ठेवतो आणि काय विकलं जातं आणि काय नाही, हे आम्ही तुम्हाला सांगतो. तुमच्याकडची माहिती आम्हाला सहज उपलब्ध होते. तुम्ही आमच्यावर विश्वास ठेवायला हवा. आम्ही स्पर्धकांना ताब्यात ठेवतो. आम्ही स्पर्धकांवर लक्ष ठेवतो. आपल्या संस्थापकांनी गिम्बल्स आणि मेसी*

सीईओ अल कॅरी आणि त्यांच्या एक्झिक्युटिव्ह टीमने वर्णन केल्याप्रमाणे फ्रीटो-ले मधील आमच्या डोळस विश्वासाच्या कार्यक्रमाचा परिणाम दाखवणारा व्हिडिओ पाहण्यासाठी SmartTrustBook.com या संकेतस्थळाला भेट द्या.

यांना सांगितल्याप्रमाणे हे यशस्वी होण्याचा एकमेव मार्ग म्हणजे 'आमच्यावर विश्वास ठेवा, मी तो तोडणार नाही.' आम्ही जर लोकांना त्यांच्या व्यवसायाचा एक भाग सोडून द्यायला सांगतो आहोत, तर त्यासाठी विश्वास अत्यावश्यक आहे.

यूपीएसनं अनेक छोट्या आणि मध्यम व्यावसायिकांना जागतिक अस्तित्व मिळवून दिलं आहे. 'यूपीएस'चे वरिष्ठ विक्री विभागाचे उपाध्यक्ष कर्ट कुहेन यांनी ही गोष्ट पुढीलप्रमाणे मांडली :

टेक्सास मशिन पार्टच्या माणसाला काळजी वाटते की मलेशियातील ग्राहकांकडून पैसे मिळतील की नाही. आम्ही एक विश्वासू दलाल म्हणून मध्ये पडतो. जर आमच्याकडे त्या वस्तूचा ताबा असेल तर ग्राहकानं ती वस्तू स्वीकारल्यावर आम्ही त्याचे पैसे वसूल करू शकतो– and eliminate Letters of Credit - विश्वास हा वैयक्तिक संबंधातून किंवा व्यवस्थेतून निर्माण होऊ शकतो. तुमच्याकडे जर विश्वास नसेल, तर तुम्ही अशा एखाद्या शिप्परवर (माल पोहोचवणारा) विसंबून राहू शकता, जो पैसे हातात पडल्याशिवाय वस्तूचा ताबा देणार नाही. आणि हे साध्य करण्याची आमची क्षमता ही बँकांपेक्षा जास्त आहे, कारण आमच्याकडे वस्तूही आहे आणि 'तारण' म्हणून ग्राहकांचा विश्वासही आहे. हे दोन मुद्दे आमच्या फायद्याचे आहेत.

बऱ्याच बाबतींत भागीदारीतील विश्वास हा संबंधित व्यक्तींमधील व्यक्तिगत संबंधामुळे एकतर निर्माण केला जातो किवा वाढवला जातो. येल युनिव्हर्सिटी आणि शांघायमधील फुदान युनिव्हर्सिटी यांतील सहकार्य हे दोन महत्त्वपूर्ण जागतिक संस्थांतील भागीदारीचं उत्तम उदाहरण आहे. चिनी प्राध्यापकांनी येलमधून आपल्या पीएच.डी. मिळवताना जो विश्वास निर्माण केला, त्यामुळे हे सहकार्य मोठ्या प्रमाणात निर्माण झालं. येलचे अध्यक्ष रिचर्ड लेवीन यांनी थॉमस फ्रीडमन यांना सांगितलं, ''यांतील बहुतेक संस्थात्मक सहकार्य हे वरिष्ठांच्या आदेशामुळे निर्माण

---

*UPS - Supply chain - World's largest package delivery company and global leader in Supply Chain services - मागणी पुरवठा साखळी ज्याच्या एका टोकाला ग्राहक तर दुसऱ्या टोकाला उत्पादक असतात. मध्ये वितरक, घाऊक आणि किरकोळ व्यापारी

झालेलं नसून, वैज्ञानिक आणि इतर विद्वानांच्या दीर्घ काळ चालू असलेल्या व्यक्तिगत संबंधामधून निर्माण झालं आहे.''

व्यक्तिगत संबंधातील आणि सोशल नेटवर्कवरील डोळस विश्वास :

एका सादरीकरणाच्या दरम्यान मधल्या विश्रांतीच्या काळात एक माणूस आमच्याकडे आला आणि म्हणाला, ''या सगळ्याचा मला माझ्या व्यवसायात खूप फायदा झाला. परंतु मला माझ्या व्यक्तिगत आयुष्याबद्दल तुमच्याशी बोलायचं आहे. मला एक किशोरवयीन मुलगा आहे आणि तुम्ही जेव्हा विश्वासाबद्दल बोललात, विश्वासाच्या बदल्यात कसा विश्वास परत मिळतो हे सांगितलं, तेव्हा माझ्या डोळ्यांसमोर माझा मुलगाच उभा राहिला.'' त्या माणसाला भरून आले. ''माझ्या कानात मी रोज जे त्याला बोलतो ते शब्द घुमायला लागले, 'माझा तुझ्यावर अजिबात विश्वास नाही. तू विश्वासपात्र नाहीस. तू स्वतःला सिद्ध करेपर्यंत मी तुझ्यावर विश्वास टाकू शकत नाही.' मला जाणवलं की तो माझा विश्वास गमावण्यासारखं काही वागलाही असेल, पण मी फक्त तेच मनात धरून बसलो होतो. मी त्याला बदलण्याची संधीच देत नव्हतो. मी नेतृत्व करतो. मी एक पालक आहे आणि पहिलं पाऊल उचलणं हे माझं काम आहे आणि मी ते करायला चुकतो आहे.''

आम्ही त्या माणसाला समजावलं की डोळस विश्वास ठेवण्याचं पाऊल उचलणं म्हणजे आधी घडून गेलेल्या विश्वास गमावणाऱ्या घटनांकडे दुर्लक्ष करणं नव्हे. आम्ही त्याला सांगितलं की, कधी कधी तुम्हाला अशा घटना किंवा विशिष्ट संधी शोधाव्या लागतात, ज्यातून तुम्ही विश्वासाची जाणीव करून देऊ शकाल. ती कदाचित एखादीच गोष्ट किंवा एखादीच विशिष्ट परिस्थिती असेल. आम्ही त्याला असं एखादं कारण, एखादा मार्ग शोधायला सुचवलं, ज्यामुळे तो आपल्या मुलाला हे सांगू शकेल की, 'या बाबतीत माझा तुझ्यावर विश्वास आहे.' असा मार्ग ज्यातून तो हे व्यक्त करू शकेल आणि त्याचा हेतू स्पष्ट करू शकेल. आम्ही हेसुद्धा सांगितलं की लोक त्याच पद्धतीनं विश्वासाची परतफेड करतात, ज्या पद्धतीनं अविश्वासाची करतात आणि नेत्याच्या किंवा पालकांच्या वर्तनामुळे त्या चक्राला दिशा मिळते. मग ते ऊर्ध्वगतीनं जाणारं विश्वासाचं चक्र असेल किंवा अधोगतीनं जाणारं अविश्वासाचं.

ही गोष्ट स्पष्ट आहे की विश्वास किंवा त्याच्या अभावाचा व्यक्तिगत संबंधांवर खोल परिणाम होतो. आम्ही नुकत्याच एका व्यावसायिकाशी बोललो, ज्यानं

आपल्या व्यवसायातील ५० टक्के भाग आपल्या व्यावसायिक भागीदाराला सवलतीच्या किमतीत विकला, कारण त्याला त्याच्याशी कोणताही संबंध नको होता. का? कारण त्याच्या भागीदाराच्या मनात त्याच्याबद्दल आणि इतरांबद्दल इतका अविश्वास होता की, त्यामुळे त्याच्या आयुष्यातील आनंद आणि समाधान नष्ट होत होतं. त्याच्या ऊर्जेवर आणि आनंदावर होणारा त्या अविश्वासाचा नकारात्मक परिणाम नाहीसा करणं, हे त्या संबंधातून बाहेर पडण्याकरता सोसलेल्या आर्थिक नुकसानीपेक्षा खूप महत्त्वाचं होतं. हीच गोष्ट काही वेळा घटस्फोटांमध्ये आणि इतरही बाबतीत दिसून येते, जिथं अविश्वासामुळे नातं इतकं कडवट होतं की, त्यातून बाहेर पडणं अपरिहार्य ठरतं.

पहिल्या प्रकरणात म्हटल्याप्रमाणे विश्वास आणि सामाजिक नात्यांमधील उत्साह आणि आनंद यांतील बंधन अधिक स्पष्ट होत आहे. अत्यंत आधुनिक संशोधन दर्शवतं की, यशाचा उगम आनंदातून असतो. यश मिळाल्यामुळे आनंद मिळेलच असं नाही. आनंदाची वाट निर्माण करणारी सर्वांत मोठी गोष्ट म्हणजे नाती आणि नात्यांचा पाया असतो विश्वास. शॉन एकर यांनी आपल्या *'The Happiness Advantage'* या पुस्तकात लिहिलं आहे :

> *जेव्हा आपण आनंदी असतो आपली मनःस्थिती आणि मूड सकारात्मक असतो, आपण जास्त हुशारीनं वागतो, जास्त प्रेरित झालेले असतो आणि म्हणूनच यशस्वी होतो. आनंद हा केंद्रस्थानी असून, यश त्याच्याभोवती फिरत असतं...*
>
> *एका अभ्यासात- ज्याचं सार्थ शीर्षक आहे 'Very Happy People'. त्यात त्या अभ्यासकांनी आपल्यातील जे अतिशय आनंदी आहेत अशा १० टक्के लोकांची वैशिष्ट्यं जाणण्याचा प्रयत्न केला... निष्पन्न असं की एकच, फक्त एकच घटक जो या लोकांना इतरांपेक्षा वेगळा ठरवतो, तो म्हणजे त्यांच्या सामाजिक नात्यांची ताकद.*

आपल्या नात्यांचा दर्जा केवळ आपल्या आनंदावरच परिणाम करत नाही, तर आरोग्यावरही करतो. अमेरिकन जर्नल ऑफ पब्लिक हेल्थ यांनी राष्ट्रीय पातळीवर २४,००० कामगारांचं सर्वेक्षण केलं. त्यांना असं आढळून आलं की, ज्यांचे सामाजिक नातेसंबंध अतिशय कमी आहेत, त्यांना नैराश्य रोगाचा (Depression) धोका हा ज्यांचे नातेसंबंध भरपूर आहेत त्यांच्यापेक्षा दुपटीनं किंवा तिपटीनं जास्त आहे.

अगदी आधुनिक 'हाय-टेक' नाती जी असतात, तीदेखील विश्वासाशी संबंध

दर्शवतात. (Pew Research Centre यांचा सोशल मीडिया आणि अमेरिकन जीवनपद्धती यावर अभ्यास आहे) प्यू इन्टरनेट आणि अमेरिकन लाइफ प्रोजेक्ट यांचा अभ्यास दर्शवतो की, इंटरनेट वापरकर्त्यांपैकी फेसबुक वापरकर्ते इतरांपेक्षा ४३ टक्क्यांनी अधिक आहेत, ज्यांना वाटतं की, 'बहुतेक लोक विश्वासू असतात' आणि इंटरनेट अजिबात न वापरणाऱ्यांपेक्षासुद्धा फेसबुक वापरणारे लोक या गोष्टींवर ३ पटींनी अधिक विश्वास ठेवतात की 'बहुतेक लोक हे विश्वासपात्र असतात.' म्हणजे पहिलं काय आलं, लोक विश्वासू असतात हा भरवसा की फेसबुक आणि इंटरनेटचा वापर? आणि जरी अनौपचारिक परिणामांचा जरी अभ्यास केला गेला नसला तरीही हे स्पष्ट आहे की, सोशल नेटवर्क हे विश्वासाकरता धोक्याचंही आहे आणि फायदेशीरही आहे.

> *जर इतिहासाच्या मार्गदर्शनावर भरवसा ठेवला तर अस लक्षात येतं की अत्याधुनिक तंत्रज्ञान कधीही भावनेचा पर्याय ठरू शकणार नाही.*
>
> *पीटर गबर*
> *सोनी एन्टरटेन्मेंटचे भूतपूर्व सीईओ*

समाजात डोळस विश्वास वाढवताना

तुम्हाला पनामामधील मिरालेस सुपर मार्केटच्या आणि कॅनडामधील सामाजिक स्वयंशिस्तीच्या उदाहरणावरून लक्षात आलंच असेल की, समाजात विश्वासाची पेरणी केल्यामुळे आपल्याला समृद्धी, उत्साह आणि आनंद यांच्या संदर्भात मोठे लाभांश मिळतात. आमच्या एका सहकाऱ्यानं तो जेव्हा अनेक वर्षांपूर्वी युरोपमधील एका एनजीओमध्ये काम करताना त्याला आलेला हा सामाजिक विश्वासाचा अनुभव सांगितला. तो आणि त्याचे सहकारी सायकल घेऊन फिरत असत. पण त्यांच्या मनात काळजी होती की जर ते एखाद्या कार्यालयात गेले आणि त्यांच्या सायकली तशाच बाहेर ठेवल्या, तर त्या चोरीला जातील. शेवटी त्यांनी स्थानिक मुलांवर विश्वास टाकण्याचा निर्णय घेतला. त्यांना सन्मानानं वागवायला सुरुवात केली. त्यांच्याशी गप्पा मारल्या, त्यांच्या मनात असणाऱ्या अमेरिकन संस्कृतीविषयीच्या प्रश्नांची उत्तरं दिली. त्यांच्या असं लक्षात आलं की जेव्हापासून त्यांनी त्या मुलांवर संशय दाखवण्याऐवजी त्यांना विश्वासानं वागवण्यास सुरुवात केली, तेव्हापासून ते बेधडक सायकल बाहेर ठेवू शकले.

क्लीवलँड क्लिनिक हे, क्लीवलँड, ओहियो येथील एक 'ना नफा' तत्त्वावर चालणारं 'मल्टीस्पेशालिटी' वैद्यकीय केंद्र आहे. तिथल्या डॉक्टरांनी रुग्णांबरोबर विश्वासाचं नातं जोडण्याचं ठरवलं. त्यांनी आपले व्यवहार अत्यंत पारदर्शक केले. त्यांनी रुग्णांना त्यांचे स्वतःचे वैद्यकीय अहवाल आणि नोंदी संगणकावर पाहण्याकरता खुल्या केल्या. त्यात डॉक्टरांच्या नोंदीसुद्धा अंतर्भूत होत्या. त्यांनी डॉक्टरांचं शुल्क आणि त्यांच्याबद्दलच्या प्रतिक्रियासुद्धा उपलब्ध करून देऊन या सामाजिक विश्वासात अजून भर घतली.

डॉ. डेलोस कॉसग्रोव्ह हे एक हृदय शल्यविशारद आहेत. त्यांनी २२,००० हून जास्त शस्त्रक्रिया पार पडल्या आहेत. ते म्हणतात,

फारच कमी रुग्णालयांचं कामकाज आमच्याप्रमाणे सुनियोजित असतं... पहिली गोष्ट, आम्हाला सर्वांना पगार मिळतो. मी एक हृदय शल्यविशारद (Cardiac Surgeon) आहे. मी दिवसातून २ शस्त्रक्रिया करतो की ४ यानं मला काहीच फरक पडत नाही. दर आठवड्याला मी तेवढेच पैसे घरी नेतो. त्यामुळे जास्तीच्या तपासण्या किंवा इतर काही करण्याचा लोभ मला वाटत नाही.

दुसरी गोष्ट, आम्हा सर्वांचा एक वर्षाचा करार आहे आणि आमच्या कामाचं वार्षिक परीक्षण होतं. त्यामुळे डॉक्टरांच्या कामाच्या दर्जावर नियंत्रण राहतं. कामाचा कुठलाही निर्धारित कालावधी नाही आणि जर तुमची योग्यता सिद्ध झाली नाही तर तुम्हाला पगारवाढ मिळत नाही किंवा तुम्हाला कामावर ठेवत नाहीत. ही आम्ही करत असलेली सगळ्यात महत्त्वाची गोष्ट आहे. ही इतर रुग्णालयांपेक्षा वेगळी आहे; कारण इतर ठिकाणी डॉक्टर त्यांना पाहिजे तेवढा काळ काम करू शकतात.

या रुग्णालयाचं नेतृत्व डॉक्टरच करतात. याचे सीईओ, सीआयओ आणि कर्मचारीप्रमुख हे सर्व डॉक्टरच आहेत. कॉसग्रोव्हना जेव्हा विचारलं, "जगातील उत्तमोत्तम डॉक्टर तुमच्याकडे पगारावर काम करायला कसे तयार होतात?" तेव्हा ते म्हणाले,

हे सर्व डॉक्टर आमच्या इथल्या वातावरणाला भुलून येतात. त्यांच्याबरोबर असे सहकारी असतात, ज्यांच्याबद्दल त्यांना आदर वाटतो. त्यांना त्यांच्या कामात पाठिंबा दिला जातो. मला वाटत नाही आमच्यापैकी कोणी पेशंटचा विम्याचा फॉर्म भरला असेल... किंवा कोणाचे बिल केले असेल. हे सर्व

माझ्यासाठी परस्पर केले जाते आणि म्हणूनच मी माझं डॉक्टरकीचं काम एकाग्रतेनं करू शकतो. मला वाटतं, बऱ्याच डॉक्टरांना तेच करायचं असतं आणि त्यांच्याच दर्जाच्या लोकांबरोबर त्यांना काम करायचं असतं.

क्लीवलँड क्लिनिकला अत्युत्कृष्ट दर्जाची वैद्यकीय सेवा स्वस्तात पुरवल्याबद्दल भरपूर कौतुक मिळालं आहे. त्यांच्या रुग्णांमध्ये सौदी अरेबियाचे राजे खलिद, ब्रिटनचे राजकुमार, ओप्रा विनफ्रे, जॅक निक्लॉस असे अनेक दिग्गज लोक आहेत, जे खरंतर इतरत्रही वैद्यकीय सेवा घेऊ शकले असते. यूएस न्यूज ॲण्ड वर्ल्ड रिपोर्ट यांनी त्यांना गेली १५ वर्षं हृदयविकाराची काळजी घेणाऱ्या हॉस्पिटलमध्ये पहिला क्रमांक दिला आहे.

डोळस विश्वास : देशात

विकसनशील देशांच्या नागरिकांच्या लक्षात विश्वासाचं महत्त्व वाढत्या प्रमाणात येऊ लागलं आहे आणि आपल्या देशात विश्वासाचं प्रमाण वाढावं यासाठी ते प्रामुख्यानं प्रयत्न करत आहेत. बो झिलई (BO Xilai) हे डलियन या चीनमधील शहराचे भूतपूर्व महापौर आहेत. त्यांनी चीनमधल्या शहरांना (City States) स्वायत्तता देऊन एक चळवळ सुरू केली. त्यांनी स्वतःहून (Proactively) पुढाकार घेऊन जपानबरोबर व्यापारी संबंधांना सुरुवात केली. त्यांनी व्यापार एवढा वाढवला की ३००० पेक्षा जास्त जपानी फर्म बीजिंगच्या हस्तक्षेपाशिवाय एकट्या डलियन शहरात कार्यरत होत्या. झिलई जेव्हा चीनचे वाणिज्यमंत्री म्हणून नियक्त झाले, तेव्हा ज्या विश्वासामुळे हे करणं त्यांना शक्य झालं होतं, त्या विश्वासाची परतफेड त्यांनी इतर शहर व्यवस्थापकांना तशीच स्वायत्तता देऊन केली. परिणामी दशलक्षापेक्षा जास्त लोकसंख्या असणाऱ्या स्वायत्त शहर राज्यांची (city states) संख्या जी ९० च्या दशकाच्या सुरुवातीला सात होती ती २०११ मध्ये १५० वर गेली आणि अर्थव्यवस्थेचा स्फोट होऊन चीनमध्ये ग्रामीण अर्थव्यवस्थेकडून शहरी अर्थव्यवस्थेकडे असा क्रांतिकारी बदल झाला.

जरी २००९ च्या एडलमन ट्रस्ट बॅरोमीटरच्या निष्कर्षाप्रमाणे बाहेरच्या जगाला अजून चीनबद्दल विश्वास वाटत नसला (जागतिक प्रतिसादक {Respondant} असं म्हणतात की चीन आणि रशिया स्थित कंपन्यांवर जगातील इतर देशांपेक्षा त्यांना कमी विश्वास वाटतो) तरीही चिनी लोकांना त्यांच्या देशवासीयांबद्दल उच्च विश्वास आहे. खरं म्हणजे २००७ च्या प्यू यांनी चीनमध्ये केलेल्या जागतिक वृत्तीच्या

सर्वेक्षण (Pew Global Attitude Survey China) असे निष्कर्ष दर्शवतो की, सर्वेक्षण केलेल्या ४७ देशांपैकी चीननं सर्वांत जास्त सामाजिक विश्वास दाखवला आणि उल्लेखनीय गोष्ट अशी की ७९ टक्के चिनी लोकांनी या गोष्टीला दुजोरा दिला की, 'समाजातील बहुतेक लोक विश्वासार्ह आहेत' China's Megatrends या पुस्तकात जॉन आणि डोरीस नेसबीट यांनी चीनच्या विकसनशील ऊर्ध्वगामी लोकशाहीचं वर्णन विश्वासावर आधारित व क्षमता आणि परिणाम यांच्यावर भर असणारी लोकशाही, असं केलं आहे. ते चिनी विचारधारेचं एक पारंपरिक अंग नमूद करतात ते म्हणजे, ''सर्व अंतर्ज्ञान हे प्रत्यक्ष अनुभवातून जन्म घेतं.'' नेसबीट यांच्या शब्दात सांगायचं तर,

> *ऊर्ध्वगामी आणि अधोगामी (bottom top & top bottom) प्रवाहांतील संबंधामधील दिशा नक्की करून विश्वासावर आधारित यंत्रणा तयार करता येते. शासनाचा लोकांवरील विश्वास आणि लोकांचा शासनावरील विश्वास हा नमुना चिनी इतिहास, चिनी विचारसरणी आणि चिनी लोकांची सुसंवादी आणि स्थिर समाजाची तीव्र इच्छा यासाठी सुयोग्य ठरतो.*

खरोखरच, १९७८ मध्ये डेंग झियोपिंग (Deng Xiaoping) या त्या वेळच्या चीनमधील (the then defacto) नेत्यानं माओ झेडाँग याच्या मृत्यूपश्चात लोकांना (emancipating minds) हाक दिली. त्याचा परिणाम लोकांच्या मनात प्रचंड विश्वास निर्माण होण्यात झाला. नेसबीट यांच्या म्हणण्याप्रमाणे त्यातून 'प्रचंड ऊर्जा' निर्माण झाली, आणि जी खरंतर सहजगत्या विध्वंसक ठरू शकली असती अशी ही ऊर्जा विधायक ठरली. उदाहरणार्थ, १९७८ मध्ये चीनमध्ये १,६५,००० कॉलेजचे पदवीधर होते. २०११ मध्ये ही संख्या ६.६ दशलक्ष इतकी झाली. त्या ऊर्जेचे परिणाम आम्हाला २००८ मध्ये (वर्ल्ड इकॉनॉमिक फोरम) जागतिक अर्थपरिषदेकरिता बीजिंगपासून तियानजीन इथं जात असताना पाहायला मिळाले. बीजिंग विमानतळापासून ते किनारपट्टीवरील तियानजीनपर्यंत जाणारा आठपदरी मुक्त महामार्ग जो सत्तर मैलांपर्यंत पूर्णपणे अविकसित शेतजमिनीमधून जात होता, तो या विधायक ऊर्जेचं उदाहरण आहे. ते आम्ही कधीही विसरू शकणार नाही. तसंच प्रचंड मोठं प्रेक्षणीय परिषद भवन (Conference Center) ज्यामध्ये जागतिक अर्थ परिषदेच्या बैठका भरत होत्या, तेही कधी विसरलं जाणार नाही.

आधी चर्चा केल्याप्रमाणे भ्रष्टाचार आलेख (Corruption Perception Index) आपल्याला विश्वासार्हता आणि संपन्नता यांच्यातील थेट संबंध दर्शवतो. यासारखाच संबंध आपल्याला विश्वास ठेवण्याची प्रवृत्ती आणि संपन्नता यांच्यामध्येही दिसून

येतो. पॉल झॅक आणि स्टीफन नॅक यांच्या निरीक्षणाप्रमाणे, ''उच्च विश्वासू समाज हे अविश्वसनीय समाजांपेक्षा जास्त कार्यभाग साधतात/ परिणाम साधतात.''

> *कोणत्याही खुल्या समाजाचे उच्च विश्वास हे एक महत्त्वाचे वैशिष्ट्य आहे. अमेरिका नावाच्या खदखदत्या रसायनातल्या घटकांमधून विश्वासाचे उत्पादन होते. (Trust, In many ways, is the product of all the ingredients in America's Secret sauce)*
>
> *थॉमस फ्रीडमन*
> *पुलित्झर पारितोषिक विजेते पत्रकार*

निर्मिती डोळस विश्वासाच्या संस्कृतीची

अत्यंत शहाणपणानं टीममध्ये किंवा संस्थांमध्ये हितकारक असा विश्वास निर्माण करणं, ही ज्यामुळे संपन्नता, उत्साह आणि आनंद निर्माण होतो अशा डोळस विश्वासाच्या वातावरणाची निर्मिती आहे. या पुस्तकाच्या सुरुवातीला या अविश्वासानं भरलेल्या जगात डोळस विश्वासाच्या शक्तीचा सबळ पुरावा तुमच्यापुढे मांडण्याचा हेतू आम्ही स्पष्ट केला. ही शक्ती आपल्याला उच्च विश्वासाच्या वातावरणात स्पष्टपणे साकार झालेली दिसते.

> *सुसंस्कृती सारे डावपेच गिळंकृत करते*
>
> *पीटर ड्रकर*

डोळस विश्वासाचं एक उदाहरण म्हणजे झॅपोस, जिथं व्यवस्थापनाचा कर्मचाऱ्यांवर आणि कर्मचाऱ्यांचा व्यवस्थापनावर विश्वास आहे, तिथं सर्व पातळ्यांवरील लोक विश्वासानं चालतात. उच्च विश्वासाचं प्रतिबिंब दाखवणारी झॅपोस, कर्मचाऱ्यांनी कामाला सुरुवात करण्यापूर्वीच त्यांच्यावर विश्वास ठेवायला सुरुवात करते. प्रत्येक नवीन कर्मचारी चार आठवड्यांचं प्रशिक्षण पूर्ण करतो. पहिल्या आठवड्याच्या शेवटी जर त्यांना सोडून जायचं असेल, तर झॅपोस चार हजार डॉलर्स अधिक त्यांनी काम केलेल्या वेळेचा पगार असा प्रस्ताव देते. चारही आठवड्यांचं प्रशिक्षण पूर्ण करेपर्यंत हा प्रस्ताव कायम असतो. श्ये म्हणतात, ''आम्हाला भरवसा हवा असतो

की, आमचे कर्मचारी केवळ पगार मिळवण्याकरता इथं काम करत नाहीत. आमची इच्छा आहे की, आमच्या कर्मचाऱ्यांनी आमच्या ध्येयावर विश्वास ठेवावा आणि आमच्या संस्कृतीचा एक भाग असावं. झॅपोस नवीन कर्मचाऱ्यांवर त्यांच्यासाठी योग्य असेल असा निर्णय घेण्याचे स्वातंत्र्य देते. श्ये म्हणतात, "सरासरी १ टक्क्यापेक्षाही कमी लोक या प्रस्तावाचा स्वीकार करतात." त्यांनी आणखी हेही सांगितलं की झॅपोसमध्ये त्यांच्या व्यवस्थापकांना, त्यांच्या कामाच्या वेळापैकी १० ते २० टक्के वेळ इतर कर्मचाऱ्यांबरोबर घालवण्यास उत्तेजन देतात, ज्यामुळे ते एकमेकांना जास्त चांगले ओळखू शकतील. डोळस विश्वास? श्येना खात्री आहे. ते सांगतात की सुरुवातीला जरी व्यवस्थापकांची प्रतिक्रिया जरी अशी असली, "वा! हे मजेशीर असेल असं वाटतंय; पण मला खूप कामं आहेत." तरी नंतर त्यांच्या लक्षात येतं की हा जो एकत्र घालवलेला वेळ आहे त्यामुळे विश्वास वाढतो आणि टीमचं रूपांतर सहकाऱ्यांऐवजी 'एकमेकांसाठी काम करणाऱ्या मित्रांमध्ये' होतं. या पद्धतीमुळे सर्जनशीलतेत २० ते १०० टक्के वाढ झाल्याचं व्यवस्थापक सांगतात.

इतर उद्योगसंस्था ज्यांचे आम्ही पूर्वीच वर्णन केलं आहे, त्या आहेत गुगल, साउथवेस्ट एअरलाइन्स, डब्ल्यू. एल. गोर, आणि एसएएस यांनीदेखील डोळस विश्वासाचा व्यवस्थापन तत्त्वज्ञान/ कार्यप्रणाली म्हणून इतका उपयोग केला आहे की विश्वासाची मुळं त्यांच्या उद्योगात खोल रुजली आहेत. श्ये यांच्याप्रमाणेच होल फूड्सचे सीईओ जॉन मॅक्के यांचा भरवसा आहे की, विश्वासाचा सर्व दिशांना प्रसार हाच कळीचा मुद्दा आहे.

विश्वास तेव्हाच परिणामकारक होतो, जेव्हा तो संस्थेमध्ये सगळ्या पातळ्यांवर रुजतो. बऱ्याच नेत्यांची अशी चुकीची समजूत असते की, संस्थेतील विश्वास वाढवणं म्हणजे कसंही करून कर्मचाऱ्यांना नेतृत्वावर विश्वास ठेवायला भाग पाडणं. ही गोष्टही महत्त्वाची असली तरीही तेवढंच महत्त्वाचं आहे ते नेतृत्वानं कर्मचाऱ्यांवर विश्वास ठेवणं. विश्वास मिळवण्याकरता तो आधी देऊ करणं महत्त्वाचं अस्तं. छोटे छोटे एकमेकांत गुंतलेले गट तयार केल्यामुळे विश्वास चोहोबाजूंना पसरतो. वरच्या दिशेला, खालच्या दिशेला, गटांमध्ये आणि गटांपलीकडेसुद्धा.

जेव्हा नेते शहाणपणानं डोळस विश्वासाचा अवलंब करतात, तेव्हा त्यांच्या कृतींच्या परिणामांचे तरंग टीममध्ये, संस्थेमध्ये, समाजात, कुटुंबात सगळीकडे पसरतात आणि पूर्ण वातावरणातील वागणूक बदलून टाकतात. कधी कधी विश्वास

टाकणाऱ्या नेत्यांचं वागणं एक उदाहरण बनून राहतं उदा. जेव्हा गॉर्डन बेथून यांनी कॉन्टिनेन्टल एअरलाइन्सची धोरणं आणि नियमांची पुस्तिका जाळून टाकली आणि आपल्या कर्मचाऱ्यांना सांगितलं की कोणतेही प्रश्न सोडवताना त्यांची सारासार विचारबुद्धी वापरण्याचं स्वातंत्र्य त्यांना आहे, ही कृती कॉन्टिनेन्टलच्या नवीन वातावरणाची नांदी ठरली.

काही नेते विश्वास टाकायला कचरतात, याचं कारण म्हणजे त्यांना वाटतं की, जो समाज प्रत्येक प्रश्नाकरता नियम, धोरण योजना यांनी बांधला गेला आहे, त्यावर ते जास्त ताबा ठेवू शकतील. आम्ही आधी दाखवल्याप्रमाणे विश्वास आणि ताबा यांच्यातील नातं हे विरुद्ध चलनी असतं. जेवढा विश्वास जास्त, तेवढा खऱ्या अर्थानं जास्त ताबा असतो. फ्रेंच समाजशास्त्रज्ञ एमिल दुरकिम (Emile Durkheim) यांनी हे अशा प्रकारे मांडलं आहे, "जेव्हा जास्त प्रमाणात सामाजिक मूल्य कार्यरत असतात, तेव्हा कायदे अनावश्यक ठरतात आणि मूल्यच जेव्हा कमी असतात तेव्हा कायदे लागू करणंच कठीण होऊन बसतं." कमी विश्वासाच्या वातावरणात लोकांच्या प्रत्येक कृतीवर ताबा ठेवण्याकरता नियम आणि कायदे लागू करणं अशक्य असतं. अशा वातावरणात तुम्ही कायदेशीर करार केलेत तरी ते प्रत्येक शक्यतांना लागू पडतील असं नाही आणि म्हणूनच ताबा ठेवण्याचा उत्तम मार्ग म्हणजे उच्च विश्वासाचं वातावरण निर्माण करणं.

> *वरिष्ठांचं काम- एखाद्या नेत्याचं काम हे मार्ग निर्माण करण्याचं आहे, ताबा ठेवण्याचं नाही. लोक त्यांची कामं करतील यावर तुम्ही विश्वास ठेवावा लागतो आणि तुमच्या कर्मचाऱ्यांवर विश्वास ठेवणं, हेच खरं नेतृत्वाचं सार आहे.*
>
> *गॉर्डन बेथून*
> *कॉन्टिनेन्टल एअरलाइन्सचे भूतपूर्व सीईओ*

डोळस विश्वासाचं वातावरण हे प्रचंड वेग, सामर्थ्य आणि शक्यतांनी भरलेलं आहे. आपली मतं व्यक्त करण्याचं स्वातंत्र्य, स्वायत्तता, वाढलेला विश्वास आणि काम पूर्ण करण्याची वाढलेली गती, यामुळे समृद्धी, उत्साह आणि आनंद यामध्ये प्रचंड जाणवण्याइतका बदल दिसून येतो. डोळस विश्वासच योग्य असण्याचं हेही एक कारण आहे. ते या गृहीतकावर आधारित नसतं की आपल्याला अजून नियम, कायदे किंवा मध्यस्थ/ पंच हवे आहेत; ते या पुराव्यावर आधारित आहे की विश्वास ठेवल्यामुळे आणि उच्च विश्वासाचं वातावरण निर्माण केल्यामुळे, ज्यात आपण

उच्च कामगिरीची अपेक्षा करू शकतो, त्या प्रत्येक पातळीवर हितसंबंधीयांना जास्त लाभांश मिळतात.

स्टीफन :

अत्यंत सामर्थ्यशाली उच्च विश्वासाच्या वातावरणाच्या सामर्थ्याबद्दल मी जाणलं ते माझ्या लॉनवर काम करत असताना. माझ्या बागेत खूपच तण माजले होते आणि औषध फवारून काहीच उपयोग होत नव्हता. शेवटी मी माझ्या शेजाऱ्याकडे गेलो. त्याचं लॉन अत्यंत सुंदर दिसत होतं. मी त्याला त्याकरता काय करू ते विचारलं, "माझी थट्टा करतोयस ना?" तो म्हणाला, "हॅबिट्स पुस्तकातला तो 'green & clean' माणूस तूच आहेस ना... तो माणूस ज्यानं हे सर्व वयाच्या सातव्या वर्षी आपल्या वडिलांकडून शिकून घेतलं आहे!" मी ओशाळून हसून कबूल केलं की बहुतेक मी तणाचा भाग विसरलो असणार.*

माझा शेजारी हसला आणि म्हणाला, "तुझी समस्या तण ही नाहीच आहे." "नाही?" मी आश्चर्यानं विचारलं.

"नाही" तो उत्तरला. "तुझी समस्या ही आहे की तुझं लॉन निरोगी नाही. तू जर फक्त औषध फवारत राहिलास तर काही काळानं तण परत उगवेल. तुला तुझं लॉन आरोग्यपूर्ण करायला हवं म्हणजे तण वाढायला जागाच उरणार नाही. तणाला उपासमारीनं मार."'

मी तसंच केलं आणि माझं काम झालं. ताकदवान निरोगी गवत वाढल्यावर किरट्या तणासाठी जागाच उरली नाही.

तेव्हापासून माझ्या लक्षात आलं की हेच धोरण संस्थांमध्येसुद्धा कामाला येतं. तुम्ही जर नुसती 'फवारणी' केलीत- तुम्ही जर समस्येवर आणखी नियम, कायदे, धोरणं आणि प्रक्रियांचा भडिमार केलात तर 'तण' परत परत वाढत राहील. एका जागचं गेलं तर दुसऱ्या जागी उपटेल. पण जर का तुम्ही एक निरोगी, जोमदार असं उच्च विश्वासाचं वातावरण निर्माण केलंत, तर गुन्हेगारीला वावच मिळणार नाही आणि कालांतरानं ती नष्ट होईल. हा फक्त तुम्हाला जे उगवायचं असेल त्याला खतपाणी घालण्याचा प्रश्न आहे.

विलीनीकरण आणि ताबा : जिथं डोळस विश्वासामुळे पूर्ण परिस्थितीच आमूलाग्र बदलते, असं एक क्षेत्र म्हणजे विलीनीकरण आणि ताबा घेणं. या क्षेत्रात KPMG चा अभ्यास असं दाखवतो की ८३ टक्के विलीनीकरणं ही मूल्य वाढवू शकत नाहीत, तर ५० टक्क्यांपेक्षा जास्त विलीनीकरणांमध्ये मूल्यं नष्ट होतात. त्याचं मुख्य कारण म्हणजे 'लोक आणि त्यांच्यातील सांस्कृतिक फरक.' त्यातील खेदाची बाब ही आहे की, विलीनीकरणात पहिला बळी जातो तो विश्वासाचा. जर धोरणच कमजोर असेल तर त्याला उच्च विश्वासामुळे फायदा होईल, असं नाही. परंतु, विश्वासाचा अभाव चांगल्या धोरणातदेखील खीळ घालू शकतो.

विलीनीकरण यशस्वीपणे अमलात आणण्यातला एक कळीचा मुद्दा म्हणजे, अशी प्रक्रिया निर्माण करणं, ज्यामुळे जाणीवपूर्वक विश्वासाची निर्मिती होऊन दोन वेगवेगळ्या संस्कृती एकत्र मिसळणं सोपं जाईल. जेव्हा विलीन होणारे घटक हे विश्वासाची निर्मिती हा जाणीवपूर्वक हेतू ठरवतात, तेव्हा ते एकात्मिक उच्च विश्वासाच्या वातावरणाची निर्मिती करत असतात. जेव्हा ते त्या हेतूप्रमाणे कृती करून विश्वास निर्माण करण्याची विशेष प्रक्रिया सुरू करतात, त्या वेळी ते मूल्यवर्धित विलीनीकरणाची शक्यता वाढवत असतात.*

> *कार्यसंस्कृती / वातावरण हे एक गोष्टी घडवून आणणारं गुप्त शस्त्र आहे.*
>
> *जॉन कत्झनबाख*
> *बुझ आणि कंपनीमधील ज्येष्ठ भागीदार*

आमच्यासाठी डोळस विश्वासाच्या वातावरणाची निर्मिती करण्यात पुढाकार घेणाऱ्यांमध्ये बर्कशायर हॅथवेचे वॉरन बफे यांचं नाव महत्त्वाचं आहे. २०११ पासून बर्कशायर ही पेट्रब्रास - पेट्रोलियो ब्रासिलीरोशी जोडलेली असून, जगातील आठव्या क्रमांकाची मोठी पब्लिक कंपनी आहे. बफेंच्या दृष्टिकोनातील उल्लेखनीय विशेष असा की बर्कशायरच्या ७७ कार्यरत कंपन्या आणि २,५७,००० पेक्षा जास्त कर्मचारी यांचा पसारा सांभाळणाऱ्या बर्कशायरच्या मुख्यालयात केवळ २१ लोक आहेत, हे अविश्वसनीय आहे. स्टॅनफोर्ड बिझनेस स्कूलचे डेव्हिड एफ. बार्कर आणि ब्रायन तयान त्याला

---

*विश्वास हा यशस्वी विलीनीकरणाचा रहस्यमय घटक का आहे, यावरील एक छोटा व्हिडिओ पाहण्यासाठी आणि श्वेतपत्रिका डाउनलोड करण्यासाठी SmartTrustBook.com या संकेस्थळावर जा.

"The lowest Ratio of Corporate overhead to investor capital among all major corporations of the world" असं म्हणतात.

ग्रॅडी रोझियर हे बफे यांचे सहकारी आहेत जे ३३ दशलक्ष डॉलर्सचा व्यवसाय सांभाळतात. त्यांना जेव्हा विचारलं की इतक्या झटपट विश्वास निर्माण करणं बफेंना कसं जमलं. ते म्हणाले, "त्यासाठी तुम्हाला बर्कशायर हॅथवेच्या व्यावसायिक तत्त्वज्ञानाचा गाभा समजून घ्यायला हवा. विश्वास! वॉरन यांची उत्तम कंपन्या मिळवण्याची ही क्षमता विश्वासावर आधारित आहे... वॉरन त्यांनाच त्यांचा व्यवसाय सांभाळायला देतात. त्यामुळे त्यांना समाधान वाटतं. त्यामुळे कोणालाही वॉरन यांना निराश करायला आवडत नाही आणि मग 'आमच्या या अपेक्षा आहेत आणि आम्ही त्या अशा प्रकारे पूर्ण करणार आहोत,' याच पद्धतीनं ते सर्व उद्योगांमध्ये झिरपत जातं.

आपल्या थेट हाताखालच्या ७७ लोकांना बफे कसं हाताळतात? बफे आणि त्यांचे पार्टनर चार्ली मुंगेर ज्याला सत्पात्री विश्वास म्हणतात, त्या तत्त्वावर ते कार्य करतात. ते गृहीत धरतात की जोपर्यंत लोक विरुद्ध गोष्ट सिद्ध करत नाहीत तोपर्यंत त्यांच्यावर विश्वास ठेवणं, हा त्यांचा अधिकारच असतो. हा आंधळा विश्वास नाही तर हा डोळस विश्वास आहे. यामध्ये चोखंदळपणे निवडलेले लोक, सुस्पष्ट अपेक्षा आणि उच्च दर्जाची जबाबदारीची जाणीव या गोष्टींचा समावेश आहे. लोक त्याला प्रतिसाद देतात, त्यामुळे प्रेरित होतात आणि समृद्ध होतात. मुंगेरनी या डोळस विश्वासाच्या वातावरणाचं अत्यंत सुरेख वर्णन केलं आहे.

प्रत्येकाला आपले कौतुक झालेलं आणि आपल्याला नीट वागवलेलं आवडतं आणि मोठे उद्योग सांभाळणारे जे प्रभावी नेते, व्यक्तिमत्त्वं असतात त्यांना त्यांच्यावर विश्वास ठेवलेला आवडतो. एका लहान मुलाला जेव्हा कॉम्प्युटरच्या खोलीची किल्ली सांभाळायला दिली, तेव्हा त्याची प्रतिक्रिया होती, "आपल्यावर विश्वास असलेला छान वाटतो नाही?"

आम्ही बर्कशायर असंच चालवतो, 'सत्पात्री विश्वासाचं अखंड जाळं' आम्ही वेडेपणा टाकून देतो. जे लोक आपण योग्य पद्धतीनं काम केलं आहे का हे तपासून पाहतात, ते आम्ही टाळतो. जेव्हा तुम्हाला हे सत्पात्री विश्वासाचं अखंड जाळं मिळतं, तेव्हा तुम्हाला प्रचंड क्षमता प्राप्त होते.

बर्कशायर हॅथवे सतत हे जाळं तयार करण्याचा प्रयत्न करत असते. कधी कधी असंही होतं की ते काम करत नाही. यामुळे नाही की कोणीतरी वाईट असतं; पण कधी कोणी अयोग्य वर्तनाकडे वळतं आणि त्याचं

समर्थन करतं...

बर्कशायर हॅथवे फक्त मुख्यालयात असणाऱ्या २१ लोकांबरोबर कशी काम करू शकते? असे तर कोणीही काम करू शकत नाही, पण आम्ही करतो...

क्वचित कधी तरी आमच्यावरही आश्चर्यचकित होण्याची वेळ येते. कदाचित दहा वर्षांतून एखाद्या वेळी. आपल्याला तरी दुसरं काय हवं असतं. सत्पात्री विश्वासाचं अखंड जाळं नसणाऱ्या कुटुंबात राहायला कोणीतरी तयार होईल का? आम्ही व्यवसायात हेच साध्य करण्याचा प्रयत्न करतो. ही काही अतिप्रगत गोष्ट नाही; ही मूलभूत गोष्ट आहे. बहुसंख्य लोक हे का करत नाहीत, मला माहीत नाही. कदाचित ते फार बाळबोध आहे म्हणूनही असेल.

डोळस विश्वासाच्या वारशाची निर्मिती - डोळस विश्वासाचा वारसा

आम्ही एका गोष्टीवर सतत भर देत आलो आहोत की, एखाद्या व्यक्तीची किंवा कंपनीची विश्वास ठेवण्याची कृती ही समोरच्याला पुढे होऊन इतरांवर विश्वास ठेवण्याची प्रेरणा देते. हे अनुभव बरेच वेळा 'विश्वासाच्या वंशावळीचे' (Geneology) भाग बनून राहतात. या प्रवाहात कुठंतरी कोणी एखाद्या पालक, शिक्षक, व्यावसायिक किंवा नेत्यानं समोरच्याला विश्वास देऊन सुरुवात केली असेल आणि त्याला तोच विश्वास इतरांपर्यंत पोहोचवण्याची प्रेरणा दिली असेल. कालांतरानं अशा एकेका विश्वासदर्शक कृतींनी विश्वासाचा वारसा तयार होतो, ज्यामुळे कुटुंबात, नातेसंबंधात, उद्योग संस्थांमध्ये, समाजात आणि राष्ट्रांमध्येसुद्धा अनेक पिढ्यांमध्ये समृद्धी, उत्साह आणि आनंद वाढायला मदत होते.

स्टीफन :

कॉलेजमधून पदवी घेतल्यानंतर लवकरच मला ट्रामेल क्रो कंपनीच्या मॅनेजिंग पार्टनररनं नोकरीवर ठेवून घेतलं आणि स्थानिक कार्यालयात रुजू होण्याची प्रक्रिया पार पडली. इतर साधारण डझनभर लोकांशी बोलल्यानंतर मला असं वाटलं की माझी इथं कोणालाच गरज नाही. त्यानं मी नाउमेद झालो. माझी खात्री होती की मॅनेजिंग पार्टनरना असं वाटत असणार, 'मी का या माणसाला नोकरीवर घेतलं?' मग मला आणखी एक भागीदार भेटला, जॉन वॉल्श. आमच्या मुलाखतीनंतर तो म्हणाला, "मला स्टीफन आवडला. मला त्याच्याबद्दल भरवसा वाटतो. मला तो माझ्या टीममध्ये हवा आहे."

जॉननं माझ्यावर तेव्हा विश्वास ठेवला जेव्हा कोणीही तो ठेवायला तयार नव्हतं. त्यामुळे मला प्रेरणा मिळाली, उत्तेजन मिळालं. मला त्याच्यासाठी भरपूर काम करायचं होतं. खरं तर मला स्वतःकरता यशस्वी होण्यापेक्षा त्याच्यासाठी यशस्वी व्हायचं होतं, कारण मला हे सिद्ध करायचं होतं की त्याचा निर्णय बरोबर होता. त्याचा माझ्यावरचा विश्वास सार्थ होता. जॉन वॉल्शनं माझ्यावर दाखवलेल्या विश्वासामुळे माझ्यातील सुप्त गुणांना चालना मिळाली. त्यामुळे माझ्या मनात वारंवार हा प्रश्न येत राहिला की मी कोणासाठी जॉन वॉल्श होऊ शकेन? कोणाला अशा एखाद्या व्यक्तीची गरज आहे जी त्यांच्यावर विश्वास ठेवेल, त्यांच्याबद्दलची जोखीम पत्करू शकेल आणि यशस्वी होण्याकरता मदत करू शकेल? ज्या वेळी एखाद्यावर विश्वास टाकताना माझी मनःस्थिती द्विधा होते, त्या वेळी जॉन वॉल्शच्या अनुभवाची आठवण माझी विश्वासाची प्रवृत्ती वाढवते आणि मला त्या माणसावर विश्वास ठेवण्याची जोखीम पत्करायला लावते- ज्या पद्धतीनं जॉन वॉल्शनं माझ्या बाबतीत पत्करली होती.

आपण स्वत:ला विचारण्याचा प्रश्न असा आहे की, "माझ्या पुढल्या पिढ्यांकरता मी कोणता वारसा मागे ठेवतो आहे- माझ्या कुटुंबाकरता, माझ्या आजूबाजूच्या लोकांकरता, माझ्या समाजाकरता, माझ्या कंपनीकरता, माझ्या संस्थेकरता, माझ्या राष्ट्राकरता? हा वारसा वाढत्या प्रमाणात समृद्धी, उत्साह आणि आनंद निर्माण करेल का?" हेच विश्वासाचं पुनरुज्जीवन आहे. बर्फाचा गोळा पुढे जाताना जसा त्याचा आकार वाढत जातो, तशी विश्वासाच्या कृतीची व्याप्ती एक कृती, एक माणूस, एक टीम, एक संस्था अशी वाढत जाते

तेव्हा जर तुम्ही या जागतिक पुनरुज्जीवन चळवळीचा एक भाग बनायचं ठरवलंत, तर तुम्ही कशा प्रकारे हा वारसा समृद्ध करण्याचा प्रयत्न कराल? तुमच्या कुटुंबातील कोणी सदस्य असा आहे का, ज्याच्यावर तुम्ही डोळसपणे विश्वास ठेवल्यानं त्यांच्या अविश्वासाच्या वर्तनाचा साचा मोडू शकाल? असा कोणी मित्र किंवा जोडीदार याच्याबरोबरचं नकारात्मक पातळीवरचं नातं तुम्ही बदलून विश्वासपूर्ण आणि समृद्धी, उत्साह आणि आनंद यांनी परिपूर्ण करू शकाल? कोणी व्यावसायिक भागीदार ज्याच्यावर विश्वास ठेवल्यामुळे किंवा एखाद्या परिस्थितीत डोळस विश्वासामुळे अविश्वासाच्या दुष्टचक्राचं रूपांतर ऊर्ध्वगामी गुणात्मक चक्रात होऊ शकेल? तुमच्या टीममध्ये किंवा संस्थेमध्ये विश्वासाचं वातावरण निर्माण करण्यात पुढाकार घेण्याची एखादी संधी तुमच्यापुढे आहे का?

तुम्ही कुठूनही सुरुवात केलीत तरीही विश्वास ठेवण्यात पुढाकार घेण्याचा तुमचा निर्णय नक्कीच बदल घडवून आणेल. तुम्हाला त्याचे परिणाम कदाचित लगेच दिसणार नाहीत अणि त्याचे दूरगामी परिणाम तर तुम्हाला दिसणारच नाहीत. जेव्हा तुम्ही विश्वास ठेवलेले लोक पुढे होऊन इतरांवर विश्वास ठेवतात... आणि ते पुढे होऊन इतरांवर... असं चालू राहतं. पण तुम्हाला या गोष्टीचं समाधान असेल की तुम्ही स्वतःपलीकडे जाऊन कशात तरी गुंतवणूक करत आहात. अशा गोष्टीत की ज्यामुळे प्रत्येक नात्यात, प्रत्येक टीममध्ये, प्रत्येक कंपनीत, प्रत्येक उद्योग संस्थेत, प्रत्येक कुटुंबात आणि प्रत्येक राष्ट्रात अनेक पिढ्यांमध्ये फरक पडेल. आणि आशा आहे की तुम्ही व्यक्तिशः खूप समृद्ध व्हाल आणि अर्थातच अशा गोष्टीत अंतर्भूत असणारी भरभराट, उत्साह, आनंद हेही तुमच्या वाट्याला येतील.

प्रश्न

- अशा एखाद्या घटनेचा विचार करा, की जेव्हा कोणी तरी तुमच्यावर विश्वास ठेवला होता. त्यामुळे कोणते सकारात्मक परिणाम झाले? तुमची विश्वासार्हता त्यामुळे कशी वाढली? त्यामुळे तुम्हाला तुमच्यावर विश्वास ठेवणाऱ्यावर विश्वास ठेवण्याची प्रेरणा मिळाली की इतरांवर?
- तुमच्या कुटुंबाचा, समाजाचा, सहकाऱ्यांचा, किंवा कंपनीचा विचार करा. तुम्ही इतरांबरोबर उच्च विश्वासाच्या वातावरणात काम करत असाल तर काय फरक पडेल?
- समृद्धी, उत्साह आणि आनंद वाढवण्यासाठी तुम्ही कोणावर विश्वास ठेवाल?

भाग ३

तुम्ही काय करू शकता?

विश्वासाचे पुनरुज्जीवन आणि तुमचा सहभाग

कुठल्याही गटातील, कंपनीमधील किंवा समाजातील विश्वासाची पातळी वाढवा म्हणजे फक्त चांगल्या गोष्टी घडतील.
थॉमस फ्रीडमन - *पुलित्झर पारितोषिकविजेते पत्रकार*

विश्वावर तुमची छाप उमटवा!
स्टीव्ह जॉब्ज

कोलंबिया ही १९९९ मध्ये पृथ्वीवरची सर्वांत धाकादायक जागा मानली जात असे. देशात सर्वत्र अराजक माजलेलं असून अमली पदार्थांचा व्यापार करणाऱ्यांच्या मुठीत सर्व व्यवस्था होती. जगातील अपहरणाच्या कृत्यांपैकी ८० टक्के आणि दहशतवादी कृत्यांपैकी ५५ टक्के कृत्यं कोलंबियात घडत होती. पर्यटन जवळ-जवळ संपल्यात जमा होतं आणि परदेशी गुंतवणूक कमालीची घसरली होती.

दहा वर्षांनंतर मात्र हे चित्र बदललेलं दिसून आलं. अपहरणाचे प्रकार ८८ टक्क्यांनी कमी झाले आणि दहशतवादी कृत्यं ८४ टक्क्यांनी. थेट परदेशी गुंतवणूक वार्षिक ५०० दशलक्ष डॉलर्सवरून वाढून १० अब्ज डॉलर्सवर आली आणि वर्षाला ५००० वरून पर्यटकांची संख्या ५,००,००० एवढी वाढली. शंभर पटींनी वाढ. दहा वर्षांत असं काय झालं ज्यामुळे हा अपूर्व बदल घडला?

आपण एका सहज समोर दिसणाऱ्या प्रभावाचा विचार करू. २००२ मध्ये अल्वारो उरिबे (URIBE) हे राष्ट्राध्यक्ष म्हणून निवडून आले.

एप्रिल २०१० मध्ये उरिबेंच्या राष्ट्राध्यक्ष म्हणून दुसऱ्या ४ वर्षांच्या कारकिर्दीच्या शेवटी (कोलंबियन कायद्याच्या आधारे शेवटची कारकीर्द) कोलंबियामध्ये लॅटिन अमेरिकेसाठीच्या जागतिक अर्थपरिषदेचं आयोजन केलं होतं. त्या वेळी उरिबे

म्हणाले, "आम्ही यशस्वीरीत्या केलेलं या परिषदेचं आयोजन आणि त्याला मिळालेला प्रतिसाद, हेच आमच्या कोलंबियातील आणि जगाच्या व्यासपीठावर विश्वासाची पुनर्निर्मिती करण्यातील यशाचं प्रमाण आहे. या एका गोष्टीवर लक्ष केंद्रित करून आम्ही जे प्रयत्न केले होते, ते फळाला आले आणि आज संपूर्ण जगातील समाजात त्याला मान्यता मिळाली आहे."

आणि एक राष्ट्र म्हणून कोलंबियाचे प्रयत्न अजून सुरू असले आणि जरी त्यांच्यापुढे अजून महत्त्वाचे प्रश्न अणि आव्हानं असली तरीही यात काही शंका नाही की, गेल्या दशकात त्यांनी स्वतःमध्ये आमूलाग्र बदल घडवून आणला आहे. कोलंबियाच्या पर्यटन मोहिमेत या बदलांवर प्रकाशझोत टाकला आहे. त्यांचं ध्येयवाक्य (टॅगलाइन) आहे, "कोलंबिया, एकमेव धोका कायमसाठी इथंच राहण्याची इच्छा!" इतर कोणत्याही राजकारण्यांप्रमाणे उरिबेंचेही निंदक आहेत. तरीही कोलंबियाच्या ब्रूकिंगस इन्स्टिट्यूशनचे अर्थतज्ज्ञ मॉरिशिओ कार्देनास (Mauricio Cardenas) यांनी उरिबेंच्या कारकिर्दीबद्दल सार्वमत नोंदवलं आहे. ते सत्तेवर आले त्या वेळी आम्ही आमच्या प्रश्नांमध्ये पार बुडून गेलो होतो; परंतु आता आम्ही स्वतःची प्रतिष्ठा परत मिळवली आहे आणि मूलतः आता एक राष्ट्र म्हणून आमची ओळख निर्माण झाली आहे.

> *या कसोटीतून पार पडल्यानंतर अशाच देशांमध्ये गुंतवणूक केली जाईल, जिथं प्रगाढ विश्वास आहे.*
>
> *अल्वारो उरिबे*

जेव्हा जेव्हा आम्ही कोलंबियातील परिवर्तनाची गोष्ट जगभरातील लोकांना सांगतो, त्या वेळी नेहमीची एक प्रतिक्रिया, विशेषतः विकसनशील राष्ट्रातील लोकांकडून येते ती म्हणजे, आम्हालाही अल्वारो उरिबेंसारखा नेता मिळायला हवा. आम्हाला हे मान्य करायलाच हवं की असा एखादा नेता औपचारिक अधिकारपदावरून काम करत असेल, तर खूपच फरक पडेल. पण अनेकांना एका गोष्टीची कल्पना नाही की उरिबेंच्या आधीही अनेकांनी असे प्रयत्न केले होते. विशेषतः एक नागरिक, ज्यांनी कोलंबियाबद्दलचं एक स्वप्न बघितलं, ते कुठल्याही सत्तेच्या किंवा अधिकाराच्या जागेवर नव्हते. परंतु त्यांच्या प्रयत्नांनी उरिबेंच्या यशाचा पाया घातला. त्यांचं नाव पेद्रो मेदिना.

कोलंबिया

१९९९ मध्ये पेद्रो मेदिना हे कोलंबियामधील मॅकडोनाल्डचं संपूर्ण कार्य सांभाळत होते आणि बोगोटा विश्वविद्यालयात (strategy classesच्या वर्गाला) शिकवत होते. परंतु त्या वर्षीच्या विनाशकारी गोंधळानंतर त्यांना जाणवलं की, त्यांच्या आजूबाजूचा, प्रत्यक्षातील देश हा त्यांनी ज्या देशाचं स्वप्न पाहिलं होतं, ज्यावर प्रेम केलं होतं, त्यापेक्षा पुष्कळच वेगळा आहे. वर्गात एकदा त्यांनी त्यांच्या विद्यार्थ्यांना विचारलं, ''अजून पाच वर्षांनंतर तुमच्यापैकी किती जण इथं कोलंबियात राहतील?'' एकोणचाळीस विद्यार्थ्यांपैकी फक्त बारा हात वर आले, ''ज्या सत्तावीस जणांनी हात वर केले नाहीत त्यांना मला विचारायचं आहे की, का नाही?'' ते म्हणाले, ''तुम्ही सांगा, आम्ही का राहावं. आम्हाला इथं थांबवून ठेवेल, असं कोलंबियात काय आहे? आपण सगळं गमावलेलं आहे. सुरक्षितता नाही. या देशाला काही भवितव्य नाही.'' मेदिनांना जाणवलं की त्यांच्याकडे या प्रश्नाला पटेल असं उत्तर नव्हतं; कारण त्यांचाही देशाबद्दलचा विश्वास आणि आशा संपत चालली होती.

या अनुभवाचा परिणाम असा झाला की मेदिनांनी एक सादरीकरण तयार करायला सुरुवात केली, ज्याचं नाव होतं, 'कोलंबियावर विश्वास का ठेवता.' ते तयार करत असताना त्यांना एक गोष्ट स्पष्टपणे लक्षात आली- कोलंबियाचा स्वतःवरचा विश्वास आणि एक राष्ट्र म्हणून त्या देशाची विश्वासार्हता दोन्ही गमावलेलं होतं आणि या दोन्ही गोष्टींशिवाय त्यांचा निभाव लागणं अवघड होतं. विश्वास परत मिळवणं आवश्यक होतं; पण त्यांना माहीत होतं की या गोंधळाच्या वातावरणात ते शक्य नाही. त्यावर जाणीवपूर्वक लक्ष केंद्रित करून आणि समविचारी लोकांचा गट निर्माण करूनच ही गोष्ट शक्य होती.

मेदिनांनी आपलं सादरीकरण करायला सुरुवात केली. हा काही नुसता बोजड भाषेचा फुलोरा नव्हता, तर एक विचारपूर्ण, भावनोत्कट आवाहन होतं, जे इतर राष्ट्रांच्या तुलनात्मक फायद्यांच्या विश्लेषणावर बेतलेलं होतं. त्यांनी कोलंबियाच्या नैसर्गिक सामर्थ्याचं वर्णन केलं आणि त्यांच्या महानतेबद्दल सांगितलं. त्यांनी समजावलं की आत्ताची ही परिस्थिती ही देशाची ओळख होणं योग्य नाही. त्यांनी त्यांच्या श्रोत्यांना सांगितलं ते स्वतःपासून सुरुवात करून परिस्थितीत अंतर्बाह्य बदल घडवून आणू शकतात. लोक त्यांच्या भाषणानं भारून जात असत. त्यांना त्याकरता पुनःपुन्हा आमंत्रित केलं जात असे, कारण त्या निराशेच्या काळात त्यांच्या भाषणानं प्रचंड आशा निर्माण होत असे. आठ महिन्यांच्या काळात त्यांनी २५६ वेळा भाषण दिलं. त्यांचे श्रोते नकळत त्यात गुंतून गेले. त्यांना आशा हवी

होती. त्यांना भरवसा हवा होता. त्यांना ज्यावर विश्वास ठेवता येईल अशी गोष्ट हवी होती.

मेदिनांनी Yo Creao En Colombia (माझा कोलंबियावर विश्वास आहे) या नावाची एक संस्था स्थापन केली. या संस्थेचा एकमेव उद्देश होता (आजही आहे) तो म्हणजे कोलंबियावरचा विश्वास आणि भरवसा वाढवणं- आधी देशात आणि मग जगात. त्यांनी अत्यंत धाडसानं आपल्या मॅक्डोनाल्डमधील कामाचा राजीनामा दिला आणि या कामावर पूर्ण वेळ लक्ष केंद्रित केलं. त्यांना असं वाटत होतं की इतर काही करण्यापेक्षा हे कार्य केल्यामुळे ते आपल्या राष्ट्रासाठी काहीतरी करू शकतील. त्यांच्या या प्रयत्नांचा परिणाम म्हणून अनेक लोक हा संदेश आत्मसात करू लागले की विश्वास आणि भरवसा या दोन गोष्टींनी आपला देश या अराजकतेतून बाहेर पडेल.

त्यामुळे हे जरी सत्य असलं की अल्वारो उरिबे आणि त्यांच्या सरकारनं २००२ मध्ये सत्तेत आल्यावर कोलंबियाचं परिवर्तन करण्याकरता पुष्कळ काही केलं तरी हेही सत्यच आहे की, त्यांना आशा आणि विश्वासाचा भक्कम पाया मिळाला होता. आणि हा पाया घालण्याचं श्रेय या एकट्या नागरिकाला जातं, ते म्हणजे पेट्रो मेदिना. एक व्यक्ती म्हणून मेदिनांनी सर्व राष्ट्राची दिशाच बदलून टाकली.

सप्टेंबर २००४ मध्ये राष्ट्राध्यक्ष उरिबे आणि दैनिक कोलंबियानो यांनी मेदिनांना आदर्श कोलंबियन म्हणून पुरस्कार दिला. आजपर्यंत मेदिनांच्या संस्थेनं १५७ शहरांमध्ये आणि २७ राष्ट्रांमध्ये कोलंबियावरील विश्वास आणि भरवसा वाढावा, यासाठी कार्यक्रम केले आहेत.

FARC च्या विरोधात दशलक्ष आवाज

अजून एक व्यक्ती- ज्यांनी या कोलंबियाचं परिवर्तन करण्याच्या कार्यात आणि जगभरातील स्वातंत्र्याच्या विचारात मोलाची भर घातली- ती म्हणजे ३३ वर्षांचा इलेक्ट्रिशियन ऑस्कर मोरालेस. जानेवारी २००८ मध्ये जेव्हा इमॅन्युएल या चार वर्षं वयाच्या छोट्या मुलाची गोष्ट बातम्यांमधून उघडकीला आली, तेव्हा कोलंबियाच्या इतर नागरिकांप्रमाणे त्यालाही राग अनावर झाला होता. इमॅन्युएल या चार वर्षांच्या मुलाला FARC या कोलंबियातील दहशतवादी गटानं दोन वर्षांपूर्वी सोडून दिले होतं. FARC या दहशतवादी गटानं गेल्या ४० वर्षांपासून कोलंबियास आपल्या दहशतवादी कृत्यांच्या जोरावर वेठीला धरलं आहे. त्यांनी मॅन्युएलच्या आईचं

२००२ मध्ये अपहरण केलं होतं आणि त्या मुलाचा जन्म त्या काळातच जंगलात ती कैदेत असताना झाला होता. २००७ मध्ये FARC नं मायलेकांना मुक्त केल्याचं जाहीर केलं होतं. पण लोकांच्या नंतर लक्षात आलं की मुलाच्या बाबतीत FARC खोटे बोलत होते. दुखावलेल्या खांद्यांनी आणि जंगलातील आयुष्यामुळे होणाऱ्या रोगानी ग्रासलेल्या अवस्थेत त्याला तो दोन वर्षांचा असताना त्याच्या आईपासून वेगळे करून एका दवाखान्यात सोडून दिलं गेलं होतं. त्याची आई तिची सुटका होईपर्यंत आपल्या मुलाला भेटू शकली नाही. मुलगा शेवटी एका अनाथाश्रमात वेगळ्याच नावानं दाखल केलेला आढळला.

या सततच्या अपहरण, बॉम्बस्फोट आणि FARC च्या इतर अत्याचारांना कंटाळून मोरालेसनं ठरवलं की आता त्यांचा उलटून सामना करण्याची वेळ आली आहे. ४ जानेवारी २००८ या दिवशी त्यानं फेसबुकवर एक चळवळ सुरू केली, Un Millón de Voces Contra Las FARC (FARCच्या विरोधात दशलक्ष आवाज) ज्यामुळे लोकांना एकत्र करून या दहशतवादी गटाच्या क्रूरतेच्या विरोधात निषेध नोंदवता येईल. हा एक अत्यंत धाडसी निर्णय होता, कारण फेसबुक वापरल्यामुळे मोरालेस आणि त्याला साथ देणाऱ्यांचा जीव नक्कीच धोक्यात आला असता. कारण त्यांची खरी नावं आणि चेहरे दोन्ही उघड झालं असतं. FARC चे छुपे हल्ले जरी उरिबेंच्या राजवटीत कमी झाले असले तरीही, लोकांच्या मनात त्यांच्या हिंसक इतिहासामुळे भीती कायम होती. त्याचप्रमाणे संघटनेच्या ताब्यात आजही अनेक लोक ओलीस म्हणून होते. पण तरीही मोरालेसनं एक संदेश प्रसारित केला, ‘‘आता आणखी अपहरणं नाहीत, अजून खोटेपणा नाही. अजून FARC नाही.’’ दुसऱ्या दिवशी सकाळपर्यंत १५०० लोकांनी फेसबुकवर त्यांच्या संकेतस्थळावर नोंद केली होती आणि दिवस संपेपर्यंत आणखी ४००० लोक त्याच्याशी जोडले गेले होते. दुसऱ्या दिवशी हा आकडा आठ हजारांवर गेला आणि वाढतच राहिला. या गोष्टीनं उत्तेजन मिळून मोरालेसनं ही चळवळ रस्त्यावर घेऊन यायचं ठरवलं. त्याला स्वयंसेवक मिळाल्यावर त्यानं निदर्शनं आयोजित केली आणि त्याच्या फेसबुकवर चळवळ सुरू केल्याच्या एक महिन्यानंतर चाळीस वेगवेगळ्या देशांतील निदर्शक रस्त्यांवर उतरून इतिहासातील सर्वांत मोठी दहशतवादविरोधी निदर्शनं केली. कालांतरानं जेव्हा ओलिसांना सोडण्यात आलं, तेव्हा त्यांनी सांगितलं की, त्यांनी जेव्हा या निदर्शनांबद्दल रेडिओवर ऐकलं तेव्हापासून त्यांना सुटण्याची आशा वाटू लागली. या निदर्शनांमुळे FARC च्या अनेक लोकांना जाणवलं की लोकांचा त्यांना विरोध आहे आणि ते मोठ्या संख्येनं FARC सोडून जाऊ लागले. मोरालेसच्या म्हणण्याप्रमाणे २०१० च्या सुरुवातीला FARC ची संख्या ४०००० वरून ७००० पर्यंत घटली आणि उरलेल्या लोकांना जंगलात आश्रय घ्यावा

लागला.

मोरालेसनं नंतर वन मिलियन व्हॉइसेस फाउंडेशन ही संस्था स्थापन केली. ही संस्था कोलंबियातील युवकांना समाजात गुंतवण्याचे मार्ग शोधून काढते- ज्यामुळे त्यांना हातात शस्त्र घेऊन FARC मध्ये सामील व्हायचा मोह होणार नाही. परत एकदा उरिबेंचे औपचारिक प्रयत्न एका व्यक्तीच्या धाडसी प्रयत्नांमुळे वृद्धिंगत झाले.

एक जणसुद्धा पुरेसा आहे!

या कहाण्या तुम्हाला सांगण्याचं कारण म्हणजे पेद्रो मेदिना किंवा ऑस्कर मोरालेस यांच्यासारख्या एकांड्या शिलेदाराचं सामर्थ्य या विश्वासाच्या पुनरुज्जीवनात किती कामाला येतं, हे तुमच्यापर्यंत पोहोचवणं. कधीकधी एका व्यक्तीऐवजी लोकांचा एखादा छोटासा गटदेखील मोठ्या सामाजिक बदलासाठी कारणीभूत ठरतो.

साधारण तीसएक वर्षांपूर्वी झियोगंग (Xiaogang) नावाच्या चीनमधील एका आडगावात अत्यंत दरिद्री असे १८ शेतकरी गुप्तपणे भेटले आणि त्यांनी आपली सामूहिक जमीन स्वतंत्र व्यक्तिगत तुकड्यांमध्ये विभागण्याचा करार केला. त्यामुळे आता जे पीक येईल ते पूर्ण गावात वाटण्याऐवजी प्रत्येकाला आपापल्या कष्टांचा आणि त्यांच्या यशाचा योग्य वाटा मिळला असता. जॉन आणि डोरिस नेसबीट यांनी China's Megatrends मध्ये सांगितलेल्या या गोष्टीप्रमाणे हा गुप्त करार एकाच वेळी क्रांतिकारक होता आणि धोकादायकही होता. अनेक दशकं चालत आलेल्या जाचक आणि सामायिक संस्कृतीला हे आव्हान होतं. त्यात सामील होणाऱ्या प्रत्येकाला छळवाद आणि सर्वस्व हिरावून घेतलं जाण्याचा धोका होता किंवा कदाचित त्यांना भांडवलशाही जमीनदार ठरवून मारूनही टाकलं असतं. तरीही एका चांगल्या आयुष्याच्या शोधात या सगळ्यांनी एक शपथ घेतली, "आम्ही जर यशस्वी ठरलो तर आम्ही शासनाकडे पैसा किंवा धान्य मागणार नाही आणि जर अयशस्वी ठरलो तर आम्ही तुरुंगवास अथवा मृत्युदंड स्वीकारायला तयार आहोत." या धाडसी गटाची ही कृती नुसती यशस्वीच झाली नाही, तर ती कम्युनिस्ट नेते डेंग झियोपिंग यांच्यापर्यंत पोहोचली. त्यानंतर त्यांनी आणलेल्या आर्थिक सुधारणांमध्ये कुटुंबाची शेती परत दिली आणि बाजारात धान्य विकायला परवानगी दिली. या सगळ्याच्या एकत्रित परिणामांनी चीनच्या इतिहासाची दिशाच बदलली.

> *विचारी आणि जबाबदार नागरिकांचा एक छोटासा गट प्रयत्न करून जग बदलू शकतो, या गोष्टीवर कधीच संशय घेऊ नका. खरोखर केवळ याच गोष्टीनं आजवर बदल घडले आहेत.*
>
> *मार्गारेट मीड*
>
> *Cultural Anthropologist मानव संस्कृती शास्त्रज्ञ*

मुद्दा हा आहे की, एका व्यक्तीचे किंवा एका छोट्याशा गटाचे प्रयत्नसुद्धा इतिहास बदलू शकतात, जे त्यात गुंतलेले असतात. त्यांना त्या वेळी कदाचित हे लक्षात येत नाही. त्यांच्या कामाचे परिणाम म्हणून लोकांचं, कुटुंबाचं कंपनीचं किंवा राष्ट्राचं भविष्य बदललेलं दिसून यायला कदाचित काही वर्षं जावी लागतील. पण हे कोणीच नाकारू शकणार नाही की, 'एका' माणसातसुद्धा बदल घडवून आणण्याचं सामर्थ्य असतं.

आम्ही ज्या इतर कहाण्या तुमच्यापर्यंत पोहोचवल्या, त्यात आम्हाला असं लक्षात आलं की, चीनमध्ये आणि कोलंबियात घडलेल्या गोष्टी हे केवळ एक आता समोर येणारं चित्र आहे. त्यात गुंतलेल्या एखाद्या व्यक्ती किंवा नेत्यानं निवडलेल्या पर्यायांचा तो आता दिसत असलेला परिणाम आहे. जर त्या जागी वेगळ्या व्यक्ती, वेगळे नेते असते तर परिणाम वेगळे झाले असते. १९९९ मध्ये जेव्हा कोलंबिया अत्यंत वाईट परिस्थितीत होता, त्याच वेळी व्हेनेझुएला मात्र त्या तुलनेत समृद्ध देश होता, आणि दोन्ही देशांची तुलना केली तर निरीक्षकांना व्हेनेझुएला जास्त सामर्थ्यवान वाटत होता. पण आज मात्र त्यांच्या नेत्यांच्या निवडीमुळे दोन्ही देशांच्या स्थानांची अदलाबदल झाली आहे. कोलंबिया प्रगतीकडे वाटचाल करणारं राष्ट्र म्हणून जोमदारपणे पुढे येत आहे. देश सोडून गेलेले लोक उत्साहानं मायदेशी परत येत आहेत. त्याच वेळी व्हेनेझुएला मात्र ह्युगो चावेझ यांच्या नेतृत्वाखाली त्यांच्याकडे नैसर्गिक साधनसंपत्ती असूनही उतरणीला लागला आहे. त्यांना आता 'ब्रेन ड्रेन' (देशातील बुद्धिमंत देश सोडून जाण्याची समस्या) चा प्रश्न सतावतो आहे. चॉवेझ यांच्या राजवटीत १० लाख सर्जनशील बुद्धिमंत देश सोडून निघून गेले. ही जी अदलाबदल झाली, ही त्या मोठ्या विरोधाभासाचाच (ज्यामध्ये विश्वासाचं पुनरुज्जीवन आणि विश्वासाची कसोटी, हे हातात हात घालून उभे आहेत) आणि वैयक्तिक निवडीच्या परिणामांचाच एक आविष्कार आहे.

विश्वासाच्या पुनरुज्जीवनाच्या अंगभूत क्षमता या आजच्या पारदर्शक, परस्परावलंबी, एकमेकांशी जोडलेल्या आणि विद्युतवेगात दळणवळण होणाऱ्या या जगात अनेक पटींनी वाढलेल्या दिसून येतात. फेसबुकचे संस्थापक मार्क झुकरबर्ग यांनी २००८ मध्ये यावर टिप्पणी केली होती.

कोलंबियातील घटना हा एक आपल्याला मिळालेला आगाऊ इशारा आहे. शासनपद्धती कशी बदलते आहे आणि कशा पद्धतीनं सामर्थ्यवान राजकीय संघटना निर्माण होत आहेत, या गोष्टीमुळे खरोखर लोकांच्या आयुष्यावर, त्यांच्या हक्कांवर, स्वातंत्र्यावर परिणाम होऊ शकतो आणि हेच शासनाचं उद्दिष्ट असायला हवं. अजून पंधरा वर्षांमध्ये कदाचित आज कोलंबियामध्ये घडत आहेत, तशा घटना रोजच्या होऊन जातील.

खुलेपणामुळे कंपनीवर, उद्योगांवर जास्त चांगल्या वर्तनाची किंवा विश्वासार्हतेची जबाबदारी येते... या सगळ्यामुळे शासनाची कार्यपद्धती बदलून जाते. जास्त पारदर्शक जगामुळे सुयोग्य शासनपद्धती असणारे आणि न्याय्य जग निर्माण व्हायला मदत होते.

आज तंत्रज्ञानामुळे जगाच्या कार्यपद्धतीत आणि विचारांमध्ये प्रचंड बदल झालेला दिसून येतो. विशेषतः तरुणांची गुंतवणूक आणि सामर्थ्य यात मोठ्या प्रमाणात वाढ झालेली दिसून येते. इजिप्त, सीरिया, ट्युनिशिया, येमेन, लिबिया आणि इतर अरबबाहुल्य असणाऱ्या देशांत काय चालू आहे त्याचा विचार करा. स्वातंत्र्यामुळे आणि स्वायत्ततेच्या प्रेरणेतून झालेली आणि संपर्क माध्यमांनी (Social Media) उचलून धरलेली बंडं आठवून बघा. आणि जरी सामाजिक बदलांचे परिणाम अजून स्पष्ट झाले नसले तरीही त्यांची प्रक्रिया मात्र कायमची पालटली आहे. इंटरनेटमुळे माहितीचं केवळ लोकशाहीकरण होत नाही, तर त्यामुळे एक वेगळ्या प्रकारची पारदर्शकता निर्माण होते. त्याचा परिणाम म्हणून लोक, संस्था आणि शासनसुद्धा आता अशा पद्धतीनं जबाबदार धरले जातात, जसे यापूर्वी कधी धरले गेले नव्हते.

आजच्या जगात जिथं सहकाराचं राज्य आहे आणि आपली ख्याती आपल्या आधी पसरते, तिथं प्रत्येक गोष्ट मूलभूत विश्वासाभोवती केंद्रित असते. आम्ही आधी म्हटल्याप्रमाणे हे नवीन चलन आहे, ज्यामुळे बाजारपेठा चालू राहतात. जम्प पॉइंट या पुस्तकात टॉम हेयेस धूर्तपणे विचारतात, "जम्प पॉइंटनंतर (अशी वेळ जेव्हा जागतिक महाजालावर तीन अब्ज लोक असतील) जागतिक महाजालावर कशाचा प्रभाव असेल, विश्वासाचा की अविश्वासाचा?" हेयेस यांच्या मतानुसार, "जागतिक महाजालाच्या अर्थकारणात जिथं रोजचे अब्जावधी व्यक्तिनिरपेक्ष आणि अनामिक व्यवहार होत असतात, तिथं विश्वासच सर्व काही आहे आणि प्रत्येक विश्वासघात हा एक पेचप्रसंग आहे."

> *ऐतिहासिकदृष्ट्या मानवाच्या क्षमता एकत्र वाढवणाऱ्या फक्त दोन मूलभूत गोष्टी होत्या. त्या म्हणजे नोकरशाही आणि बाजारपेठा. गेल्या दहा वर्षांत त्यात तिसऱ्या गोष्टीची भर पडली आहे- महाजाल (नेटवर्क).*
>
> *गॅरी हॅमेल*
> *लंडन बिझनेस स्कूलमधील प्राध्यापक आणि लेखक*

तुमचं स्थान उंचवा / जागच्या जागी प्रयत्न करा

आपण कदाचित पेद्रो मेदिना किंवा ऑस्कर मोरालेस किंवा चीनमधल्या त्या छोट्याशा गटाचे सदस्य नसू; पण तरीही आपल्यापैकी प्रत्येक जण आपण वावरत असलेल्या क्षेत्रात विश्वास निर्माण करू शकतो किंवा दुसऱ्यांना विश्वास देऊ शकतो आणि जगातील विश्वासाचे फायदे वाढवू शकतो आणि आजच्या वैशिष्ट्यपूर्ण अशा परस्परावलंबी, परस्परांशी जोडलेल्या आणि सामाजिकदृष्ट्या जबाबदार जगात आपलं प्रभावक्षेत्र हे आपल्याला वाटतं त्यापेक्षा मोठं असू शकतं.

मग हे आपण कसं करू शकतो? यामागची मूलभूत संकल्पना आपल्या एका अनुभवातून अतिशय प्रभावीपणे डीटर डशडॉर्फ (Uchtdorf) यांनी मांडली आहे. डशडॉर्फ हे एक धार्मिक नेते असून, पूर्वी ते आंतरराष्ट्रीय विमान वाहतूक संघाच्या विमानोड्डाण समितीचे (International Air Transport Association's Flight Operation Committee) अध्यक्ष होते आणि लुफ्तान्सा या जर्मन विमानसेवेत मुख्य वैमानिक म्हणून कार्यरत होते.

> *काही वर्षांपूर्वी जर्मनीमधील डार्मस्टड (Darmstadt) मधील बैठकीच्या जागी एका गटाला एक मोठा पियानो हलवायला सांगण्यात आलं. तो चर्चमधून शेजारच्या एका सांस्कृतिक भवनात हलवायचा होता. जिथं एका सांगीतिक कार्यक्रमाकरता त्याची गरज होती. कोणीही त्या हलवण्याच्या कामातील तज्ज्ञ नव्हते आणि तो इतका जड पियानो त्या चर्चमधून हॉलमध्ये नेणं केवळ अशक्यप्राय होतं. प्रत्येकाला कल्पना होती की या कामाकरता केवळ शारीरिक ताकदच नाही, तर काळजीपूर्वक समन्वय साधण्याचीही गरज होती. सर्वांनी भरपूर कल्पना मांडल्या; परंतु पियानोचा तोल सांभाळणं कठीण होतं. त्यांनी आपल्या ताकदीप्रमाणे, उंचीप्रमाणे आणि वयापमाणे पुनःपुन्हा जागा बदलून पाहिल्या, पण काहीच कामाला*

येत नव्हतं.

ते पियानोभोवती अनिश्चितपणे उभे राहून पाहत असताना माझा एक मित्र पट्कन म्हणाला, "सगळे जणं जवळ जवळ उभे राहा आणि जिथं उभे आहात तिथूनच उचला."

हे किती सोपं होतं. सर्वांनी जिथं होते तिथं उभं राहून तो पियानो उचलला आणि नंतर मग तो पियानो जणू स्वतःच्याच शक्तीनं, चर्चपासून हॉलपर्यंत गेला. तेच त्या प्रश्नाचं उत्तर होतं. त्यांनी फक्त जवळ जवळ उभं राहून जागच्या जागी प्रयत्न करायचे होते.

> *फार थोडे जण इतिहास बदलण्याइतके मोठे असतात. परंतु आपल्यापैकी प्रत्येक जण घटनांचा एक छोटा भाग तर बदलू शकतो आणि या सर्व घटनांनी मिळूनच इतिहास रचला जातो*
>
> *रॉबर्ट एफ. केनेडी*

अशा पद्धतीनं आपण विश्वासाच्या पुनरुज्जीवनाचा एक भाग होऊ शकतो. आपण जिथं कुठं असू, आपल्या वैयक्तिक आयुष्यात, आपल्या टीममध्ये, आपल्या संस्थेत, समाजात, नातेसंबंधांमध्ये, कुटुंबात, राष्ट्रात- आपण डोळस विश्वासाच्या पाच कृतींनी आपलं स्थान उंचावू शकतो.

आपण विश्वासावर भरवसा ठेवण्याचा पर्याय निवडू शकतो. आपण इसाडोर शार्प यांच्या वडिलांकडून प्रेरणा घेऊ शकतो. ज्यांनी पडेल त्या किमतीवर विश्वासपात्र असण्याचा पर्याय स्वीकारला. मुहम्मद युनूस ज्यांनी आपल्या बहुतेक लोक- अगदी दरिद्रीसुद्धा- विश्वासपात्र असतात, या विश्वासातून एका नवीन उद्योगाची उभारणी केली आणि पिएर ओमिद्यार, टोनी श्ये आणि इतर असंख्य लोक- ज्यांच्या कृती बहुतेक लोक विश्वासपात्र असतात- या खोल रुजलेल्या भावनेतून निर्माण झाल्या. विश्वासामुळे आपल्या आयुष्यात समृद्धी, उत्साह आणि आनंद यांचा प्रवेश होतो, या भरवशातून आपण विश्वासावर भरवसा ठेवण्याचा पर्याय निवडू शकतो.

आपण आपल्यापासून सुरुवात करू शकतो. आपण मॅजिक जॉन्सनचा आत्मविश्वास, पीटर असिटोचा धीटपणा आणि फ्रान्सेस हॅसलबीनची सचोटी, ही उदाहरणं लक्षात घेऊ शकतो. या सर्वांनी आपल्या हितसंबंधीयांना विश्वासपूर्ण नेतृत्व दिलं आहे. आपण एसएएस, डब्ल्यू एल. गोर, विप्रो, क्लीवलॅन्ड क्लिनिक

आणि इतर अनेक कंपन्यांची उदाहरणं घेऊ शकतो, ज्यांनी उच्च विश्वासाचं वातावरण निर्माण करून आपल्या कर्मचाऱ्यांना आणि ग्राहकांना अशी कंपनी समोर ठेवली आहे, ज्यावर ते विश्वास ठेवू शकतात आणि आपण स्वतःला आणि इतरांना अशी व्यक्ती, नेता, कंपनी, जोडीदार किंवा मित्र देण्याचा पर्याय निवडू शकतो, ज्यावर ते विश्वास ठेवू शकतील.

आपण आपला हेतू स्पष्ट करून इतरांचे सकारात्मक हेतू गृहीत धरण्याचा पर्याय निवडू शकतो. आपण वॉरन बफे आणि बिल गेट्स यांची विलक्षण अशी 'देण्याची प्रतिज्ञा' आठवून पाहू, ज्यामुळे ६९ अब्जाधीशांना स्वतःच्या संपत्तीतील किमान अर्धा भाग धर्मादाय संस्थांना देण्याची प्रेरणा मिळाली. जॉन मॅक्केंचे जिव्हाळ्याच्या हेतूंचे परिणाम आठवू या, ज्यांनी एका टप्प्यानंतर मानधन घेण्याचं नाकारून होल फूड्स कंपनी आणि त्यांच्या कर्मचाऱ्यांच्या केवळ प्रेमाखातर कंपनीचं नेतृत्व सुरू ठेवलं. पेप्सिकोच्या इंद्रा नुयींचं 'हेतुपूर्वक कामगिरीतून' केलेलं धाडसी निवेदन- ज्यात सामील असलेल्या ऐच्छिक जबाबदाऱ्यांमधून हे स्पष्ट होतं की आपण जे काही करतो ते कसं करतो, ते महत्त्वाचं आहे. या अशा प्रकारच्या हेतू जाहीर करण्यामधून जी आशा निर्माण होते, त्याचं महत्त्व आपल्या सहजच लक्षात येतं आणि आपणही आपले हेतू परत एकदा तपासून, सुधारून, ते स्पष्टपणे आणि पारदर्शकतेनं जाहीर करणं गरजेचं आहे. त्याचबरोबर इतरांमध्येही जोपर्यंत त्याउलट सिद्ध होत नाही, तोपर्यंत चांगले हेतूच गृहीत धरायला हवेत.

आपण आपला शब्द पाळू शकतो. आपल्या डोळ्यांसमोर ग्रॅडी रोझियरचं उदाहरण येतं, ज्यांच्या अतिशय विश्वासपात्र अशा 'शब्द पाळण्याच्या' ख्यातीमुळे वॉरन बफेंना त्यांची २३ अब्ज डॉलर्स किमतीच्या खाद्य पदार्थांच्या कंपनीचा केवळ एका महिन्याच्या आत आणि केवळ एका हस्तांदोलनावर व्यवहार करण्याचा भरवसा दिला. फिरोझ 'किंग' हुसेन आठवा ज्यांनी आपल्या व्यक्तिगत आणि व्यावसायिक जीवनात आपल्या शब्दांची बांधिलकी जपली आणि दोन दशकं कॉस्टकोचा विश्वास आणि व्यवसाय दोन्ही प्राप्त केलं. आपण फेडएक्स लेगो, ॲपल, बीएमडब्ल्यू अशा इतर कंपन्यांचा विचार करू, ज्यांच्या ब्रँडबद्दल आज उच्च विश्वास आहे आणि तो विश्वास सार्थ करण्यासाठी ते अथक प्रयत्न करतात. आपण आपल्या शब्दांचं बंधन पाळण्याची निवड करू शकतो. दिलेला प्रत्येक शब्द पाळणं, एवढंच नाही, तर त्यापेक्षाही जास्त काही देणं; आणि आपल्या मग हे लक्षात येतं की जेव्हा जेव्हा आपण असं करतो, त्या त्या वेळी आपलं आश्वासन छोटं असो वा मोठं, आपण विश्वासाचं एक खातं उघडत असतो, ज्याचे लाभांश आपल्याला योग्य वेळी मिळतात.

इतरांवर डोळस विश्वास ठेवण्यात आपण पुढाकार घेऊ शकतो. डिलान्सी स्ट्रीट फाउंडेशनच्या डॉक्टर मिमी सिलबर्ट किंवा कुटुंब आणि बालकल्याण विभागाच्या जॉर्जियामधील इसाबेल ब्लँको आणि पेपे मिरालेसची आई या सगळ्यांच्या कामामुळे आणि त्यांच्या विश्वास टाकण्यामुळे इतरांच्या आणि येणाऱ्या पिढ्यांच्या आयुष्यात कमालीचा फरक पडला. होल फूड्स, झेन सायकल आणि क्लीवलॅन्ड क्लिनिक यासारख्या कंपन्या, ज्यांच्या ग्राहकांवरच्या, कर्मचाऱ्यांवरच्या आणि भागीदारांवरच्या अमर्याद विश्वासाची परतफेड होऊन एका गुणात्मक चक्राची सुरुवात झालेली दिसून येते. आपल्या व्यक्तिगत नात्यांमध्ये, टीममध्ये, आपल्या कुटुंबात आणि संस्थांमध्ये आपण विश्वासाच्या नवीन संधी शोधून त्यावर कृती करायचं ठरवलं पाहिजे.

जेव्हा आपण या पाच डोळस विश्वासांच्या कृतींची निवड करतो आणि स्वतःच्या स्थानावरून बदल घडवण्याचे प्रयत्न करतो, तेव्हा आपण विश्वास वाढवण्याचं आणि त्याचं पुनर्निर्माण करण्याचं कार्य करत असतो. आपण आणि आपलं कुटुंब, आपला समाज, टीम, संघटना अगदी आपल्या राष्ट्रालासुद्धा त्याच्या वाढलेल्या समृद्धीचे, उत्साहाचे आणि आनंदाचे लाभांश नक्कीच मिळतात.

> *सर्वांत छान गोष्ट ही आहे की, जगात सुधारणा घडवून आणण्याकरता 'मुहूर्त' शोधावे लागत नाहीत.*
>
> *ॲनी फ्रँक*

डोळस विश्वासाचा पर्याय निवडण्याकरता धैर्य लागतं

डोळस विश्वासाचा पर्याय निवडण्याकरता धैर्य लागतं, यात काही संशय नाही. आपल्यातील काही जणांकरता, अंधविश्वासाची निवड करणं खूप सोपं असतं; आपण फक्त आपल्या विश्वास ठेवण्याच्या नैसर्गिक प्रवृत्तीचा वापर करायचा. आपल्या विश्लेषणात्मक क्षमतेत सुधारणा करण्याचा विचारसुद्धा मनात आणायचा नाही. तर काही जणांकरता दुसरा पर्याय निवडणं सोपं असतं. अविश्वासाचा पर्याय. आपण फक्त आपली ज्या पद्धतीनं घडवणूक झाली असेल त्याप्रमाणे किंवा प्रत्येक गोष्टीची चिकित्सा करण्याच्या सवयीप्रमाणे वागायचं. परंतु आपल्या मनात खोलवर रुजलेला विचार बदलण्याचा किंवा विश्वासाची मोठी झेप घेण्याची ताकद मिळवण्याचा विचारही करायचा नाही. खूप जणांकरता विश्वास ठेवण्याबरोबर जोडली गेलेली भिंत हा खूप मोठा अडथळा असतो. न्युरोलिडरशिप इन्स्टिट्यूटचे संस्थापक डेव्हिड

रॉक म्हणतात त्याप्रमाणे, ''पारितोषिक दिसल्यावर ज्या वेगाने जागृत होईल त्यापेक्षा जास्त वेगाने आणि तीव्रतेने आपली limbic system धोका जाणवल्यावर जागृत होते.... Human beings walk towards but run away कोणतीही गोष्ट आत्मसात करायची असेल तर मानव ती सावकाश करतो; परंतु धोक्यापासून मात्र वेगात पळतो.

असं असलं तरीही आपल्याला जगातील नेत्यांबरोबर आणि प्रभावी लोकांबरोबर विश्वासाच्या प्रश्नाबरोबर चिवट झुंज देण्याची ही एकमेव संधी मिळाली आहे. त्यामुळे आपली ही खात्री पटली आहे की जे डोळस विश्वासाच्या पर्यायाची निवड करतात, तेच वाढलेल्या समृद्धीचा, उच्च पातळीवरच्या उत्साहाचा आणि संवर्धित आनंदाचा अनुभव घेतात. हेलन केलर यांचे पुढील शब्द आपल्याला प्रेरणा देतात, धीर देतात, ''मी एकटीच आहे, तरीही मी कोणी एक आहे. मी प्रत्येक गोष्ट करू शकत नाही, पण तरीही मी काहीतरी करू शकते, आणि मी सगळ्या गोष्टी करू शकत नाही म्हणूनच मला जे करता येतं ते करते.''

जॉर्ज बर्नार्ड शॉ एकदा म्हणाले होते की त्यांच्याकरता आयुष्य म्हणजे एक 'छोटी मेणबत्ती' नाही तर एक 'जळती मशाल' आहे, जी त्यांना पुढल्या पिढीच्या हाती देण्याआधी 'शक्य तेवढ्या तेजानं तळपायला हवी होती.' आमच्यासाठी डोळस विश्वास ही एक जळती मशाल आहे, जी आम्हाला पूर्ण तेजानं तळपायला हवी आहे. केवळ पुढच्या पिढीकरताच नव्हे, तर आताच्या पिढीलाही त्याचे चांगले परिणाम मिळायला हवेत, त्याची उत्कटता जाणवायला हवी आणि उच्च आनंदाचा अनुभव यायला हवा. वेगळ्या शब्दांत सांगायचं तर समृद्धी, उत्साह आणि आनंदाची निर्मिती व्हायला हवी. आमची अशी इच्छा आहे आणि आशा आहे की, तुम्हीही इतरांसारखेच या प्रक्रियेत वेग आणायला आमच्याबरोबर हातमिळवणी कराल आणि जगभरातील लोकांच्या फायद्याकरता या विश्वासाच्या पुनरुज्जीवनासाठी प्रयत्न कराल.

◆